ஹஸ்தா சௌவேந்திர சேகர்

ஜார்கண்ட் அரசாங்கத்தின் மருத்துவத்துறை அதிகாரியாக இருந்துவருகிறார். இவருடைய புகழ்பெற்ற இந்நாவலான 'ரூபி பாஸ்கேயின் மர்ம நோய்' 2014 ஆம் ஆண்டுக்கான 'தி ஹிந்து' விருதுக்கும், அதே ஆண்டு 'கிராஸ் வேர்டு புக்' விருதுக்கும் தேர்வு செய்யப்பட்டது.

ஹஸ்தா சௌவேந்திர சேகர், 2015 இல் 'சாகித்ய அகாடமி யுவ புரஸ்கார்' விருது பெற்றுள்ளார்.

ரூபி பாஸ்தேயின்
மர்ம நோய்

ஹஸ்தா சௌவேந்திர சேகர்

தமிழில்
இரா. செந்தில்

ரூபி பாஸ்கேயின் மர்ம நோய்
ஹஸ்தா சௌவேந்திர சேகர்
தமிழில்: இரா. செந்தில்

முதல் பதிப்பு: டிசம்பர் 2017

எதிர் வெளியீடு,
96, நியூ ஸ்கீம் ரோடு, பொள்ளாச்சி - 642 002.
தொலைபேசி: 04259 - 226012, 99425 11302.
விலை: ரூ. 290

The Mysterious Ailment of Rupi Baskey
Hansda Sowvendra Shekhar
Copyright © Hansda Sowvendra Shekhar 2014

First published in English by Aleph Book Company in 2014

Translated by: R. Senthil

First Edition: December 2017

Published by
Ethir Veliyeedu, 96, New Scheme Road. Pollachi - 642 002.
Email: ethirveliyedu@gmail.com
www. ethirveliyedu. in

Price: ₹ 290

Wrapper Design: Santhosh Narayanan
Back cover Photo Credit: Shankar Sharma

ISBN : 978-93-87333-10-9

Layout : Publishing Next
Printed at Jothy Enterprises, Chennai.

All rights reserved. No part of this book may be reprinted or reproduced or utilised in any form or by any electronic, mechanical or other means, now known or hereafter invented, including photocoping and recording, or in any information storage or retrieval system, without permission in writing from the Publisher.

N
W
E
S
To Ranchi
JHARKHAND
Jamshedpur
NH-33
Galudihi
Rakha
Mines
Station
Jadugora
Rankini
temple
Rakha Mines
Nitra
Sarda
Siddheshwar
temple
Mosaboni
Ghatshila
SUBARNAREKHA RIVER
Dhalbhumgarh
Kokpara
Chakuliya
Balpahari
Tereldihi
Jainagar
Joram
Kadamdihi
Horoghutu
Jirapara
NH-33
WEST
BENGAL
JHARKHAND
Baharagora
NH-6
To Kharagpur
NH-6
ODISHA
MAP NOT TO SCALE
To Cuttack

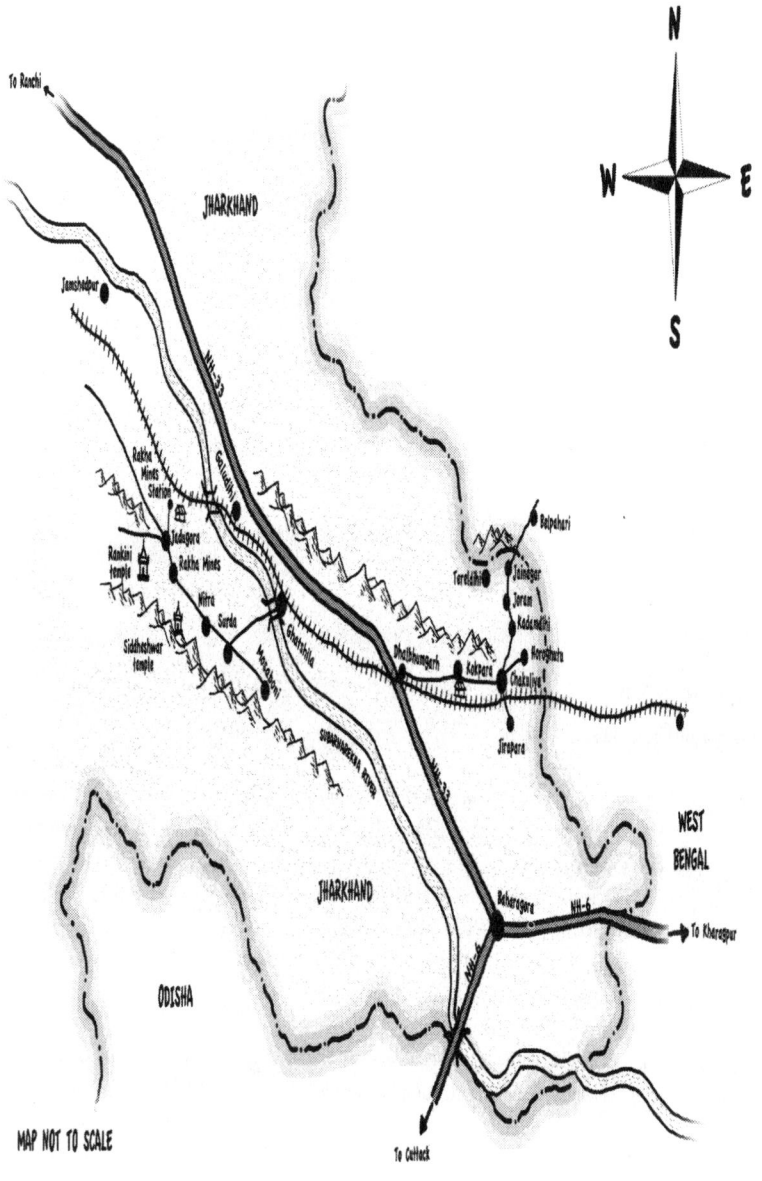

இரா. செந்தில்
மொழிபெயர்ப்பாளர்

பனிரெண்டு வருடங்களுக்கும் மேலாக மொழிபெயர்ப்பாளராக இயங்கிவரும் இரா. செந்தில் தொழில்முறை மொழிபெயர்ப்பாளராகவும் இருந்து வருகிறார்.

இவரது மொழிபெயர்ப்பில் வெளிவந்த 'டா வின்சி கோட்', 'நரகம்' மற்றும் 'கடைசி முகலாயன்' ஆகிய நூல்களை எதிர் வெளியீடு பதிப்பகம் வெளியிட்டிருக்கிறது.

பத்துக்கும் மேற்பட்ட புத்தகங்களை தமிழாக்கம் செய்திருக்கும் இவருடைய சொந்த ஊர் மயிலாடுதுறை.

இரா. செந்தில்
Email: sen.dcstudio@gmail.com

மரங்–புரு ஹிர்லா, ஜாஹெர்– அயோ ஹிர்லா

போங்கா–புரு அர் ஹப்ராம்–கோ லாகித்,

அர் பாபா–போ–பிட்டி லாகித்

உள்ளடக்கம்

1. காதாம்டுகியின் வலிமைவாய்ந்த பெண் — 11
2. காதாம்டுகி, தெரல்டுகி — 23
3. அபூர்வக் குழந்தை — 38
4. துலழ் காதே, ரெயர்ழ்-பாஹா — 65
5. குட்டைக்கால் மணமகன் — 88
6. புது மணப்பெண் புதியனவற்றைக் கற்கிறாள் — 99
7. நித்ரா — 112
8. குருபாரியின் ஆசை, ரூபியின் வாக்கு — 135
9. இரண்டு தாய்களுக்கு மகன் — 141
10. வைகறைப்பொழுது மல்லிகை மணம் — 152
11. மோகினி மருந்து — 170
12. ரூபி பாஸ்கேயின் மர்ம நோய் — 188
13. மர்மங்களை ஒப்பிடுதல் — 195
14. பழிக்குப் பழிவாங்கிய மனைவி — 208
15. வலிமைவாய்ந்த காதாம்டுகி பெண்ணின் வீழ்ச்சி — 216
16. காதாம்டுகியின் அடுத்த வலிமைவாய்ந்த பெண் — 226

17.	சம பலங்களின் மோதல்	236
18.	மாற்று வைத்தியங்கள்	242
19.	"உன் அம்மாவிடம் இப்படித்தான் பேசுவாயா?"	256
20.	குணமானதா? ஆம், ஏறக்குறைய	266
	நன்றிகள்	271

காதாம்டுகியின் வலிமைவாய்ந்த பெண்

ஒரு நெற்பயிர் வயலின் நடுவில், முழங்கால் அளவுக்கிருந்த சேற்றில் குந்தவைத்துக்கொண்டு தன்னுடைய மூத்த மகனைப் பெற்றெடுத்த ரூபி பாஸ்கேயால், ஒருகாலத்தில் காதாம்டுகியின் வலிமையான பெண்ணாக தான் இருந்திருக்கிறோம் என்பதை நம்ப முடியவில்லை.

இது நடவுப் பருவத்தின் நடுவில் அஷாட் மாதத்தில் நடந்தேறியது. அந்த நேரத்தில் மற்ற பெண்களுடன் சேர்ந்து ரூபியும் வயலில் நாற்று பறித்துக் கொண்டிருந்தாள். அவளுடைய புடவையும் உள்பாவாடையும் தொடைப்பகுதிவரை தூக்கிச் செருகப்பட்டிருந்தது. அவை இரண்டிலுமே ஏகப்பட்ட சேறு படிந்திருந்தது. அவளுடைய கூந்தல் முகத்தின் மீது சரிந்தபடியிருக்கையில் அதைப் பின்னே தள்ளுவதற்கான முயற்சியில் அவளுடைய நெற்றியிலும் கன்னங்களிலும் வரிவரியாக சேறு படிந்திருந்தது.

நிறைமாத கர்ப்பிணியாக இருக்கும்போது எந்தளவுக்கு பெரிதாக இருக்க வேண்டுமோ அந்த அளவுக்கு ரூபி ஒன்றும் பெரியவளாக இல்லை. என்றாலும் அவளுடைய வயிறு முழு உருளையாகவே இருந்தது. அத்துடன் அவளுடைய உருவமே பெரியதுதான் என்பதால் கர்ப்ப காலத்தை கணக்கிடுவதே கடினமாக இருந்தது. அவள் தன்னுடைய தாயாலோ அல்லது மாமியாராலோ தாய்மைக்கு உண்டான வழிமுறைகள் குறித்து பயிற்றுவிக்கப்படவில்லை என்பதால் ரூபியால்கூட தன்னுடைய கர்ப்ப காலத்தை

உறுதிப்படுத்திக்கொள்ள முடியவில்லை. அவளுடைய கணவன் அவளைத் தொட்ட நாளில்தான் தனக்கு ஒருநாள் குழந்தை பிறக்கும் என்பது மட்டுமே அவளுக்குத் தெரிந்திருந்தது. அவள் கர்ப்பமான உடனே அவளுடைய மாதவிலக்கும் நின்றுபோனது. அவளுக்கு இதுபற்றிய போதுமான அறிவு இல்லாதபடியால் தான் எப்போது கர்ப்பமடைந்தோம் என்று தெரியாமல் போனதற்காக அவளை குறைசொல்ல முடியாது. அதனால், தன்னுடைய மாதவிலக்கு நின்றுபோனதை அவள் உணர்ந்துகொண்டபோது ரூபியின் வயிற்றில் இருந்த இறுக்கம் தொப்பூழ் வரை வந்துவிட்டது. பின்னர், ஒரு பெண்குழந்தையைப் பெற்றெடுத்திருந்த குருபாரிதான் ரூபி நான்கு அல்லது ஐந்து மாதகாலமாக குழந்தையை சுமந்திருக்கலாம் என்று கணக்கிட்டதுடன் அவளை தாய் பூழியை சென்று பார்த்துவருமாறும் பரிந்துரைத்தாள்.

“ஐந்தாவது” என்று அவளுடைய முதல் வருகையிலேயே அறிவித்தாள் அந்த மருத்துவச்சி.

தாய் பூழியின் அறிவிப்புக்குப் பின்னர் ரூபி தன்னுடைய பிரசவத்திற்கான நாட்களை எண்ணத் தொடாங்கியிருந்தாள். அவள் நித்ராவிற்கு திரும்பவில்லை - அங்குதான் அவளும் சிதோவும் தங்கியிருந்தனர். அங்குதான் எல்லாவகையிலும் அவளை “கர்ப்பமாக்கும்” வகையில் அவன் அவளைத் தொட்டிருந்தான் - ஆனால், அவள் காதாம்டுகியிலேயே தங்கி பிரசவிக்கக் காத்திருக்கும் ஒரு தாயின் ஆதாயங்களை அனுபவித்துக்கொண்டிருந்தாள். ஆனால், அதுவும்கூட அவளுடைய இயல்பு அவளை அவ்வாறு இருக்க அனுமதித்தவரை மட்டும்தான்.

~

ரூபி மலைப்பகுதியில் உள்ள கிராமமான தெரல்டுகியைச் சேர்ந்தவள். அந்தக் கிராமத்தில் எந்த ஒரு பெண்ணிடமும் எதிர்பார்க்கப்படுகின்ற வழக்கமான வேலைகளை செய்தபடியே இருந்தாலும் உண்டிவில்லைக் கொண்டு சிட்டுக்குருவிகளை வேட்டையாடியபடியேதான் அவள் வளர்ந்தாள். வீட்டை சுத்தப்படுத்தினாள். பாத்திரங்களைக் கழுவி, துணிகளைத் துவைத்து, கிணற்றிலிருந்து நீர் இறைத்து வைத்தாள். கோழிகளுக்கு தானியங்கள் வைத்து, ஆடு மாடுகளுக்குப் புல் அறுத்து வைத்தாள். தன்னுடைய இளம் சகோதர சகோதரிகளையும், ஒன்றுவிட்ட சகோதர சகோதரிகளையும் கவனித்துக்கொண்டாள். தெரல்டுகியில்

இருந்து ஏழு கிலோமீட்டர்கள் தொலைவில் இருக்கும் ஜோழாம் என்ற பக்கத்து கிராமத்தில் நடக்கும் வாரச்சந்தைக்கும் சென்று பொருட்களை வாங்கிவருவாள். ஒவ்வொரு மாதமும் மற்ற பெண்களுடனும் பையன்களுடனும் மலையடிவாரத்தில் உள்ள ஜெய்நகர் கிராமத்தில் இருக்கும் ரேஷன் டிப்போவிற்கு நடந்தே சென்று சர்க்கரைப் பைகளையும், மண்ணெண்ணெய் தகர புட்டிகளையும் வீட்டிற்கு சுமந்துவருவாள். ஜெய்நகரில், அஷாட் மாதத்தின் முதல் வாரத்தில் நடத்தப்படும் வருடாந்திர புரு-போங்காவிலும் - மலையை வழிபடுதல் - அவள் கலந்துகொள்வாள். சில நாட்களில், மலையுச்சியில் இருக்கும் புராதன மாராங்-புரு ஆலயத்திற்கும் அவள் சென்றுவருவாள். அவள் வருடாந்திர பாழாகாட்-பாதாவையும் தவறவிட்டதே இல்லை. எல்லாவற்றிற்கும் மேலாக ரூபி தன்னுடைய குடும்ப நிலங்களிலும் உழைத்து வந்தாள்.

சிதோவை திருமணம் செய்துகொண்டு கதம்தகி சமவெளிக்கு அழைத்துவரப்பட்ட பின்னர் ரூபியின் வாழ்க்கை சுலபமாகத்தான் இருந்தது, சிறிது காலத்திற்கு.

~

ரூபி எந்த மருத்துவரை சென்று பார்த்தாலும் அவளை ஓய்வெடுத்துக்கொண்டு முறையான சத்துணவை சாப்பிடுமாறுதான் அறிவுறுத்தினர். உணவு அவளுக்குத் தாராளம். மதிய உணவுக்கும் இரவு உணவுக்கும் அவள் அரிசியுடன் எல்லாவிதமான காய்கறிகளையும் சேர்த்துக்கொண்டாள்: கத்தரிக்காய், உருளைக்கிழங்கு, குந்திரி, சாரு; சில பச்சைக்காய்கறிகள், வெங்காயத் துண்டுகள், தக்காளிகள், பச்சை மிளகாய்கள் மற்றும் உப்பு கலந்து செய்யப்பட்ட ஆழாக்-கோஹ்ரா. அவ்வப்போது மீன், கோழிக்கறி மற்றும் புறாக்கறியும்கூட உண்டு. காலைநேர உணவாக அரிசி சாதமான கஜழி அல்லது பிசைந்த அரிசி மாவை ஊறவைத்து அதனுடன் சர்க்கரை கலந்து செய்யப்படும் தாபென் மற்றும் ஒரு பெரிய கோப்பை தேநீர் ஆகியவற்றை எடுத்துக் கொண்டாள்.

அவளுக்குப் போதுமான சத்துள்ள உணவு கிடைத்த அதேநேரத்தில் ரூபி ஓய்வைப்பற்றி அறிந்தாளில்லை. அவள் எல்லா நேரமும் ஏதோ ஒரு வேலையை செய்துகொண்டே இருந்தாள். அவள் ராச்சாவை கூட்டிப் பெருக்கவில்லை என்றால் அடுப்பெரிக்க விறகு வெட்டுவாள். அல்லது வீட்டில் உள்ள அழுக்காகிப்போன

எல்லா படுக்கை விரிப்புகளையும் தண்ணீரில் சலவை சோடா போட்டு அதில் வேகவைப்பாள். தன்னுடைய உழைப்பில் அவள் எடுத்துக்கொள்ளும் இடைநிறுத்தம் ஒரு தினசரி சடங்கு மட்டுமே. அவள் ஒரு குட்டையில் உட்கார்ந்துகொண்டு தன்னை ஒரு மென்மையான, முட்டை வடிவிலான கல்லால் தேய்த்து விட்டுக்கொள்வாள். பிறகு அழுக்கான உடைகளை பிரபலமான சாக்குலியா பாட்டில் பிராண்ட் சோப்பினால் துவைப்பாள்.

~

சிதோ ஒவ்வொரு சனிக்கிழமையும் நித்ராவில் இருந்து வருவான். அவ்வப்போது கொண்டுவரும் இனிப்புகள் மற்றும் ஆடைகளுடன் பைராம் மற்றும் குருபாரி ஆகியோரின் ஆசிகளையும் சேர்த்தே கொண்டுவருவான். வார இறுதியில் அவன் தன்னுடைய இளைய சகோதரன் தோஸோவுடன் சேர்ந்து தங்களுடைய வயல்களில் வேலைசெய்ய தொழிலாளர்களை அமர்த்திக்கொள்வதற்காக அருகாமையில் உள்ள கிராமங்களுக்குப் பயணிக்க வேண்டியிருக்கும். நித்ராவிற்கு செல்வதற்கு முன்னர் தோஸோ மற்றும் தன்னுடைய தந்தையான கோழ்தா ஆகிய இருவரிடமும் மறுபடி மறுபடி அவன் சொல்லிக்கொள்ளும் ஒரே அறிவுறுத்தல் என்னவென்றால், தன்னுடைய கர்ப்பவதி மனைவியை எந்த வேலையும் செய்ய விட்டுவிடக்கூடாது என்பதாகத்தான் இருக்கும். இருந்தாலும், சிதோ சென்றவுடனே கோழ்தாவும் தோஸோவும் அவனுடைய அறிவுறுத்தலை மறந்துவிட்டு மொத்தக் குடும்பமும் கூட்டாக சேர்ந்து நாற்று நடவில் இறங்கியிருப்பார்கள்.

நடவின் முதல் இரண்டு நாட்களில் பெரிதாக எதுவும் நடந்துவிடவில்லை. ரூபி தன் வேலையை முடித்துவிட்டு, வீட்டுக்கு வந்து, உடலைக் கழுவிக்கொண்டு, சாப்பிட்ட பின்னர் போதை மருந்து உண்டதைப்போல் தூங்கிவிடுவாள். மூன்றாவது நாளில்தான் அவளுக்கு வலியெடுத்தது. ஆனால், அது மிகவும் லேசாகவே இருந்தபடியால் அதை அவள் அலட்சியப்படுத்திவிட்டாள். மேலும், குழந்தை பெற்றெடுக்க அவளுக்கு இன்னும் சிறிதுகாலம் ஆகும் என தாய் பூழியும் உத்திரவாதம் அளித்திருந்தாள். அடிவயிறு இறுகிப்போகும்படியான சுருங்குதல்களை அவள் முன்னரே உணர்ந்திருக்கிறாள் என்றாலும் தன்னை அவள் பரபரப்பாகவே வைத்துக்கொண்டதால் அவற்றையெல்லாம் மறந்தேவிட்டாள். ஆனால், அவளுடைய பனிக்குடம் உடைந்தபோது எல்லாம் சட்டென்று திரும்பி வந்துவிட்டன.

விரல்களை சேற்றில் வைத்தபடியே அவள் குனிந்துவிட்டாள். தன்னுடைய கருப்பையில் இருந்து கதகதப்பான திரவம் அவளுடைய தொடைகளில் மெதுவாக வழிந்தோடுவதை உணர்ந்தபோது எழுந்துகொண்ட அவள் தன்னுடைய அடிமுதுகில் கைவைத்துக்கொண்டு சத்தமாக ஒலமிட்டபடியே சேற்றில் சரிந்துவிட்டாள். தொலைதூரத்தில் இடியோசை பிளிறியது. அந்த வயல்களுக்கு அடுத்திருந்த குட்டையின் கரையில் இருந்த கௌஹா மரத்தில் இருந்து நாரைகள் கூட்டமாக பறந்துசென்றன. வயல்களில் வேலை செய்துகொண்டிருந்த பெண்கள் அனைவரும் தாங்கள் செய்துகொண்டிருந்த வேலைகளை அப்படியே போட்டுவிட்டு ரூபியை நோக்கி ஓடிவந்தனர்.

“இவளை யார் வரச்சொன்னது?” என ஒருவரை ஒருவர் பார்த்து கத்திக் கொண்டனர்.

“சிதோ-பாஹு, உனக்கு ஒன்றுமில்லையே?” என்று அவளிடம் கேட்டனர்.

அவள் பெருவேதனையில் கத்தினாள். வரப்போகும் பெரும்சோதனையானது அவளுடைய கதறல்களுக்கு வலிமை கூட்டியது. “யோ-கோ! யோ-கோ! கோஜ் இனன் கோ!” வார்த்தைகள், உச்சரிப்புகள், அர்த்தமில்லாதவை என அவள் மனதில் தோன்றியதைக் கத்தினாள்.

இரண்டு வயல்களுக்கு இடையில் இருந்த அகலமான ஆழேவுக்கு கொண்டுசெல்லப்பட்ட ரூபி அங்கே படுக்கவைக்கப்பட்டாள். வெட்டித்தள்ளப்பட்ட ஒரு ஆலமரத்தைப் போல் பெரிய, ஆரோக்கியமான கைகால்களைப் பெற்றவளாக இருந்தாள் ரூபி. அவளுடைய ஆடைகளை அகற்ற வேண்டிய நேரத்தை எடுத்துக்கொண்ட பெண்கள் அவளுடைய முட்டிகளை மடக்கி வைத்தனர். குழந்தையின் தலை உள்ளேயும் வெளியேயும் போய் வருவதைப் பார்த்தபோது, தாய் பூழியை அழைத்துவர அவர்கள் ஆண்களை துரிதப்படுத்தினர்.

“அது வருகிறது!” பெண்கள் கத்தினர்.

“அய்யோ! நான் சாகிறேனே!” என்று ரூபி கத்தினாள். ஜூன் மாத மத்தியப்பகுதி வானில் கருத்த மேகங்கள் தீக்குறியாக மிதந்துகொண்டிருந்தன.

குழந்தையின் வருகைக்காக மழை காத்திருந்தது. தாய் பூழியின் வருகைக்காக குழந்தை காத்திருந்தது. ரூபியோ எந்நேரமும் ஒரு பசு உயிருடன் இருக்கையில் தன்னுடைய குடலை வெளியே தள்ளிக் கொண்டிருப்பதைப்போல் கதறிக்கொண்டே இருந்தாள். பெண்கள் - அவர்களில் ஒவ்வொருவரும் மூன்று அல்லது நான்கு குழந்தைகளைப் பெற்றவர்கள் - ரூபியைக் கெட்டியாகப் பிடித்துக்கொண்டு அவளைப் பொறுமையாக இருக்கும்படி கெஞ்சியபடியும், வயிற்றைப் பிடித்துக்கொள்ளும்படி கத்திக்கொண்டும் இருந்தனர்.

“நம் எல்லோருக்குமே இது நடக்கும், பாஹு.”

“நிதானமாக மூச்சுவிடு. வாய்வழியாக மூச்சுவிடு, வாய்வழியாக மூச்சுவிடு.”

“வலி வந்தால் உந்தித் தள்ளு. வலி வருகிறதா? வலி வருகிறதா? ஆமாம், இப்போது தள்ளு, தள்ளு!”

அவர்கள் அனைவருடைய அக்கறைக்குரிய வார்த்தைகளுக்கும் ரூபியிடம் ஒரேயொரு பதில் மட்டுமே இருந்தது: “அய்யோ! நான் சாகிறேனே!”

புட்கி மற்றும் தோஸோ ஆகியோரைத் தொடர்ந்து தாய் பூழி நொண்டியபடியே நடந்து வந்தாள். கோழ்தாவும்கூட, தன்னுடைய சமநிலையற்ற கால்கள் அனுமதித்தவரை வேகமாகவே வந்து கொண்டிருந்தார். ரூபியைச் சுற்றி கூடிய பெண்கள் ஒரு அரணாய் அமைந்த தற்காலிக பிரசவ அறையை உருவாக்கியிருந்தனர் - ஆண்கள் அந்தப் பிரசவ நிகழ்விலிருந்து ஒதுங்கியிருந்தனர். தாய் பூழி ரூபியின் அடிவயிற்றைப் பிசைந்துகொண்டிருந்தாள். தன்னுடைய விரல்களை அவளுடைய பிறப்புறுப்பின் உள்ளே நுழைத்து, குழந்தையின் தலை வெளிவருவதற்கான இடத்தை உருவாக்கிக் கொண்டிருந்தாள் என்பதுடன் ரூபி கொண்டிருந்த ஒவ்வொரு துளி ஆற்றலையும் கொண்டு அவளை உந்தித்தள்ள ஊக்கப்படுத்திக்கொண்டே இருந்தாள்.

“மறந்துவிடாதே பாஹு, இதுதான் உன் சோதனைத் தருணம். இதில்தான் நீ உன்னுடைய உயிரையே விடவேண்டியிருக்கும். இதுதான் உனக்கு மிகமிக முக்கியமான தருணம். மறந்துவிடாதே, ஒருபோதும் மறந்துவிடாதே.”

ரூபி அந்த சோதனையில் வென்றுவிட்டாள். ஒருசில தசைப்பிடிப்பிற்குப் பின்னரும், சில ஊக்கப்படுத்தும் வார்த்தைகளுக்குப் பின்னரும் ஜெய்பால் பிறந்துவிட்டான். அவன் ஒரு பூனைக்குட்டியைக் காட்டிலும் சிறிதளவே பெரிதாக இருந்தான். தொளதொளப்பான கைகால்களை வைத்துப் பார்க்கையில் அவன் அப்படித்தான் இருந்தான். தாய் பூழி தொப்பூழ் கொடியை வெட்டும்போதும், வாய், கண்கள் மற்றும் மூக்கில் ஊதி உலரச் செய்யும்போதும், அவனுடைய கால்களைப் பிடித்து தலைகீழாகத் தொங்கவிட்டபோதும் மக்கள் பதட்டத்துடன் விசும்பினர். முதலில் சிணுங்கிய அவன் பிறகு சத்தமாக அழுதான். பதட்டமான விசும்பல்கள் சத்தமான மகிழ்ச்சியொலியாக மாறின.

“அது பையன்!” என்று தாய் பூழி கத்தினாள். கோழ்தாவும் தோஸோவும் மகிழ்ச்சி ஆரவாரமிட்டனர். ஒரு பார்கோமில் ரூபி அழைத்துச் செல்லப்பட்டபோது மழை பெரும் ஆரவாரத்துடன் பெய்யத் தொடாங்கியது.

~

அவள் அளவுக்குக் குழந்தை பெற்றெடுத்தவர்களைப் பொறுத்தவரையில் ரூபி விரைவிலேயே தேறிவிட்டாள். ஐந்து நாட்களிலேயே எப்போதும்போல் வலுவடைந்தவள் ஆகிவிட்டாள், அத்துடன் சின்னஞ்சிறு ஜெய்ப்பால் எப்போது கேட்டாலும் அவனுக்குத் தாய்ப்பால் ஊட்டக்கூடியவளாகவும் இருந்தாள். அவள் வயலில் வேலை செய்வதற்கும்கூட தயாராகிவிட்டாள்.

இருந்தாலும் “நடவு முடிந்துவிட்டது” என அவளிடம் தெரிவித்தாள் புட்கி.

“நம்முடைய எல்லா வயலிலுமா?”

“ஆமாம், பாஹு. நீ அதைப்பற்றி கவலைப்படாதே.”

~

இவையெல்லாம், இருபது வருடங்களுக்கு முன்னர் நடந்தவை. ரூபியின் மூன்று மகன்களில் மூத்தவனான ஜெய்பால் இப்போது இளைஞன். ஒவ்வொரு வருடத்தின்போதும் தாய்க்கும் மகனுக்கும் இடையேயான பிளவு அதிகரித்தபடியேதான் இருந்தது. இது வெறும் அந்நியப்பட்டுப்போதல் மட்டுமே அல்ல. கடந்த இருபது வருடங்களில் சிதோவும்கூட அவளிடம் இருந்து விலகிச்சென்றபடியே

இருந்தான். இந்த இடைவெளி விரிவடைந்துகொண்டே செல்வதை ரூபி கவனிக்கவில்லை, அது எப்போது தொடாங்கியது என்பதைக்கூட அவள் குறித்துவைக்கவில்லை. அவளால் எப்படித்தான் முடிந்திருக்கும்? அவளுடைய எதிரியும், இத்தகைய இயலாமையை அவளுக்கு அளித்தவளுமான குருபாரி வலுவானவளாக இருந்தாள். அவள் ரூபியின் வாழ்க்கையை ஒவ்வொரு துளியாக உறிஞ்சிக் கொண்டே இருந்தாள். ஒருகாலத்தில் காதாம்டுகியின் வலுவான பெண்ணாகிய ரூபி எந்தவித தெளிவான காரணமும் இல்லாமலேயே படுக்கையில் கிடக்கிறாள். அவளுடைய உடல் ஒரு முதிர்ந்த ஆலமரத்தைப் போல் வலுவானதாக இல்லை, அது ஒரு நோயுற்ற யூகலிப்டஸ் மரம். வெளிறிப்போய் பலவீனமான ஒட்டுத்துணிகளால் மூடப்பட்டிருக்கிறது.

~

ரூபியின் பிரச்சினையினுடைய காரணம் என்னவென்று காதாம்டுகியில் உள்ள எல்லோருக்குமே தெரியும். அவளுடைய வாழ்க்கையில் நட்பு கொண்டவளைப் போல் உள்ளே நுழைந்த குருபாரி அவளை ஒரு ஆலாக்ஜாழியைப்போல் சுற்றி வளைத்துவிட்டாள் - அதாவது, ஆலாக்ஜாழி என்பது ஒரு ஆரோக்கியமான பச்சைப்பசேலென இருக்கும் மரத்தின் தண்டினைச் சுற்றிப் படரும் ஒரு பொன்னிறக் கொடி, அது தன்னுடைய வேரை மரத்தின் நெஞ்சுக்குள் செலுத்தி அதனுடைய எல்லாவித ஊட்டச்சத்துகளையும் உறிஞ்சிவிட்டு வெறும் கூடாக்கிவிடும். இதை இப்படியும் சொல்வார்கள்- ஆலாக்ஜாழி ரெயாக் முச்சத் தோ ஓகோய்-எ ஞாம் கெயா? அது மரத்தைப் பற்றிப் படருவதை தடுப்பது மிகவும் அதிர்ஷ்டவசமானது மட்டுமே. அந்தக் கொடி வளம்பெறுகிறது என்பதை அது மின்னுவதை வைத்து சொல்லிவிடலாம், பின்னர் அந்த மரம் மெதுவாக வெளிறிப்போகும். அப்படித்தான் குருபாரி மினுங்குவதையும் ரூபி வெளிறிக் கொண்டிருப்பதையும் எல்லோருமே பார்த்தார்கள்.

சிலநாட்களில் ரூபி பெரும் தலைவலிக்கு ஆளாவாள். வேறு சில நாட்களிலோ அவளுடைய வயிற்றில் ஏற்படும் வினோதமான உணர்வு அவளை நிற்கவும் விடாது, நிமிர்ந்து உட்காரவும் விடாது, அவளால் படுத்திருக்க மட்டுமே முடியும். தண்ணீர்க் குட்டைக்கு சென்று தன்னை சுத்தப்படுத்திக்கொள்ள முடியாத அளவுக்கு கடுமையான சோர்வையும் அவள் உணர்ந்திருக்கிறாள். தோஸோவின் மனைவி துலாரியிடம் தனக்காக ஒரு வாளி தண்ணீர் எடுத்துவருமாறு

கெஞ்ச வேண்டிய கட்டாயத்திற்குக்கூட ஆளானாள். ஒரு டோகோர் மரத்தின் கீழே கட்டிலில் உட்கார்ந்துகொள்ளும் ரூபி தன்னைத்தானே கழுவி சுத்தப்படுத்திக் கொள்வாள். அப்போது அவளை அந்த மரத்தின் அழகான பூக்களுடன் ஒப்பிடப்பட்ட நாட்கள் அவளுடைய நினைவுக்கு வரும்.

சிதோ பெரும்பாலும் வீட்டில் இருப்பதில்லை. ஒன்று அவன் வேலை செய்துகொண்டிருப்பான். அல்லது குருபாரியின் வீட்டில் இருப்பான். சில நேரங்களில் ராஞ்சியில் உள்ள விடுதிகளில் தங்கியிருக்கும் குருபாரியின் மகள்களை பார்த்துவருவதற்காக சென்றுவருவான். அவன் வீட்டில் இருக்கும்போதுகூட அவன் அங்குதான் இருக்கிறான் என்பதை உணர்வதே கடினம். அவன் ரூபியின் உடல்நிலை பற்றி விசாரிப்பான், அல்லது அவளுக்கு கூடுதலாக மருந்துகள் வாங்கித் தருவான், அல்லது அவளை மருத்துவரிடம் அழைத்துச் செல்வான். ஆனால், இவையெல்லாம் மேம்போக்கான உணர்வுகளே. அவை அன்பைக் காட்டிலும் மிகவும் கடமைக்காக செய்யப்பட்டவையாகவே இருக்கும். அவனுக்கும் அவன் மனைவிக்குமான தகவல்தொடர்பே அருகிப் போய்விட்டது.

வேலைக்காகப் புறப்படும்போது, “எனக்காக எதுவும் சமைக்க வேண்டாம்” என்று ரூபியிடம் கூறிவிடுவான் சிதோ. “நீ சோர்ந்து போயிருக்கிறாய், ஓய்வெடுத்துக்கொள். நான் குருபாரி-ஹிலியின் வீட்டில் சாப்பிட்டுக்கொள்கிறேன்.” அல்லது ஜெய்பால் அவளிடம், “யோ, நான் என்னுடைய நண்பர்களுடன் படாவுக்குப் போகிறேன். தாமதமாகிவிட்டால் நான் குருபாரி-மாராக்-ஆயோ வீட்டிலேயே தங்கிவிடுவேன். எனக்காக காத்திருக்க வேண்டாம்” என்று கூறிவிடுவான்.

ஹிலி மற்றும் மாராக்-ஆயோ என்ற இந்த வார்த்தைகள் அவளை அப்படியே பற்றி எரியச்செய்யும். ஹிலி என்பது ஒருவருடைய மூத்த சகோதரன் மனைவி (அண்ணி); மாராக்-ஆயோ, ஒருவருடைய தந்தையின் மூத்த சகோதரன் மனைவி (பெரியம்மா). குருபாரி நல்லவளாக இருந்தபோது தன்னுடைய கணவனையும் குழந்தைகளையும் அவளிடம் பழகுவதற்கு ரூபி ஒருபோதும் ஆட்சேபணை தெரிவித்ததே இல்லை. ஆனாலும் அவளுக்குத் தெரியும் - எல்லோருக்குமே தெரியும் - சிதோவுக்கு குருபாரி வெறும் ஹிலி என்பதில் இருந்து வெகுதூரத்திற்குச் சென்றுவிட்டாள். ரூபி இதனை நித்ராவில் அவளாகவே பார்த்திருக்கிறாள். மேலும், குருபாரி சிதோவின் வைப்பாட்டி என்ற வதந்திகளையும் ரூபி

கேட்டிருக்கிறாள். இதையெல்லாம்விட மோசமானது, சிதோ குருபாரிக்கு உரியவனாகிவிட்டான் என்ற கதைகளே. இன்னும் சொல்லப்போனால் குடும்ப உறவுகளின் எல்லாப் பிணைப்புகளுமே இப்போது அர்த்தமற்றுப் போய்விட்டன. தன்னுடைய குடும்பத்தின் மீதான குருபாரியின் பிடிமானத்திற்கு எதிராக ரூபி கடுமையாக போராடியபோதிலும் அவளால் எதுவும் செய்ய முடியவில்லை. அவள் முயற்சிக்கின்ற ஒவ்வொரு முறையும் கடக்க முடியாத மனச்சோர்வினால் பீடிக்கப்பட்டுவிடுவாள்.

~

ரூபியின் முதல் மகனான ஜெய்பால் தன்னுடைய திருமணத்தைப் பற்றி தீவிரமாக சிந்திக்கிறான் என்பதை இந்த உலகத்திலேயே கடைசியாக தெரிந்துகொண்டது அவளாகத்தான் இருக்கும். அந்த உண்மை வலிக்கவே செய்தது. இருந்தாலும் காலம் மாறிவிட்டது என்பதையும் இனியும் தான் ஒரு வலிமையான பெண் இல்லை என்பதையும் அவள் சட்டென்று உணர்ந்துகொண்டபோது அவள் கண்களில் கண்ணீர் வழிந்தோடியது.

நிராதரவு, வேதனை மற்றும் கோபம் அவளுடைய முகம் முழுக்க படர்ந்திருந்தது. நிராதரவு - எல்லா விஷயங்களும் கட்டுப்பாட்டை மீறிப் போய்விட்டதற்காக. வேதனை - மிகவும் அலட்சியமாக இருந்துவிட்டதற்காக. கோபம் - தன்மீதும் பிறர்மீதும். அவள் புட்கியை வெறுத்தாள். ஏனென்றால் அவள் அதிகப்படியாக குடித்துவிட்டு எல்லோரிடமும் தன்னுடைய சொந்தக் குடும்பத்தைப் பற்றியே கதை கட்டிவிடுகிறாள்; அவள் குருபாரியையும் வெறுத்தாள், துலாரியையும் வெறுத்தாள், இருவருமே டாஹ்னி-பித்யா என்பதால். ரூபி எல்லோரிடமும் கோபத்துடனே காணப்பட்டாள். அவள் டோகோர் மர இலைகளை நோக்கினாள். தனக்காகத்தான் என்றபோதிலும், அழுவதே குற்றம் என்பதைப் போல் கண்ணீர்த் துளிகளை தன்னுடைய கன்னங்களில் வழியவிட்டாள்.

தன்னுடைய மருமகள் தேம்பியழுதுகொண்டே ஜெய்பாலைப் பற்றி அவளிடம் வருத்தப்பட்டு சொன்னதை புட்கி கவனித்துக் கொண்டிருந்தாள். அவளுக்கு வீட்டில் செய்யப்பட்ட மற்றொரு கோப்பை ஹாந்தி மீது ஆசை வந்தது, பிறகு சந்தோஷத்துடன். ஆழ்ந்து தூங்கினாள். அவளுடைய பல பத்தாண்டுகளின் வாழ்க்கை இதைத்தான் அவளுக்குத் கற்றுத் தந்திருந்தது: குடி,

எல்லாக் கவலைகளையும் காற்றில் வீசிவிட்டு வாழ்க்கையை முழுமையாக வாழ்ந்துவிடு. அவள் டெல்லாவைப் பற்றி நினைத்துப் பார்த்தாள். அவளுடைய ரெயாழ்-பாஹா, அவளுடைய நேசத்திற்குரிய குளிர்கால மலர். புட்கி தன்னுடைய பரிதாபத்திற்குரிய நிகழ்காலத்தையும், தன்னைச் சுற்றியிருந்த டெல்லாவின் அரவணைப்பான நெருக்கத்தையும் பிரதிபலித்தாள். அவளைத் துயரம் விழுங்கியது.மற்றொரு கோப்பை ஹாந்திக்கான அடக்கமாட்டாத தாகத்தைப்போல.

“போ!” துலாரி வசைபாடினாள். “உன்னுடைய தோழிகள் உனக்காகக் காத்திருப்பார்கள். இன்றைக்கு ஒரு பெரிய கோப்பையில் உனக்கு ஹாந்தி ஊற்றித் தருவார்கள்.”

“யேய் டாஹ்னி!” புட்கி சீறினாள். “என்னைத் தின்றுவிடு, வா! என்னைத் தின்றுவிடு. இன்றைக்கே என்னைத் தின்று முடித்துவிடு. உன்னை எது தடுக்கிறது? அதன்பிறகு நான் மற்றொரு துளி ஹாந்திக்காக வெளியே செல்வதை நீ பார்க்க வேண்டியிருக்காது.”

“அதை உன்னுடைய மூத்த மகனின் ஹிரோமிடமே விட்டுவிடுகிறேன்.” துலாரி நாக்கை மடக்கி வைத்துக்கொண்டு கூறினாள். அவளுள் இருந்த சூனியக்காரி கடும் சீற்றத்துடன் வெளியே பாய்ந்தாள். அவளுடைய கண்கள் சிவக்க பலமாக மூச்சுவிட்டாள். “குருபாரியிடமே போ. என்னைக்காட்டிலும் அவளால் சிறப்பாக பணிவிடை செய்ய முடியும். நான் ஏன் குறுக்கே வரப்போகிறேன்? ரூபி-தாய் ஏற்கனவே பாதி செத்துவிட்டாள். நீயும் உன்னுடைய காடா-தாரேக்கு பாதி தூரம் சென்றுவிட்டாய்.”

“யேய் டாஹ்னி!” புட்கி அலறினாள். “நீ எங்கள் எல்லோரையும் கொன்றுவிடுவாய். நீ செய்வாய்...”

துலாரி திரும்பிப் போய்விட்டாள். கள்ளச் சிரிப்பு சிரித்துக்கொண்டே. இந்தப் பேச்சுகளை ரூபி கேட்டிருப்பாள் என புட்கிக்கு உறுதியாகத் தெரியும். ரூபி அழுதுகொண்டிருப்பதை அவள் அறிவாள். ஒரு மோசமான பெண்ணாகவும், மோசமான தாயாகவும் இருப்பதற்கு இதுதான் சரியான தண்டனை என்று அவள் ஆசுவாசப்பட்டுக் கொண்டாள். காதாம்டுகி மக்கள் சொல்வது சரிதான்; புட்கியின் இளமைப்பருவ ஒழுக்கக்கேடு அவளிடம் திரும்பி வந்துவிட்டது. ரூபியின் நோய் அவளுடையது மட்டுமே அல்ல. அது புட்கியினுடையது, அது, சிதோ, தோஸோ மற்றும்

துலாரியினுடையதும் ஆகும். அநேகமாக இது எல்லோரையுமே அழித்துவிடலாம், அவர்களுடைய மொத்தக் குடும்பத்தையும்.

அவர்களுடைய வீடு வெட்டவெளிச்சமாகிவிட்டது. புட்கி ஒவ்வொரு ஆணாக நாடிச்சென்றது முதல் ரூபி நெல்வயலில் ஜெய்பாலை பெற்றெடுத்தது வரை, சிதோ குருபாரியை தேர்ந்தெடுத்தது வரை, துலாரி தோஸோவின் பக்கம் காதலியாக சாய்ந்தது வரை என இது எப்போதுமே ஒரேபோலத்தான் இருந்திருக்கிறது. அவர்களுடைய வாழ்க்கையின் ஒவ்வொரு அத்தியாயமும் காதாம்டுகியின் முழுமையான பார்வையிலேயே நடந்தேறியது. சொல்லப்போனால் கிராமத்தினர் அவர்களைப் பற்றிய அபிப்பிராயம் கொண்டு, அவர்களை உற்சாகப்படுத்தி, அவர்களுடைய விதிக்காக வருத்தப்பட்டு என்றெல்லாம் இருந்தபோதிலும் அவர்களில் பெரும்பாலானோர் இந்த நிகழ்ச்சியை ரசித்து அனுபவிக்கவே செய்தனர்.

காதாம்டுகி, தெரல்டுகி

கதம் மரம் என்ற மரத்தின் காரணமாகத்தான் காதாம்டுகி என்ற பெயர் வந்தது. காதாம்டுகியில் எந்த ஒரு கதம் மரத்தையும் பார்க்க முடியாது. ஆனால், தன்னுடைய வல்லமைமிக்க தந்தையான சோமாய்-ஹாழாம் மற்றும் பிற மூத்தோர்கள் இந்த கிராமத்தை நிர்மாணித்தபோது அங்கே அந்த மரங்கள் நிறைய இருந்ததாக புட்கி நினைவுகூர்வாள்.

"ஆற்றைச் சுற்றிலும் கதம் மரங்களின் காடே இருந்ததாக என்னுடைய அப்பா சொல்லிக் கொண்டிருப்பார்" என்று அவள் வழக்கமாக குடிக்கின்ற மாஜி வீட்டில் ஒரு பாட்டில் ஹாந்தி அருந்தியபின் கூறியிருக்கிறாள்.

சோமாய்-ஹாழாம் நீண்டகாலத்திற்கு முன்பே இறந்துவிட்டார். இருப்பினும், புட்கி சொன்ன விஷயத்திலோ அல்லது அவளுடைய தந்தையின் அதிகாரம் குறித்தோ எந்த விவாதமும் ஏற்பட்டதில்லை. காதாம்டுகியில் கதம் மரங்களைப் பார்த்துள்ளதாக சோமாய்-ஹாழாம் கூறியிருக்கிறார் என்றால் அந்தக் கிராமத்தில் அந்த மரங்கள் இருந்திருக்கத்தான் வேண்டும்.

அந்தக் கிராமத்திற்கு புதியவளாகவும், மாஜியின் வீட்டிற்கு இளம் மருமகளாகவும் வந்திருந்த ஒரு பெண் தன்னுடைய மாமியாரிடம் கேட்டாள், "அந்த மனிதர் மட்டும் நல்லவராக இருந்திருந்தால், இந்தப் பெண் ஏன் இத்தகைய நிலையில் இருக்கப்போகிறாள்?"

"ஒரு ஹாந்டி-தோகோஜ்-மைஜூவுக்கு என்ன நடந்திருக்குமென நினைக்கிறாய்?" என்று கிசுகிசுத்தாள் புட்கியை அவளுடைய ஒழுங்கீனங்களால் பார்த்திருக்கும் அறிவார்ந்த பெண்ணாகிய அவளுடைய மாமியார். "தன் வாழ்நாள் முழுவதும் அவளை கவனித்துக்கொள்ள யாரும் கிடையாது, குடிப்பதும் ஆண்களை

மாற்றிக்கொண்டே இருப்பது மட்டும்தான் அவள் செய்ததெல்லாம். இதுபோன்ற பெண்ணுக்கு வேறு என்ன விதியிருக்கும்?"

"ஆனால் அவளுடைய மகன்கள்? அவர்கள் என்னதான் செய்தார்கள்? சிதோ ஒரு படித்த மனிதராயிற்றே."

"ஒருவருக்கு அடிப்படை அறிவு இல்லாமல் போய்விட்டால் கல்வியால் எந்தப் பயனும் இல்லை. குருபாரியை சுமக்கச் சொல்லி அவனிடம் யார் கேட்டார்கள்? அவள் பைராம் மாஸ்டரை மகிழ்ச்சியோடு திருமணம் செய்துகொண்டாள். ரூபி போன்ற ஒரு மனைவியை சிதோ கண்டடைந்தான். இப்போது எல்லோருடைய வாழ்க்கையும் நாசமாகிவிட்டது. சிதோவுடையது, ரூபியுடையது என எல்லாமும். குருபாரி மட்டும் விதிவிலக்கு. தோஸோவைப் பொறுத்தவரை அவன் ஒரு காட்டெருமை. துலாரி அவனுக்கு செய்தது நல்ல விஷயமே. அவனுக்கு அது வேண்டியதுதான்."

அந்த இளம் மணப்பெண் தன்னுடைய தலையால் ஆமோதித்தபோது ஒரு அருவருப்பான, நடுங்கும் குரல் எழுந்தது. அந்த மணப்பெண் உறைந்துபோனாள். அந்தக் குரல் புட்கியுடையது என்பதையும், குடித்திருந்த போதையில் ஒரு பாடலின் வழியாக காதாம்டுகியின் கதையை சொல்ல முடிவெடுத்திருக்கிறாள் என்பதையும் அந்த வீட்டில் இருந்த பிற பெண்கள் சிரிக்கத் தொடாங்கியபோதுதான் அவள் உணர்ந்துகொண்டாள்.

ஆலே பாழ்கே ரே மா, கோச்சா பாழ்கே ரே மா

காதாம் முலின் பாகா போரோய்-போரோய்

எங்களுடைய தோட்டத்திலே, மூலையில் உள்ள தோட்டத்திலே

கதம் மலர்கள் பூத்துக் குலுங்குகின்றன பார்!

புட்கி அந்தப் பாடலை ஓலமிடத் தொடாங்கினாள். அவளுடைய கண்கள் கிறங்கிப் போயிருந்தன. முகமோ உணர்ச்சியற்று, சொரசொரப்பான மெழுகுத்தாளைப் போல் இருந்தது. அவளுடைய சுருங்கிப்போன மார்புகள் புடவைக்கு வெளியே கிடந்தன. புட்கியும் மேல்சட்டை அணிந்தவள்தான். ஆனால் அவளுக்கு வயதாகையில் கிராமத்தில் உள்ள மற்ற பெண்களைப் போன்றே அவளும் உடை உடுத்தத் தொடாங்கினாள்; ஒரு புடவை இடுப்பைச் சுற்றியும், தோளில் இருந்து கால்கள் வரையிலும் சுற்றியிருக்கும், மேல்சட்டையோ உள்பாவாடையோ கிடையாது.

ரூபி ஆரோக்கியமாக இருந்தபோது புட்கி போதுமான அளவுக்கு மூடியிருக்கிறாளா என்பதை உறுதிப்படுத்திக்கொண்டே இருப்பாள். ஆனால் இப்போது, புட்கி தன்னுடைய ஒழுக்கங்கெட்ட பாதைக்கே திரும்பிவிட்டாள்.

புட்கி தன்னுடைய பாடலுக்கேற்ற வகையில் கைகளை மீட்டினாள். "இந்தப் பாட்டு" புட்கி தன்னுடைய விருந்துபசரிப்பாளர்களிடம் கூறினாள், "டெல்லாதான் இந்தப் பாடலைப் பாடுவாள். என்னுடைய தோழி டெல்லா, உங்களுக்கு அவளை நினைவிருக்கிறது, இல்லையா?"

அவர்களுக்குத் தெரியும். டெல்லா, புட்கிக்கு ஆத்மார்த்தமான, அவளுடைய குற்றச்செயல் கூட்டாளி. அவர்களுடைய வீட்டைவிட்டு ஓடிப்போன கதைகள் எப்போதுமே இனிமையான பரவச உணர்வை ஏற்படுத்தக்கூடியவை. அதனாலேயே மாஜி வீட்டைச் சேர்ந்த பெண்கள் புட்கியை வரவேற்க விரும்புவார்கள்.

"நாங்கள் இந்தப் பாடலை சாக்குலியாவில் நடந்த காயானில் கேட்டிருக்கிறோம். அது ரொம்ப காலம் முன்பு, ரொம்ப காலம் முன்பு. அப்போது நாங்கள் இருவரும் அந்த அரிசி ஆலையில் வேலை செய்துகொண்டிருந்தோம்."

இந்தக் கதையை அந்தப் பெண்கள் பலமுறை கேட்டிருந்தாலும், அவை ஒவ்வொருமுறை சொல்லப்படும்போதும் ரசித்து மகிழ்ந்தனர். அதனால்தான், புட்கி ஏதோ நேற்றுதான் நடந்ததைப் போல் ஒவ்வொரு நிகழ்வையும் நினைவுபடுத்திக் கொள்ளும்போதும் அவர்கள் அவற்றை மெய்மறந்து கேட்டுக் கொண்டிருப்பார்கள்.

அவள் அப்படியே உள்ளது உள்ளபடி தொடாங்கினாள்: "அப்போது இரண்டுபேர் டெல்லா மீது மோகம் கொண்டிருந்தனர்." ஆனால், அங்கு கூடியிருந்த பெண்களின் முகத்தில் புன்னகையும் வெட்கச் சிவப்பும் படர்ந்திருந்தது. "அவர்கள் எங்களைப் பின்தொடர்ந்து குடிலுக்குள்ளேயே வந்துவிட்டனர். டெல்லாவும் நானும் ஒருவருக்கு ஒருவர் என பிடித்துக்கொண்டு மகிழ்ந்திருந்தோம்." புட்கி சிரித்தாள். கொஞ்சம் ஹாந்தி கீழே சிந்தியது. அவள் தன் குடியால் ஏறக்குறைய மூச்சுத்திணறினாள்.

"பார்த்து, புட்கி-ஜி!" ஒருவர் அந்தக் கிழவிக்கு உதவ முன்வந்தார். புட்கி இன்னும் அதிகமாக சிரித்து இன்னும் கொஞ்சம் ஹாந்தியை கீழே சிந்தினாள். அந்த வீட்டின் முதிய பெண் ஏதாவது

நடந்துவிடப்போகிறது என்று நடுக்கத்துடன் தடுமாறினாள். புட்கியை வைத்து, யாரும் எதையும் உறுதியாக சொல்ல முடியாது.

விபத்துதான் நடந்துவிட்டது, அதுவும் புட்கி அமர்ந்திருந்த காண்டோவுக்கு கீழேயே! ஒரு மஞ்சள்நிற நீரோடை பார்வையாளர்களை நோக்கி ஓடிக்கொண்டிருந்தது. புட்கிக்கு அதுபற்றி எதுவுமே தெரியவில்லை.

"ஹாயே சாண்தோ!" மாமியார் அலறினாள். "இவள் என்ன செய்துவிட்டாள் பார்?"

புட்கியைப் பற்றியும் அவள் நடந்துகொள்ளும் விதம் பற்றியும் தெரிந்து வைத்திருக்கும் அந்தப் பெண்கள் சிரித்துக் கொண்டிருந்தனர். ஒருத்தி கூச்சலிட்டாள், "நிறைய குடித்துவிட்டால் இப்படித்தான் நடக்கும். நாம் எல்லோருமே குடிக்கிறோம், ஆனால், நினைத்த இடத்தில் சிறுநீர் கழிப்பதில்லை. புட்கி ஒரு ஆணைப்போல் குடிக்கிறாள்!"

சோமாய்-ஹாழமின் மகள் மங்கிப்போன கண்களுடன் தன்னைச் சுற்றிலும் பார்த்தாள். அவளைச் சுற்றி எழுந்த கூச்சலால் தலையை சிலுப்பிக்கொண்டு சுவற்றில் சாய்ந்தாள். அவள் விரைவிலேயே தூங்கிப்போய் குறட்டைவிட்டாள், அவளுடைய புடவை ஹாந்தியிலும் சிறுநீரிலும் ஊறியது.

மாஜி வீட்டில் தொண்ணூறு வயதுகளுக்கு மேலிருக்கும் வயதில் மூத்தவள் சோகத்துடன் வியந்துகொண்டாள், "அவளுடைய அப்பா ஒரு நல்ல மனிதர். இந்தப் பெண் ஏன் இப்படி மாறிப்போனாள்?"

~

காதாம்டுகி சாக்குலியாவுக்கு வடக்கே இருக்கிறது. சாக்குலியாதன் அதற்கு அருகாமையில் இருக்கும் பெரிய நகரம் மற்றும் காதாம்டுகியின் ரயில்பாதை முடியுமிடம். சாக்குலியாவிற்கு சில நாற்பது கிலோமீட்டர்கள் தொலைவில், ரயில்பாதையை ஒட்டி இருப்பது காட்ஷிலா. காட்ஷிலாவுக்கு மேற்கொண்டு சற்று தொலைவில் இருப்பது இரும்பாலை நகரமாகிய ஜாம்ஷெட்பூர். ஒருகாலத்தில் அந்தப் பகுதியை ஆட்சி செய்ததால் அரசர்களின் தலைமையிடமான தால்பும்கழ் சரியாக சாக்குலியாவுக்கும் காட்ஷிலாவுக்கும் நடுவில் இருக்கிறது. சாக்குலியாவுக்கு நாற்பது கிலோமீட்டர்கள் கிழக்கில் இருப்பது மேற்கு வங்க மாநிலத்தில்

இருக்கும் ஜாழ்கிராம்; அதேபோல் சாக்குலியாவுக்கு தெற்கே நாற்பது கிலோமீட்டர்கள் தொலைவில் இருப்பதுதான் பஹராகோழா. இந்த மொத்தப் பகுதியும் - சாக்குலியா, காதாம்டுகி, காட்ஷிலா, தால்பும்கழ், பஹராகோழா மற்றும் பிற அண்டை கிராமங்களும் - மிகவும் தாழ்வான ஜார்கண்டின் முனையில் இருப்பதுடன் மேற்குவங்கத்திற்கும் ஒடிஷாவுக்கும் இடையில் குறுகிக்கொண்டு செல்கிறது.

சோமாய்-ஹாழாமின் பாரிச்கள், அல்லது பட்டப்பெயர்தான் ஹஸ்தா. இந்த வம்சாவளியின் மூத்த ஆண் காதாம்டுகியின் மாஜியாக தேர்ந்தெடுக்கப்படுவார். அவருடைய வீடு அது இருக்கும் தெருவின் மேல் பகுதியில் பிரதான இடத்தில் அமைந்திருக்கும். சந்த்தாலி சமூகத்தை அமைக்கும் மற்றவர்கள் அந்தக் கிராமத்தில் உள்ள பிற சந்தால் குடும்பங்களில் இருந்து தேர்ந்தெடுக்கப்படுவார்கள். இதில் சோமாய்-ஹாழாம் வீட்டிற்கு எதிரேயுள்ள வீட்டைச் சேர்ந்த நாய்கேவும் - கிராம மக்களுக்கும் அவர்களுடைய கடவுளர்களுக்கும் இடையில் பாலமாக விளங்குபவர்கள் - அடங்குவார். நாய்கே-குஷ்டியின் பாரிச்கள் மார்ந்டி என்பதாகும். திருமணங்களையும் இறுதிச் சடங்குகளையும், ஐந்து கிராமத்து மூத்தவர்களான மோழே-கோ சந்திப்புகளுக்கும் ஏற்பாடு செய்கின்ற ஜோக்மாஜிக்கும் குல்ஹியின் தலைமையிடத்தில் ஓர் இடமிருக்கிறது. ஜோக்மாஜியின் குஷ்டிக்கு முர்மு என்ற பாரிச்கள் உண்டு. கிராமத்து செய்தியறிவிப்பாளரான காடெத்திற்கு, காமார் வசிக்கின்ற குல்ஹியின் இறுதியில் ஒரு வீடிருக்கும். காடெத்தின் குஷ்டியினுடைய பாரிச்கள் டுடு என்று அழைக்கப்படுவர். டுடு ஆண்கள் டுடு-கோரா-ருசிகா என்றும் அழைக்கப்பட்டனர். அவர்கள் கவிதை, இசை மற்றும் கலைகளை நேசிப்பவர்களாக கருதப்பட்டனர். வாழ்வின் அற்புத விஷயங்களின் மீது அவர்களுக்கிருக்கும் காதலால் அவர்கள் பெண்களை சுலபமாக கவர்ந்துவிடுவார்கள் என்பதுடன் ஒரு டுடு ஆண் ஒரே சமயத்தில் ஒன்றுக்கும் மேற்பட்ட பெண்களுடன் கலந்திராவிட்டால் அது அவமானமாகக் கருதப்பட்டது.

ஒவ்வொரு பாரிச்களுக்கும் அது எவ்வாறு வந்தது என்பது குறித்து அதற்கே உண்டான கதை இருக்கிறது. உதாரணத்திற்கு, ஹஸ்தாக்கள் என்போர் ஹன்ஸ் மற்றும் ஹன்ஸ்லி என்ற புராணீக அன்னப்பறவைகளின் முட்டைகளில் இருந்து பொரிந்து வந்தவர்கள், அதேசமயம் மர்முக்கள் முரும்-எங்கா என்ற புனித பெண்-ஆட்டின் குழந்தைகள் என்று நம்பப்பட்டது. ஹஸ்தாக்கள் அனைவருமே சக

குஞ்சுக்கள்தான் என்பதால் ஒரு ஹஸ்தா ஆண் மற்றொரு ஹஸ்தா பெண்ணை திருமணம் செய்துகொள்ள முடியாது. அதனால் மற்றவர்களுடன்தான் அது நடக்கும். மேலும், ரத்த உறவு இல்லாத மற்றும் வெவ்வேறு பட்டப்பெயர்கள் கொண்டவர்கள் என்றால் அதே கிராமத்தில் உள்ள ஒரு ஆணுக்கும் பெண்ணுக்கும் திருமணம் நடத்தப்பெறலாம்; ஆனால், ஒரு கிராமமே நீண்ட பெரும் குடும்பம் என்பதாக பார்க்கப்படுவதால் ஒருவருடைய கிராமத்திற்குள்ளேயே திருமணம் செய்வதென்பது தலைக்குனிவான ஒன்றுதான்.

ஒருகட்டத்தில், இரண்டு பிற சமூகத்தவர்கள் காதாம்டுகிக்கு வந்தார்கள். அவர்கள் காமார் எனப்பட்ட கொல்லர்கள், மற்றும் குன்க்கல் எனப்பட்ட குயவர்கள். காதாம்டுகியின் முக்கிய குல்ஹியில் இருந்து இரண்டு குல்ஹிகள் பிரிந்து செல்லும். காமார்கள் ஒன்றையும், குன்க்கல்கள் ஒன்றையும் எடுத்துக்கொண்டனர்.

காமார் மற்றும் குன்க்கல் ஆகிய இருவருமே ஹிந்துக்கள் என்பதுடன் தங்களுக்குரிய கடவுளர்களின் சிலைகளை வழிபட்டார்கள். இவர்களைப் போலன்றி சந்தால்கள் சர்ணா மதத்தை பின்பற்றி இயற்கையும் அதனுடைய ஆன்மாக்களையும் வழிபட்டார்கள். காமார் மற்றும் குன்க்கல் ஆகியோர் ஹிந்து மதத்தின் சாதியப் படிநிலையில் கீழ்மட்டத்தைச் சேர்ந்தவர்கள். ஆனால், இவர்கள் இருவருமே சந்தால்களை சுத்தமற்றவர்களாகவும், நாகரீகமற்றவர்களாகவும் கருதினர். ஏனென்றால், சந்தால்கள் மாடு மற்றும் பன்றிக்கறிகளை சாப்பிட்டு, ஹாந்தியும் பாராவும் அருந்தினர் என்பதுடன் பலதார மணம்புரிகிறவர்களாகவும் விளங்கினர். சந்தால்கள் அவர்களுடைய குல்ஹிகளுக்கு உள்ளே வர நேர்ந்தால் அவர்கள் தங்களுடைய பொருள்களை கவனமாகக் கண்காணிக்கத் தொடாங்கி விடுவார்கள். ஏனெனில் சந்தால்களின் நிழல்கூட அவற்றைப் பாழாக்கிவிடும் என்றே அவர்கள் நம்பினர். சந்தால் குழந்தைகள் அவர்களுடைய இடங்களில் விளையாடினால் தங்களுடைய பொருள்களையோ, விலங்குகளையோ தவறுதலாகக்கூட தொட்டுவிடக்கூடாது என்று அவர்களுக்கு நினைவுறுத்தியபடியே இருப்பார்கள். அப்படி நடந்துவிட்டால் அது எல்லாவற்றையும் தீட்டுப்படுத்தியதுபோல் ஆகிவிடுமாம். மேலும், காமார் மற்றும் குன்க்கல் இருவருமே சந்தால்களுக்கு முன்னிலையில் அல்லது அவர்களுடைய வீட்டில் சாப்பிடவோ அல்லது தண்ணீர்கூட அருந்தவோ மாட்டார்கள்.

சந்தால்கள் அமைதியுடனே இருந்தார்கள். தங்களுடைய வேலைகளைப் பார்த்துக்கொண்டு சென்றார்கள். இத்தகைய பாகுபாட்டிற்கு எதிராக தங்களுடைய குரலைக்கூட உயர்த்தியதில்லை. இறுதியில், எப்படிப் பார்த்தாலும் காதாம்டுகி ஒரு சந்தால் கிராமம்தானே என்ற மனநிறைவு அவர்களுக்கு இருந்தது. இருந்தாலும் ஒருமுறை, மெதுவாக எரிந்துகொண்டிருந்த தீநாக்கு வெடித்துச் சிதறிவிட்டது.

~

சிதோ ஒரு புத்திசாலிப் பையன், காதாம்டுகியில் இருந்து பள்ளிக்கூடத்திற்கு சென்ற சில சந்தால் பையன்களுள் அவனும் ஒருவன். அவனுடைய பள்ளியில் இருந்த பிற மாணவர்களில் பெரும்பாலானோர் பக்கத்து கிராமங்களைச் சேர்ந்த மஹதோ மற்றும் மாழ் சமூகங்களைச் சேர்ந்தவர்கள். மஹதோக்கள் மற்றும் மாழ்கள் ஆகிய இருவருமே சொல்லிக்கொள்ளும் அளவுக்கு செல்வச் செழிப்பானவர்கள், சொந்தமாக நிலம் வைத்திருக்கும் சமூகத்தினர் என்பதுடன் இருவருமே சாதியப் படிநிலையில் காமார்கள் மற்றும் குன்க்கல்களைக் காட்டிலும் மேலே இருப்பவர்கள். மாழ்கள் பொதுவாக எப்படிப் புரிந்துகொள்ளப்பட்டிருக்கிறார்கள் என்பதற்கு ஒரு பழம் வாக்கு ஒன்று இருக்கிறது: "மார் கேலோ கோரோபே, சாஓதால் கேலோ போரோபே". அகம்பாவம் மாழ்களுக்கு அழிவு என்றால் மகிழ்ச்சியில் திளைத்திருப்பது சந்தால்களுக்கு அழிவு.

மஹதோக்களைப் பொறுத்தவரையில், அவர்கள் பல நகைச்சுவைகளுக்கு இலக்கானவர்கள். திருமணத்திற்குப் பின்னர் முதல்முறையாக தன்னுடைய மாமனார்-மாமியார் வீட்டிற்குப் போன ஒரு மஹதோ ஆணைப் பற்றிய கதை ஒன்று சொல்லப்படுவதுண்டு. அவன் தன்னுடைய மாமனாருக்கு அடுத்தபடியாக அமர்ந்திருந்தான், அந்தப் பெரியவருடன் எப்படிப் பேச்சைத் தொடங்குவது எனத் தெரியாமல் அவரிடம் மிகவும் முட்டாள்தனமாக உங்களுக்கு திருமணம் ஆகிவிட்டதா என்று கேட்டிருக்கிறான். "கீ போ, சோதூர், பிஹா கோரினச்சோ?"

மஹதோக்களைப் பற்றிய நகைச்சுவைகள் அவர்களை முட்டாள்கள் போல் தோன்றச் செய்யலாம். ஆனாலும், அவர்கள் தீவிர உழைப்பாளிகள் மற்றும் பணத்தை சேமித்து வைக்கும் உணர்வும், உயிர்வாழ்வதற்கு அதீத திறமையும் கொண்ட புத்திசாலிகள். லட்சக்கணக்கானவர்கள் இருக்கும் இடத்தில்கூட

தங்களுடைய ஆட்களை மோப்பம் பிடித்துவிடுவார்கள், நெருக்கடியான காலகட்டங்களில் தங்களுடைய சமூகத்தவர்களுடன் ஒட்டிக்கொண்டுவிடுவார்கள். ஒருவர் சந்தால்களையும் மஹதோக்களையும் ஒப்பிட்டுப் பார்த்தால், சந்தால்கள் என்னதான் பணக்காரர்களாக இருந்தாலும் பட்டினியால் செத்துப்போகலாம். ஆனால், மஹதோ ஏழையாக இருந்தாலும் ஒருபோதும் பட்டினி கிடந்து சாகமாட்டார்.

பதிமூன்று அல்லது பதினான்கு வயதுகொண்ட பையனாக சிதோ அச்சமயத்தில் மேல்நிலைப்பள்ளியில் படித்துக் கொண்டிருந்தான். ஒருமுறை காமார் தோட்டத்தில் இருந்து தள்ளி தன்னுடைய ஆடுகளை மேய்த்துக்கொண்டிருந்தபோது தெரியாத்தனமாக அங்கு வேலை செய்துகொண்டிருந்த ஒரு காமார் பெண் மீது உரசிவிட்டான்.

அந்தப் பெண் சத்தமாக அழ ஆரம்பித்துவிட்டாள். "இ சாஓதால் ச்சானா-டா ஆமாகே ச்சூய் திலோ! ஹே பகபான்!" தீட்டாக்கிவிட்டதாக கூறி அவள் பெரும் குரலெடுத்து கத்த ஆரம்பித்துவிட்டாள்.

சிதோ சீற்றமடைந்தான். எழுந்து நின்று தன்னுடைய முட்டிகளை துடைத்துவிட்டு ஆடுகளை அவர்களுடைய தோட்டத்திற்குள் மேயவிட்டான். "காட்டி தே நா, கோ, சாம்ழா-டா!" அவன் கத்தினான். "நான் உன்னுடைய கையைத் தொட்டேனா? இதோ, இன்னொரு முறை தொடுகிறேன். பிறகு அதையும் வெட்டி எறிந்துவிடு." அவன் கையில் வைத்திருந்த மூங்கில் கம்பை சுழற்றியபடியே அந்தப் பெண்ணை நோக்கி அச்சுறுத்தும் வகையில் முன்னேறினான். அவள் ஓடிவிட்டாள்.

பின்னர், கோழ்தா-ஹாரமிடம் ஒரு மறைமுகமான புகார் தெரிவிக்கப்பட்டது. காதாம்டுகி ஒரு சந்தால் கிராமம் என்பதால், எல்லாவிதமான வருத்தப்பாடுகளும் மாஜிக்கு முன்பாகவே தெரிவிக்கப்படும். தீண்டாமை என்பது சந்தால் அல்லாதோர் மட்டுமே அக்கறைப்படுகின்ற ஒரு விவகாரம் என்பதால் இதுபோன்றதொரு தவறான நடத்தை மாஜிக்கு முன்பாக அவ்வளவாக கொண்டு வரப்படாது. காமார்களால் அதிகபட்சமாக செய்ய முடிந்ததெல்லாம் தங்களுடைய குல்ஹிக்களில் இருந்தபடி தங்களுடைய உச்சஸ்தாயி குரலில் கத்துவதுதான். சிதோ விஷயத்தில் இந்தக் கத்தல் இன்னும் அதிகமாக இருந்தது. ஏனென்றால் மற்ற சந்தால் சிறுவர்களைப் போல் அல்லாமல் அவன் கூனிப் பின்வாங்கியபடி இந்தப்

பாகுபாட்டை சகித்துக்கொள்ளவில்லை. ஆனால், அதற்குப் பதிலாக, அந்தப் பெண்ணை தலைகுனிய வைத்துவிட்டான்.

"அந்த சாதோல் பொடியன் என்னை என்ன செய்துவிட்டான் பாருங்கள்," அந்தக் காமார் பெண் அலறினாள். "அந்த சிதோ, நொண்டி கோழ்தாவின் மகன். அந்த சிதோ, தன்னுடைய அழுக்குக் கையால் என்னை தொடப்போகிறேன் என்று பயமுறுத்தினான். நாங்களெல்லாம் சுத்தமானவர்கள் என்று அவனுக்குத் தெரியாதா? இந்த சாதோல், மாட்டைத் திண்கிற, பன்றியைத் தின்கிற அழுக்குப் பிடித்த சாதோல்களுக்கு எங்களைப் பற்றியும், எங்களுடைய மதத்தைப் பற்றியும் எதுவும் தெரியாது. அவர்கள் எங்களை மாசுபடுத்திவிடுவார்கள். நாங்கள் இனியும் இதைப் பொறுத்துக்கொள்ள மாட்டோம்."

மற்ற காமார்களும் அதில் சேர்ந்துகொண்டனர். ஆண்கள், பெண்கள் என எல்லோருமே. "ஆமாம், இந்த அழுக்கான, மாட்டுக்கறி திண்ணும் சாதோல் எதையும் புரிந்துகொள்ளவில்லை. நம்முடைய நம்பிக்கையை, நம்முடைய தகுதியை காப்பாற்றிக்கொள்ள எவ்வளவு கடுமையாக முயற்சிக்கிறோம். அவர்களுக்கு என்ன தெரியும்? இதுபோன்ற செயல்களை இனிமேலும் பொறுத்துக் கொண்டிருக்க முடியாது."

இது வெகுதூரம் சென்றுவிட்டது. சந்தால்கள் தங்களுடைய கிராமங்களில் இருந்த சந்தால் அல்லாதவர்களுக்கு அதிக சுதந்திரம் கொடுத்துவிட்டார்கள். புட்கியின் வீட்டிற்கு முன்பாக கூடியிருந்த ஆண்கள் எல்லோரின் கைகளிலும் நீளமான மரக்கட்டை இருந்தது, அவர்கள் ஒன்றாக சேர்ந்து காமார்-குல்ஹியை நோக்கி அணிவகுத்தனர். இந்தச் சிறு படை காமார்-குல்ஹியின் தலைமையிடத்தை அடைந்தபோதுதான் அவர்களை காமார் ஆண்களும் பெண்களும் கவனித்தார்கள். கூச்சல் ஓய்ந்தது. சில நொடிகளுக்குள்ளாகவே காமார்-குல்ஹி கலைந்துபோனது, நள்ளிரவில் ஏதோ சவ அடக்கம் நடப்பதுபோல் அந்தத் தெருவே அமைதியில் மூழ்கிப்போனது. கதவுகள் அடைத்துப் பூட்டப்பட்டன, ஜன்னல்கள் சாத்தப்பட்டன. அழுதுகொண்டிருந்த தங்கள் குழந்தைகளை வீட்டிற்குள் இழுத்துச் சென்ற பெண்கள் அவர்களுடைய அழுகை ஓயும்வரை அறைந்தனர். அங்கே ஒரு நாயோ அல்லது கோழியோகூட காணப்படவில்லை.

சந்தால் ஆட்களில் சிலர் சிரித்தனர். அவர்களில் ஒருவர் கூறினார், "நம்மை எதிர்கொள்ளவே அவர்களுக்குத் துணிச்சலில்லை, யார் சுத்தமானவர்கள் யார் சுத்தமற்றவர்கள் என்று சொல்ல வந்துவிட்டார்கள்." பின்னர் அவர்கள் காமார்-குல்ஹிக்குள் அணிவகுத்தனர்.

கோழ்தா-ஹாரம் தன்னுடைய சத்தமான குரலில் பேசினார். "எல்லோரும் கேளுங்கள். சாதோலாகிய எங்களில் ஒருவராக இல்லாத எல்லோரும் கேளுங்கள். நீங்கள் எல்லோருமே இந்தக் கிராமத்திற்கு வீடு தேடி வந்தபோது, இந்தக் கிராமத்தை உருவாக்கியவர்களான எங்களுடைய தந்தையர்களோ, மாமாக்களோ உங்களுக்கு மறுப்பேதும் சொல்லவில்லை. உங்கள் எல்லோரையும் சகோதரர்களாக ஏற்றுக்கொண்டு நீங்களும் அப்படியே வாழவேண்டும் என்றுதான் எதிர்பார்த்தார்கள். அது நடக்கவில்லை. சாதோல் ஆண்கள், பெண்கள் மற்றும் குழந்தைகளாகிய நாங்கள் நல்லிணக்கத்தை தக்கவைப்பதற்கு எங்களால் ஆன எல்லாவற்றையும் செய்து பார்த்துவிட்டோம். நீங்கள் பாகுபாடு காட்டியபோதும் நாங்கள் அமைதியாகவே இருந்தோம். உங்களுடைய நிலங்களில் எங்களுடைய குழந்தைகள் விளையாடும்போது அழுக்கானவர்கள் என்றீர்கள். ஆனால், நீங்கள் எங்களுடைய நிலங்களில் சந்தோஷமாக நுழைந்து மலம் கழித்தீர்கள். நாங்கள் உங்களை விரட்டினோமா? உங்களுடைய தெருக்களில் நாங்கள் நடந்து செல்லும்போது நாங்கள் ஏதோ தொற்றுநோயால் பீடிக்கப்பட்டிருப்பதைப் போல் எங்களுடைய வழியில் இருந்து உங்கள் துணிகளையும் கூடைகளையும் நகர்த்தி வைத்தீர்கள். இன்று, என்னுடைய மகன் உங்களில் ஒருவரை தெரியாத்தனமாக தொட்டுவிட்டான். அதற்கு நீங்கள் ஏதோ அவன் பெரும் குற்றம் இழைத்துவிட்டதைப் போல் கத்தத் தொடங்கிவிட்டீர்கள். என்னுடைய மகன் குற்றம் புரிந்திருந்தால் என்னுடைய மகனின் வழியில் குறுக்கே வந்த உங்களுடைய பெண்ணும்தான் குற்றம் புரிந்திருக்கிறாள். நாங்கள் எல்லோரும் அழுக்கானவர்களாக இருக்கலாம். ஆனால், நீங்கள் எந்தளவுக்கு சுத்தமானவர்கள்? நாங்கள் உங்களுடைய துணிகளை துவைத்தால்தான் அவ்வளவுதூரம் அழுக்காகிப் போகிறோம். அந்த அழுக்கே ஒரு ஆள் அளவுக்கு பெரியது. இப்படித்தான் நீங்கள் அழுக்கானவர்கள்! எங்களுடைய பின்பக்கத்தைவிட உங்களுடைய வாய்களில்தான் மோசமாக நாற்றமடிக்கிறது. அப்படித்தான் நீங்கள் அழுக்கானவர்கள்! ஆமாம், நாங்கள் பசு, பன்றியின் மாமிசத்தை சாப்பிடுகிறோம்தான். ஆனால், எங்கள் மனங்கள் உங்களைவிட

சுத்தமானவை. எங்களுக்கு எப்படி அமைதியாக வாழ்வதென்று தெரியும். எங்களை அமைதியாக வாழவிடாத மக்களை என்ன செய்ய வேண்டும் என்றும் தெரியும். இன்று நடந்தது இனிமேல் நடக்காதிருக்கட்டும். இந்தக் கிராமத்தில் உங்களை வாழவிட்டதே நாங்கள்தான்; உங்கள் மூட்டை முடிச்சுகளை கட்டி வெளியேற்ற வைக்க எங்களுக்கு நன்றாகவே தெரியும். எங்களுடைய பெண்கள், குழந்தைகள் மற்றும் மதத்திற்கு எதிராக இனி ஒரு வார்த்தை வந்தால்கூட உங்களுக்கு என்ன நடக்கிறதென்று பாருங்கள். மறந்துவிடாதீர்கள்."

காமார்கள் பேசுகின்ற கரடுமுரடான வங்காள மொழியில் ஒரு நேரான வாக்கியம்கூட பேசியிராத கோழ்தா-ஹாரம் தன்னுடைய பேச்சை எந்தவித தயக்கமும், தடங்கலும் இன்றி மிகுந்த உணர்ச்சிப்பெருக்குடன் பேசி முடித்தார். அவருடைய பேச்சு முழுவதுமே - மொழி, உச்சரிப்பு, கரடுமுரடான பேச்சுவழக்கு என எல்லாவற்றிலுமே - தாறுமாறாக இருந்தது மட்டும் உறுதி. வேறு ஒரு நாளாக இருந்திருந்தால் அவருடைய பேச்சைக் கேட்டு மக்கள் சிரித்துப் புரண்டிருப்பார்கள்.

கோழ்தா-ஹாரம் ஒரு அப்பாவியான, எளிய மனிதர், மற்றவர்களை மகிழ்விப்பது மற்றும் அவர்கள் புன்னகைப்பதையும், அமைதியாக வாழ்வதையும் காண்பதில் நம்பிக்கை கொண்டவர். ஆனால், அந்த நாளில் அவர் வேறுமாதிரியானவராக இருந்தார். அவர் மகன் குற்றம்சாட்டப்பட்டது மட்டும் அல்ல, அவருடைய மொத்த சமூகமுமே குற்றம்சாட்டப்பட்டதுதான் அதற்குக் காரணம்.

அந்தப் பேச்சு பலனளித்தது. அப்போது முதல், சந்தால்களுக்கு எதிராக சந்தால் அல்லாதவர்கள் ஒரு வார்த்தைகூட பேசவில்லை. குறைந்தபட்சம் பொதுவிடத்திலாவது அப்படிப் பேசாதிருந்தினர்.

~

கோழ்தா-ஹாரம் கொள்கைப்பிடிப்பாளராக பெயர்பெற்றவர். அவருடைய மாமனாரான சோமாய்-ஹாழமோ இறந்த பின்னரும்கூட கௌரவிக்கப்படுகிற ஒருவராய் விளங்கினார். சிதோ தன்னுடைய தாத்தா மற்றும் தந்தையின் காரணமாக மட்டுமல்லாது கற்றறிந்தவனாகவும், முன்னதாகவே ஒரு ஆசிரியராகவும் ஆகியிருந்தபடியால் காதாம்டுகிக்கு வெளியிலும் நன்கறியப்பட்டவனாக இருந்தான். இவ்வகையில், கோழ்தா தன்னுடைய மகனுக்கு தங்களுடைய மகள் ரூபியை திருமணம்

செய்துவைப்பது குறித்து யோசித்துக்கொண்டிருப்பதாக கேள்விப்பட்டபோது தெரல்டுகியில் இருந்த ரூபியின் குடும்பம் மகிழ்ச்சியிலும் ஆச்சரியத்திலும் மூழ்கிப்போனது இயல்புதானே.

தெரல்டுகியும்கூட ஒரு மரத்தின் காரணமாகத்தான் அந்தப் பெயரைப் பெற்றிருந்தது - அது பீடி சுருட்டப் பயன்படுத்தப்படும் இலைகளைக் கொண்ட தெரல் அல்லது கெண்டு மரம். ஜார்கண்ட் மற்றும் மேற்குவங்கத்தின் எல்லையில் இருக்கும் இந்த சிறிய கிராமம் சாக்குலியாவில் இருந்து வரும் சாலையில் இருந்து பிரியும் சிறிய பாதையில் காதாம்டுகி, ஜோழாம் மற்றும் ஜெய்நகரைக் கடந்து மேற்கு வங்கத்திற்குள் நுழைகிறது. சாக்குலியாவிற்கு அருகாமையில் இருப்பதாலும், மூன்று வெவ்வேறு சமூகத்தினர் வசிப்பதாலும் பலகலாசார ஊராகிவிட்ட காதாம்டுகியைப் போல் அல்லாமல், தெரல்டுகி முழுமையாகவே ஒரு சந்தால் கிராமம். அந்த கிராமம் காட்டிற்கு நடுவில் இருப்பதாலும் அது முற்றிலும் ஒரு தொடர்பற்ற கிராமமாகவே விளங்கியது. தெரல்டுகி மக்களுக்கு சாக்குலியா வெகுதொலையில் இருப்பதால் முக்கியமான வேலை என்றால் மட்டுமே அந்த நகரத்திற்கு செல்வார்கள். உதாரணத்திற்கு, ரயிலைப் பிடிக்க, அல்லது அரசு அலுவலகத்தில் ஏதேனும் வேலை இருந்தால், அல்லது சாக்குலியாவில் உள்ள ஏதேனும் ஒரு மில்லில் வேலை செய்தால். வியாபாரத்திற்காக, அதாவது விறகு, தெரல் இலைகள் மற்றும் மாத்கோம் பூக்களை விற்பதற்கும், தங்களுக்கு வேண்டியதை வாங்கிக்கொள்ளவும் தெரல்டுகி கிராமத்தினர் மேற்கு வங்கத்தில் உள்ள பெல்பாஹாழிக்கு செல்வார்கள், அது சாக்குலியாவைக் காட்டிலும் மிகவும் சிறிய கிராமம்.

சிதோவை திருமணம் செய்யும்வரை சாக்குலியாவிற்கு எத்தனை தடவை சென்றுவந்தோம் என்று ரூபியால் விரல்விட்டு எண்ணிவிட முடியும். அந்தப் பயணங்கள் மாட்டு வண்டிகளில், மற்ற குடும்ப உறுப்பினர்களுடன் சேர்ந்து நடந்தேறின. காதாம்டுகிக்கு வெளியே இருந்த கொத்துக்கொத்தான மரங்கள் எப்போதுமே அவளுடைய கவனத்தை ஈர்த்துவந்தன.

“யோ, இது எந்த இடம்?” அவளுடைய ஒரு பயணத்தின்போது தன்னுடைய அம்மாவிடம் கேட்டாள்.

“இதுதான் காதாம்டுகி” என்று கூறிய அவர்களுடன் வந்த அத்தையொருத்தி, மேலும் குறிப்பிடுகையில், “இது எந்த இடம்

என்று ஒவ்வொரு முறையும் எப்படிக் கேட்கிறாள் பாரேன்? ஒன்றுமே தெரியாதது மாதிரி" என்றாள்.

"எனக்கு எப்படித் தெரியும்?" என்ற ரூபி தன்னுடைய அத்தையின் கூர்மையான தொனியால் பின்னுக்கு நகர்ந்தாள். "நான் இந்த இடத்திற்கெல்லாம் அடிக்கடி வருவதில்லையே."

"போனமுறை வந்தபோது சொல்லவில்லையா?" என்றாள் மற்றொரு அத்தை. "ஆமாம்," என்றாள் ரூபி. "ஆனால் நான் மறந்துவிட்டேன்."

"ஒரு விஷயத்தை மட்டும் மறந்துவிடாதே" முதல் அத்தை குறும்பாகக் கூறினாள். "காதாம்டுகியில் மிகவும் பணக்கார விவசாயிகள் வாழ்கிறார்கள். ஒருநாள், அவர்களில் ஒருவருக்குத்தான் உன்னை கட்டித்தரப் போகிறோம்."

ஜோபா-குஸும் முழுமையாக பூத்ததைப் போல் ரூபி வெட்கப்பட்டாள்.

"யாரோ எதற்கு?" என அவளுக்குப் பதில் கூறினாள் ரூபியின் தாய். "நாங்கள் அவளை கதம்திதி மாஜியின் மகனுக்குத்தான் திருமணம் செய்துவைக்கப் போகிறோம்."

"மாஜியின் மகன்களுக்கு ஏற்கனவே திருமணமாகிவிட்டதே" என இரண்டாவது அத்தை சுட்டிக்காட்டினாள்.

"அதனால் என்ன? மாஜி-குஷ்டியில் திருமணமாகாத ஒரு இளைஞனாவது இருப்பான். நாங்கள் ரூபியை அவனுக்குத்தான் கட்டித்தரப் போகிறோம்."

மீதமிருந்த பயணத்தில் பங்கோலினைப் போல் ரூபி இரட்டிப்பு வெட்கத்துடனே வந்தாள்.

காதாம்டுகியில் கதம் மரங்கள் இல்லை. ஆனால், தெரல் மரங்களால் மட்டுமல்லாது சார்ஜோம், மாத்கோம், கௌஹா, தாரோப், புர்ரு, மாமரம் மற்றும் பலாமரக் காடுகளால் தெரல்டுகி சூழப்பட்டிருந்தது. உண்மையில், தெரல்டுகியை அடையும் வரையிலான அந்தக் காடு மிகவும் அடர்த்தியானது. கோழ்தா-ஹாரமின் வீண் பிடிவாதம்தான் பள்ளத்தாக்கைச் சேர்ந்த எல்லாப் பெண்களையும் நிராகரித்து, தன்னுடைய மகனுக்கு மலைப்பகுதியில் உள்ள ஒரு பெண்ணை தேர்ந்தெடுக்க வைத்துள்ளதாக பலரும்

ரூபி பாஸ்கேயின் மர்ம நோய் | 35

நினைத்தார்கள். ஆனால், ரூபியை ஒருமுறை பார்த்தவுடனே அவர்களுடைய மனங்களில் இருந்த எல்லா சந்தேகங்களும் விலகிவிட்டன. அவள் அழகானவளாக, எந்த ஒரு மணமகளுக்கும் இருக்க வேண்டிய அடக்கத்துடன் காணப்பட்டாள். அத்துடன், தன்னுடைய வசதிவாய்ப்புள்ள கணவனின் பட்டப்பெயரை அவள் சுமந்திருக்கவில்லை. அவளால் ரோமன், தேவநாகரி, வங்காளம் அல்லது ஆல்-சிக்கி எழுத்துகளில் ஒன்றைக்கூட படிக்க முடியாது. ஆனால், அவளுடைய இச்சிறு குறைபாடுகளைக் காட்டிலும் அவளுடைய நற்குணங்கள் மிகவும் வலிமை வாய்ந்தவை. அவள் உயரமாக, ஆரோக்கியமானவளாக வலுவான உடல்வாகு பெற்றிருந்தாள். அவளுடைய தோலின் நிறம் கோழ்தா-ஹாரம் பார்த்ததிலேயே மற்ற பெண்களைக் காட்டிலும் லேசானது.

“ஆமாம்” என்று அறிவித்தார் அவர். “அவளைத்தான் என் மகனுக்குத் தேர்ந்தெடுத்திருக்கிறேன்.”

கோழ்தா-ஹாரமின் மகனைத் திருமணம் செய்துகொள்வதற்கான வாய்ப்பைத் தவறவிடுதல் என்ற கசப்புணர்ச்சி கடுமையானதாக இருந்தது. கோழ்தா-ஹாரமின் மனைவி புட்கி ஒன்றும் தேவதை அல்ல என்பதை மக்கள் நினைவுகூர்ந்தபோது இந்த மனக்கசப்பு தீவிரமடைந்தது. உண்மையில், கோழ்தாவுக்கும் புட்கிக்கும் இடையிலான திருமணம் என்பதையே வசதிக்காக செய்துவைக்கப்பட்ட ஒன்றாகத்தான் பலரும் கண்டனர். கோழ்தா மனைவியை இழந்தவர், புட்கிக்கு திருமணத்திற்கு முன்பே பல உறவுகள் இருந்தன. தன்னுடைய கீழ்ப்பணியாத மகளை கட்டுப்படுத்துவதற்கான தீர்வாகவே சோமாய்-ஹாழமால் தீட்டப்பட்ட திட்டம்தான் இந்தத் திருமணம் என்பதை பலரும் சுட்டிக்காட்டச் செய்தனர்.

~

கோழ்தா-ஹாரம் நிராகரித்த பெண்களுடைய குடும்பத்தினர் அனைவருடைய ஒட்டுமொத்த சாபங்களே புட்கியின் வாழ்க்கைக்குள் துன்பத்தைக் கொண்டுவந்ததாக காதாம்டுகி மக்கள் உறுதியாக நினைத்தனர். தெரல்டுகிக்கு பரியத் எந்தளவு மகிழ்ச்சியுடன் நடைபோட்டார் என்பதை அவர்கள் இப்போதும் நினைவுகூர்வர். சிதோ மற்றும் தோஸோ ஆகிய இரு சகோதரர்களுக்கும் இடையில் இருந்த தோழமையுணர்வும் முக்கியத்துவம் பெற்றிருந்தது. தன்னுடைய திருமணம்தான் இனி வரப்போகும் நீண்டகாலத்திற்கு

- அந்த பரியத்துடனும் மற்றும் ஒரு புதிய மணமகளை வீட்டிற்கு அழைத்து வரப்போகும் பரவசத்துடனும் - தங்களுடைய குடும்பத்தில் நடந்த கடைசி முறைப்படியான திருமணம் என்பதை சிதோ அச்சமயத்தில் அறிந்திருக்கவில்லை, அதன்பிறகு பிஷுை முறைப்படியாக திருமணம் செய்துகொள்ளும்வரை அவர்கள் அதற்காக காத்திருக்க வேண்டியிருந்தது. கோழ்தா-ஹாரமின் உதடுகளில் நிலவிய புன்னகை உள்ளுக்குள் அவர் எப்படி உணர்கிறார் என்பதை வெளிக்காட்டியது: முழுநிறைவான மகிழ்ச்சி. இந்தமுறை மட்டும்தான், ஒரு நல்ல கணவனுடனும், இரண்டு திறன்மிக்க மகன்களுடனும், தன்னுடைய இளமையின் சிறந்த பகுதியை அவள் வீணடித்திருந்தாலும், புட்கி மகிழ்ச்சியுடனும் அமைதியுடனும் காணப்பட்டாள்.

கிராமத்தினர் பெருமூச்சு விட்டனர். "யாரைத்தான் குறைசொல்வது?" யாரோ சொன்னார். "புட்கி பரிதாபத்திற்குரியவளாக இருந்தவளில்லை. அவள் ஒரு ராணியைப் போல் வாழ்ந்தாள். ஆனால் பிறகு..."

அபூர்வக் குழந்தை

சோமாய்-ஹாழமின் முதல் மனைவியான மூத்த சோமாய்-புதிக்கு, மூன்றுமுறை கருச்சிதைவு ஆனபிறகு பிறந்த அபூர்வக் குழந்தைதான் புட்கி.

முதலாவது கருக்கலைப்பு கர்ப்ப காலத்தின் இரண்டாவது மாதத்தில் ஒரு நள்ளிரவில் நடந்தது, மூத்த சோமாய்-புதி தன்னுடைய உடலில் ஏற்பட்டுவரும் மாற்றங்கள் குறித்து உறுதிபட எதுவும் தெரிந்துகொள்ள முடியாததும் இதற்கு காரணம்.

கருக்கலைப்பு நடந்த சமயத்தில், சோமாய்-ஹாழாம் மற்றும் அவருடைய முதல் மனைவிக்கு திருமணம் நடந்து பத்து வருடங்கள் இருக்கும். பதினொன்று அல்லது பனிரெண்டு வருடங்கள்கூட இருக்கலாம்; அதையும்கூட அவர்களால் உறுதியாக கூறியிருக்க முடியாது. சோமாய்-ஹாழாம் இரண்டாவது மனைவியை அழைத்து வரப்போவதில்லை என்பதால் அவர்கள் அவ்வப்போது தத்தெடுப்பது பற்றியும்கூட ஆலோசித்தார்கள். சோமாய்-ஹாழமிற்கு காதாம்டுகி முழுவதும், அதன் பரந்தகன்ற மாஜி-குஷ்டியிலும் சகோதர உறவுகள் உள்ளனர். அவர்கள் யாரிடம் வேண்டுமானாலும் ஒரு குழந்தையை கேட்டுவிட முடியும். இருந்தாலும், எப்படியோ அவர்கள் பத்தாண்டுகளுக்கும் மேலாக தத்தெடுப்பது பற்றிய பரிசீலனையை தங்களுக்குள்ளேயே வைத்துக் கொண்டனர். சோமாய்-ஹாழாம் இரவு உணவு சாப்பிட்டுக்கொண்டிருக்க, மூத்த சோமாய்-புதி அதைப் பார்த்துக்கொண்டிருக்கும்போதுதான் அது நடக்கும். அல்லது அவர்கள் தூங்கச்செல்கையிலோ, அவ்வளவு விரைவில் தூக்கம் வந்துவிடாத சமயத்திலோ நடக்கும். குழந்தையின்மை அவர்களை எரிச்சல்படுத்தியது. அதைப்பற்றிப் பேசப்போனால் அவர்களை வலிமிகுந்தவர்கள் ஆக்கியது.

"இப்படிப்பட்ட வாழ்க்கை முடிவதற்கு எத்தனை நாட்களாகும்?" மூத்த சோமாய்-புதி கேட்டாள், அவளுடைய கேள்வியின் ஒவ்வொரு

வார்த்தையும் அவளிடம் யாரும் நேரடியாக சுட்டிக்காட்டிராத மலட்டுத்தன்மையின் பெருத்த அவமானத்தைத் தாங்கியிருக்கும். ஆனால், அது சந்தால் அல்லது காமார் அல்லது குன்கால் என யாருடைய வீடாக இருந்தாலும் அந்தக் கிராமத்தில் இருந்த ஏறக்குறைய ஒவ்வொரு வீட்டிலுமே திரும்பத்திரும்ப பேசப்படுகின்ற ஒரு விஷயமாகத்தான் இருந்திருக்கும்.

“வாழ்க்கை மிகவும் நீண்டது; நாம் நிறைய வருடங்கள் வாழ வேண்டியிருக்கிறது” என்றார் சோமாய்-ஹாழாம். தன்னுடைய வார்த்தைகளில் இருந்த வெறுமை அவருக்குத் தெரிந்தேயிருந்தாலும் அதற்காக ஒன்றும் செய்துவிட முடியவில்லை; அவர் தன்னுடைய மனைவியை ஊக்கப்படுத்தினார். மலட்டுத்தனத்தை சுமப்பதென்பது ஒரு மிகப்பெரிய சுமை, அவருக்கு அது நன்றாகவே தெரியும். ஒன்று அவர் மறுமணம் செய்துகொள்ள வேண்டும் அல்லது குழந்தையை தத்தெடுத்துக்கொள்ள வேண்டும் என்பது அதனுடன் சேர்ந்தே இருக்கின்ற நிலையான நெருக்கடி. அவர் வைத்திருக்கும்படியான பண்ணையால், அவர் வளர்த்தெடுக்கும் நெல்மணிகளால் அவருடைய வாரிசு என்ற செல்வ வளத்தில் யார் வேண்டுமானால் குதித்துவிடலாம். மாஜிக்கு அடுத்தபடியாத சோமாய்-ஹாழாம் தன்னுடைய பெருமளவு நெல்மணிகளை தல்பும்கார் ராஜாவிடம் கொடுத்து வைத்திருக்கிறார். தத்தெடுப்பதைப் பற்றி வெளிப்படையாகப் பேசப்போவதில்லை என்று சோமாய்-ஹாழாம் உறுதிப்படுத்திக் கொண்டார், அவர் அதைப்பற்றி வெளிப்படையாக பேசியதுமில்லை. அத்துடன் மூத்த சோமாய்-புதியும் எல்லோருக்கும் முன்பாக தன்னுடைய குழந்தையின்மை பற்றிய வருத்தத்தை வெளிப்படுத்தக்கூடாது என்றும் கடுமையாக கூறிவிட்டார். “நமக்கு குழந்தை பிறக்கும்” அவர் அவளுக்கு உறுதியளித்தார். ஆனாலும் அவருடைய நரைகூடும் முடி, அவருடைய வயது, அவ்வப்போது ஏற்படும் சோர்வு ஆகியவற்றைப் பற்றியும் நினைத்துப்பார்க்க வேண்டியிருந்தது. அவர் நினைத்திருக்கலாம்: என்னால் குழந்தை பெற்றுக்கொள்ள முடியுமா? எப்போது?

சோமாய்-ஹாழமிற்கு சீக்கிரத்திலேயே பதில்கள் கிடைத்தன. ஆனால், அவர் ஆண்மையின் நிரூபணமானது மூத்த சோமாய்-புதி தூக்கத்தில் தன்னுடைய கருப்பையில் இருந்து வெளியேற்றுவிடுகின்ற சில ரத்தத் திசு உருளைகளாகிவிட்டன.

“இது ஒரு விஷயமே இல்லை” சோமாய்-ஹாழாம் தன் மனைவிக்கு உறுதியளித்தார். சிசுக்களை இழந்துவிடுவதில் அவருக்கு

ஏற்படும் ஏமாற்றம் தன்னால் இன்னமும் குழந்தை பெற்றுக்கொள்ள முடியும் என்ற அற்புத வெளிப்பாட்டினால் குறைந்துபோகும்.

மூத்த சோமாய்-புதியின் அம்மாவும்கூட பார்க்க வருவார். "அடுத்தமுறை, மாய்," என்றாள் அவள். "வருத்தப்படாதே."

அவளுடைய கருச்சிதைவைத் தொடர்ந்து ஏற்பட்ட கழிவிரக்கத்தில், மூக்குச்சளியைப் போல் அவளுடைய கருப்பையில் இருந்து வழிந்தோடிய இரவன்று அவளுக்கு வந்த கனவைப் பற்றி யாரிடமும் சொல்ல மறந்துவிட்டாள். ஒரு பெருத்த பெண்ணாக காணப்பட்ட அவளுடைய தலைமுடி அவிழ்த்துவிடப்பட்டு, வலுவான காற்றில் காற்றுக்குழாய் பலூன் கொடியைப் போல் பறந்தது. அந்தப் பெண்ணின் பெரிய கண்கள் உருளுவதை நிறுத்தவே இல்லை என்பதையும் கண்டாள். வலது இடது, மேலே கீழே. வலது இடது, மேலே கீழே என ஒரு தட்டில் வைக்கப்பட்ட இரண்டு கோலி உருளைகளைப் போல் அசைந்தன. அவளால் அந்தப் பெண்ணின் முகத்தைப் பார்க்க முடியவில்லை. ஆனாலும், அவளுடைய கண்களைப் பார்த்த தன்னால் எப்படி அவளுடைய முகத்தைப் பார்க்க முடியாமல் போனது என தன்னையே கேட்டுக்கொண்டாள். அந்த விஷயத்தை தன்னுடைய அம்மாவுடனோ கணவனுடனோ விவாதிக்கும் அளவு முக்கியத்துவம் வாய்ந்ததாக அவள் நினைக்கவில்லை. அது வெறும் கனவு, அதற்கும் கருச்சிதைவுக்கும் சம்பந்தம் இருக்காது என நினைத்துக்கொண்டாள்.

இரண்டாவதாக இறந்தே பிறந்த குழந்தை கர்ப்பத்தின் ஐந்தாவது மாதத்தில் பொங்கி வழிந்த அழுக்கான தண்ணீருடன் வெளிவந்தது. அதன் உடல் மிகவும் மெலிந்தும், வெளிறியும்போய், பார்ப்பதற்கு சிறகு பிடுங்கப்பட்ட கோழியைப்போல் இருந்தது. மூத்த சோமாய்-புதியிடம் அவளுடைய இறந்து பிறந்த குழந்தையைப் பற்றி சொல்வதற்கு முன்பாகவே சோமாய்-ஹாழமும் மற்றவர்களும் அந்த சிசுவைப் புதைத்துவிட்டனர். அவளுடைய படுக்கைக்கு அவர்கள் திரும்பி வந்தபோது அது குறைப்பிரசவம் என்பதையும், குழந்தை இறந்துவிட்டதால் சோமாய்-ஹாழாம் குடும்பத்தின் இறுதிச்சடங்கு நடக்கும் இடம் என்று குறிப்பிடப்படும் நிலத்தின் ஒரு மூலையில் ஏற்கனவே புதைக்கப்பட்டிருக்கலாம் என்பதையும் அவள் அறிந்திருந்தாள். துயரமான செய்திக்காக அவள் தன்னை பலப்படுத்திக்கொண்டாள். இருப்பினும், தாய் பூழி அவள் காதுகளில், "ஜீவீ கேடேஜ்" என்று முணுமுணுத்தபோது தன்னுடைய வயிற்றில் உருண்டோடிய வலியை அவள் உணர்ந்தாள், அத்துடன்

பெரும் கண்ணீர்த்துளிகள் அமைதியாக அவள் கண்களில் இருந்து வழிந்தோடியது. அந்த வார்த்தைகளுக்குப் பின்னர் அவள் எதையும் கேட்கவில்லை. பிரசவத்தினால் ஏற்பட்ட மயக்கத்திற்குள் விழுந்துவிட்ட மூத்த சோமாய்-புதி, ஒரு ஆழ்ந்த, தொந்தரவில்லாத தூக்கத்திற்குள் சென்றுவிட்டாள்.

சில வருடங்களுக்குப் பின்னர் தான் மீண்டும் கர்ப்பமாக இருப்பதை தெரிந்துகொண்டபோது மூத்த சோமாய்-புதியின் இயல்பு வாழ்க்கை தொந்தரவுக்கு ஆளானது. அவளுக்கு இப்போது மிகவும் வயதாகிவிட்டது என்பதுடன் சோமாய்-ஹாழமிற்கும் நரை விழுந்துவிட்டது. ஆனால், குழந்தைக்கான அவர்களுடைய ஆசை மட்டும் மறையவே இல்லை.

அவர்கள் சோமாய்-ஹாழமும் அவருடைய மனைவியும் முயற்சித்துக்கொண்டுதான் இருந்தனர். ஆனால், கர்ப்பம் தரிப்பது அவ்வளவு சுலபமாக இல்லை. ஒரு பக்திமிக்க சர்ணாவும், மாஜி-குஷ்டியின் உறுப்பினருமான சோமாய்-ஹாழாம், தெய்வங்களை தொடர்ந்து பிரார்த்தித்து வந்திருக்கிறார். தன்னுடைய காலைநேர குளியலுக்காக அவர் தினமும் காதாம்டுகி நீரோடைக்குச் செல்வார். அதன்பிறகு, அவர் தன்னுடைய துணிகளை துவைத்துவிட்டு, புதிய வேட்டிக்கு மாறுவார். வீட்டிற்கு திரும்பிவரும் வழியில் ஜாஹெரில் நின்று மாராங்-புரு மற்றும் அவருடைய துணை ஜாஹெர்-ஆயோ ஆகியோரின் ஆலயத்தின் முன்பாக மண்டியிட்டு வணங்குவார்.

~

மாராங்-புரு மற்றும் ஜாஹெர்-ஆயோ ஆலயமானது ஜாஹெரில் புனித இடமாகும். இங்குதான் பாஹா -இளவேனிற்கால திருவிழா- மற்றும் மாக்-மோழேயின்போது பலிகள் இடப்படும். இந்த ஜாஹெரில்தான் ஊடகமாக செயல்படும் உடல்களில் கடவுளர்கள் இறங்கி வருவார்கள். இந்த ஊடகங்கள் எல்லோருமே ஆண்கள்தான். பெண் தெய்வமான ஜாஹெர்-ஆயோகூட ஒரு ஆணில் உடலில்தான் இறங்குவார். பெண்களின் உடல்கள் கடவுளர்களை சுமந்துகொள்ள போதுமான பாத்திரமல்ல என்ற கருத்து சந்தால்களிடையே நிலவுகிறது. சில கிராமங்களில் பாஹா மற்றும் மாக்-மோழே திருவிழாக்கள் ஃபகுன் மாதத்தின் அதே நாளில்தான் தொடங்குகிறது. மற்ற கிராமங்களில், ஃபகுன் மாதத்தில் பாஹா கொண்டாடப்படுகிறது. மாக்-மோழே ஒவ்வொரு கிராமத்தின் வசதிக்கேற்பவும் பின்னர்தான் கொண்டாடப்படுகிறது.

பாஹாவின்போது கோழிகள் பலியிடப்படுகின்றன, மாக்-மோமேயின்போது ஆடுகள் பலியிடப்படுகின்றன. பலியிடப்பட்ட விலங்குகளின் கறி சமைக்கப்பட்டு, கிராமத்தில் குடியிருப்பவர்களிடத்தில் பகிர்ந்தளிக்கப்படுகிறது.

மாராங்-புரு மற்றும் ஜாஹெர் அயோ ஆலயம் மூங்கில் சட்டங்களோடு இணைக்கப்பட்டு, நான்கு மூங்கில் குச்சிகளின் உதவியுடன் வைக்கோல்போரின் கீழ் அமைந்திருக்கிறது. இந்த ஆலயத்தைச் சுற்றி நான்கு பெரிய சார்ஜோம் மரங்கள் சூழ்ந்திருக்கின்றன - சர்ணாவைப் பின்பற்றுகிறவர்களுக்கு சார்ஜோம் புனிதமானது. இந்த ஆலயத்தின் முன்பு முதலில் மண்டியிட்டு அமரும் சோமாய்-ஹாழம் தலையை தரையில் முட்டுவார். பின்னர் அடித்தொண்டையில் நீளமாக பிரார்த்தனை செய்துவிட்டு, சர்ணா ஆலயத்தின் மிகவும் போற்றுதலுக்குரிய அந்த தந்தையும் தாயுமாகிய அந்த ஜோடியிடம் தன்னுடைய தேவைகளைப் பொறுமையாக விளக்குவார். தான் செய்திருக்கும் இரக்கமுள்ள செயல்களை அவர்களுக்கு நினைவுபடுத்துவார்; எல்லாக் கடவுளர்க்கும் தான் ஒரு உண்மையுள்ள சேவகனாக இருப்பதையும், எல்லாப் பழக்கவழக்கங்களையும் உண்மையுடன் கடைப்பிடித்து வருவதையும் நினைவுபடுத்துவார். இதற்குப் பின்னர், எழுந்து அந்த ஜாஹெரை சுற்றிவரும் அவர் பிற ஆலயங்களையும் குனிந்து வணங்குவார்.

மாராங்-புரு மற்றும் ஜாஹெர்-ஆயோ ஆலயத்திற்குப் பின்னால் இன்னும் ஐந்து ஆலயங்கள் இருந்தன. மாராங்-புரு மற்றும் ஜாஹெர் அயோவுக்கு வலதுபுறத்தில் கருத்தரிப்பிற்கு உரிய பெண்தெய்வ ஆலயம் இருந்தது. இடது பக்கத்தில் மோமே-கோ என்ற ஐந்து போர்வீரர்கள் ஆலயம் அமைந்திருந்தது. இடதுபுறத்திலேயே மேற்கொண்டு மோமே-கோ ஆலயத்திற்கு இடதுபுறத்தில் ஆண் பலத்திற்குரிய ஆலயமான சென்த்ரா-கோ என்ற வேட்டைக்காரர்களின் ஆலயம் இருந்தது. மாராங்-புரு மற்றும் ஜாஹெர்-ஆயோ ஆலயத்திற்கு முன்பாக இருப்பது தர்மா ஆலயம். இந்த நான்கு ஆலயங்களும் தரையில் புதைக்கப்பட்ட மூங்கில் கம்பில் குறிப்பிடப்பட்டிருக்கும், அதன் அடிப்பகுதிகளில் குன்று எழுப்பப்பட்டிருக்கும். ஒவ்வொரு வருடமும் பாஹாவின்போது ஒவ்வொரு ஆலயத்தின் மூங்கில் மீதும் புதிய வைக்கோல் கூம்புகள் அமைக்கப்படும். மோமே-கோ ஆலயத்தை ஒவ்வொரு வருடமும் அர்ப்பணிக்கப்படுகின்ற ஹாத்தி மற்றும் சாதோம் -யானைகள் மற்றும் குதிரைகள்- ஆகியவற்றின் மண்ணாலான சிறு சிற்பங்களின்

மீதங்களை வைத்து அடையாளம் காணலாம். அவ்வப்போது அப்புறப்படுத்தப்படாத அவை மலைபோல் குவிந்திருக்கும்.

மற்ற எல்லாவற்றில் இருந்தும் அப்பால் அமைந்திருக்கும் ஐந்தாவது ஆலயத்திற்கு அர்ப்பணங்களோ அலங்காரங்களோ கிடையாது. அதை ஒரு ஆலயம் என்று குறிப்பிடுவதற்கான மூங்கில் கம்போ அல்லது மணற்குன்றோ இருக்காது. ஒரு அடிக்கும் சற்றோ அதிகமாக தரையில் மெழுகப்பட்டு ஒவ்வொரு வருடமும் மென்மையாக்கப்படும். அந்த மெழுகலில் கொஞ்சம் புற்களும் வளர்ந்திருக்கும். வருடா வருடம், பாஹா மற்றும் மாராக்-ஆயோவின்போது இந்த மென்மையான மெழுகலில் புற்கள் வெட்டப்பட்டு மாட்டுச்சாணத்தால் பளபளப்பாக்கப்படும். ஒரு கறுப்புக் கோழி பலியிடப்பட்டு அதற்கு அருகாமையிலேயே புதைக்கப்பட்ட பின்னர் நாய்கே அதன் மீது ஆர்வா அரிசியைக் கொண்டு சதுரங்களை வரைவார். பின்பு அவர் தலைகுனிந்து பிராத்தனை செய்வார். நாய்கேவைத் தவிர்த்து வேறு யாரும் அந்த புதிரார்ந்த, தனித்திருக்கும் சிமா-போங்காவுக்கு முன்பாக மண்டியிடமாட்டார்கள்.

மற்ற கடவுளர்கள் நேர்மறை ஆற்றலைக் குறிக்கின்ற அதேசமயம், சிமா-போங்கா எதிர்மறை ஆற்றலைக் குறிப்பவராக இருக்கிறது. அது நோய், பலவீனம், வறுமை, ஊழ்வினை மற்றும் இறுதியாக மரணத்தையும் ஏற்படுத்தும். அதனுடைய தீங்கிழைக்கும் செல்வாக்கில் இருந்து கிராமத்தைக் காக்கும் வகையில், சிமா-போங்காவுக்கும்கூட மற்ற தெய்வங்களுக்கு வழங்கப்படுகின்ற அதே மரியாதை அளிக்கப்படுகிறது. பாஹா மற்றும் மாக்-மோமே பண்டிகைகளின்போது மட்டும்தான் சிமா-போங்கா பூஜிக்கப்படுகிறது, சாதாரண நாட்களில் அதை யாரும் வழிபட மாட்டார்கள். என்றாலும் அதை வசப்படுத்தி வைத்திருப்பவர்களும் இருந்தார்கள். அத்தகையவர்களுக்கு, தந்தை மற்றும் தாயைக் கடந்தும்கூட, அல்லது குடும்பங்களை கவனித்துக்கொள்ளும் காராம்-போங்காவை மீறியும் சிமா-போங்கா முந்திச் செல்லும்.

தன்னை மகிழ்ச்சிப்படுத்துபவர்களுக்கு சுலபமான வளத்தை சிமா-போங்கா அளிப்பதாக சொல்லப்பட்டது. அதனாலேயே அது துன்குந்த்ரா பூதம் என்றும் அழைக்கப்பட்டது. அது தன்னை பெரிய வட்டக்கண்ணும், சிட்டிகையளுக்கான வாயும் உள்ள ஒரு சின்னக்குழந்தையாக -அல்லது மூன்றடிக்கும் மேற்படாத குள்ளனாக- காட்டிக்கொள்ளும். தலையில் இருந்து கால்விரல்வரை

வெண்மையாக இருக்கும் அது இரவில்தான் விளையாட வெளியே வரும். ஒரு பாந்தியில் இருந்து பணக்காரர்களின் மற்ற தானியக் களஞ்சியங்களில் தாவியபடியே பாடும்:

நூவா தோ ஆலேயாக் பாந்தி

நூவா ஹோ ஆலேயாக் பாந்தி

நூவா தோ காலே-ஆக் பாந்தி

இதுதான் நம்முடைய பாந்தி

இதுவும் நம்முடைய பாந்தி

இது காலேயின் பாந்தி

இருந்தாலும், அந்த துன்குந்த்ரா-பூதம் தான் செய்யும் உதவிகளுக்கு பெரிய விலை எடுத்துக்கொள்ளும். இதைப் பராமரிப்பவர்கள் வழக்கமாக விநோதமான, குணப்படுத்த முடியாத நோய்களால் அவதிப்படுவார்கள். அவர்களில் சிலர் -ஆண்கள் பெண்கள் இருவருமே, ஆனால் பெண்களைக் காட்டிலும் ஆண்களே அதிகம்-மலடாகிப்போய், குழந்தை பெற்றுக்கொள்ள இயலாதவர்களாக ஆகிவிடுவர். அப்படியே அவர்களுக்கு குழந்தை பிறந்தாலும் அவர்கள் பலவீனர்களாக அல்லது மனநிலை தவறியவர்களாக இருப்பார்கள். அத்துடன், துன்குந்த்ரா பூதத்தை வசப்படுத்தியவர்கள் குத்தலான, எரிச்சலான, ஏறக்குறைய பித்துப்பிடிக்க வைக்கும் அதனுடைய கத்தலைக் கேட்டே ஆகவேண்டியிருக்கும். "ஈ-பா! ஈ-பா!" என்று அந்த பூதம் தன் எஜமானரை நோக்கிக் கத்தும். "ஈ-யோ! ஈ-யோ!" என்று தன் எஜமானரின் மனைவிடம் கத்தும். இந்தக் குத்தல்கள் யாவும், ஒரு குழந்தை தன்னுடைய விரல்களை கீல்களை மாட்ட வைத்துக்கொண்டால் எப்படி இருக்குமோ அதே அளவுக்கு வலியை ஏற்படுத்தும். இந்தப் பூதத்தை திருப்திப்படுத்த அதன் ஓலங்களை எப்போதும் கேட்டுக்கொண்டிருப்பவர்கள் இறுதியில் மனநோய்க்கு ஆளாகிவிடுவார்கள் என்று சொல்லப்படுவதுண்டு. ஆனாலும், சுலபமாக செல்வத்தை அடைதல் என்ற தூண்டுதல் சிமா-போங்காவை வசப்படுத்த மக்களைத் தூண்டும்.

ஜாஹெரில் சோமாய்-ஹாழாம் மரியாதை செலுத்தும்போது அவர் எல்லா ஆலயத்திற்கு முன்பும் தலைகுனிந்து வணங்குவார். ஆனாலும், சிமா-போங்காவிடம் இருந்து ஒதுங்கியே இருப்பார். அது ஒரு அக்கறையின்மையின் வெளிப்பாடுதான், அதனாலேயே அவரை அலட்சியமானவர் என்று சொல்லிவிட முடியாது. அவருக்கு

குழந்தை வேண்டும்; முதிய சோமாய்-புதிக்கு இனிமேலும் கருச்சிதைவு ஏற்பட்டுவிடக்கூடாது.

~

தாய்மை எனும் எதிர்பார்ப்பு மூத்த சோமாய்-புதியை பரவசப்படுத்தியது. குழந்தை தனக்குள் நகர்வதாக உணர்ந்த நான்காவது மாதத்தின்போது அவள் தன்னுடைய அம்மாவை வரவழைத்துக் கொண்டாள். மூத்த சோமாய்-புதியின் தாய் தன்னுடைய மகளுடன் ஒரு வாரம் மட்டுமே தங்கியிருந்து சமைப்பது, விறகு வெட்டுவது, வீட்டைப் பெருக்குவது என மூத்த சோமாய்-புதி குழந்தை உதைப்பதை நிறுத்திவிட்டதாக உணர்வதுவரை அவளுடைய வீட்டு வேலைகளுக்கு உதவினார்.

"இதில் கவலைப்பட எதுவுமில்லை" என்றாள் அவள் தாய். "குழந்தைகள் எப்போதுமே உதைத்துக் கொண்டிருக்காது."

மூத்த சோமாய்-புதி ஆசுவாசப்படுத்திக்கொள்ள முயன்றாள். தன்னுடைய மனதை நிறைவாக வைத்துக்கொள்ள முயற்சித்தாள். ஆனால், அது சிக்கலானதாக இருந்தது. கடைசியாக நடந்த கருச்சிதைவும், நீண்டகால காத்திருப்பும் அவளைப் பொறுமையிழக்கச் செய்தன. குழந்தையின் அசைவு இல்லாமல் இரண்டு நாட்கள் கழிந்தன, மூத்த சோமாய்-புதி வேதனையான கவலைக்கு உள்ளானாள்.

மூத்த சோமாய்-புதியை அவளுடைய அம்மா ஆற்றுப்படுத்த முயன்றாள். "இதோ பார், உனக்கு எதிர்பாராத ஏதாவது நடக்கிறதா? ஏதாவது? எதுவாவது? உனக்கே அது தெரியும். ஒன்றும் பிரச்சினையில்லை, மாய், ஒன்றும் பிரச்சினையில்லை. நீ எதற்காகவும் கவலைப்படத் தேவையில்லை."

மூத்த சோமாய்-புதி வேதனைகொண்டாள். "இல்லை, யோ," அவள் திட்டவட்டமாக கூறினாள், "ஏதோ நடக்கிறது. என்னால் உணர முடிகிறது."

உண்மையிலேயே ஏதோ நடக்கத்தான் செய்தது. இரண்டு நாட்களுக்குப் பின்னர், மூத்த சோமாய்-புதி தன்னுடைய வீட்டிற்குப் பின்னால் இருந்த டோகோர் மரத்திற்கு கீழே தன்னை ஆசுவாசப்படுத்திக்கொள்ள குத்த வைத்து உட்கார்ந்தபோது அவளுடைய முஷ்டி அளவுக்கு சில ரத்தத் திட்டுகள் வெளியேறின.

திகிலடைந்துபோன அவள் எழுந்தபோது அடிவயிறு வலிக்க ஆரம்பித்தது. அவள் எப்படியோ சமாளித்து பின்வாசல்வரை தன்னைத்தானே இழுத்துக்கொண்டு வந்துவிட்டாள்.

"யோ! யோ!" அவள் வேதனையிலும் அதிர்ச்சியிலும் கத்தினாள். "அது நடக்கிறது, யோ! நான்தான் சொன்னேனே, யோ. அது நடக்கிறது!"

அவள் கதவுக்கு வெளியே குத்த வைத்து வலுவுக்கும் பிடிமானத்திற்கும் சுவற்றில் சாய்ந்துகொண்டு கட்டுப்படுத்த முடியாமல் அழுதுகொண்டிருப்பதை மூத்த சோமாய்-புதியின் தாய் கண்டாள். அவளுடைய புடவையும் உள்பாவாடையும் ரத்தத்தாலும், ஒரு பழுப்புநிற திரவத்தாலும் கறைபட்டுப் போயிருந்தன. அவளுடைய கால்களுக்கு இடையில் ஒரு பிண்டம் கிடந்தது - இறந்துபோன சிசு மூத்த சோமாய்-புதியின் தொப்பூழ் கொடியில் தொங்கிக் கொண்டிருந்தது.

~

மூத்த சோமாய்-புதியின் தாய் எப்போதுமே சந்தேகமனம் கொண்டவர். பல வருடங்களுக்கு முன்னர் தன்னுடைய மகளின் முதலாவது கர்ப்பத்தின்போது தான் கண்ட கனவை அவருடைய மகள் சொன்னபோது அப்படியான அச்சங்கள் உறுதியாகின. சோமாய்-ஹாழாம் வீட்டைப் பார்த்தபடி இருக்கும் வீட்டில் இருக்கின்ற ஒரு பருத்த பெண்ணைப் பற்றி அவளுக்குத் தெரியும். அவள்தான் நாய்கேவின் மனைவி.

"இதைப்பற்றி நான் உன்னுடைய கணவனுடன் பேசுகிறேன்" என்று மூத்த சோமாய்-புதியின் தாய் அவளிடம் கூறினார். "இது ஒரு தீவிரமான பிரச்சினை. இதேபோன்று உன்னுடைய எல்லாக் குழந்தைகளையும் இழந்துவிடுவாய். நீ இனிமேல் இளமையாகப் போவதில்லை என்று என்னைப்போல் உனக்கும் தெரியும். அதேபோல், ஜவாயும் இளமையாகப்போவதில்லை."

"அவர் நீங்கள் சொல்வதை கேட்பாரென்று உறுதியாக தெரியுமா?"

"அது, என்னைவிட உனக்குத்தானே தெரிந்திருக்க வேண்டும். ஆனால், ஏன் கேட்கக்கூடாது? அவர்தான் தன்னுடைய குழந்தைகளை இழந்துகொண்டிருக்கிறார். அவர் கேட்டுத்தானே ஆகவேண்டும்."

அவ்வாறே முடிவுசெய்யப்பட்டது. மூத்த சோமாய்-புதியின் தாய் தன்னுடைய சந்தேகங்களை வாய்விட்டு கேட்டுவிடப் போகிறாள். தன்னுடைய மகள் மற்றும் எதிர்காலத்தில் - எப்போது வேண்டுமானாலும் - அவள் சுமக்கப்போகிற குழந்தைகளின் பாதுகாப்பு குறித்தும் பேசப்போகிறாள். இது ஒரு மிகவும் உணர்ச்சிப்பூர்வமான விவகாரம் என்பதுதான் அதிலுள்ள முக்கியப் பிரச்சினையே. வெளியாளாகிய மூத்த சோமாய்-புதியின் தாய் காதாம்டுகியின் மக்களைப் பற்றி குறைசொல்லப்போகிறாள். அதை சோமாய்-ஹாழாம் குற்றமாக எடுத்துக் கொள்ளலாம். "ஜாவாய்" அவள்தான் தொடாங்கினாள். "என்னுடைய மகளுக்கு ஏன் இப்படி நடக்கிறதென்று நினைக்கிறீர்கள்?" பின்னர் அவள் சோமாய்-ஹாழமின் மனைவியினுடைய கனவைப் பற்றியும், அதில் சம்பந்தப்பட்ட பெண்ணின் அடையாளம் குறித்த தன்னுடைய யூகங்கள் பற்றியும் அவரிடம் கூறினாள்.

மூத்த சோமாய்-புதியின் தாய் பயந்ததுபோலவே, இருக்கின்ற பிரச்சினையை விட்டுவிட்டு அவள் சொன்னவற்றின் பின்னாலுள்ள குற்றச்சாட்டைக் கையிலெடுத்துக் கொண்டார் சோமாய்-ஹாழாம். "நீங்கள் என்ன சொல்ல வருகிறீர்கள், யோ?" என்றார் அவர். "என்னுடைய குழந்தையின் மரணத்திற்குப் பின்னால் இருப்பது நாய்கேயின் மனைவி என்று சொல்கிறீர்களா?"

தன்னுடைய மருமகனின் அதிகரித்துவரும் கோபத்தை அளவிட்ட மூத்த சோமாய்-புதியின் தாய் தன்னுடைய அபிப்பிராயத்தை மென்மையாக்கிக் கொண்டாள். "அவளை நான் குற்றம் சொல்லவில்லை. ஆனால், நீங்கள் நிச்சயம் அவளைப் பற்றிய கதைகளை கேள்விப்பட்டிருப்பீர்களே."

"இதை நீங்கள் எனக்கு சொல்ல வேண்டியதில்லை. என்னுடைய கிராமத்து மக்களைப் பற்றி நீங்கள் தீர்மானிக்க வேண்டாம்; உங்களுடைய கிராமத்தில் நடப்பதை மட்டும் பாருங்கள்."

சோமாய்-ஹாழாம் இந்த விஷயம் பற்றி தன்னுடைய மாமியாரிடம் மேற்கொண்டு பேச மறுத்துவிட்டார். இந்த அவமானத்தினால் மூத்த சோமாய்-புதியின் தாய் அடுத்த நாள் காலையிலேயே தன்னுடைய கிராமத்திற்குப் புறப்பட்டுவிட்டார். புறப்படும்போது பெரிய அளவிலான சம்பிரதாயங்கள் அனுசரிக்கப்படுவதை விரும்பாததால் முதல்நாள் இரவுதான் தான் புறப்படுவதைப் பற்றி தன்னுடைய மகளிடமும், மருமகனிடமும் தெரிவித்தாள். தன்னுடைய

மருமகனுடனான அவளுடைய உரையாடல் அவளுக்கு பெருத்த ஏமாற்றத்தை அளித்தது. அவள் அதற்குமேல் ஒருநிமிடம்கூட காதாம்டுகியில் இருக்க விரும்பவில்லை.

தன்னுடைய மனைவியின் கருச்சிதைவுகளுக்கு நாய்கேயின் மனைவி காரணமாக இருக்கலாம் என்று தன்னுடைய மாமியார் சுட்டிக்காட்டியதில் சோமாய்-ஹாழாம் புண்பட்டுப்போனார். ஆனால், அவளுடைய அச்சங்களுக்கான அடிப்படை இருப்பதை உண்மையில் ஒருபக்கம் அவர் ஏற்றுக்கொள்ளத்தான் செய்தார்.

அவர் தன்னுடைய மனைவியையும் அவளுடைய கனவையும் பற்றி நினைத்துப் பார்த்தார். நீளமான கூந்தலும், பெரிதாக சுழலும் கண்களும் கொண்ட ஒரு பருத்த பெண். அது ஏன் நாய்கேயின் மனைவியாக இருக்கக்கூடாது. சோமாய்-ஹாழத்தைவிட நாய்கேயின் மனைவி மிகவும் இளையவள், அநேகமாக மூத்த சோமாய்-புதியைக் காட்டிலும் இளையவள்தான். ஆனால் நாய்கேவை சோமாய்-ஹாழாம் தாதா என்றும், அண்ணன் என்றும் அழைத்தபடியால் அவர் நாய்கேயின் மனைவியை ஹிலி(அண்ணி) என்றே அழைக்க வேண்டியிருந்தது.

நாய்கேயின் மனைவி ஒரு உயரமான, கருத்த பெண், நீளமான கைகால்கள் மற்றும் நீளமான கூந்தலுடன் அவளுடைய வீட்டில் அவளது ஆட்சிதான் நடந்தது. தன்னுடைய வீட்டை அவள் சுத்தமாக வைத்துக்கொண்டதுடன், மூன்று ஆண்களுக்கு இணையாக கடுமையாக வேலையும் செய்வாள். சும்மாயிருப்பவர்களை அல்லது நேரத்தை வீணடிப்பவர்களை அவளுக்குப் பிடிக்காது. மரங்களையே விழ வைத்துவிடும் அளவுக்கான குரல் அவளுடையது, அவள் பாடினால் மேகங்கள் மோதிக்கொள்வதுபோல் இருக்கும். அவ்வப்போது, ஹாந்தி அருந்தும் அவள் தன்னுடைய இளமைக்கால பாடல்களை நினைவுக்குக் கொண்டுவருவாள்.

ஹாழாம் காடாய் தாலி அ-கான்

கிதி மேலே-மேலே

கியா பாஹா மோகே ஆகான்

கோழா மேலே-மேலே

ஒரு கிழ ஆண்-எருமை சேற்றில் மாட்டிக்கொண்டது

பேராசைகொண்ட பிணந்தின்னிகள் கண்வைத்தன, அவற்றின் வாயில் எச்சில் ஊறியது

இளம் பெண்கள் வாசனைமிக்க கியா மலர்களைப் போல் பூத்திருக்கிறார்கள்

இளைஞர்கள் அவர்களை மோகிக்கிறார்கள், அவர்களுடைய வாயில் எச்சில் ஊறுகிறது.

கிராமத்துக் குழந்தைகள் செய்யும் குறும்புத்தனம் அவளை கோபப்படுத்தும்போதெல்லாம், தன்னுடைய முஷ்டியை உயர்த்தி அவள் கத்துவாள், "எமோன் கிலான் கிலாபோ பான்ஜ்ரா டிலாபோ!" இந்த மலைபோன்ற பெண் குல்ஹியின் நடுவில் நின்றுகொண்டு தன்னுடைய எதிரொலிக்கும் ஆண்குரலில் கத்துவதைப் பார்ப்பதே வேடிக்கையாக இருக்கும். குழந்தைகள் அந்த இடத்தைவிட்டுப் போய்விட, ஆண்களும் பெண்களும் சிரிப்பார்கள். குறும்பு செய்யும் குழந்தைகளின் விலா எலும்புகள் உடைந்துவிடும் என்பதால் அவர்களை அடிப்பது பற்றி நாய்கேயின் மனைவி தீவிரமாக சிந்திப்பதில்லை என கிராமத்துப் பெரியவர்கள் புரிந்துகொண்டார்கள். ஆனால், அவளைக் கண்டு பயப்படத்தான் வேண்டியிருக்கிறது என்பதும் அவர்களுக்குத் தெரிந்திருந்தது.

காதாம்டுகியின் பெரியவர்கள் தங்களுடைய வீடுகளின் பாதுகாப்பெல்லைக்குள், தங்களுடைய கிராமத்தின் விசித்திரமான அச்சுறுத்தும் சம்பவங்கள் குறித்து விவாதித்தனர் - ஒருவருடைய மர்ம மரணம்; மாஜி கன்றுகளின் விளக்கமுடியாத மரணம்; மூத்த சோமாய்-புதியின் மூன்று அடுத்தடுத்த கருச்சிதைவுகள் என அவர்கள் ஒருவருக்கொருவர் கிசுகிசுத்துக்கொண்டனர்.

"நாய்கேயின் மனைவியைத்தான் குற்றம்சாட்ட வேண்டுமா?"

"நீரோடைக்கு அருகில் மற்ற சில பெண்களுடன் யாரோ அவளைப் பார்த்திருக்கிறார்."

"எல்லோருமே டாஹ்னிக்கள்!"

"மாஜியின் மாட்டுக்கொட்டகையைச் சுற்றி ஊளையிட்டுக்கொண்டே சென்றது நாய்கேயின் மனைவிதானே? குத்தி-கோ அவளைப் பார்த்திருக்கிறாள் என்று சொன்னார்களே."

அறிவார்ந்த பெண்ணாகிய தன்னுடைய மாமியார் தனக்கேற்பட்ட சந்தேகத்துடன் எத்தனை நாட்கள் இருந்திருப்பார் என்று சோமாய்-ஹாழமிற்கு தெரியாது. அவள் இதைப்பற்றி அவருடன் பேசித்தான் ஆகவேண்டியிருந்தது. அநேகமாக, ஆனால் அவள் எப்படி?

சோமாய்-ஹாழாம் காதாம்டுகியின் ஒத்திசைந்த வாழ்க்கையை உடைத்துக்கொண்டும், தான் அண்ணி என்று கருதுகின்ற ஒரு பெண்ணை சந்தேகத்துடனும் எப்படிப் பார்க்க முடியும்? நிறைய பெண்களுக்கு சூனிய வித்தையை பயிற்சி செய்யும் திறமையான அறிவு இருக்கிறது. அது யாராக வேண்டுமானாலும் இருக்கலாம், நாய்கேயின் மனைவியாகத்தான் இருக்க வேண்டும் என்ற அவசியமில்லை. யாராக வேண்டுமானாலும் இருக்கலாமே? யார்? இதுதான் இப்போது சோமாய்-ஹாழமை கவலைப்படுத்தியது. நிறைய பெண்களுக்கு - சந்தால், காமார், குன்க்கல், மஹதோ என பலருக்கும் - இத்தகைய அறிவிருக்கிறது. அவர் எப்படி இந்தக் குற்றச்சாட்டை ஒருவர் மீது மட்டும் சுமத்த முடியும்?

எல்லோருமே கிசுகிசுப்பாக பேசிக்கொள்கிற அவளுடைய மரியாதை எப்படிப்பட்டதாக இருந்தாலும் நாய்கேயின் மனைவி எல்லோர் வீட்டு நிகழ்ச்சிகளிலும் கலந்துகொள்கின்ற ஒருத்தியாக இருந்தாள். அவளுடைய வசியப்படுத்துகின்ற, தாய்மைக்குரிய புன்னகையானது சில குறிப்பிட்ட இரவுகளில் அவளுக்கு வருகின்ற சக்திகளை மூடிமறைத்துவிடும். பாலினம், சாதி, மதம், சமூகம் அல்லது கிராமம் என இந்த சக்தி வேறுபாடு பார்க்காது. சாதாரண நாட்களில், கிராமத்து சிறுவர்களைப் போலியாக அச்சுறுத்தும்போது அல்லது குடிபோதையில் பாடும்போது அவள் சராசரி சந்தால் பெண்ணாக, சர்ணாவைப் பின்பற்றுகிறவளாக, பெரும்பாலான காமார் மற்றும் குன்க்கல் பெண்களுக்கு தீண்டத்தகாதவளாக இருப்பாள். ஆனால், குறிப்பிட்ட கோனாமி இரவுகளில் டாஹ்னி பெண்கள் கூடும்போது, மதங்களின் எல்லாத் தடைகளும், சமூகத்தின் எல்லாவித அபிப்பிராயங்களும் மறந்துபோகும். கிராமத்துக்கு வெளியே இருக்கும் மூங்கில் தோட்டங்களில் கூடும் அவர்கள் காதாம்டுகி ஆற்றின் கரையில் சுற்றிக்கொண்டிருப்பார்கள். மனிதர்கள் மற்றும் விலங்குகளின் உயிர்களை சடங்கார்த்தமாக உறிஞ்சுவார்கள். இரை இல்லாதபோது அவர்கள் மனித அல்லது மிருக மலங்களை விழுங்குவார்கள். அரிசிப்பானைகளின் அளவுக்கு இருக்கும் தீப்பந்துகளை வரவழைப்பார்கள். பாட்டுவை -அவர்களுடைய எஜமானர், அவர்களுடைய புனிதப் புலி- வரவழைத்து அதற்கு தலைசீவி விடுவார்கள், பலிகளைத் திட்டமிட்டு அவற்றை நிறைவேற்றுவார்கள். தங்களுடைய சக்திகளின் ஒற்றுமைக்காக நடனமாடுவார்கள். இந்தக் கூட்டங்களைப் பற்றி சோமாய்-ஹாழாம் அவ்வப்போது கேள்விப்பட்டிருக்கிறார்.

~

ஒருமுறை, இரண்டு காமார் ஆண்கள் மற்றொரு கிராமத்தில் இருக்கும் தங்களுடைய உறவினர்களைப் பார்த்துவிட்டு வீட்டிற்குத் திரும்பிக்கொண்டிருந்தனர். அந்தக் கிராமம் ரொம்பவே தொலைவில் இருந்தது என்பதுடன் போவதற்கு அரைநாளும் திரும்பிவர அரைநாளும் ஆகும். அவர்கள் காதாம்டுகியின் வெளிப்புற எல்லையை அடைந்தபோது ஏறக்குறைய இரவு பத்து மணி ஆகியிருந்தது. அந்த எல்லை சந்த்தாலா ஜாஹருக்கு அருகில் அமைந்திருந்தது. அது ஒரு கோனாமி இரவு, வானில் எந்த மேகமும் இல்லை. அந்நேரத்தின் அமைதி பிரகாசமாக ஒளிவீசும் நிலப்பகுதி மற்றும் அதற்கும் தொலைவிலும் நீண்டிருந்தது.

அவர்களுக்கு முன்னால் இருந்த பாதை தெளிவாக இருக்கவே அவர்கள் வேகமாக நடந்தனர். அவர்கள் முன்பு பலமுறை சீக்கிரமாக வந்துவிடுவார்கள், தாமதமாகவும் வந்திருக்கிறார்கள். ஆனால், இந்த இரவு வித்தியாசமாக இருந்தது. அது தனக்கேயுரிய ஒரு விசித்திரமான பயத்தை சுமந்திருந்தது. இருட்டிய பின்னர் விசித்திரமான உயிர்கள், உயிரினங்கள் வெளியே வரும் நாட்கள் அவை: பேய்க் குதிரைகள்; மெல்லிய காற்றிலிருந்து உருவாகி, தங்களுடைய பாதையைக் கடக்கும் துரதிஷ்டம் வாய்ந்தவர்களை கடித்துக் காயப்படுத்தும் காட்டுப்பன்றிகள்; சாலைகளின் இருபுறமும் உள்ள புதர்களில் அமர்ந்துகொண்டு தங்களுடைய சூனியக்கார கண்களால் பாதசாரிகளை வெறித்துப் பார்க்கும் வெளிறிப்போன, குழந்தைபோன்ற உயிரினங்கள்; ஆண்கள், பெண்கள் மற்றும் குழந்தைகளின் இதயங்களையும் ஈரல்களையும் சாப்பிடுகின்ற பெண்கள். இப்படியான பயங்கள் அவர்களுக்குள் குமிழ்விட்டபோதும் முடிந்தவரை சத்தமில்லாமல் அவர்கள் விரைந்துகொண்டிருந்தனர்.

அவர்களுக்கு முன்னால் இருந்த கிராமம் அமைதியாக காணப்பட்டது. இன்னும் சில அடிகள் எடுத்து வைத்தால் அவர்களுடைய வீட்டிற்கு சென்றுவிடலாம். காதாம்டுகி ஆற்றின் கரையில் இருந்து மறுபக்கத்தில் இருந்த முக்கியத் தெரு வெறிச்சோடிப் போயிருப்பதை அவர்களால் பார்க்க முடிந்தது. கிராமத்தினர் எட்டு அல்லது ஒன்பது மணிக்கெல்லாம் சீக்கிரத்திலேயே தூங்கிவிடுவார்கள். காதாம்டுகியின் மாலைநேரங்கள் அரிக்கேன் விளக்குகள் அல்லது தீபங்களால் ஒளியேற்றப்படும். படுக்கைக்குச் செல்லும் முன்னர் கிராமத்தினர் எல்லாவற்றையும் ஊதி அணைத்துவிடுவார்கள்.

இருவரும் தங்களுடைய லுங்கிகளை முட்டிகளுக்கு மேலே உயர்த்திக் கட்டிக்கொண்டு ஆற்றுக்குள் தண்ணீரில் நடந்தனர். கீழேயிருந்த கற்கள் வழுக்குபவையாக இருந்தன. ஒரு சிறு தவறான அடியெடுத்து வைத்தால் அது அவர்களைக் காயப்படுத்தலாம், அல்லது மோசமாக, அவர்களைத் தாமதப்படுத்தலாம்.

ஷப்பல்... ஷப்பல்... ஷப்பல்... அவர்கள் நடுவில் நடந்துசென்று, முடிந்தவரை சத்தமெழுப்பாமல் இருக்க முயற்சித்தனர். நீரோடையின் இருபக்கமும் இருந்த உயரமான பிக்நா மற்றும் ஓமோரி புதர்கள் அவர்களுடைய பார்வையை மறைத்தன. இந்தத் தாவரங்களுக்குப் பின்னால் யார் வேண்டுமானாலும் மறைந்திருக்கலாம், அவர்களுக்குத் தெரியாது. காதாம்டுகியில் திருடர்களோ வழிப்பறிக்காரர்களோ இல்லை, அருகாமையில் உள்ள கிராமங்களிலும் இல்லை. லோதா சமூகத்தைச் சேர்ந்த கொள்ளையர்களும் வழிப்பறிக்காரர்களும் காடுகளுக்குள் வாழ்கிறார்கள். ஆனால், அவர்கள் ஏதேனும் பெரிய கொள்ளைக்குத் திட்டமிட்டால் தவிர கிராமங்களுக்குள் வருவதில்லை. பயப்பட வேண்டிய விஷயங்களெல்லாம் அமானுஷ்ய குதிரைகள், கோபக்கார காட்டுப்பன்றிகள் மற்றும் ரத்தவெறிபிடித்த பெண்கள்தான். ஷப்பல்... ஷப்பல்... ஷப்பல்... ஒருவன் நீரில் நடந்துசென்று ஏறக்குறைய கரையை எட்டிப் பிடித்துவிட்டான். "முடிந்தது" அவன் நிம்மதியடைந்து திரும்பினான். தன்னுடன் வந்தவன் நீரோட்டத்தின் நடுவிலேயே இருப்பதைக் கண்டு அதிர்ச்சியுற்றான்.

"ஹேய்!" அவன் திகிலுடன் கிசகிசுத்தான். "என்ன செய்கிறாய்? வேகமாக நட!"

ஓமோரி புதர்களால் முழுவதுமாக மூடப்பட்டிருந்த நீரோட்டத்தின் தொலைதூரக் கரையின் ஒரு பகுதியையே அந்த மற்றொருவன் நிலைகுத்தியப் பார்வையோடு உற்றுப் பார்த்துக் கொண்டிருந்தான்.

"என்ன? அங்கே என்ன பார்க்கிறாய்?" கரைக்கு அருகாமையில் இருந்தவன் கோபத்துடன் கிசுகிசுத்தான்.

மற்றொருவன் தன்னுடைய தலையை கரையை நோக்கி வெட்டிக் காட்டினான்.

இன்னொருவன் அந்த சுட்டிக்காட்டிய திசையில் பார்த்து அப்படியே உறைந்துபோனான்.

வெட்டவெளியில் நிற்பதைப் பற்றி கவலைப்படாமலும், தங்ககளை யார் பார்க்கிறார்கள் என்ற துளி சிந்தனையும் இல்லாமல் நான்கு பெண்கள் நிர்வாணமாக களியாட்டம் போட்டுக் கொண்டிருந்தனர். அவர்களுடைய உடல்கள் நிலவொளியில் மின்னின. அவ்வப்போது, புற்களில் ஏதோ ஒன்றைப் பறிக்கும் அவர்கள் அதைத் தங்களுடைய வாயில் போட்டுக்கொண்டார்கள். தங்களுடைய சிற்றுண்டியால் ஆற்றல் பெற்ற அவர்கள் தொடர்ந்து நடைபோட்டனர். காதுக்கு கேட்காத தாளகதிக்கு அவர்களுடைய தலைகள் வலது இடது, வலது இடது, வலது இடது என ஆடிக்கொண்டிருந்தன.

தங்களுடைய கால்கள் உறைந்துபோனதை காமார் ஆண்கள் உணர்ந்தனர். நீரோடையின் தண்ணீர் சில்லிட்டுப்போவது போன்றும், கால்கள் உறைந்துபோவது போன்றும் உணர்ந்த அவர்களுக்கு அடுத்து என்ன செய்வதென்று தெரியவில்லை. அந்தப் பெண்களில் ஒருத்தியை அவர்கள் அடையாளம் கண்டுகொண்டனர். அவளைப் பற்றித் தெரியாதிருக்க சாத்தியமே இல்லை. அவள்தான் நாய்கேயின் மனைவி. அந்தப் பெண்ணைப் பற்றிய வதந்திகளை மட்டுமே அவர்கள் கேள்விப்பட்டிருந்தார்கள். இப்போது அந்தக் கதைகள் உறுதியாகிவிட்டன. எப்படியோ தண்ணீரில் இருந்து வெளியே வந்த அவர்கள் எல்லாவித எச்சரிக்கைகளையும் தூக்கி. வீசிவிட்டு தங்களுடைய குல்ஹிக்கு தலைதெறிக்க ஓடினர்.

நாய்கேயின் வீட்டில் இருந்து இரண்டு வீடுகள் தள்ளி வசித்த ஒரு சந்தால் ஆண் ஒருநாள் இரவு தன்னுடைய தோட்டத்தில் ஒரு விசித்திரமான உயிரினத்தைப் பார்த்தார். அது வெண்ணிறத்தில் இருந்தது. அதனுடைய கைகள் சமமற்று நீளமாயிருந்தன. அதனுடைய கண்கள் பெரியதாகவும் உருண்டையாகவும் இருந்தன. அது ஒரு எதேல் மரத்தின் அடிப்பகுதிக் கிளையில் ஊஞ்சலாடிக்கொண்டிருந்தது. முதலில் அது ஒரு குழந்தை என்றுதான் அவர் நினைத்தர். ஆனால், அந்த மரத்தில் இருப்பதிலேயே மிகவும் கீழே இருந்தாலும் அந்தக் கிளையை எப்படி அந்தக் குழந்தையால் எட்டிப் பிடிக்க முடிந்தது? அத்துடன், இந்த இரவில் இந்தக் குழந்தை மட்டும் எப்படி இங்கே தனியாக வந்தது?

அந்த ஆள் சிறுநீர் கழிப்பதற்காக வெளியே வந்திருந்தார். அப்போது பத்து மணி இருக்கலாம். அந்த நாட்களில், பத்து மணி என்பதுகூட நள்ளிரவைப் போன்றதுதான். மக்கள் இரவு உணவைச் சாப்பிட்டுவிட்டு சீக்கிரத்திலேயே படுத்துவிடுவார்கள்.

அப்போதுதான் அவர்களால் விடியற்காலையில் எழுந்திருக்க முடியும். இவரும்கூட தன்னுடைய சிறுநீரகப்பை அவரை எழுப்பும் வரையில் ஆழ்ந்த உறக்கத்தில்தான் இருந்திருக்கிறார். சிறுநீர் நிரம்பியதால் அவருடைய ஆணுறுப்பு இறுகுவதை உணர்ந்து, இரவுநேரம் அமைதியாகத்தான் இருக்கும் என்று எதிர்பார்த்தபடி அவர் அடிவயிற்றைப் பிடித்தபடியேதான் வெளியே வந்தார். அவர் அந்த அமைதியில் சிறுநீர் கழித்துவிட்டு, மீண்டும் வீட்டிற்குள் சென்று கதவை சாத்திவிட்டு மீண்டும் கனவுலகத்திற்கே சென்றிருக்கலாம். அவர் அரிகேன் விளக்கையோ அல்லது தீபத்தையோகூட கொண்டுவரவில்லை. நிலவு மட்டுமே அவருக்கு வெண்மையாக, குளிர்ச்சியாக, அச்சுறுத்தலாக வழிகாட்டியது.

எதேல் மரத்தின் கீழே நின்று அவர் தன்னுடைய சிறுநீர்ப்பையை பாதியளவுக்கு காலிசெய்தபோதுதான் இந்த இரவு அவ்வளவு அமைதியானதாக இல்லை என்பதை உணர்ந்தார். அவரும் தனியாக இல்லை. அவர் மேலே பார்த்தார். அவர் அங்கே பார்த்தது, நாற்பது வருடங்களுக்குப் பின்னர் அவர் இறந்துபோகும் வரையிலும் அவர் நினைவில் பதிந்து போயிருந்தது.

“ஏய்! யாரப்பா நீ, பொடியா?” அவர் அவசரமாகத்தான் இந்தக் கேள்வியைக் கேட்டார். ஆனால், அது அந்தக் குழந்தை பற்றிய கவலை என்பதைவிட பயத்தினாலேயே வெளிவந்தது.

அந்த உருவம் ஊஞ்சலாடுவதை நிறுத்தியது. பின்னர் அதனுடைய நீளமான கண்களைக் கவனித்தவுடன் அவர் நடுங்கத் தொடங்கிவிட்டார். துணுக்குற்ற ஒரு பச்சோந்தியைப் போல் தன்னுடைய கிளையில் இருந்து கீழே குதித்த அந்தக் குழந்தை புதர்களுக்குள் பாய்ந்தது. ஆர்வ மிகுதியால் அவரும் பின்தொடர்ந்தார். புதரின் இலைகளை அவர் பிரித்துப் பார்த்தபோது, கருவிழிகள் இல்லாத ஒரு ஜோடி கண்கள் அவரை உற்றுப் பார்த்தன; அது மூச்சுவிடுவதற்கு இரண்டு துளைகள் மட்டுமே இருந்தன; அதனுடைய வாய் சிறியதாக இருந்தது, அதைப் பார்க்கையில் இரண்டு உதடுகளும் ஒன்றோடு ஒன்று இறுக்கமாக வைத்து தைக்கப்பட்டதைப் போல் இருந்தது.

அந்த ஆர்வக்கோளாறு மனிதர் ஏறக்குறைய பயத்தில் பின்னோக்கி விழுந்துவிட்டார். அந்த உருவம் உள்ளங்கால்களில் ஸ்பிரிங் வைத்துள்ளதைப்போல் பின்னால் தாவிக்குதித்து, நாய்கேயின் வீட்டை நோக்கி குதித்தோடி மறைந்துவிட்டது.

அன்றிரவு நடந்த விஷயங்களை மறுநாள் காலை அவர் மற்றவர்களுடன் நினைவுகூர்ந்தார்.

"அப்படியென்றால் நீ அதைப் பார்த்துவிட்டாயா?" வாய்களைப் பிளந்தபடி அவர்கள் கேட்டனர்.

"ஏன்? என்ன அது?" என பயத்தில் மயக்க உணர்வுடன் கேட்டார்.

"அதுதான் துன்குந்த்ரா-பூதம்!" என்றனர் எல்லோரும்.

~

நாய்கே மீதிருக்கும் துன்குந்த்ரா-பூதத்தின் விளைவை பலமிழந்துகொண்டே போகும் அவருடைய ஆரோக்கியத்தில் தெளிவாகக் காணமுடிந்தது. அந்தக் கிராமத்தின் பல வயதான ஆண்கள் மற்றும் பெண்களைக் காட்டிலும் அவர் மிகவும் வயதானவராக காணப்பட்டார். அவருடைய தோல் சுருங்கிப்போயிருந்தது. அவருடைய வயிறு வெட்டியெடுத்தது போல் காணப்பட்டதுடன் முதுகும் வளைந்து போயிருந்தது. அவருக்கு பதின்பருவத்தின் ஆரம்பத்தில் உள்ள ஒரே ஒரு மகன் மட்டுமே இருக்கிறான். ஆனால், அந்தப் பையன் ஒருநாளும் பத்து வயதைக்கூட கடந்தவனைப்போல் தெரியமாட்டான். இருந்தாலும், சிமா-போங்கா மற்ற விவசாயிகளைக் காட்டிலும் செழிப்பான பயிர்களைத் தந்துவிடவில்லை. அது அவருடைய கையிருப்பை மாயாதீதமாக அதிகரித்துவிடவும் இல்லை. ஒவ்வொரு வருடமும் அவர் அதே அளவுக்கான அரிசியைத்தாள் விளைவித்தார். பயிர் பங்கீட்டாளர்களுடன் அவர் பகிர்ந்துகொள்கிற அளவும் அப்படியேதான் இருந்தது. அவருடைய வயல்களில் உழும் எருதுகள் ஒவ்வொரு ஆண்டும் ஒரே எண்ணிக்கையில்தான் சுற்றிவந்தன.

அந்தப் பெயரில்தான் ஏதோ இருக்கிறது என சோமாய்-ஹாழாம் நினைத்தார். நாய்கே ஒரு மார்ந்டி, அவர்கள் பெரிய அளவுக்கான நிலங்களையும், மற்றவர்களைவிட அதிக வேலையாட்கள் மற்றும் அதிக பணத்தை வைத்திருப்பவர்களாகவும் கருதப்படுகிறவர்கள். அவர்களைப் பணக்கார மார்ந்டி எனும் வகையில் மார்ந்டி-கிஸார் என்று அழைப்பார்கள். அந்த அமைப்பு இந்த விதியைப் பின்பற்றவில்லை - மார்ந்டி என்ற பட்டப்பெயரைக் கொண்ட சிலர் ஏழைகளிலும் ஏழைகள். ஆனால், மற்றவர்களோ தங்களுடைய பெயரைத் தீவிரமாக எடுத்துக்கொண்டனர். உதாரணத்திற்கு இந்த நாய்கேவை சொல்லலாம், அவர் தன்னுடைய செல்வ

வளத்தை அதிகரித்துக்கொள்ள எந்த அளவுக்கும் செல்லக்கூடியவர். ஆனால், சோமாய் ஹாழாம் நினைத்துக்கொண்டார்: அவருடைய மனைவி இரண்டாவது குழந்தையைச் சுமக்கிறாள். இந்த சமயத்தில் சூனியத்தைப் பற்றி, துன்குந்த்ரா-பூதத்தைப் பற்றி அல்லது என்னுடைய மனைவியின் கருச்சிதைவுகளைப் பற்றி விவாதிப்பது சரியாக இருக்காது. எப்படிப் பார்த்தாலும், இத்தகைய விஷயங்களை விவாதிக்காமல் இருப்பதே நல்லது. இவ்வளவு வருடங்களாக இப்படித்தான் நடந்திருக்கிறது. சந்தால் ஆண்கள் ஹாந்தி அருந்துவார்கள். சந்தால் பெண்கள் டாஹ்னி-பிதியாவை கடைபிடிப்பார்கள். ஆனால், யாரும் அதைப்பற்றி பேசமாட்டார்கள். இது சார்ஜோம் புதரில் வீசும் காற்றைப் போன்றும், காதாம்டுகி ஆற்றில் தண்ணீர் ஓடுவதைப் போன்றும் இயல்பான ஒன்றுதான். சோமாய்-ஹாழாம் மௌனமாக இருப்பதென்று தீர்மானித்தார். நன்மையே நடக்கவேண்டி பிரார்த்தனை செய்தார்.

~

மூத்த சோமாய்-புதி நான்காவது முறையாக கருவுற்றாள். அவளுடைய கர்ப்பத்தின் எட்டாவது மாதத்தில் சோமாய்-ஹாழாம் ஒரு கனவு கண்டார். அந்தக் கனவில், அவருடைய மனைவி கொல்லைப்புறத்தில் உள்ள ஒரு டோகோர் மரத்தடியில் உட்கார்ந்திருப்பதைக் கண்டார்.

அந்த மரம் முழுமையாக பூத்துக்குலுங்கியது. பூக்கள் ஏறக்குறைய எல்லாக் கிளைகளிலுமே பூத்திருந்தன. அதன் இதழ்கள் பாலைப் போல் வெண்மையாக இருந்தன. ஆனால், பூக்களின் காம்புகள் அவை ஏதோ மஞ்சள் பூசப்பட்ட விரல்களால் கறைப்படுத்தப்பட்டதைப் போல் மஞ்சளாக இருந்தன. அழகாக தொடங்கினாலும் அந்தக் கனவு சோமாய்-ஹாழாத்திற்கு கவலையேற்படுத்தியது. ஏனெனில், அவரால் அந்தக் கனவை தன்னுடைய நாட்காட்டியில் பொருத்த முடியவில்லை, அல்லது அவற்றை வழக்கமான விஷயங்களோடும் பொருத்த முடியவில்லை. இவை டோகோர் மரத்துப் பூக்கள், ஆனால் டோகோர் பூக்கும் பருவம் - மழை மற்றும் பிந்தைய மழைக்காலமாகிய ஸான் மற்றும் பதோர் மாதங்கள் - நின்று நீண்டகாலம் ஆகிவிட்டது. கனவிலோ, இலையுதிர் கால அறுவடைத் திருவிழாவான சோஹ்ராய்க்குப் பின்னர் ஒரு மாதங்களுக்கும் மேலாகிறது. குளிர்காலம் வரப்போவது போலவும், லேசான மூடுபனி முழு கிராமத்தையும் மூடுவது போன்றும் காணப்பட்டது.

அந்தக் கனவில் இருந்த ஒரே ஒரு பிம்பம் மட்டுமே சோமாய்-ஹாழமை ஆற்றுப்படுத்தியது: மூத்த சோமாய்-புதி இளம் வெயிலில் தன்னை உலர்த்திக் கொண்டிருக்கிறாள். அவளுக்கு கீழே இருக்கும் தரை மாட்டுச்சாணத்தான் பூசி மெழுகப்பட்டு, ஒரு தூசி துரும்புகூட இல்லாத அளவுக்கு பெருக்கி சுத்தமாக்கப்பட்டிருக்கிறது. அந்த இடம், நெற்பயிர்கள் தூற்றப்பட்ட பின்னர் எஞ்சிய வைக்கோல் கட்டுகளாலும், முள்ளங்கிப் பயிர்கள் மற்றும் காழ்தி-ஆழாக் கொத்துகளால் ஆன தோட்டத்தாலும் சூழப்பட்டிருந்தது. அங்குதான், தனக்கு குழந்தை பிறக்கும் என்ற திருப்தியான உத்திரவாதத்தால் மௌனமாக அமர்ந்திருக்கும் மூத்த சோமாய்-புதி எண்ணெய் தோய்க்கப்பட்ட தன்னுடைய கூந்தலை சீப்பால் வாரிக்கொண்டும், வெயில் காய்ந்துகொண்டும் இருந்தாள். கொல்லைப்புறத்திற்கு செல்ல திறந்திருக்கும் கதவருகில் இருந்தபடி அவளைப் பார்த்துக்கொண்டிருந்த சோமாய்-ஹாழாத்தின் மனதிற்குள் மகிழ்ச்சியும் கவலையும் ஒரே அளவில் பொங்கிக்கொண்டிருந்தன. மூத்த சோமாய்-புட்கி தன்னுடைய சுற்றுப்புறத்தையும், தன்னைப் பார்த்துக்கொண்டிருப்பவர்களையும் உணரவில்லை. தனக்கு முன்னாலிருக்கும் அறுவடைக்குப் பின்னர் விடப்பட்டிருக்கும் வெட்டப்பட்ட பயிர்க்கால்களையும், தொலைவில் இருக்கும் அந்த கிராமத்தின் குட்டையைச் சுற்றியிருக்கும் புதரான மரங்களையும் அவள் மயக்கத்துடன் பார்த்துக்கொண்டிருந்தாள்.

அத்தருணத்தில் ஒரு நிழல் தன்னுடைய மனைவியின் பின்பக்கமாக தோன்றுவதை சோமாய்-ஹாழாம் கவனித்தார். அது ஒரு பெண்ணின் நிழல்; பிற்பொழுது சூரியன் அச்சுறுத்தக்கூடிய அளவுக்கு அதனை பெரிதுபடுத்தியது. அந்த நிழல் மூத்த சோமாய்-புதியின் மீது முற்றிலுமாக கவிழ்ந்தது. ஆனால், அப்போதும் அவள் ஏதும் அறியாதவளாகவே அமர்ந்திருந்தாள். சோமாய்-ஹாழாம் செயலில் இறங்கினார். அவர் வாசலுக்கு வெளியே அடியெடுத்து வைத்தார்.அதே நேரத்தில் அந்தப் பெண்ணும் கண்ணுக்குத் தெரிந்தாள். அவரால் அவள் முகத்தைப் பார்க்க முடியவில்லை; அவளுடைய முதுகுதான் அவருக்கு நேராக இருந்தது. அந்த முதுகும் தெரிந்த ஒன்றாக இருந்தது. அவர் வெளியே விரைந்தார். அந்தப் பெண் -சோமாய்-ஹாழாம் தனக்குப் பின்னால் இருப்பதை உணராமல்- மூத்த சோமாய்-புதியைப் பிடிப்பதற்கு தன்னுடைய கைகளை உயர்த்தினாள். சோமாய்-ஹாழாம் அவளுடைய கைகளையும், விரல்களையும் பார்த்தார். சந்தேகப்படாத மூத்த சோமாய்-புதியை அவள் தாக்குவதற்கு தயாரானபோது சோமாய்-ஹாழாம் அவள் மீது பாய்ந்தார்.

அவரால் அவளுடைய தோலைத் தொடமுடியவில்லை; உயர்ந்து, நீண்டுசென்ற கைகளை அவரால் பிடிக்க முடியவில்லை. பதிலாக, சில்லிட்ட குளிர்கால இரவில் சோமாய்-ஹாழாம் வியர்த்துப்போய் மூச்சடைக்க எழுந்தார். தன்னைப் போர்த்தியிருந்த காந்த்தாவை அப்பால் தூக்கியெறிந்தார். அவர் தூங்கிக்கொண்டிருந்த அந்த காந்த்தா அவருடைய வியர்வையால் நனைந்து போயிருந்தது. அவருக்கு அருகாமையில், அவருடைய மனைவி லேசாக குறட்டை விட்டுக்கொண்டிருந்தாள். அவளுக்குள் இருந்த புடைத்திருக்கும் அவர்களுடைய குழந்தை அவளுடைய மூச்சுடன் சேர்ந்து மேலும் கீழும் நகர்ந்துகொண்டிருந்தது. அவர் மல்லார்ந்து படுத்து ஆசுவாசமானார். அவர் தூங்க முயற்சித்தாலும் முடியவில்லை. காந்த்தாவை தன் மீது இழுத்து விட்டுக்கொண்ட அவர் கூரையையே உற்றுப் பார்த்துக்கொண்டிருந்தார்.

அந்தக் கனவு மறுபடியும் வந்தது. இரண்டு நாட்களுக்குப் பின்னர், பிறகு மூன்று நாட்களுக்குப் பின்னர். அவர் அதனை பல வடிவங்களில் கண்டார். ஆரம்பகட்டம் ஒன்றாகவே இருந்தது. ஆனால், ஒவ்வொரு முறையும் அந்த பிரச்சினைக்கான சோமாய்-ஹாழமின் எதிர்வினைகள்தான் மாறியிருந்தன. ஒருநாள் இரவு, அந்தப் பருத்த பெண்ணின் மீது தான் பாய்வதைக் கண்டார். மற்றொரு இரவு, தன்னுடைய மனைவியை எச்சரிக்க சத்தமாக கத்துவதை அவராலேயே கேட்க முடிந்தது. மூன்றாவது இரவில், அந்தப் பெண்ணின் முகத்தைப் பார்க்கவும், அவளுடைய தலையை தரையோடு சேர்த்து அழுத்தவும், அந்தக் கனவை நீண்டநேரம் காண வேண்டுமென உறுதிகொண்டார். ஆனாலும், அந்தப் பெண்ணின் அடையாளம் தெரியாமலேயே போய்விட்டது.

நாய்கேயின் மனைவி சோமாய்-ஹாழமுடன் எப்போதும்போல் நட்புறவுடனே பழகினாள். அவ்வப்போது, அவரைப் பார்த்து புன்னகைக்கும் அவள் அவரிடம், “ஹயாஞ் பாபு, சேத் லேகா? பாஹா¬ சேத் லேகா?” என்று கேட்பாள். அவள் சோமாய்-ஹாழத்தைக் காட்டிலும் மிகவும் இளையவள் என்றபோதிலும், நாய்கேயின் மனைவி அவருடன் நட்புடனே பழகினாள். மூத்த அண்ணி என்ற வகையில் நாய்கேயின் மனைவியினுடைய நிலையானது அவளுக்கு அதிகாரத்தை வழங்கியிருந்தது. அந்த கிராமத்தில் இருந்த எல்லா முக்கியஸ்தர்கள் அளவுக்கு அவளும் சமமானவளாக இருந்தாள். அவள் நம்பிக்கையுடனும் நடந்துகொண்டாள். எல்லோரிடமும் தன்மையாகவே பேசுவாள். அவளைவிட வயதில் மூத்த, ஆனால் சமூகரீதியில் அவளைவிட கீழ்நிலையில் இருப்பவர்களிடம்

பேசவேண்டிய சூழ்நிலை ஏற்படும்போதுகூட அவள் அதே குணத்தைத் தக்கவைத்திருந்தாள். சோமாய்-ஹாழாம் தன்னைவிட வயதில் மூத்தவர் என்பதும் நாய்கேயின் மனைவிக்கு தெரியும், ஆனாலும் அவர் தன்னுடைய கணவனைவிட வயதில் இளையவர் என்பதால் அவரை ஒரு இளைய ஒன்றுவிட்ட சகோதரர் என்பது போன்றே கருதினாள். அவள் அவரை பாபு என்று அழைத்தாள். ஆனால் பாபு என்ற வார்த்தையைக்கூட சோமாய்-ஹாழமைப் பார்த்து நாய்கேயின் மனைவி அழைக்கும்போது மூத்தவர் என்பதற்கான மரியாதையும் கலந்தே இருக்கும்.

நாய்கேயின் மனைவியினுடைய சமூகத் திறமைகளுக்காக அவளை சோமாய்-ஹாழாம் வியந்து பார்த்த அதே நேரத்தில், இந்த நட்பார்ந்த பெண்தான் ஒவ்வொரு இரவிலும் தன்னை அச்சுறுத்த வருகிறாளா என்று அவருக்கு சந்தேகமாக இருந்தது. அவரால் நிச்சயப்படுத்திக்கொள்ள முடியவில்லை என்பதால் தன்னுடைய கனவைப் பற்றி அவர் யாரிடமும் சொல்லிக் கொள்ளவில்லை.

அதேநேரத்தில் மூத்த சோமாய்-புதி பிரசவ நாளை நெருங்கிவிட்டாள். அது ஒரு சிக்கலான பிரசவம். தங்களுடைய குல்ஹிக்களில் மூத்த சோமாய்-புதியின் அலறல்களைக் கேட்டபோது குன்க்கல் பெண்கள் தங்களுடைய நாவுகளால் உச்சுக்கொட்டினர். அவளுக்காக அவர்கள் வேண்டிக்கொண்டனர். இந்தமுறை, அந்த சாபம் தாயை எடுத்துக்கொண்டு குழந்தையை விட்டுவிட்டது. மூத்த சோமாய்-புதி ஆரோக்கியமான குழந்தையை பெற்றெடுத்தாள். ஆனால், இரத்தப்போக்கினால் இறந்துபோனாள். இரத்தப்போக்கு நிற்கவே இல்லை. பெரிய ரத்த உருண்டைகள் - சிவப்பாக, உருளையாக, உலோகம் மற்றும் மல நாற்றத்துடன் - மூத்த சோமாய்-புதியின் உடலில் இருந்து வெளியேறிக்கொண்டே இருந்தன. இறுதியாக, ஒன்றரை மணிநேரம் நீடித்த மூச்சுத்திணறலுடன் போராடிய அவள் விட்டுவிட்டு விசும்பினாள். பின்பு, தன்னுடைய கடைசி மூச்சையும் விட்டாள்.

தாய் இல்லாத நிலையில், ஒரு பெண் உறவினரிடம் இருந்து மற்றொரு உறவினராக அந்த சிசு தாவிக்கொண்டே இருந்தது. ஒரு முறைப்படியான பெயரைத் தீர்மானிக்காத நிலையில், நீண்ட காலத்திற்கு முன்பாகவே இறந்துபோய்விட்ட சோமாய்-ஹாழமின் ஒன்றுவிட்ட சகோதரிகளின் அத்தையின் நினைவாக அவளை புட்கி என்று அழைத்தனர். அந்தப் பெயர் அழைப்பதற்கு சுலபமாக இருந்தது, முதலில் புட்கி என்பதை பட்டப்பெயராக

பயன்படுத்தவும், பின்னர் பிதிர்-நியதமாக பயன்படுத்தவும் உத்தேசிக்கப்பட்டது. சோமாய்-ஹாழாம் தன்னுடைய துக்கத்தில் இருந்து விடுபட்டவுடன் அந்தக் குழந்தைக்கு சொந்தமாக பெயர் வைப்பார் என்று எதிர்பார்த்தனர். "புட்கி! புட்கி!" என்று அந்தக் குழந்தையை அழைத்தனர். தங்களுடைய தொடைகளில் தூக்கி வைத்துக்கொண்ட அவர்கள், "புட்கி-மாய்! புட்கி-மாய்!" என்று குலாவினர். அப்படியே இருந்தவிட்ட பெயரே அந்தக் குழந்தைக்கு நிலைத்துவிட்டது. அந்த பெண் வாழ்நாள் முழுவதும் புட்கி ஆனாள்.

அச்சமயத்தில்தான், வீட்டிற்கு மற்றொரு மனைவியை அழைத்துவர வேண்டுமா வேண்டாமா என்பது குறித்து சோமாய்-ஹாழாம் விவாதிக்கத் தொடாங்கியிருந்தார். இந்தமுறை நெருக்கடி பெரிதாக இருந்தது. சோமாய்-ஹாழமின் குடும்ப மயானத்தில், மூத்த சோமாய்-புதியின் சிசுக்கள் புதைக்கப்பட்ட இடத்திற்கு அருகிலேயே, உயர்ந்தெழுந்த தீநாக்குகளில் அவளுடைய இறந்த உடல் படபடவென வெடித்து சாம்பலோடு சாம்பலான தருணம் முதலே அவர் முணுமுணுப்புகளை கேட்கத் தொடாங்கிவிட்டார். "அந்தக் குழந்தைக்கு என்னவாகும்?" "அந்தக் குழந்தையை என்ன செய்வது?" "ஒரே மகளாயிற்றே!" வீட்டிற்கு வேறு ஒரு மனைவியை அழைத்து வருதல் என்ற நெருக்கடியானது - மூத்த சோமாய்-புதி நான்காவது கர்ப்பத்தை முழுமையாக முடிக்கும்வரை - ஒரு குழந்தையைத் தத்தெடுப்பது என்ற நெருக்கடி அளவுக்கு வலுவாக இருந்தது. இந்தப் பிரச்சினை அவருடைய அக்கறைகொண்ட உறவினர்களால் மிகவும் தந்திரத்தோடு அவர்முன் வைக்கப்பட்டது. "புட்கிக்கு ஒரு அம்மா வேண்டும்" "ஓர் எங்காத்-டுயர் பெண்!" இறுதியில், சில மாதங்களுக்குப் பின்னர் புட்கிக்கு ஒரு வயது நிறைவடைந்து, அவளுடைய பெயர் சூட்டு விழாவின்போது, சோமாய்-ஹாழாம் அவளுக்கு இரண்டாவது அம்மாவை அழைத்து வந்தார். இளைய சோமாய்-புதி.

இளைய சோமாய்-புதி இளமையானவளும் அல்ல, திருமணமாகாதவளும் அல்ல. அவள் சோமாய்-ஹாழமிற்கு பழக்கமான, பத்து வருடங்களுக்கு முன்பு இறந்துபோய்விட்ட ஒருவருடைய விதவை மனைவி. ஒருநாள் இரவு தன்னுடைய பண்ணையில் இருந்து காட்டு யானைகளை விரட்டியபோது அவற்றின் கால்களில் மிதிபட்டு அவர் இறந்துபோய்விட்டார். அந்தக் காலகட்டத்தில், அவர்கள் ஒரு வருடத்திற்கு சற்று அதிகமாக மட்டுமே திருமணம் ஆனவர்களாக இருந்திருக்கிறார்கள். குழந்தைகள் இல்லாமல், இளைய சோமாய்-புதி தன்னுடைய

அப்பா வீட்டிற்கே திரும்பினாள். காரணங்கள் நன்றாகத் தெரியும் என்பதால் அவள் மறுமணம் செய்துகொள்ள மறுத்தாள். பதிலாக, மூங்கில் மரப்பட்டைகளைக் கொண்டு கூடைகள், தட்டுகள் மற்றும் சல்லடைகள் போன்ற வீட்டு உபயோகப் பொருள்களை பின்னும் கலையை அவளுடைய மாஹ்லே நண்பர்களிடம் - அவளுடைய சந்தால் குடும்பத்தினரையே திகைப்படையச் செய்யும் வகையில் - கற்றுக்கொண்டாள்.

மாஹ்லே பழங்குடியினர் சந்தால்களிடம் இருந்து வேறுபட்டவர்கள். ஆனால், இருவரும் ஒரே பட்டப்பெயர்களையே பகிர்ந்துகொண்டனர். சந்தால்கள் விவசாய சமூகத்தினர் என்றால், மாஹ்லேக்களுக்கு சொந்த நிலம் கிடையாது என்பதுடன் மூங்கில் பட்டைகளில் இருந்து பொருள்களை செய்து விற்பதையே பிரதான தொழிலாக கொண்டிருந்தனர். மஹ்லேக்கள் ரத்த உறவுகளுக்குள் திருமண சம்பந்தம் வைத்துக்கொண்டனர். அதாவது அத்தை-மாமன் பிள்ளை உறவுகளுக்குள். ஆனால், இந்த நடைமுறையை சந்தால்கள் மிகவும் கீழானதாக பார்த்தனர். சில மாஹ்லேக்கள் சந்த்தாலி மொழி பேசினர். இருந்தாலும் அது மிகவும் தனித்துவமான மாஹ்லே உச்சரிப்பில் இருக்கும் என்பதால் பல சந்த்தாலிகளுக்கு அது வேடிக்கையாக இருக்கும். இருந்தாலும், பெரும்பாலான மாஹ்லேக்கள் கரடுமுரடான வங்காள மொழியும் பேசினர். மதத்தைப் பொறுத்தவரையில் பெரும்பாலான மாஹ்லேக்கள் சர்ணாவை விட்டுவிட்டு இந்து மதத்தைப் பின்பற்றி தங்களை இந்துக்கள் என கருதிக்கொண்டனர். சந்தால்கள் தங்களுடைய பேரங்களில் மிகவும் வெளிப்படையானவர்களாக, நேர்மையாளர்களாக தங்களைக் கருதிக்கொண்டனர். ஆனால், மாஹ்லேக்கள் பேச்சுத்திறமையால் புத்திசாலிகள் என நினைத்தனர். மாஹ்லேக்களுடனான இளைய சோமாய்-புதியின் கூட்டு பலரது புருவத்தையும் உயர்த்தியது.

இருப்பினும், இளைய சோமாய்-புதி நெய்யவும், கிராமத்து குட்டையில் இருந்து நத்தைகளை சேகரிக்கவும், தன்னுடைய சகோதரர்களின் நிலங்களில் வேலை செய்யவும், ஒரு வார்த்தைகூட அதிகம் பேசிவிடாதவளாகவும் இருந்துவந்தாள். இவ்வாறு ஒரு பத்தாண்டு கழிந்தது, பின்னரும் சில வருடங்கள் கழிந்தன. இளைய சோமாய்-புதி தன்னுடைய வழக்கமான வேலைகளை செய்துகொண்டு அமைதி காத்துவந்தாள். அவள் கண்களை உயர்த்திப் பார்ப்பதில்லை. அவள் சம்பந்தப்படாத எந்த உரையாடலையும் கவனிப்பதில்லை. இவையெல்லாம், சோமாய்-ஹாழாம் பற்றியும், அவருடைய குழந்தையைப் பார்த்துக்கொண்டு, அவருடைய

அன்புக்குரிய னுங்காத்-டுயராக இருப்பதற்கு ஒரு மனைவியைத் தேடிக்கொண்டிருக்கிறார் என யாரோ குறிப்பிட்டவரை மட்டும்தான். ஒரு மரியாதைக்குரிய, மனைவியை இழந்த முதிர்ந்த ஒருவரை மறுமணம் செய்துகொள்ள விருப்பமா என்று அவளிடம் கேட்கப்பட்டபோது, அவள் அதை ஆமோதித்து சம்மதம் தெரிவித்து எல்லோரையும் ஆச்சரியப்படுத்தினாள்.

சோமாய்-ஹாழமின் இரண்டாவது திருமண விழா முதல் திருமணத்தைக் காட்டிலும் மிக எளிமையாக நடைபெற்றது. அதாவது அவர் இளைய சோமாய்-புதியின் வீட்டிற்கே செல்லவேண்டியிராத அளவுக்கு அது ஒரு டுங்கி-திபிள் திருமணமாக நடந்தது. அந்த வருகைகூட கிராமத்தின் பொறுப்பாளர்களாலேயே மேற்கொள்ளப்பட்டது: மாஜி, ஜோக்மாஜி மற்றும் கோடெத் ஆகியோருடன் கிராமத்துப் பெரியவர்கள் இளைய சோமாய்-புதியின் வீட்டிற்கு சென்று மூன்று ரூபாய் பணமாக கோனோங் செலுத்திவிட்டு மணமகளுடன் திரும்பி வந்தனர். திருமண விழாவின் மற்ற பகுதிகளாகிய சிந்ரதான் மற்றும் மணமக்களை தூக்கும் சடங்கு ஆகியவை காதாம்டுகியில் உள்ள சோமாய்-ஹாழமின் வீட்டில் நடைபெற்றன. சோமாய்-ஹாழமின் இரண்டு உறவினர்கள் - இருவருமே சோமாய்-ஹாழமைவிட மூத்தவர்கள்தான் என்றாலும் வலுவானவர்களாகே இருந்தனர் - தங்களுடைய தோள்களில் சோமாய் ஹாரமை தூக்கினர். சோமாய்-ஹாழமின் மூத்த ஒன்றுவிட்ட சகோதரிகள் இருவர் இளைய சோமாய்-புதியை தௌவ்ழவில் வைத்துத் தூக்கினர்.

சோமாய் ஹாரமின் இரண்டாவது திருமணம் முதல் திருமணத்திலிருந்து முற்றிலும் மாறுபட்டது. அவர் மூத்த சோமாய்-புதியை திருமணம் செய்துகொண்டபோது அது ஒரு மனநிறைவான திருமணமாக இருந்தது. அப்போது அவர் கொடுத்த கோனோங் மூன்று ரூபாயுடன் சேர்த்து ஒரு எருதுக்கன்றும், ஒரு பசுங்கன்றும் ஆகும். கால்நடைகளை கொடுப்பதன் பின்னணியில் உள்ள தர்க்கம் என்னவென்றால், ஒரு ஆண் தன்னுடைய மணமகளாக ஒரு பெண்ணை எடுத்துக்கொள்ளும்போது அவன் அந்தக் குடும்பத்தைச் சேர்ந்த உழைக்கும் உறுப்பினர் ஒருவரையும் எடுத்துக்கொள்கிறான் என்பதாகும். கோனோங்காக கால்நடைகளைக் கொடுப்பதன் மூலம் அந்தப் பெற்றோர் நிலத்தில் உழைப்பதற்கு இழந்துவிட்ட இரண்டு கைகளை ஈடுசெய்துகொள்கிறார்கள். சந்தால்கள் ஒரு விவசாய சமூகமாக கால்நடைகளை சொத்தாக கருதுகின்றனர்.

தங்களுடைய பெற்றோர் திருமணம் செய்துகொள்வதை குழந்தைகள் பார்ப்பது அமங்களகரமானது என்று கருதப்பட்டதால் புட்கி திருமண விழாவிலிருந்து அப்புறப்படுத்தப்பட்டிருந்தாள். இந்த அவசரகதியிலான நிகழ்வின் யதார்த்தம் குறித்து எல்லோருமே புரிந்திருந்தனர். அதனால் திருமணம் முடிந்த உடனேயே ஆண்கள் ஹாந்தி மற்றும் மட்டன் சக்னாவுடன் கொண்டாட சென்றுவிட்டனர், இளைய சோமாய்-புதிக்கு மாஜி-குஷ்டியின் மூத்த பெண்களால் சமையலறை காட்டப்பட்டது.

“பாஹு” அவளிடம் சொல்லப்பட்டது, “இந்த இடத்தை ஒழுங்காக வைத்துக்கொள்ளவும், அந்தப் பெண்ணை வளர்க்கவும் மட்டும்தான் நீ இங்கே அழைத்துவரப்பட்டிருக்கிறாய்.”

இளைய சோமாய்-புதி அதை ஆமோதித்து தலையாட்டினாள். அவள் ஒரு திறமையான வீட்டு நிர்வாகியாகவும், மூலவளங்களை நிர்வகிப்பவளாகவும் இருந்தபடியால் அந்த வீட்டுப் பொறுப்பை விரைவாகவும் சுலபமாகவும் எடுத்துக்கொண்டாள். இருந்தாலும், அவளுடைய மிகப்பெரிய சவால் புட்கிதான் என்பதுடன் அவள் எப்படிப்பட்ட அம்மாவாக இருக்க வேண்டும் என்று மக்கள் எதிர்பார்த்தார்களோ அதில் தோல்வியும் அடைந்தாள். அந்தக் குழந்தை சின்னப் பெண்ணாக இருந்தபோது அவளைக் கையாள்வது சுலபமாக இருந்தது. ஆனால், புட்கி வளர்ந்து வீட்டைவிட்டு வெளியே செல்லத் தொடாங்கியபோது அவள் இளைய சோமாய்-புதியின் அதிகாரத்தை ஏற்க மறுத்தாள். “நீ என்னுடைய அம்மா அல்ல” என்பாள் புட்கி. “என்னுடைய அம்மா இறந்துவிட்டாள். நான் என்ன செய்ய வேண்டும் என்று நீ சொல்லாதே.”

புட்கி தன்னைத்தானே பார்த்துக்கொள்ளத் தொடாங்கி, அந்தக் கிராமத்தில் சுற்றித்திரிந்து, அவளுடைய வீட்டில் இருக்கும் அந்தப் பெண் யார் என்று தெரிந்துகொண்ட நாளில் இருந்தே இளைய சோமாய்-புதி இந்த அவமானத்தை எதிர்கொள்ளத்தான் வேண்டியிருந்தது. அவளுடைய சிற்றன்னைதான் எப்படி நடக்க வேண்டும் எனக் கற்றுக்கொடுத்து, இந்த கிராமத்தை சுற்றிக்காட்டியவள் என்ற உண்மை அவளுக்கு ஒரு பொருட்டாகவே தெரியவில்லை. அவள் பிடிவாதமானவளாக, அடங்காதவளாக, யாராலும் தடுத்து நிறுத்த முடியாதவளாக இருந்தாள். இளைய சோமாய்-புதி எப்போதாவதுதான் தன்னுடைய குரலை உயர்த்துவாள். தன்னுடைய கண்களால்தான் எல்லாவற்றையும் வெளிக்காட்டுவாள். அதற்கு புட்கி ஊமை போன்று தன்

உடல்மொழியால் சைகை காட்டுவாள். சோமாய்-ஹாழாம் மதம், சமூகம் என்பதில் மூழ்கிப்போய்விட்டார் என்பதுடன் தன்னுடைய மகளின் எதிர்காலத்திற்கு உரித்தான அவருடைய நிலத்தின் மீதும் அவருக்கு அவ்வளவாக அக்கறையாக இல்லாமல் போய்விட்டது. இளைய சோமாய்-புதி ஒவ்வொரு நிலையிலும் புட்கியிடம் தோற்றுப்போனாள். சோமாய்-ஹாழமை மணம்புரிய தான் ஏன் தேர்வு செய்தோம் என்றும் வியந்துபோனாள்.

சோமாய்-ஹாழமின் முதல் மனைவி வெறும் சிசுவாக அவருக்கு ஒரு மகளை விட்டுச் சென்றுவிட்டாள் என்பார்கள். அந்த சிசுதான் அவளை சோமாய்-ஹாழமின் இரண்டாவது மனைவியாக்கியது. தனக்கென்று சொந்தமாக குழந்தை பெற்றுக்கொள்ள முடியாது என அவளுக்குத் தெரியும், அது திருமண நிபந்தனைகளுள் ஒன்று - சோமாய்-ஹாழமும் அதற்கு மேல் குழந்தை பெற்றுக்கொள்ள விரும்பவில்லை. குழந்தையுடன் உள்ள ஒருவரை திருமணம் செய்துகொள்வதன் மூலம் மட்டுமே குழந்தையை வளர்த்தெடுப்பது என்ற அவளுடைய கனவை நிறைவேற்றிக்கொள்வதற்கு ஒரே வழியாக இருந்தது.

இதுவரை இளைய சோமாய்-புதி வலுவானவளாகத்தான் இருந்திருக்கிறாள். புட்கியுடனான பொருத்தமின்மை குறித்து அவள் கண்ணீர் சிந்தியதே இல்லை. அவள் தன்னுடைய நேரத்தை தனிமையில் செலவழித்தாள். தேவைக்கு அதிகமாக யாருடனும் கலந்துகொள்வதில்லை. முன்னெப்போதையும்விட குறைவான வார்த்தைகளே பேசினாள். வீட்டில், அவர்கள் எல்லோரும் தனியாகப் படுத்துறங்கினர். புட்கி, அவள்தான் இந்த வீட்டின் எஜமானி என்பதைப்போல் இருப்பதிலேயே பெரிய அறையை எடுத்துக்கொண்டாள். சோமாய்-ஹாழாம் உணவு, தூக்கம், உடற்பயிற்சி மற்றும் மதம்சார் சடங்குகள் என்ற மிகக் கடுமையான வாழ்முறையை கடைபிடித்த பின்னர் தன்னுடைய வீட்டில் தனியாக உறங்குவார். இளைய சோமாய்-புதி முன்வாசலுக்கும், மாட்டுக்கொட்டகைக்கும் அருகில் இருந்த சிறிய அறையின் மூலையில் ஒரு வேலைக்காரியைப் போல் படுத்துறங்குவாள். அங்குதான் அவர்கள் நெல்மணிகளை சேமித்து வைப்பார்கள், சாணியின் நாற்றத்திற்கிடையே அவள் சுருண்டு படுத்துக்கிடப்பாள். அவ்விடத்தில்தான் ஒரு பாந்தியிலிருந்து மற்றொன்றிற்கு எலிகளும் பெருச்சாளிகளும் குதித்து விளையாடிக்கொண்டிருக்கும், துன்குந்த்ரா- பூதத்தைப் போல.

துலழ் காதே, ரெயர்ழ்-பாஹா

காதாம்டுகியில் டெல்லாதான் புட்கியின் சிறந்த தோழி. நாய்கேயின் மகளாகிய டெல்லா அவருடைய மகன் பிறந்த பனிரெண்டு வருடங்களுக்குப் பின் இரண்டாவதாக பிறந்தாள். மகன் இப்போது வளர்ந்து திருமணம் செய்துகொண்டுவிட்டான். ஆனால், இந்தத் தம்பதியினரால் குழந்தை பெற்றுக்கொள்ள இயலவில்லை. அவன் முன்னைவிட அதிகமாக பலவீனமாகிக் கொண்டிருந்தான். கடுமையான வேலை எதுவும் செய்ய முடியாமல் பெரும்பாலும் வீட்டிலேயே இருந்தான். நாய்கேயின் மனைவி, மருமகள் மற்றும் டெல்லா ஆகியோர்தான் குடும்ப நிலங்களை கவனித்துக்கொண்டார்கள். தொழிலாளர்களிடம் பேரம் பேசி அவர்களுடைய வேலையை மேற்பார்வையிட்டார்கள்.

டெல்லா புட்கியைவிட நான்கு வயது மூத்தவள். துரதிர்ஷ்டத்தைக் கொண்டுவரும் கடவுளை வழிபடுவதற்காக கிராமம் முழுக்கவே பெயர்பெற்றிருந்த பெற்றோருக்குப் பிறந்த டெல்லாவிடம் புட்கியை இட்டுச்சென்றது எதுவென யாருக்கும் தெரியாது. ஒருவேளை சோமாய்-ஹாழமும், நாய்கேவும் அண்டைவீட்டார்களாக இருந்தது காரணமாக இருக்கலாம். தன்னுடைய மகளை வளர்ப்பதில் சோமாய்-ஹாழமிற்கு அக்கறையற்றுப்போனதும்கூட காரணமாக இருக்கலாம். காரணம் எதுவானாலும், இந்த ஜோடியை மாஜி-குஷ்டியில் இருந்த யாருமே ஏற்றுக்கொள்ளவில்லை.

“ச்சினார்!” மாஜி-குஷ்டியின் பெண்கள் டெல்லாவை இப்படித்தான் அழைத்தனர். பதினெட்டாவது வயதில், அவள் தன்னுடைய தாயின் மாசுமருவற்ற தோலின் கருத்த நிறம், அவளுடைய உயரம் மற்றும் உருவம், அழகிய முகம் மற்றும் பருத்த மார்பகங்களைக் கொண்டிருந்தாள். அவளுடைய மார்பகங்களின் பருமனால் அதன் அடிப்பகுதி இடைவிடாது அரித்துக்கொண்டே இருக்கும். டெல்லா தன்னுடைய கட்டைவிரல்களை மார்பகங்களுக்கு கீழே வைத்து நாளை என்ற ஒரு நாளே கிடையாது என்பதுபோல்

சொறிந்துகொண்டே இருப்பாள். டெல்லா சொறியும்போதெல்லாம் அவளுடைய புடவையின் சிறிய ஆங்ச்சாரை ஒரு பக்கமாக இழுத்து விட்டுவிட்டு தன்னுடைய மார்புகளை தூக்கிவிட்டுக்கொள்வாள், அவள் சொறிவதைப் பார்க்கும் யாரும் மற்றொரு உலகத்திற்கே சென்றுவிடுவார்கள். நாய்கேயின் மனைவியான டெல்லாவின் அம்மா ஒரு வாசம்மிக்க மலரைப் போல் மலர்ந்தும், ஆண்கள் ஜொள்ளு விடுகிறவளாகவும் ஒரு இளம் பெண்ணைப் போல் பாடுவாள். "கியா பாஹா மோஹே ஆகான்; கோழா மோலே-மோலே." இப்போது கியா பாஹா ஆகிவிட்ட அவளுடைய மகள் டெல்லாவின் வாசம் சாக்குலியாவைச் சுற்றி பரந்து பரவியிருந்தது. இருபது வயதாகும் முன்னரே டெல்லா இரண்டு ஆண்களுடன் இருந்தாள். தன்னுடைய தோழியின் வழியைத் தொடர்ந்த புட்கிக்கு பல காதலர்கள் இருந்தனர்.

"*தாரி! குஸ்பி!*" இவைதாம் நெறிகெட்ட தோழிகளைக் குறித்து மாஜி-குஷ்டியின் தன்னொழுக்கமுள்ள பெண்களால் குறிப்பிடப்படும் கெட்ட வார்த்தைகள். "இந்த டெல்லா நாய்கேயின் குடும்பத்தை ஒன்றுமில்லாமல் செய்துவிடுவாள்" அந்தப் பெண்கள் முன்னூகித்திருக்கலாம். "தீயசக்தியுள்ள கடவுள்களை பிரார்த்தித்தால் இதுதான் நடக்கும். நாய்கேயின் மகன் பலவீனனாகிவிட்டான். அவனுக்கு நீண்டகாலத்திற்கு முன்பே திருமணமாகிவிட்டாலும் இன்னும் குழந்தை இல்லை. இந்த டெல்லா பேப்ஸி-மைஜூக்களைவிட சிறந்தவள் ஒன்றுமில்லை! அவள் யாருடன் ஓடிப்போகப்போகிறாள் என்று சாந்தோ-போங்காவுக்குத்தான் தெரியும்." ஏதோ பேரார்வத்துடன் அந்தப் பெண்கள் ஆழ்ந்து சிந்தித்தனர். "நம்முடைய புட்கி எப்படி இதுபோன்ற ஒரு பெண்ணுடன் சேர்ந்தாள்?"

அவர்கள் அவளுடைய சிற்றன்னையான இளைய சோமாய்-ஹாழமை இந்த வேலையை செய்யத் தவறியமைக்காக குற்றம்சாட்டினர். ஆனால், அவளுடைய வறுமையையும், அவள் விதவையாகிப்போனதையும் நிராகரித்தனர் என்பதுடன் மஜி-குஷ்டிக்குள் அவள் நுழைந்ததையே ஒரு அதிசயமாகத்தான் கருதினர்.

"இப்படிப்பட்ட பெண்ணுக்கு என்ன தெரியும்?" என்று ஏளனம் செய்தனர். "இந்தப் பெண் ஒரு லெங்டா-ஓழாக்! அவர்களுக்கெல்லாம் சாப்பிட போதுமான அளவு கிடைக்காது. அவள் இதுபோன்ற ஒரு பெரிய வீட்டைப் பார்த்திருப்பாளா? அல்லது இதுபோன்ற பெரிய பண்ணைகளைப் பார்த்திருப்பாளா? அவர்களுடைய வீடு ஏக்டா-

கோர்-ஏக்டா-பிண்டா அளவுதான் இருந்திருக்கும். அவளுடைய அப்பா தன்னுடைய வாழ்நாள் முழுவதும் வெறும் விவசாய கூலியாகத்தான் இருந்திருப்பார்."

"மாஹ்றலேக்களைப் போல் அவள் டேக்கா மற்றும் சாலா செய்ய வேண்டிய அளவுக்கா அவளுடைய அப்பாவும் சகோதரர்களும் அவளுக்கு உணவளிக்காமல் இருந்திருப்பார்கள்? அதுபோக அவள் ஒரு வார்த்தையும் பேசுவதேயில்லை. அவள் மாஹ்றலே பெண்களுடன் சேர்ந்து நத்தைகளை சேகரித்து சந்தையில் விற்கவில்லையா?"

"இதோ பார், அவள் உன்னுடைய அம்மா அல்ல" சுலபத்தில் காதில் வாங்கிக்கொள்ளக்கூடிய புட்கியிடம் அவர்கள் குரோதத்துடன் கிசுகிசுத்தனர். "உன்னுடைய அம்மா இறந்துவிட்டாள். உனக்குப் புரிகிறதா? அவள் இறந்துவிட்டாள். உனக்காக சமைக்கவும், சுத்தப்படுத்தவும் உன்னுடைய அப்பா வீட்டுக்கு கொண்டுவந்த காழ்மி-குழிதான் அவள். நீயும் அவளை அப்படித்தான் நடத்த வேண்டும்."

புகட்டப்பட்ட இந்தப் பாடம் நிலைத்துவிட்டது. புட்கி நிலைகொள்ளாமல் சுற்றத் தொடாங்கிவிட்டாள். என்ன நடந்திருக்கும் என்பதை இளைய சோமாய்-புதிகூட ஒருவேளை புரிந்துகொண்டிருக்கலாம். ஆனால், தான் சோமாய்-ஹாழமின் மனைவியல்ல என்பதை அவளாகவே நம்ப முனைந்தாள். சோமாய்-ஹாழாம் இந்த உலகிலேயே உயரமான மலையின் உச்சி. அவளால் அந்த உயரத்திற்கு ஏற முடியாது. அவள் உண்மையிலேயே வேலைக்காரிதான். ஒரு சாதாரண காழ்மி-குழி.

~

டெல்லா ஒவ்வொரு நாள் காலையிலும் புட்கியின் வீட்டிற்கு வந்துவிட அவர்கள் ஒன்றாக வெளியே செல்வார்கள். பருவ காலங்களில் மாழ்பழங்களையும் கொய்யாப்பழங்களையும் பறித்து உண்பார்கள். காதாம்டுகி நீரோடையில் நீச்சலடிப்பார்கள். மேலும் அந்த நீரோடையின் கரைகளில் கால்நடைகளை மேய்த்துக்கொண்டிருக்கும் பெரிய பெண்களுடன் ச்சோக்-ஓஷ்டா மற்றும் பாண்டியாட்டம் ஆடுவார்கள். அவர்கள் வளர்ந்துவிட்டபோது இருவரும் பிற மூத்த பெண்களுடன் முக்கிய சாலையின் ஓரமாக நின்றுகொண்டு, தங்களுடைய வயல்களிலோ அல்லது சாக்குலியாவில் உள்ள ஆலைகளிலோ வேலைசெய்துவிட்டு

வீடுதிரும்பும் கருத்த, தசைபிடிப்பான, வியர்வையில் நனைந்த இளம் ஆண்களுடன் அரட்டை அடிப்பார்கள்.

"ச்சீ! ச்சீ! இந்தப் பெண்கள் ஒரு அவமானம்" என்று காதாம்டுகியில், குறிப்பாக மாஜி-குஷ்டியில் இருக்கும் பெண்கள் கூறுவார்கள். "நாய்கேயின் மனைவி ஒரு வெட்கம்கெட்டவள், ஆனால், இளைய சோமாய்-புதி என்னதான் செய்கிறாள்?"

இளைய சோமாய்-புதி ரத்தம் வடித்தாள். அநேகமாக அது மனவேதனையாக இருக்கலாம். அல்லது உணர்வுகள் அற்றுப்போனதாக இருக்கலாம். ஒரு விவசாயக் கூலியின் மகளாக அவள் காதாம்டுகியின் மாஜி-குஷ்டியினுடைய உறுப்பினரின் மனைவியாகியிருக்கிறாள். ஆனால் அதற்கு பதிலாக அவள் என்ன செய்துவிட்டாள்? ஒன்றுமில்லை. அவளுடைய அடிவயிற்றில் வலி, அந்த நேரங்களில் பலநிறம்கொண்ட புடவைகளில் அவள் உணர்ந்த கறைகள்தான் தன்னுடைய தோல்விக்காக இளைய சோமாய்-புதி தந்திருக்கும் விலை.

இந்த ஜோடியின் நடத்தையைப் பற்றி அந்த கிராமம் ஏதோ போதுமான அளவுக்கு தவறாக பேசிவிடவில்லை என்பதைப்போல் சாக்குலியாவில் உள்ள ஒரு அரிசி ஆலையில் டெல்லா ஒரு தொழிலாளியாக வேலைக்குச் சென்றாள். அதுவும் போதாதென்று, புட்கியும் அவளுடன் சேர்ந்துகொண்டாள். ஒவ்வொரு நாள் காலையும் அவர்கள் எழுந்து தங்களுடைய சிறந்த புடவைகளை இடுப்புக்கு கீழே கட்டிக்கொண்டு, முகங்களை முகப்பூச்சு கொண்டு பளிச்சிடச் செய்து, தலைமுடியில் எண்ணெய் தடவி அதை செந்நிற நாடாக்களால் பின்னிக்கொண்டு, ஒரு பெரிய அலுமினிய உணவுப் பாத்திரத்தில் சோழே-தாக்காவை எடுத்துக்கொண்டு சலசலவென்று பேசிக்கொண்டே செல்லும் பெண்பிள்ளைகளுடன் களுக்கென்று சிரித்தபடியே அரிசி ஆலைக்கு செல்வார்கள்.

அரக்-பிதா பாஹா கோ

சாக்குரியா-பஜார் காமி-குரி-கோ

செந்நிற நாடாக்களால் முடியை பிண்ணிக்கொண்ட

இந்த இளம் பெண்கள்

சாக்குலியா பஜாரில் வேலைக்கு போகிறார்கள்

கிடைத்த வேலைகளால் அவர்களுக்கு பணமும் சுதந்திரமும் கிடைத்தது. அவர்கள் இன்னும் அதிகமாக புடவைகளையும் அழகுசாதனப் பொருள்களையும் வாங்கினர்; அவர்கள் பல்வேறு பாத்தாக்கள், காயான்கள் மற்றும் பிற கூட்டங்களுக்குச் சென்றனர், அங்கே கோப்பை கோப்பையாக ஹாந்தியும், மாத்கோம் பௌரவும் அருந்திவிட்டு பல ஆண்களையும் சந்தித்தனர். பெரும்பாலானவர்கள் கருத்த நிறமும் பருத்த மார்பகங்களும் கொண்ட டெல்லாவை மோகித்தனர். சிலர் ஒல்லிய தோற்றம்கொண்ட, சந்தால்களின் நியதிப்படி அழகாக தோன்றிய புட்கியை மோகித்தனர்.

புட்கியும் டெல்லாவும் ஒருவரை ஒருவர் பெயர்சொல்லி குறிப்பிடுவதை நிறுத்திக்கொள்ள வேண்டிய நிலையும் வந்தது. தங்களுக்கு இடையில் இருந்த நான்கு வருட வயது வித்தியாசத்தை மனதில்கொண்டு டெல்லா புட்கியை "புட்கி-மாய்" என்று கூப்பிட்டாள். புட்கி டெல்லாவை "டெல்லா-தாய்" என்று கூப்பிட்டாள். இருப்பினும், காலம் மாறிப்போனது. காற்றில் பரவசமும் உறுதிப்பாடும் நிலவியது. சாக்குலியாவில் டெல்லாவும் புட்கியும் எங்கு சென்றாலும் மக்கள் நாடு சுதந்திரம் பெற்றுவிட்டது என்று சொல்வதைக் கேட்டார்கள். இங்ரேஜ் சென்றுவிட்டார்கள். அரசாங்கம் நம்முடைய மக்களாலேயே ஆளப்படுகிறது என்றார்கள். தேசிய சுதந்திரத்தைக் காட்டிலும் மிக மிக பரவசப்படுத்தியது என்னவென்றால் ஆதிவாசிகளான ஹோழ் மக்களுக்காக தனிநாடு கிடைக்கும் என்ற எதிர்பார்ப்புதான். படாக்களில், காயான்களில், சந்தால் ஆண்களும் பெண்களும் எங்கு கூடினாலும் அவர்களால் ஜெய்பால் சிங் என்ற பெயரைக் கேட்க முடிந்தது.

ஜெய்பால் சிங் ராஞ்சியில் உள்ள குந்த்தியைச் சேர்ந்த ஒரு முண்டா ஆவார். ஆக்ஸ்போர்டு பல்கலைக்கழகத்தில் படித்த அவர் 1928-ஆம் ஆண்டு ஆம்ஸ்டர்டாமில் நடைபெற்ற ஒலிம்பிக்ஸில் தங்கம் வென்ற இந்திய ஹாக்கி அணிக்கு தலைமையேற்றிருந்தார். சோட்டா நாக்பூர் பிரதேசத்தின் ஆதிவாசிகளுக்காக ஜார்கண்ட் என்ற தனி மாநிலத்தைக் கோரும் ஆதிவாசி மகாசபையை சிங் 1938-ஆம் ஆண்டு நிறுவினார். சுந்திரத்திற்குப் பின்னர் இந்த ஆதிவாசி மகாசபை ஜார்கண்ட் கட்சி என்று பெயர் மாற்றப்பட்டது. இந்திய அரசியலமைப்பு சபையில் ஜெய்பால் சிங் உறுப்பினராக இருந்தார் என்பதுடன் இந்தியாவில் உள்ள ஆதிவாசிகள் அனைவருக்கும் இடஒதுக்கீடுகள் வழங்கப்பட வேண்டும் என கோரிவந்தார். எல்லோரும் அவரை மரியாதையாக மாராங்-கோம்கே - பெரும் கோமகன் - என்று அழைத்தனர்.

ஹோ சாந்த்தாழ் மாஹ்லே முண்டா

ஆபோ ஜோத்தோ போவாக் ருண்டா

ஹோ, சந்தால், மாஹ்லே முண்டா

நாம் ஒன்றாக மகிழ்ச்சியில் உறுமுவோம்

ருண்டா என்ற புனுகுப்பூனை போலே

டெல்லாவும் புட்கியும் சாலைகளில் இந்தக் கீதத்தைக் கேட்டனர். இந்தப் பாடல்தான் ஹோ, சந்தால், மாஹ்லே மற்றும் முண்டா ஆகிய பிரதான ஆதிவாசி சமூகங்களை ஒன்றிணைக்கவிருந்தது. நீண்டகால முயற்சிகளுக்குப் பின்னர் சோட்டா நாக்பூர் பிரதேச ஆதிவாசிகளின் லட்சிய பூமியான ஹிஹிழி-பிபிழி ஜார்கண்ட் கைக்கெட்டும் தூரத்தில் இருந்தது. அதாவது முதிர்ந்த கொய்யாப்பழம் மரத்தின் மிகக்கீழான கிளையிலிருந்து தொங்கிக் கொண்டிருப்பதைப்போல், அதன் எடையால் கீழே இறங்கிவிட்டதைப் போல். உங்களுடைய கால்விரல்களை சற்றே உயர்த்தி, கைகளை நீட்டி அதைப் பறித்திடலாம்.

டெல்லாவையும் புட்கியையும் சுற்றி நம்பிக்கைகள் பூத்திருக்க, காதல் அவர்களுடைய வாழ்வுகளை கைப்பற்றிவிட, அவர்களால் எப்படி இயல்பாகவே இருக்க முடிந்திருக்கும்? இந்தத் திருமணமாகாத இரண்டு பெண்களும் ஒருவரை ஒருவர் அழைத்துக்கொள்ளும் முறையில் குறைவில்லாத அன்பைக் கண்டனர். அது சாக்குலியாவிற்கு அருகில் இருக்கும் கிராமத்தில் ஒரு காயனில் அவர்கள் கண்டெடுத்த ஒரு சொற்பதம். ரெயாழ்-பாஹா - குளிர்கால மலர்.

ஏ காதே ரெயாழ்-பாஹா

ஏ துலமழ் ரெயாழ்-பாஹா

என் குளிர்கால மலர்த்தோழியே

என் குளிர்கால அன்புக்குரிய மலரே

இப்படித்தான் ஒருவரை ஒருவர் அவர்கள் அழைத்துக்கொண்டனர். நேர்த்தியாக. சொர்க்கத்திலிருந்து வந்த எழிலணங்குகள் தாங்கள் என்பதைப்போல். அவர்கள் கிராமத்தில் இருந்தாலும், அல்லது வேலைக்குச் செல்வதாக இருந்தாலும், அல்லது வேலையில் இருந்தாலும், அல்லது ஒரு படாவில் ஆண்களை குறும்புத்தனத்தோடு

பார்வையிடுவதாக இருந்தாலும் அது எப்போதுமே: "ரெயாழ்-பாஹா, இ-காடே ரெயாழ்-பாஹாதான்."

டெல்லா தினமும் காலை வேளையில் புட்கியின் வீட்டு வாசலுக்கு வெளியே நின்றுகொண்டு இணைசேர்வதற்கு தயாராக இருக்கும் குயிலைப் போல் குக்கூ என்று கூவுவாள்: "இ-துலார் ரெயாழ்-பாஹா, தாமதமாக்கிவிடாதே. நாம் ரொம்ப தூரம் போகவேண்டும்."

மிக நன்றாக உடை உடுத்தியபடி புட்கி விரைந்து வருவாள், தன்னுடைய ஒரு கையால் அன்ச்சாரை சரிசெய்தபடி மறுகையில் தன்னுடைய டிபனை சுமந்தபடி சொல்வாள், "சோ காடே ரெயாழ்-பாஹா."

காதாம்டுகியின் ஆண்களும் பெண்களும் முறைத்துப் பார்த்தபடி மட்டுமே இருப்பார்கள்.

படாக்களில் டெல்லா சந்தித்த ஆண்களில் ஒருவனின் பெயர் டைரா. அவன் ஹோரோகுட்டுவைச் சேர்ந்தவன் என்பதுடன் அந்த கிராமத்திலேயே பார்ப்பதற்கு சிறந்தவனாகவும் இருந்தான்.

ஹோரோகுட்டுவானது சாக்குலியா மற்றும் காதாம்டுகிக்கு நடுவில் இருந்தாலும் முக்கிய சாலையில் இருந்து சற்று தள்ளியிருந்தது. காதாம்டுகியும் ஹோரோகுட்டுவும் நேரடியாக இணைக்கப்படவில்லை, யாராவது ஹோரோகுட்டு வழியாக சாக்குலியாவில் இருந்து காதாம்டுகிக்கு செல்ல விரும்பினால் அவர் சுற்றிவளைத்துதான் வரவேண்டியிருக்கும். ஹோரோகுட்டு என்றால் "ஆமைகளின் கரை" என்று அர்த்தம். இருந்தாலும், காதாம்டுகியில் எப்படி கதம் மரங்கள் இல்லையோ அதேபோல் ஹோரோகுட்டுவிலும் அதன் குட்டைகள் மற்றும் ஆறுகளில் ஹோராக்கள் இல்லை. வேண்டுமானால், அந்த கிராமத்தைச் சேர்ந்த பெரியவர்கள் ஹாந்தி அருந்திய பின்னர், ஒரு காலத்தில் ஆமைகளின் சதையிலிருந்து ருசியான வேகவைத்த கறி சமைத்தது பற்றிய கதைகளை சொல்லிக்கொண்டிருக்கலாம். ஆனால், ஹோரோகுட்டுவின் ஆமைகள் பற்றி யார் சொல்லியும் யாரும் கேட்டதில்லை.

டைரா அழகானவன். வசீகரமானவனும்கூட. அவன் உயரமான, அகன்ற தோள்களும், தசைபிடிப்பான கைகளும் பெரிய கண்களும் உடையவன். புவியின் வெப்பத்தால் அவனுடைய கருத்த உடல்

மெருகேறியிருக்கும். அவன் ஒரு டூடு, ஒரு டூடு-கோழா-ருசிகா, ஈக்களைப் போல் பெண்களைக் கவரும் அளவுக்கு வசீகரமானவன். இளம் பெண்கள் அவனைத் தங்களுக்கு காதல் கலையைக் கற்றுத்தர மாராங்-புருவிடமிருந்தே வந்த தூதுவன் என்பதைப் போல் அவன் சொல்வதைக் கேட்டனர்.

"பெண்களே, நான் காராம் மரப்பட்டையைப் போன்றவன்" வெட்கப்பட்டு இளித்துக்கொண்டு, தங்களுடைய ஓரக்கண்களால் அவனைப் பார்த்துக்கொண்டிருக்கும் தன்னுடைய அபிமானிகளிடம் அவன் கூறுவான். அவர்கள் அவனுடைய கண்களை சந்திக்க விரும்புவார்கள். ஆனால், கடைசி நொடியில் சுய-உணர்வுக்கு திரும்பிவிடுவார்கள். திருவிழாக்களில் அவன் தமக் மற்றும் தும்தாக் வாசிக்கும்போது அதே வெட்கப்பட்ட பெண்கள் டைராவின் நுட்பமான தாளகதியால் ஆட்டுவிக்கப்பட்டு ஒருவருடன் ஒருவர் போட்டிபோடுவார்கள். டைராவின் நுட்பமான தாளங்களுக்கு அசைந்தாடுவார்கள்.

"அவர்கள் பொருத்தமான ஜோடி" அவன் டெல்லாவுடன் ஜோடி சேர்ந்திருப்பது குறித்து காதாம்டுகி பெண்கள் பேசிக்கொண்டனர். "பெங்காழ்-ஜாங் ஆர் மாரிச்-ஜாங்."

டைரா ஒரு அநாதை என்பதுடன் ஹோரோகுட்டுவில் உள்ள உறவினர்களால் வளர்க்கப்பட்டவன். அவன் அவர்களுடைய வீட்டிலேயே வசித்தான். அவர்களுடைய பண்ணைகளில் வேலை செய்தான், அவர்களுடைய கால்நடைகளையும் ஆடுகளையும் மேய்த்தான். காதாம்டுகியின் பஜார்-காமி-குரி-கோ மற்றும் அருகாமையில் உள்ள கிராமங்கள் முக்கிய சாலையில் இருந்து பிரிந்து ஹோரோகுட்டு வழியாக புறவழிச்சாலையில் செல்வது அர்த்தமில்லாதது. ஆனால், அவர்கள் அப்படித்தான் செய்வார்கள்.

அப்போது முற்றிலும் இரவாகியிருக்கும். ஹோரோகுட்டுவின் இளம் குடி-கோழா-கோ கோடைக்கால மாலைநேரங்களில் வெளியே உலாவிக்கொண்டிருக்கும், பீடி பிடித்தபடி, பெண்களைப் பற்றி சிரித்து அரட்டையடித்தபடி, அவர்களுடைய பாணாமின் கம்பிகளை மெட்டுக்கேற்ப திருகியபடி, பாடல்களைப் பாடிக்கொண்டு, அன்றைய நாளின் பெரும் வேலையில் இருந்து ஆசுவாசமடைந்து அல்லது ஒன்று அல்லது இரண்டு கோப்பைகள் புத்துணர்ச்சியுள்ள ஹாந்தி அருந்திவிட்டு இரவு உணவுக்காக காத்திருக்கும்.

பாஜார் காமி-குழி-கோ மகளிர் கூட்டமானது, தாங்கள் ஏதோ அந்த இடத்தைக் கடந்து செல்ல இருப்பவர்களைப் போல் அப்பாவிகளாக ஹோரோகுட்டுவின் முக்கிய குல்ஹிக்குள் நுழையும். அவர்களும்கூட போதையில்தான் இருப்பார்கள். அப்போது படாக்களில் பிரபலமாக விளங்கும் பாடல்களைப் பாடுவார்கள்.

ஏ-ஹோபோன் மய், ஹோபோன்-மய்

சில்தா-பாதா தோம் சாலாக்-ஆ ஸே பாங்?

பெண்ணே, என் இளம் பெண்ணே

சில்தாவில் உள்ள படாவுக்கு என்னுடன் வருவாயா?

தங்களுடைய பாணாமை சரிசெய்துகொண்டு கட்டில்களில் சோம்பிக்கிடக்கும் ஆண்கள் இந்தப் பாடலுக்காகத்தான் காத்திருப்பார்கள். பாணாம், பீடி என எல்லாவற்றையும் போட்டுவிட்டு துள்ளிக்குதித்து ஓடுவார்கள். சிலர் கால்களில் இடறிக்கொள்ளாமல் இருக்க தங்களுடைய வேட்டிகளை அவிழ்த்து பக்கவாட்டில் பறக்க விட்டுக்கொள்ளவும் செய்வார்கள்.

"*ஸாப் கோபே! யா! ஸாப் கோபே!*" அவர்கள் ஒருவரைப் பார்த்து ஒருவர் கத்திக்கொள்வர்.

ஒவ்வொருவரும் தங்களுடைய காதலிகளைப் பிடித்துவிடுவார்கள். டைரா, டெல்லாவுடனும், சால்க்கு, புட்கியுடனும். ஒவ்வொரு ஜோடியும் கிராமத்திற்கு வெளியே இருக்கும் தனிமையான மூலைகளுக்கு நடைபோடுவார்கள்: ஒரு புதருக்குப் பின்னால், அல்லது நிழலான மரத்தடியில், அல்லது தரிசுநிலத்தில் இருக்கும் அகலமான கட்டாந்தரையில் நிலவொளியில் காதல் அரங்கேறும். ஆண்கள் தங்களுடைய பெண்களின் பிட்டங்களை பிசைந்து, முலைக்காம்புகளை விரல்களால் வருடுவார்கள். பெண்கள் தங்களுடைய ஆண்களின் உடல்களை தழுவியிருப்பார்கள். அவர்களுடைய முலைக்காம்புகளை வருடி விறைத்திருக்கும் அவர்களுடைய ஆண்குறிகளை வெளியே இழுத்துவிடுவார்கள். ஹோரோகுட்டுவுக்கு வெளியே இருக்கும் தரிசு நிலங்கள் முனகல்களாலும், வலியின் கூச்சல்களாலும் நிரம்பியிருக்கும்.

குடி-கோரா-கோ தங்களை பாஜார் காமி-குழி-கோவிடம் வெறுமையாக்கிக் கொண்டு மூச்சிரைக்கையில், அந்தக் கிராமத்தைச் சேர்ந்த இளம் பையன்கள் - இன்னும் வயதுக்கு வராத, அல்லது

பூப்பெய்தியிருந்தாலும் இன்னும்கூட பெண்ணைத் தொடாதவர்கள்-இந்த ஆண்களையும் பெண்களையும் வேவுபார்ப்பார்கள். தங்களுடைய உடல்களில் படர்ந்துசெல்லும் பரவசத்தை உணர்வார்கள். அவர்கள் எல்லோருமே தாங்கள் ஒரு பெண்ணை கைக்கொள்ளப்போகும் நாளுக்காகவே காத்திருப்பார்கள்.

ஒருநாள் மாலை, சில இளம் பையன்கள் டைராவும் டெல்லாவும் வழக்கமாக காதல்கொள்கின்ற மரத்தில் மேலே ஏறிக்கொண்டார். டைரா அவர்களுடைய நாயகன்; அவர்கள் அவனை வேறுபல பெண்களுடன் பலமுறை வேவுபார்த்திருக்கிறார்கள். ஒவ்வொரு முறையும் முந்தைய முறையைக் காட்டிலும் பரவசமூட்டுவதாகவே இருக்கும்.

அவர்கள் இருவரிலும் டெல்லாவே மிகுந்த கிளர்ச்சியுற்றவளாக, டைராவை அப்படியே விழுங்கிவிடுபவளாக காணப்பட்டாள். டைராவின் உடலில் அவள் எங்குதான் தன்னுடைய உதடுகளையும் நாக்கையும் விட்டு துழாவாமல் இருந்திருக்கிறாள்? டைரா தன்னுடைய கைகளைத் தூக்கியபோது அவனுடைய அக்குள்களையும் நக்கினாள். பிறகு அவனுடைய வேஷ்டியை அவிழ்த்த அவள் அவனது ஆண்குறியை தன் வாயில் நுழைத்துக்கொண்டாள். எழுச்சியுற்ற டைரா கிளர்ச்சியுற்ற டெல்லாவின் ஆடைகளை அவிழ்த்தான்.

"ஆடி பாபாத் மேயா-ஸே?" என்று கேட்டுக்கொண்டே அவன் அவளுடைய மார்புகளை தன் கைகளில் கவ்வினான்.

"ஆ...ஆமாம் ஆமாம்." பரவசத்தில் டெல்லாவுக்கு பேச்சு வரவில்லை.

"அப்படியென்றால் உன் அரிப்பை போக்குகிறேன்" என்ற டைரா அவளுடைய மார்புகளை சப்பினான். மார்புக்காம்புகளை உறிஞ்சினான், அவற்றை மென்மையாகக் கடித்தான்.

"ஆலோ, பித்வா!" கடுமையான முனகல்களுக்கு இடையே போராடிய டெல்லா, டைராவை இறுக்கப் பற்றிக்கொண்டாள்.

"நிறுத்தட்டுமா? ம்!" டைரா அவளுடைய கன்னங்களில் அறைந்தான். ஒருமுறை, இருமுறை, இடது கன்னம், வலது கன்னம். ஆனாலும் டெல்லா அவனை இறுக்கமாகவே கட்டிப்பிடித்திருந்தாள்.

அவன் அவளுடைய மார்புகளுடன் விளையாடுவதை நிறுத்திவிட்டுக் கீழே சென்றான். அவளுடைய பெண்குறியின் மயிர்களை பற்றியிழுத்தான். பிறகு அவளுடைய குறியில் அவன் விரலை நுழைக்கவும் டெல்லா கத்தத் தொடாங்கினாள். அவளுடைய குரலில் வலியும் இன்பமும் கலந்தே இருந்தன.

“ஆலோ-ஸே! ஆலோ-ஸே! பித்வா-ராபாத்!” அவள் புலம்பினாள்.

“ஹாப்பே, மைஜு! ஹூடுங் லிகின்!” தன்னுடைய விரல்களை அவளுள் நுழைத்தபோது டைராவுக்கு மூச்சுவாங்கியது.

“பித்வா-ராபாத்! ஆஆஆ... பித்வா-ராபாத்!” என்று கத்திய டெல்லா தன் மீது டைராவை இழுத்து விட்டுக்கொள்ள முயன்றாள்.

டைரா செய்வதையெல்லாம் பொறுத்துக்கொண்டும், அவனை இரக்கமில்லாமல் வசைபாடிக்கொண்டும் டெல்லாவால் எப்படி இதை அனுபவித்து மகிழ முடிகிறது என அந்த இளம் பையன்களுக்குத் தெரியவில்லை.

“திர் கோத் மே, மைஜு! தேழ் லாஜித்-ஏம் குஜூத் கானா? நோங்கா லாங் தேழ் மெயா, பேட்-பெடாவ் ஹோச்சோ மெயாலங்! டெல்லாவைத் திட்டிய டைரா அவளுடைய வயிற்றுக்கு வந்தான். அவளுடைய பிட்டங்களை விளாசினான்.

டெல்லா டைராவைத் திட்டினாலும்கூட, அவள் அவன் கைகளில் களிமண்ணைப் போல் கிடந்தாள். அவளுடைய கைகால்களைப் பிடித்துத் தூக்கிய அவன் அவளுடைய சதைப்பற்றான பிட்டங்களை பிசைந்துகொண்டு, அவற்றிற்கு இடையில் தன்னுடைய விரலை மேலும் கீழுமாக ஓடவிட்டான்.

“இமஞ் மே ஸே!” டெல்லா திரும்பி டைராவின் ஆண்குறியை கையில் எடுத்தாள்.

“ஹாப்பே, மைஜு!” என்ற டைரா, அவளுடைய கைகளை இழுத்துவிட்டுவிட்டு அவளை பலமாகக் கீழே தள்ளி அவளுக்கு பின்பக்கத்தில் இருந்து நுழைந்தான்.

“ஆய்யோ...! கோய்ஜ் கிதின்-ஆய், நா! பித்வா-ராபாத்! ஜால்சிந்தழ்” டெல்லா வலியால் பலமாகக் கத்தினாள். அந்தப் பையன்கள் மரத்தில் இருந்து கீழே விழாமல் இருந்தது அதிசயம்தான்.

டைரா தன்னை பின்னுக்கு இழுத்துக்கொண்ட சிறு கணத்தை அனுகூலமாக்கிக்கொண்ட டெல்லா திரும்பிப் படுப்பதில் வெற்றி கண்டாள். அவள் டைராவின் விறைத்துப் பெருத்துவிட்ட ஆண்குறியை கையில் எடுத்தாள்.

"நே! சோப்போஜ் மே! ஆடி சோப்போஜ் சானா யேக் மெயா! டைரா எழுந்துநின்று தன் உறுப்பை டெல்லாவிடம் கொடுத்தான்; அது பெரிதாக நீண்டு, நிலவொளியில் ஒரு கருத்த அசுரனைப் போல் இருந்தது. டெல்லா அதைத் தன் வாயில் வைத்து உறிஞ்சத் தொடாங்கினாள்.

டைரா கடுமையாக முனகினான். "மைஜு, சாபா கிதின்-ஆம்!" என்று முனகினான்.

வேவுபார்க்கும் பையன்கள் தங்களுடைய இதயங்கள் தாவிக்கொண்டிருப்பதை உணர்ந்திருக்கலாம்; அவர்களுடைய வாய்கள் உலர்ந்துபோய் ஒரு விசித்திரமான ரசாயன சுவையால் நிரம்பியது. விழுந்துவிடுவோமோ என்ற பயத்தில் அவர்கள் கிளைகளைக் கெட்டியாகப் பிடித்துக்கொண்டனர். டைராவும் டெல்லாவும் ஒருவர் மீது ஒருவர் புரண்டு கொண்டிருந்தனர். தங்களுடைய கைகள் எங்கு போகிறதோ அதைப் பிடித்துக்கொண்டனர். அவர்கள் முனகிக்கொண்டும், ஒருவரை ஒருவர் வசைபாடிக்கொண்டும் இருப்பதை அந்தப் பையன்கள் இதற்கு முன்னர் கேட்டதே இல்லை. அவர்களில் சிலருக்கு அந்த மரத்தின் கிளைகளை உயிருக்குப் பயந்து பிடித்துக்கொண்டிருக்கும்போதே விந்து வெளியேறியது. டைரா அவர்களுடைய நாயகன் என்பதில் வியப்பேதும் இல்லை. பெரியவர்களானதும் அவனாக ஆகிவிட வேண்டும் என்றுதான் அவர்களும் விரும்பினர்.

உருள்வது நின்றது. டெல்லா தன்னுடைய இரண்டு கால்களையும் மேல்நோக்கி தூக்கிக்கொண்டாள். முட்டிகளை மடக்கி டைராவின் இறுகிய பிட்டங்களை பிடித்துக்கொண்டு அவனுடைய லயத்தை கட்டுப்படுத்தினாள்.

"ஏங்காமெம்...! ஏங்காமெம்...! ஏங்காமெம்...!" டைரா டெல்லாவிடம் விந்தை வெளியேற்றியபோது முனகினான்.

"டிரா-ராபாத்! டுடு-ராபாத்! டிரா-சோத்தோத்! டிரா-பித்வா!!" டெல்லா உச்சமடைந்தபோது முனகினாள்.

ஹோரோகுட்டுவுக்கு சற்று தள்ளியிருந்த தரிசுநிலங்கள் எங்கிலும், மற்ற ஜோடிகளும் இதேபோன்ற மோதலில்தான்

ஈடுபட்டிருப்பார்கள். அவர்கள் நடத்தி முடித்தவுடன், பெண்கள் ஒன்றுகூடி குழுவாக நடந்துபோவார்கள், முன்னைக்காட்டிலும் மகிழ்ச்சியுடன் பாடியபடி.

~

டெல்லா டைராவைத்தான் திருமணம் செய்யப்போகிறாள் என்பது உறுதியானது. ஆனால், புட்கி யாரைத் திருமணம் செய்துகொள்ளப் போகிறாள்? என்பதுதான் எல்லோர் மனதிலும் இருந்த கேள்வி. தன்னுடைய தந்தையின் தகுதியை வேண்டுமென்றே அலட்சியப்படுத்திவிட்டு, ஹாட்-பாதாவில் இருந்து ஏதேனும் ஒருவனைத் தேர்ந்தெடுத்து ஓடிவிடுவாளா? அல்லது அவள் தந்தையால் தேர்ந்தெடுக்கப்படும் ஒருவனுடன் சேர்ந்து வாழ்வாளா? ஒவ்வொரு நாள் காலையிலும், காதாம்டுகி மக்கள் விழித்தெழும்போது அவர்களிடம் உருவாகும் கேள்வி: புட்கி யாரை திருமணம் செய்துகொள்ளப்போகிறாள்? அவள் சீக்கிரத்திலேயே திருமணம் செய்துகொள்ளவில்லை என்றால், வாழ்க்கையை அமைத்துக்கொள்ளும் முன்னர் எத்தனை பேருடன் அவள் இருக்கப்போகிறாள்?

ஆனால், புட்கி தனக்கான ஆண்மகனைத் தேர்ந்தெடுத்துவிட்டாள் என்பது சீக்கிரத்திலேயே தெளிவானது. சல்க்கு ஹோரோகுட்டுவில் உள்ள நிலம்கொண்ட மற்றொரு குடும்பத்தின் உறவுக்காரன். அவனும்கூட பண்ணையையும் கால்நடைகளையும் பார்த்துக்கொண்டான். தோற்றத்தைப் பொறுத்தவரையில் அவன் டைராவுக்கு இணையானவன் அல்ல. ஆனால், அவர்கள் இருவரும் டெல்லா மற்றும் புட்கியைப் போல் நெருங்கிய நண்பர்கள் என்பதுடன் எப்போதுமே ஒன்றாக இருப்பார்கள். ஆகவே டெல்லாவும் டைராவும் ஒருவரையொருவர் தேர்ந்தெடுத்துக்கொண்டபோது புட்கியும் தன்னுடைய சிறந்த தோழியின் காதலருடைய நண்பனையே தேர்ந்தெடுத்தாள்.

நண்பர்களுடைய வாழ்வில் இத்தகைய பரவசமூட்டும் முன்னேற்றங்கள் நடந்துகொண்டிருந்த போதிலும், டெல்லாவின் அம்மா - நாய்கேயின் மனைவி - தன்னுடைய மகள் எடுத்துவைக்கப்போகும் அடுத்த அடி குறித்து கவலைப்பட்டாள். அவளுக்கு ஒரு வாரிசு வேண்டும். தன்னுடைய சூனியக்கார நடவடிக்கையை பின்பற்றும் ஒருவர் வேண்டும். அவளைப் பொறுத்தவரையில், டெல்லா அவளுடைய வழியைப் பின்பற்றி,

காதாம்டுகி ஆற்றின் கரைகளில் நிர்வாணமாக சுற்றித்திரிந்து, சாப்பிடுவதற்கு மான்மி-குரிஜ்ஜை தேடுவதற்கு முன்னர் இது காலம் சம்பந்தப்பட்ட விஷயம் மட்டுமே. அவளால் செய்ய முடிந்ததெல்லாம் டெல்லாவின் காதுகளில் ஆதெய்-கோலி மந்திரத்தை கிசுகிசுப்பது, அல்லாவிட்டால் அவளுடைய திறந்திருக்கும் உள்ளங்கைகளில் அவள் அறியாமல் மந்திரங்களை வரைவது என்று இருந்தபோதிலும் அவளால் அவளைக் கட்டுப்படுத்த முடியவில்லை. டெல்லா அவளுடைய கைகளில் இருந்து நழுவிக்கொண்டிருப்பது போலத்தான் தெரிந்தாள்.

இந்த மாயவித்தையோடு சம்பந்தப்படாத காதாம்டுகி குடியிருப்புவாசிகள் ஒருவருக்கொருவர் கூறிக்கொண்டனர். “அவள் என்ன செய்தாலும் சரி, அவள் தன்னுடைய அறிவை டெல்லாவுக்கு கடத்த முடியாது என்று நிச்சயமாக நம்பலாம். அவள் அப்படிப்பட்ட நல்ல பெண்.”

டெல்லா ஹ¯ச்சையும் ஹாந்தியையும் ஆண்களைப்போல் அருந்தலாம். அவளை விலைமாது என்றும் சொல்லலாம். ஆனால், உள்ளுக்குள் அந்தக் கிராமம் பார்த்ததிலேயே மிகச்சிறந்த பெண் அவள்தான். டெல்லா தன்னுடைய மனதில் உள்ளதைப் பேசக்கூடியவள். அவள் தான் எங்கு சென்றுவந்தோம் என்பதையோ வேறு எதைப்பற்றியுமோ பொய் சொன்னதே இல்லை. நன்மை செய்யும் கடவுள்களை நம்புபவள். உதவி தேவைப்படுகிறவர்களுக்கு எப்போதுமே உதவத் தயாராக இருப்பவள். அந்தக் காலங்களில், டெல்லாவின் புன்னகை மட்டுமே பலரது கவலைகளையும் போக்கியிருக்கிறது. தன்னுடைய கன்றுக்குட்டியை தொலைத்துவிட்ட ஒரு காமார் கிழவரைப் போன்று.

~

அது ஒரு சாண் மாதத்தின் குறிப்பிடத்தக்க வகையில் இரவும் பகலும் ஈரப்பதமாக இருந்த ஒரு மதியப்பொழுது. காலநிலையைப் போன்றே அந்தக் கிராமத்தின் மனநிலையும் மந்தமாக இருந்தது. குறிப்பாக கோபதாபங்கள் தீயிலிட்ட இரும்பை சுத்தியலால் அடிக்கும்போது பிரகாசிப்பதைப் போல் எப்போதுமே இருந்துகொண்டிருக்கும் காமார்-குல்ஹியில் அது சாம்பல் துகள்களைப் போல் அத்தனை சுலபமாக பறந்துபோய்விட்டிருந்தது. காமார் பெண்களின் நாக்குகள் அவர்களுடைய ஆண்கள் உருவாக்கும் கதிருவாளைக் காட்டிலும் கூர்மையானது.

ஒரு காமார் கிழவருக்கு - வயது காரணமாக அவருடைய கைகளும் கண்களும் பலவீனப்பட்டிருந்தன - அந்தக் குடும்பத்தின் விலங்குகளைப் பார்த்துக்கொள்ளும் பொறுப்பு தரப்பட்டிருந்தது. அவருடைய மகன்கள் கொல்லர் வேலையையும், அவர்களுடைய மனைவிகள் வீட்டு வேலைகளையும் பார்த்துக்கொள்ள இந்தக் கிழவர் கால்நடைகளையும் ஆடுகளையும் மேய்த்து வருவார். அன்று காலை அவர் விலங்குகளை மேய்ப்பதற்கு அழைத்துச் சென்றபோது மழைபெய்யத் தொடாங்கிவிட்டது. மழை அவர்களை வீட்டிற்கு செல்ல அவசரப்படுத்தியது. அந்தக் களேபரத்தில் அவர் எப்படியோ ஒரு கன்றுக்குட்டியை தொலைத்துவிட்டார். இதைப்பற்றி சொன்னபோது பெரும் கலவரமே வெடித்துவிட்டது. அவருடைய மகன்கள் அமைதியாக இருந்தாலும், மனைவிகள் அப்படி இல்லை.

“பேதுவா-மோழா! ஒரு முழு பசுவைக் காணமுடியாத அளவுக்கா உன் கண்கள் அவிந்துவிட்டன! அதை எங்கே தொலைத்தாய்? போ! போய் அதைக் கூட்டி வா. அல்லது சாப்பிடுவதற்கும் தங்குவதற்கும் உனக்கு ஒரு வீடு இருப்பதையே மறந்துவிடு.”

துயரடைந்த அந்தக் கிழவர் கொட்டும் மழையில், கையில் ஒரு நைந்துபோன குடையுடன் கிளம்பினார். அவருடைய சிறு பேரன்கள் அவருக்குப் பின்னால் ஓடினர். அவருடைய நனைந்துபோன வேட்டியை இழுத்தனர். அவருடைய பிட்டத்தில் குத்தி கெட்ட வார்த்தைகளால் அழைத்தனர்.

எந்தளவுக்கு வீண்முயற்சி என்று உணர்ந்தபோதிலும் அந்தக் கிழவர் காமார்-குல்ஹி முழுவதிலும் நடந்தார். அவர் விலங்குகளை கிராமத்திற்குள் கூட்டிச்செல்லவில்லை, அதனால் அந்த கன்றுக்குட்டி அங்கு இருக்கும் என்ற கேள்விக்கே இடமில்லை. இருந்தாலும் அந்தக் கன்றுக்குட்டி யாருடைய வீட்டிலாவது சுற்றிக்கொண்டிருக்கும் என்று தன்னைத்தானே நம்பவைக்க முயற்சித்தார். அதனால் வீட்டிற்கு வீடு சென்று அங்கிருந்தவர்களை அழைத்துக் கேட்டார்.

“என்ன ஆயிற்று புதா? ஏன் இந்த மழையில் வந்திருக்கிறீர்கள்?”

“என்னுடைய கன்றுக்குட்டியை தொலைத்துவிட்டேன்” என்று நடுங்கியபடியே சொன்னார். “அதைப் பார்த்தீர்களா?”

“உங்களுடைய கன்றுக்குட்டியா?” என்றார் ஒரு காமார். “அதனை காலையில் தொலைத்துவிட்டு இப்போதா தேடுகிறீர்கள்,

அதுவும் இந்த மழையில்? சத்தோல்கள் இந்நேரம் அதை வறுத்து சாப்பிட்டிருப்பார்களே. போங்கள்! திரும்ப வீட்டிற்கே போய்விடுங்கள். குளிரில் இறந்து விடுவீர்கள்."

"உங்களுடைய கன்றுக்குட்டியா?" என்றார் மற்றொரு காமார். "இந்த மழையிலா அதை தேடிக்கொண்டிருக்கிறீர்கள்? குளிரில் இறந்துவிடப் போகிறாய் முட்டாள் கிழவா. வீட்டிற்கு போ. போ! போ! நாளை உன்னுடைய கன்றுக்குட்டியை தேடிப்பார். அல்லது மழை நிற்கும்வரை காத்திரு, அதுவாகவே வீட்டிற்கு வந்துவிடும். விலங்குகளுக்கு தங்களுடைய பாதை நினைவிருக்கும். போ! வீட்டிற்குத் திரும்பிப் போ."

"என்னால் முடிந்தால்தானே" என்று முனகியபடியே அந்தக் கிழவர் காதாம்டுகி ஆற்றை நோக்கி நடந்தார். அதுதான் அவர் தன்னுடைய கால்நடைகளை மேய்க்கும் இடம். போகும் வழியில், மழைத்துளிகளின் சடசடப்பொலிகளுக்கு நடுவில் கவலையில்லாத, கட்டுப்பாடில்லாத நெருங்கிவரும் சிரிப்பொலிகளைக் கேட்டார். பின்னர் அவர்களைப் பார்த்தார். அந்த கிராமத்தின் அழகிகளான டெல்லாவும் புட்கியும் தங்களுடைய உடல்களை மூடுவதற்கு போதுமானதாக அல்லாத நனைந்த கச்சாக்களில், ஒரே ஒரு குடையில், அந்த மோசமான காலநிலையைப் பொருட்படுத்தாமல் சந்தோஷமாகச் சிரித்து அரட்டையடித்துக் கொண்டிருந்தனர்.

"கீ கபர், தாது?" டெல்லா அந்தக் கிழவரை மகிழச்சியோடு வரவேற்றாள். "நீங்களும் நீச்சலடிக்கவா போகிறீர்கள்? அருமை, தாது. அந்தப் பக்கமாக போனால் முங்கி எழலாம்."

"வாழ்த்துகள், பிள்ளைகளே" என்றார் கிழவர், நடுங்கியபடியே. "ஆனால், நான் நீச்சலடிக்கும் நிலையில் இல்லை."

"அப்படியென்றால் இந்தக் காலநிலையில் என்ன செய்துகொண்டிருக்கிறீர்கள்?" என்று கைகளை இடுப்பில் மடக்கி வைத்துக்கொண்டு டெல்லா ஒரு பொய்யான கோபத்துடன் கேட்டாள். "எங்களுடைய காதாம்டுகி ஆற்றில் முங்கி எழுவதைவிட வேறு என்ன விஷயம் அருமையானதாக இருந்துவிடப்போகிறது?"

"நான் என்னுடைய கன்றுக்குட்டியை தொலைத்துவிட்டேன்" என்ற அவர் ஏறக்குறைய கண்ணீர் விட்டார்.

"ஓ! அதுதான் விஷயமா?" என்றாள் டெல்லா. "அப்படியென்றால் நீங்கள் ஆற்றின் அடிப்பக்கத்திற்குத்தான் செல்ல வேண்டும். அங்கே

ஓமோரி புதர்களுக்கடியில் ஒரு கன்றுக்குட்டி நிற்பதைப் பார்த்தோம். அது உங்களுடையதாகத்தான் இருக்கும். போய்ப் பாருங்கள். அப்புறம், நீச்சலடிக்க மறந்துவிடாதீர்கள்."

அந்தக் கிழவரின் முகம் மகிழ்ச்சியில் மின்னியது. அவர் மறுமுறை டெல்லாவையும் புட்கியையும் வாழ்த்திவிட்டு விரைந்து சென்றார். அதோ அங்கிருக்கிறது! கன்றுக்குட்டி. அவருடைய கன்றுக்குட்டி. அவர் டெல்லாவை இன்னும் அதிகமாக வாழ்த்தினார்.கன்றுக்குட்டியை தனக்குப் பின்னால் இழுத்துக்கொண்டு வீட்டிற்கு செல்லும் வழியில் அவளை மறுபடியும் வாழ்த்தினார். மறுபடியும். அவர் வீட்டை அடையும்வரையில் வாழ்த்தினார். தன்னுடைய வாழ்நாள் முழுவதும் அவரிடம் யாருமே அவ்வளவு இனிமையாக பேசியதில்லை. பத்து வருடங்களுக்கு முன்பே இறந்துபோய்விட்ட அவருடைய மனைவியோ; அவருடைய மகன்களோ; அவர்களுடைய மனைவிகளோ; அவருடைய பேரன்களோ; நீண்டகாலத்திற்கு முன்பே இறந்துபோய்விட்ட அவருடைய அம்மாவோகூட அவரிடம் அவ்வளவு இனியாக பேசியதில்லை.

மற்றவர்களுக்கு டெல்லாவைப் பற்றி வேறுவிதமாகத் தெரியும். அவளுடைய கருணை, அவளுடைய இனிமையான குரல் மற்றும் தன்மையான வார்த்தைகள், அவளுடைய பிரகாசமான, அழகிய புன்னகை. பாவமும் ரகசிய அறிவும் கொண்ட அவளுடைய அம்மாவைப் போன்ற ஒரு வாழ்க்கையைத்தான் அவள் வாழ வேண்டும் என்று யாரும் விரும்பவில்லை. டெல்லாவும் அதை விரும்பவில்லையே. துன்குந்த்ரா-பூதம் தன்னுடைய இருப்பை அவள் உணரச்செய்ய முயற்சித்த ஒவ்வொரு முறையும் அது பேரழிவில்தான் முடிந்தது. அது பூதத்திற்குத்தானே தவிர, பயமற்ற டெல்லாவிற்கு அல்ல.

~

அவள் ஒருநாள் இரவு தன்னுடைய தோட்டத்தில் இயற்கை உபாதைக்காகச் சென்றாள். அது ஒரு அருமையான கோனாமி இரவு, அவருடைய பக்கத்து வீட்டுக்காரர் தன்னுடைய தோட்டத்தில் அந்த பூதத்தைப் பார்த்த இரவைப் போன்றே இருந்தது. டெல்லா கதவைத் திறந்தபோது அது அங்கே இருந்தது. குத்த வைத்து உட்கார்ந்திருந்தது. அவளையே வெறித்துப் பார்த்தது.

பாதி தூக்கத்தில் பயப்படாத டெல்லா "துர்ர்ர்!" என்று அந்த பூதத்தை விரட்டினாள். அது குதித்தோடியது. மல்லிகை கொடிகள் தரையைத் தொட்டபடியிருக்கும் தோட்டத்தின் மூலையை

நோக்கி அவள் நடந்தாள். அங்கே, கொடிகளின் திரைக்குப் பின்னால் அவள் குத்த வைத்து உட்காரத் தயாரானாள். அவள் தன்னுடைய புடவை மற்றும் உள்பாவாடையின் விளிம்பைப் பற்றித் தூக்குகையில் துன்குந்த்ரா-பூதம் வேகமாக ஓடிவந்து அவளைக் கவர நினைத்தது. அது உயரமாகத் தாவி டெல்லாவின் தலைக்கு மேலிருந்த கிளையில் உட்கார்ந்தது. அந்தக் கிளையைச் சுற்றி தன்னுடைய கால்களை சுருட்டி தலைகீழாகத் தொங்கியபடி டெல்லாவை முறைத்தது. அதனுடைய கண்கள் அவளுடைய தலைக்கு மேல் இரண்டு பெரிய கண்ணாடிகளைப் போல் காணப்பட்டன.

வேறு யாராவது இருந்தால் ஓடிப்போயிருப்பார்கள். ஆனால், டெல்லா டெல்லாதான். நேராக எழுந்து நின்று பூதத்தைப் பார்த்த அவள் அதனிடம் கடுமையாக கூறினாள், “என்னை மூத்திரம் பெய்ய விடவில்லை என்றால் உன்னுடைய வாயிலேயே போய்விடுவேன்.”

அது பின்னால் இருந்த தரையில் குதித்தது. அவள் சொன்னதை அது புரிந்துகொண்டிருக்கலாம். அது அவமதிக்கப்பட்டிருக்கலாம். டெல்லா கவலைப்படவில்லை. “துர்ர்ர்!” அவள் மறுபடியும் அதை விரட்டியடித்தாள். ஆனால், அது இப்போது தன்னுடைய பொறுமையை இழந்துகொண்டிருந்த டெல்லாவை நெருங்கி உரசச் சென்றது. அந்த பூதத்தை தொடும் அளவுக்கு டெல்லா அதனிடம் நெருங்கிச் சென்றாள். புடவையின் நுனியைப் பிடித்து தூக்கி இடுப்பில் செருகிக்கொண்டாள். அந்தப் பூதம் அவள் கால்களையே உற்றுப்பார்த்தது.

“நீ ஒரு வெட்கம்கெட்டவன்! என்னுடைய அப்பாதானே உன்னை வளர்த்தார். நான் உன்னுடைய சகோதரிதானே. இப்போது என்ன செய்கிறாய்?” என்ற சொல்லியவுடன் அவள் துன்குந்த்ரா-பூதத்தின் நெற்றியிலேயே, அதன் கண்களுக்கு நடுவில் உதைத்தாள்.

கீச்சிட்டுக் கத்தியபடியே அந்த பூதம் ஒரு கால்பந்தைப் போல் உருண்டுசென்றது. ஆஆஆஆஆ... அது அலறியது. மனிதர்களால் அதன் அலறலைக் கேட்க முடியாதுதான். ஆனால், பறவைகளாலும் விலங்குகளாலும் அதிர்வுகளை உணர முடியும். துன்குந்த்ரா-பூதம் அலறியவுடனே நாய்கேயின் தோட்டத்து மரக்கிளையில் தூங்கிக்கொண்டிருந்த எல்லாப் பறவைகளும் தங்களுடைய கூடுகளில் இருந்து பறந்து சென்றன. அவை ஏதோ உலகம் தன்னுடைய முடிவுக்கே வந்துவிட்டதைப்போல் அவ்வளவு வேகமாக சென்றன. “இ-பா! இ-பா!” அந்த பூதம் அலறியது.

உயரமாக குதித்து நாய்கேயின் வீட்டினுள் தாவிச்சென்றது. டெல்லா தன்னுடைய மூலைக்குத் திரும்பி அமைதியாக சிறுநீர் கழித்தாள்.

ஆசுவாசமடைந்த அவள் வீட்டிற்குள் நுழைந்தபோது, பலவீனமாக நடந்து வந்து அவளுடைய அப்பா அவளைத் தடுத்து நிறுத்தினார். "ஏன் அப்படிச் செய்தாய்?"

"அவன் ஏன் அப்படி முறைத்தான் என்று அவனிடம் ஏதற்காக கேட்கவில்லை?"

"கடவுளைக் கேள்வி கேட்கக் கூடாது" தன்னால் முடிந்தளவு பலத்தைத் திரட்டி நாய்கே உறுமினார்.

"நான் ஒன்றும் முறைத்துப் பார்க்கப்பட வேண்டியவள் அல்ல." இதைச் சொல்லிவிட்டு தன்னுடைய தந்தையை அப்பால் தள்ளிய டெல்லா அந்த முற்றத்தில் தன்னுடைய அறையை நோக்கி நடந்தாள்.

"உன்னை அறைக்குள்ளேயே வைத்துப் பூட்டிவிடுகிறேன்" என்று கத்தினார் நாய்கே. "பிறகு என்ன செய்கிறாய் என்று பார்க்கிறேன்."

அவள் நின்றாள், திரும்பி தன்னுடைய தந்தையை நோக்கி வந்து அவருடைய கண்களைப் பார்த்துக் கூறினாள். "என்னாலும் உங்களுக்கு செய்யக்கூடிய எவ்வளவோ விஷயங்கள் இருக்கின்றன. ஆனால், நான் செய்யவில்லை. ஏனென்றால் நீங்கள் என்னுடைய அப்பா. மறந்துவிடாதீர்கள்."

~

இரண்டு மாதங்களுக்குப் பின்னர், தன்னுடைய துணிகளை எடுத்துவைத்துக்கொண்ட அவள் டைரா தன்னை திருமணம் செய்துகொண்ட ஹோரோகுட்டுவுக்கு இடம் மாறினாள். அவளுடைய பெற்றோர் திருமணத்தில் கலந்துகொள்ளவில்லை. இருந்தாலும், ஹோரோகுட்டுவின் மாஜியும், மூத்தவர்களும், டைராவின் இரண்டு மாமாக்களும் காதாம்டுகிக்கு வந்து - மாஜி மற்றும் காதாம்டுகியின் மூத்தவர்களிடம் - கோனோங் அளித்தனர். டைராவின் குடும்பம் தங்களுடைய புதிய மருமகளால் மிகவும் மகிழ்ச்சியுற்றது. இந்த ஜோடிப் பொருத்தத்தால் நாய்கேயின் குடும்பத்தைத் தவிர காதாம்டுகியில் மற்ற எல்லோருமே மகிழ்ச்சியடைந்தனர். டைராவின் நல்லியல்பைக் கூறி நாய்கேயை சமாதானப்படுத்துவது மாஜிக்கு சிரமமாகிவிட்டது, இரண்டு கிராமங்களின் மோழே-கோ-க்களுக்கு இடையில் இரண்டு

கூட்டங்கள் நடந்தன. இறுதியில், நாய்கே வந்து தம்பதியினரை வாழ்த்தினார், அரைமனதுடன்.

டெல்லாவின் திருமணத்தை நினைத்து புட்கி மகிழ்ச்சியடைந்தாலும், டெல்லா சென்றவுடன் அவள் தன்னுடைய மகிழ்ச்சியை இழந்துவிட்டாள். புட்கியின் சோகம் இளைய சோமாய்-புட்கியை இறுக்கியது. அவள் முன்னெப்போதையும்விட அதிக ரத்தப்போக்கிற்கு ஆளானதுடன் அடிவயிற்றில் குறிப்பிடும்படியான இறுக்கம் இருந்துகொண்டே இருந்தது; ஒரு பெரிய உருளைக்கிழங்கு அளவுக்கு இருந்த அது மேல்நோக்கி நீள்வதைப்போல் இருந்தது. அவள் மீன் பிசுக்கைப் போல் நாற்றமடிக்கத் தொடாங்கினாள். சோமாய்-ஹாழாம் வீட்டிலிருந்தவர்கள் - சோமாய்-ஹாழாம், புட்கி மற்றும் வேலைக்காரர்கள் - இளைய சோமாய்-புதியின் நிலைக்கு பழகிவிட்டதனால் அந்த நாற்றத்தை சகித்துக்கொள்ள முடிந்தது. ஆனால், அவர்கள் பழகிவிட்டதால்தான்; அவளுக்காக என்ன செய்ய வேண்டும் என யாருக்கும் தெரியவில்லை.

“ரெயாழ்-பாஹா” காதாம்டுகிக்கு அடுத்தமுறை வந்தபோது டெல்லா புட்கியிடம் கூறினாள். “நான் என்னுடைய டைராவுடன் மகிழ்ச்சியாக இருக்கிறேன். நான் போய்விட்ட பிறகு நீ என்ன செய்யப்போகிறாய்?”

“போய்விட்ட பிறகா?” குலுங்கிப்போய் கேட்டாள் புட்கி. “நீதான் ஏற்கனவே போய்விட்டாயே. வேறு எங்கு போவதாக திட்டம்?”

டெல்லா புன்னகைத்தாள். “நாங்கள் வெகுதூரத்திற்குப் போகிறோம்” என்று சொல்லிவிட்டு பெருமூச்சுவிட்டாள். “ரொம்ப, ரொம்ப தூரமாக.”

“ரெயாழ்-பாஹா...” புட்கி டெல்லாவின் கையைப் பிடித்துக்கொண்டாள். “ரெயாழ்-பாஹா, நீ...”

“ஆமாம், ரெயாழ்-பாஹா.” டெல்லா மீண்டும் பெருமூச்சுவிட்டாள். “நாங்கள் சீக்கிரமே போய்விடுவோம். என் டைரா நாமால்-திஸோமில் வேலை தேடியிருக்கிறான். விவசாயம் செய்ய எங்களுக்கு ஒரு துண்டு நிலம் கிடைக்கும். நாங்கள் அங்கே வீடு கட்டிக்கொள்வோம்.”

புட்கி சந்தேகத்துடன் டெல்லாவை உற்றுப்பார்த்தாள். “நாமால்-திஸோமா? அப்புறம் நான் என்ன செய்வது? நான் எப்படி? கூட்டிப்போ... என்னையும் கூட்டிப்போ.”

டெல்லா புட்கியின் கைகளை இறுக்கமாகப் பிடித்துக்கொண்டு பலமாக உலுக்கினாள். “இல்லை, ரெயாழ்-பாஹா. நான் எப்படி உன்னைக் கூட்டிச்செல்வது? நீ இங்கேதான் இருக்க வேண்டும்.”

“நீ இல்லாமலா?”

“உனக்காக ஒருவன் இருக்கிறான்.”

“யார்?”

“சால்க்கு.”

“சால்க்குவா?”

“ஆமாம். அவன் உன்னை விரும்புகிறான். அவனை மணந்துகொள். ஒருநாள் அவனே உன்னை என்னிடம் அழைத்துவரலாம்.”

“சால்க்குவா?”

“ஆமாம். சால்க்குதான்.”

~

டெல்லாவும் டைராவும் போய்விட்டதால் புட்கி மேற்கொண்டு சோகத்தில் விழுந்தாள். இளம் சோமாய்-புதிக்கோ கட்டிலைவிட்டு எழுந்திருக்க முடியாத அளவுக்கு இன்னும் அதிக ரத்தப்போக்கு ஏற்பட்டது. அவள் அடிவயிற்றில் இருந்த பெரிய உருளைக்கிழங்கு பம்பளிமாஸ் அளவுக்கு வளர்ந்து அவளுடைய நெஞ்சுக்கூட்டுக்கு கீழே நின்றுவிட்டது. அது அவளுக்கு வலியேற்படுத்தியதுடன் விரைவிலேயே வெடித்துவிடும் என்பதில் அவள் உறுதியாக இருந்தாள்.

பின்னர், புட்கி போய்விட்ட நாளன்று அந்த பம்பளிமாஸ் உடைந்தது. எல்லோரும் புட்கி சென்றுவிட்டதுதான் அதற்கு காரணம் என்றனர்.

புட்கி சால்க்குவை விரும்பியதே இல்லை. அவர்கள் உறவுகொண்டிருக்கிறார்கள் என்றாலும் சால்க்குவை புட்கி உணர்ந்த விதத்தில் காதலுக்கான எந்த அறிகுறியும் கிடையாது. ஒரு வாரம் இரவு முழுவதும் ஹோரோகுட்டுவில் உள்ள சால்க்குவின் வீட்டில் புட்கி தங்கியிருக்கையில் இருவருமே அளவுக்கதிகமாக ஹாந்தி அருந்தினர். குடித்திருந்த நிலையில் பயங்கர சண்டையிட்டனர். சால்க்குவை அவனுடைய அணுகுமுறைகள் எல்லாவற்றையும்

மறுத்து புட்கி உச்சஸ்தாயியில் திட்டும்போது அவன் புட்கி மீதான தன்னுடைய காதலை வெளிப்படுத்துவான். சால்க்குவின் குடும்பத்தால் திகைப்பில் வாய்பிளந்து பார்த்துக்கொண்டிருக்க மட்டுமே முடிந்தது.

சால்க்கு பிதற்றுவான், "உனக்காக நான் சாவேன்."

புட்கி அவனிடம் தோள்களை குலுக்குவாள். "துர்ர்ர்! சாட்யால்!"

சால்க்கு பொறுமையிழந்து கத்துவான், "உன்னை என் வீட்டிலேயே வைத்துக்கொள்வேன்!"

"அப்படியென்றால், நீ என்னை சொந்தமாக்கிவிட்டாயா?" என்பாள் புட்கி.

சால்க்கு புட்கியின் முடியைப் பிடித்திழுத்து அவள் மீது பாய்வான். இரக்கமில்லாமல் அவள் முகத்தில் அறைந்து அவளுடைய உடைகளைக் கிழித்தெறிவான்.

புட்கி தன்னுடைய முஷ்டியால் அவனைக் குத்தி முடியைப் பிடித்திழுப்பாள்.

அவ்வப்போது, சால்க்கு கத்துவான், "புட்கி... புட்கி... துலாரியா, நீதான் என் உயிர்..."

புட்கி ஓலமிடுவாள்.

இது முதன்முறை நடந்தபோது சால்க்குவின் அத்தைகளுள் ஒருத்தி அவனுடைய இளைய சகோதரிகளை அழைத்து சண்டையிடும் ஜோடிகளைப் பார்த்து வரச் சொன்னாள். "து-ஸே, நா! நேல் கின் பே! அவர்கள் ஒருவரை ஒருவர் கொன்றுவிடுவதுபோல் தெரிகிறது."

இளம் சகோதரிகள் சால்க்குவும் புட்கியும் ஏறக்குறைய அரைநிர்வாணத்துடன் கைகலப்பில் ஈடுபட்டிருப்பதையும்; கத்தி, அலறி, ஒருவரையொருவர் உலுக்கிக்கொண்டிருப்பதையும் கண்டனர். சால்க்குவின் வேட்டி அவனுடைய கால்களின் ஒன்றைத்தான் மறைத்திருந்தது, மற்றொரு கால் இடுப்பில் இருந்து கீழ்ப்பகுதிவரை அப்படியே வெளியே தெரிந்தது. புட்கியின் மேலாடை கிழிக்கப்பட்டு அவளுடைய மார்புகள் அவளுடைய போராட்டத்தால் வெளியே கிடந்தன. ஆனாலும் பயந்துபோன சகோதரிகள் தங்களுடைய தீபத்தை உயர்த்திபடி கேட்டனர்: "சால்க்கு-தாதா?" சால்க்கு அமைதியாக பதில் சொன்னான்: "என்ன

இது? இங்கிருந்து போய்விடுங்கள்." குடித்துவிட்டு தாறுமாறாக கிடந்த புட்கி சிரித்தாள். "போங்கள்! இதெல்லாம் ஒன்றுமில்லை! உங்களுடைய தாதா என்னை எவ்வளவு காதலிக்கிறார் என்று காட்டிக் கொண்டிருக்கிறார்."

பயந்துபோன - வெட்கிப்போன - சகோதரிகள் விரைந்து வெளியேறினர்.

அதன்பிறகு, சால்க்குவின் குடும்பத்தினர் அவர்களைப் பெரும்பாலும் அப்படியே விட்டுவிடுவார்கள். சில நேரங்களில், அவர்கள் சிறந்த காதலர்களைப் போல் இருப்பார்கள். ஒன்றாகவே குளிப்பார்கள், ஒருவர் துணிகளை ஒருவர் துவைப்பார்கள், இளம் குழந்தைகளைப் போல் விளையாடுவார்கள். மற்ற நேரங்களில், பூனையும் நாயும் போல மோசமாக மோதிக்கொள்வார்கள். அவர்களுடைய சண்டை மிக சத்தமாகவும், வன்முறையாகவும் மாறினால் மட்டுமே அதை யாராவது வந்து பார்ப்பார்கள். மற்றபடி, அவர்களை அப்படியே சண்டையிட்டுக்கொள்ளவோ, புணர்ந்துகொள்ளவோ அல்லது தூங்கவோ அவர்கள் விருப்பப்படி விட்டுவிடுவார்கள்.

காதாம்டுகியைச் சேர்ந்த ஒரு மூத்தோர்கள் தரப்பு புட்கியை திரும்ப அழைத்து வரவோ அல்லது மரியாதையுடன் சால்க்குவுக்கு திருமணம் செய்துவைக்கவோ ஹோரோகுட்டுவுக்குச் சென்றபோது, சால்க்கு புட்கியை விரும்புவதாகவும், அவளைத் திருமணம் செய்துகொள்ளத் தயாராக இருப்பதாகவும் அவர்களிடம் தெரிவித்தான். ஆனால், புட்கி - மிகக் குறுகிய காலத்தில் மிக அதிகமானவற்றைப் பார்த்துவிட்ட ஒரு சலிப்புற்ற பயணி - மூத்தோர்களிடம் தான் காதாம்டுகிக்கே திரும்பி வருவதாகக் கூறினாள். அவள் திரும்பிவந்த அன்று இளைய சோமாய்-புதியின் உள்ளே இருந்த பம்பளிமாஸ் வெடித்து அவளைக் கொன்றுவிட்டது. அவள் புட்கி வருவதற்காக, ஆபத்தில்லாமல் பாதுகாப்பாக வீடு வந்து சேர்வதற்காக காத்திருந்திருக்கலாம். இளைய சோமாய்-புதியின் நோயே ஊர்சுற்றும் புட்கியின் மீது தன் விளைவை ஏற்படுத்தி, அவள் விரும்பாத ஒருவனுடன் திருமணம் செய்துகொள்வதில் இருந்து அவளை விடுவித்து வீட்டுக்கு அழைத்து வந்திருக்கலாம். எது எப்படியிருந்தாலும், புட்கி திரும்பி வந்ததே இளைய சோமாய்-புதியின் மனதில் இருந்த எல்லாக் குற்றவுணர்ச்சியில் இருந்து அவளை விடுவித்துவிட்டதுபோல் தெரிந்தது. அது, தான் ஒரு திறனில்லாத தாயாக இருந்தாலும் மோசமானவள் இல்லை என்பதை அவள் கடவுளர்களிடம் சொன்னதைப் போல் இருந்தது.

குட்டைக்கால் மணமகன்

வங்காளத்தின் வளமான சமவெளிகளில் தொலைதூரத்தில் உள்ள பர்தமான் மாவட்டத்தில் உள்ள நமால்-திஸோமில் இருந்து டெல்லா மற்றும் டைராவைப் பற்றிய செய்திகள் அவ்வப்போது காதாம்டுகியை வந்துசேர்ந்தன. அவர்கள் ஒரு பணக்கார ஜமீன்தார் நிர்மாணித்த ஒரு சந்தால் கிராமத்தில் வசித்தனர். வங்காள ஜமீன்தார்கள் பல தொழிலாளர்களையும் வேலைக்கு அமர்த்தினர். அவர்களில் பெரும்பாலானோர் சந்தால்கள், மற்றவர்கள் சோட்டா நாக்பூரைச் சேர்ந்த ஆதிவாசிகளான முண்டா மற்றும் ஓரான் இனத்தவர்கள். சந்தால்கள் பீகாரில் உள்ள தாழ்-திஸோம் மற்றும் தாம்பாழா-திஸோம் ஆகியவற்றிலிருந்தும்; வங்காளத்தில் உள்ள பார்ஹா-திஸோம், சில்தா-திஸோம் மற்றும் டுங்-திஸோம் ஆகியவற்றிலிருந்தும்; ஒரிஸ்ஸாவில் தொலைதூரத்தில் உள்ள ஆட்குஸி-திஸோம் மற்றும் பபோன்ஹாடி-திஸோம் ஆகியவற்றிலிருந்தும்கூட வந்திருந்தனர். தங்களுடைய நிலங்களில் குத்தகை பயிரிடுநர்களை அமர்த்திக்கொள்ளும் ஜமீன்தார்கள் அவர்களுக்கு சிறிய பண்ணைகளை வழங்கினர். ஜமீன்தார்களின் சார்பாக இந்த நிலத்தை அவர்கள் உழுது பயிரிடுவார்கள். தங்களுடைய புதிய வாழ்க்கையால் டெல்லாவும் டைராவும் மகிழ்ச்சியுற்றனர்.

பின்னால் காதாம்டுகியில், எல்லோருமே ஒரு ஆழ்ந்த பெருமூச்சு விட்டனர். “சாந்தோ-போங்கா மகத்தானவர்” என்றனர். “டெல்லா போய்விட்டதோடு புட்கிக்கும் கொஞ்சம் அறிவு பிறந்திருக்கிறது. இப்போது சோமாய்-ஹாழாம்தான் புட்கிக்கு ஒரு சரியான கணவனை தேடியாக வேண்டும்.”

ஒரு சரியான கணவன்: சோமாய்-ஹாழமின் மனதில் இருந்த ஒரே சிந்தனை அதுதான். அவர் ஒரு முழு கிழவராகி பலவீனப்பட்டுப் போய்விட்டார். தன்னுடைய கடமை தவறாத, புறக்கணிக்கப்பட்ட மனைவியின் இறப்பால் உலுக்கப்பட்ட அவர் ஏறக்குறைய அந்த

கிராமத்துடனான விவகாரங்களில் இருந்து ஒதுங்கியே இருந்தார். தன்னுடைய மகளை இனிமேலும் ஊர்சுற்ற விடமுடியாது என்பதும், என்ன விலை கொடுத்தாவது அவளுடைய திருமணத்தை முடித்தாக வேண்டும் என்பதும் அவருக்குத் தெரியும். இங்கே வாரிசுரிமை என்ற கேள்வியும் எழுந்தது. தன்னுடைய பண்ணைகளை அவர் யாரிடம் விட்டுச்செல்வது? இருந்தாலும் பெரிய கேள்வி என்னவென்றால்: புட்கி மேற்கொண்ட எல்லாவித சாகசங்களுக்கும் அப்பால் அவர்களுடைய தகுதிக்கேற்ற குடும்பத்திலிருந்து அவளுக்கான ஒருவனைக் கண்டுபிடிப்பது சுலபம்தானா?

யாராக இருந்தாலும் பரவாயில்லை என்று அவர் முடிவுசெய்துவிட்டார்: ஒரு திருமணமாகாதவர், மனைவியை இழந்தவர், அல்லது விவாகரத்தானவர். அவருக்கு மூன்றே நிபந்தனைகள்தான் இருந்தன: அவன் ஹஸ்தாவாக இருக்கக்கூடாது, அவனுக்கு மனைவி இருக்கக் கூடாது, அத்துடன் புட்கியும் காதாம்டுகியை விட்டு வரமாட்டாள் - சோமாய்-ஹாழமிற்கு தன் மகள் மீது நம்பிக்கையில்லை. அவளுடைய கணவனை காதாம்டுகியில், ஒரு கார்தி-ஜாவாயாக அவர் வீட்டிலேயே வைத்துக்கொள்வார். ஆனாலும், ஒருவன் காதாம்டுகியின் மாஜி-குஷ்டியைச் சேர்ந்த ஒருவரின் ஒரே மகளைத் திருமணம் செய்துகொள்வதாக இருந்தாலும் சுயமரியாதை உள்ளவன் என்றால் கார்தி-ஜாவாயாக இருக்க சம்மதிக்க மாட்டான்.

மிகுந்த பரிசீலனைக்குப் பின்னர், அந்தப் பிரதேசம் முழுவதற்கும் கருத்துணர்வாளர்களை அனுப்பி வைத்தார் சோமாய்-ஹாழாம். காதாம்டுகி கிராமத்து மாஜி-குஷ்டியின் மகளுக்கு - ஒரு ஹஸ்தா பெண்ணுக்கு- அவளுடைய வீட்டிலேயே வாழ விருப்பமுள்ள கணவன் தேவை. குடும்பத் தகுதி பிரச்சினையில்லை. ஆர்வமுள்ள தரப்பினர் அந்தப் பெண்ணின் தகப்பனாரை நேரில் சந்திக்கலாம்.

கோழ்தா பாஸ்கேயின் வண்டிச்சுமையளவுக்கான நினைவுகள்தான் அவரை சோமாய்-ஹாழமின் நிபந்தனைகளுக்கு ஒப்புக்கொள்ள வைத்தது.

கோழ்தா லோவாடிகியைச் சேர்ந்தவர். லோவாடிகி -லோவா, அதாவது அத்தி மரம் காரணமாக பெயரிடப்பட்டது- சால்புனி இருக்கும் திசையில் காதாம்டுகிக்கு கிழக்கே ஐந்தில் இருந்து ஏழு கிலோமீட்டர்கள் தொலைவில் உள்ளது.

லோவாடிகிக்கு சற்று வெளியே எந்தவித செடிகொடிகளும் இல்லாமல், அதன் உச்சியில் ஒரே ஒரு தாலே மரத்தை மட்டும் கொண்டிருக்கும் வெற்றுச் சிறுமலையான புடூர்-டுங்ரி இருக்கிறது. தாலே மரத்திற்கு கீழே வாழ்கின்ற, கவர்ந்திழுக்கும் அழகான ஜுக்னி ஆவி நோய்க்கு காரணமானவள் என்று சொல்லப்படுகிறது. மாடுமேய்க்கும் சின்னப் பையன்கள் புடூர்-டிங்ரிக்கு மேலே ஜுக்னி அம்மணமாக உலாவுவதை அவ்வப்போது பார்த்திருக்கிறார்கள். அவளுடைய வாரப்படாத தலைமுடி தரையைக் கூட்டிக்கொண்டிருக்கும்; அவள் வெங்காயம், பூண்டு மற்றும் இஞ்சி ஆகியவற்றை வைத்திருப்பதையும், அவற்றைக் கடுமையான சூரிய ஒளியில் சார்ஜோம் மரத்தின் இலைகளில் காயவைத்திருப்பதையும் பார்த்திருக்கிறார்கள். அவளுடைய அழகால் கவரப்பட்ட அந்த மாடுமேய்க்கும் பையன்கள் ஒருநாள் அவளை நெருங்கி அவளுக்கு மிக அருகாமையில் சென்றபோது அங்கு வந்த ஒரு வயதான மாடுமேய்ப்பர் அவர்களைத் தடுத்து நிறுத்தினார். “ஏய்!” அவர் அதட்டினார். “அந்தப் பாவப்பட்ட பெண்ணை ஏன் தொந்தரவு செய்கிறீர்கள்? போய்விடுங்கள்! உங்களுடைய ஆடு மாடுகளிடம் திரும்பிச் செல்லுங்கள்.”

“ஆனால், தாத்தா” அவர்களில் ஒரு பையன் கேட்டான். “அவள் ஏன் அம்மணமாக இருக்கிறாள்? அவள் யார்?”

“யாருமில்லை, யாருமில்லை.” அவர் தன்னுடைய நீளமான, கெட்டியான கம்பை ஆட்டினார். “உங்களை விளாசுவதற்குள் இங்கிருந்து போய்விடுங்கள்.”

அந்தப் பையன்கள் ஓடிப்போயினர். அந்தக் கிழவர் பின்னால் திரும்பி புடூர்-டிங்ரிக்கு கீழே இறங்க எத்தனித்தபோது ஜுக்னி அவரை மிக மென்மையான குரலில் அழைத்தாள். “ஐயா, இன்று நான் எந்த வழியில் செல்ல வேண்டும் என்று தங்களால் சொல்ல முடியுமா?”

அந்த சிறுமலையின் மறுபக்கத்தில் இருந்த சால்புனி கிராமத்தை அவர் சுட்டிக்காட்டினார். “அந்தப் பக்கம். அந்தப் பக்கமாக போ.”

நன்றியுடன் தலையசைத்த ஜுக்னி, கைநிறைய பூண்டை அள்ளி சால்புனி இருக்கும் திசையை நோக்கி வீசியது. அடுத்தநாள் காலை, சால்புனியில் ஐந்துபேருக்கு திடீரென்று வயிற்றுப்போக்கும், வாந்தியும் ஏற்பட்டதாக லோவாடிகி மக்கள் கேள்விப்பட்டனர். கடுமையான நீரிழப்பினால் அவர்களில் மூன்றுபேர் இறந்துவிட்டனர்.

ஜுைக்னி வெளிப்படையாக விவாதிக்கப்படாவிட்டாலும், மாடுமேய்ப்பவர் அந்த ஆவியை எதிர்கொண்டது பற்றியும், அவள் இருப்பு வைத்திருந்த உலர்ந்த வாசனை திரவியங்கள் பற்றியும் லோவாடிகி மக்கள் கண்டுபிடித்தனர். இதுகுறித்து கேட்கப்பட்டபோது, அந்தக் கிழவர் ஜுைக்னியை எதிர்கொண்டதை உறுதிப்படுத்தினார். ஆனால், அவளை சால்புனியை நோக்கி அனுப்பியதை சொல்லவில்லை.

கோழ்தா பாஸ்கேக்கு நல்ல பெயர் எதுவும் வைக்கப்படவில்லை. அவனுடைய உடல்ரீதியான குறைபாட்டின் காரணமாக தனக்கு வழங்கப்பட்ட பெயரிலேயே பெருமை கொண்டிருந்தான். கோழ்தாவின் வலதுகால் அவனுடைய இடதுகாலைக் காட்டிலும் குட்டையாக இருக்கும். அதைத் தவிர்த்துவிட்டுப் பார்த்தால், அவனுக்கு முழுநிறைவான உடல்வாகுதான். குட்டையாக இருந்தாலும், உறுதியான கைகளும், விரிந்த மார்பு, அகன்ற தோள்களும் வாய்த்திருந்ததோடு அவனுக்கு ஒரு எருதின் பலமும் உண்டு. அவன் நடக்கத் தொடங்கும்வரை, மூன்று சகோதரர்களில் அவனே இளையவன் என்பதால் அவனை ஹோபோன்-பாபு, சின்னப் பையன் என்றே அழைத்தனர். ஆனால், அவன் வளரும்போது அவனுடைய நொண்டியடிப்பு தனிப்பட்டு தெரிந்ததால் எல்லோரும் அவனை கோழ்தா, அல்லது நொண்டி, அல்லது கோழ்தா-பாபு என்று அழைக்கத் தொடங்க, அந்தப் பெயரே நிலைத்துவிட்டது. அடுத்தடுத்து, கோழ்தா பாஸ்கே என்ற பெயர் ரேஷன் கார்டு மற்றும் நிலப் பத்திரங்கள் உள்ளிட்ட அரசாங்க ஆவணங்களிலும் இடம்பெற்றுவிட்டது.

கோழ்தா வசீகரமானவன். நண்பர்களுடன் கிராம கண்காட்சிகளுக்கும், ஆண்களும் பெண்களும் ஒருவர் இடுப்பில் ஒருவர் கைவைத்தபடி நடனமாடும் நிகழ்ச்சிகளுக்கோ அவன் செல்லும்போதெல்லாம் பெண்கள் அவனை வைத்தகண் வாங்காமல் பார்ப்பார்கள். சிலர் அவனைப் பிடித்திழுத்து நடனமாட அழைப்பார்கள். தன்னுடைய குறைபாட்டை நினைவில்கொண்டு ஒவ்வொரு முறையும் கோழ்தா அதற்கு மறுத்துவிடுவான். இருப்பினும், அவனுடைய நண்பர்கள் உள்ளே குதித்து தாங்கள் விரும்பிய பெண்ணை பற்றிக்கொண்டு, டமக் மற்றும் டும்டக்கின் தாளகதிக்கு தங்கள் அசைவுகளைப் பொருத்திக்கொள்வார்கள். திரியோ மற்றும் பானாமின் இசைக்கேற்ப நடனமாடுவார்கள். அவர்களில் பலரும் தங்களைக் கவர்ந்த பெண்களுடன் போய்விடுவார்கள். ஆனால், கோழ்தா எப்போதுமே பின்னால்தான்

நிற்பான். எப்போதுமே தனிமையில். பல கோப்பைகள் ஹாந்தி மற்றும் பாரா அருந்திய பின்னரும்கூட அவனால் தன்னுடைய தயக்கங்களைக் கடந்துவர முடிந்ததில்லை. இதனால்தான், அவனுடைய நண்பர்கள் தாங்கள் மோகித்த பெண்களிலேயே மிகவும் வெட்கப்பட்டவளைக் காட்டிலும் அதிகம் வெட்கப்படுகிறவன் என்று அவனைக் கிண்டல் செய்வார்கள். "ச்சோ-ஸே,யா! ச்சோ, ச்சோ! ஆடிம் லாஜாக் கான் தோ! குழி கோன் னோ பேஸி."

இருந்தாலும் அவன் சுயக்கட்டுப்பாட்டுடனே இருந்து வந்தான். அதுவும்கூட குளிர்கால தசமி பண்டிகையைக் குறிக்கும் தாசாய்-பாதா வரை மட்டும்தான். அந்த வருடம் நடந்த தாசாய்-பாதாவில், தான் இதுவரை பார்த்ததிலேயே மிக அழகான பெண்ணை கோழ்தா பார்த்தான். ஆட்டக்காரர்களின் பின்னால் இருந்த வரிசையில் அவள் நின்றுகொண்டிருந்தாள். அவள் தன்னுடைய தோழிகளுடன் வந்திருந்தாள். என்றாலும் - கோழ்தாவைப் போன்றே - அவளும் அந்த பெரும் இரைச்சலில் இருந்து தள்ளி, தனித்திருந்தாள்.

ஆண் ஆட்டக்காரர்களின் உயரமான, மயிலிறகு தலைப்பாகைகளின் வழியாக சட்டென்று தோன்றி மறைவதாக இருந்தாலும் கோழ்தாவால் அவள் மீது வைத்த கண்ணை வாங்க முடியவில்லை. அந்த நேரத்தில், தங்களுடைய கடத்திச் செல்லப்பட்ட காதலிகளான ஆய்னோம் மற்றும் காஜோல் ஆகியோரைக் காப்பாற்றுவதற்காக தங்களுடைய வீடுகளில் இருந்து விரையும் போர் வீரர்களான தீபி மற்றும் துர்கா ஆகியோரைப் பற்றி விவரிக்கும் நடனம் நிகழ்ந்து கொண்டிருந்தது.

ஹாய் ரே ஹாய் ரே ஹாய் ரே

திபி ஆர் துர்க து கிந் ஓடோக் ஏநா ரே

திபி ஆர் துர்க து கிந் பாஹிர் ஏநா ரே

சேதே தோ கிந் ஓடோக் ஏநா ரே

சேதே தோ கிந் பாஹிர் ஏநா ரே

ஹாய் ரே ஹாய் ரே ஹாய் ரே

ஹாய் ரே ஹாய் ரே ஹாய் ரே

தீபியும் துர்காவும் வீட்டைவிட்டுக் கிளம்பினார்கள்

தீபியும் துர்காவும் தங்கள் வீடுகளில் இருந்து வெளியே வந்தார்கள்.

அவர்கள் ஏன் வீட்டைவிட்டு கிளம்பினார்கள்?

அவர்கள் ஏன் தங்கள் வீடுகளில் இருந்து வெளியே வந்தார்கள்?

ஹாய் ரே ஹாய் ரே ஹாய் ரே

சிலர் கோழ்தாவைப் பிடித்துக்கொண்டு நடனத்தில் கலந்துகொள்ளுமாறு வற்புறுத்தினர். அவன் எல்லோரும் ஆச்சரியப்படும் வகையில் எழுந்து நின்றான். அவன் நண்பர்கள் ஆர்ப்பரித்தனர். அவன் அதற்கு நன்றி தெரிவித்துவிட்டு அந்தப் பெண் எங்கு நிற்கிறாள் என்று பார்த்தான். ஆனால், அவள் போய்விட்டாள். அவன் விரைவாக நொண்டியபடியே அந்த வட்டத்தில் இருந்து வெளியே வந்து ஒவ்வொரு நான்கு அடிக்கும் நின்று பார்த்தான். ஆனால், அவளைக் கணநேரம்கூட பார்க்க முடியவில்லை.

அடுத்தநாள், லோவாடிகிக்கு வெளியே இருந்த ஒரு குட்டைக்கு அருகாமையில் கால்களை தண்ணீரில் விட்டபடி அவன் உட்கார்ந்திருந்தான். முதல்நாள் இரவின் போதை இருந்தபோதிலும், அவன் சீக்கிரமாகவே எழுந்துவிட்டான். தன்னுடைய சோகமான முகத்தை தெளிவான தண்ணீரில் பார்த்துக்கொண்டிருந்தான். மெல்லிய டன்கா மீன்கள் கரையோரத்தில் வளைந்து நெளிவதையும், தவளைகள் பாறைக்குப் பாறை தாவுவதையும் பார்த்தான். குட்டையின் அடியில் இருந்த சிறு கற்கள்கூட அவனைவிட மகிழ்ச்சியாக இருப்பதுபோல் காணப்பட்டன. அவனுடைய நண்பர்கள் யாருக்கும் அவளைப் பற்றித் தெரியவில்லை. ஆனாலும், அவன் இறுதியாக ஒரு பெண்ணைக் கண்டுகொண்தைத் தெரிந்துகொண்டதும் அவர்கள் மகிழ்ச்சியுற்றனர். அவர்கள் அவனுடைய மகிழ்ச்சிக்காக குடித்தனர், ஆனால், அவன் உண்மையிலேயே மகிழ்ச்சியாகத்தான் இருக்கிறானா? அவன் அவளிடம் சென்று அவளுடைய பெயரை, அவள் எந்த கிராமத்தைச் சேர்ந்தவள் என்பதை, அவளுடைய தந்தை யார் என்பதைக் கேட்டிருக்க வேண்டும். ஆனால், அவன் மிகவும் வெட்கம் கொண்டவன். அவனுடைய நண்பர்கள் சொன்னதுதான் சரி; அவன் ஒரு பெண்ணைக் காட்டிலும் அதிகமாக வெட்கப்படக்கூடியவன். இலையுதிர்காலத்து தென்றல் உயரமான காஸி மரத்தின் வெள்ளைப் பூக்களுக்கு கிளர்ச்சியூட்டியது. காஸி அடர்த்தியானது, அவற்றுக்கிடையில் ஒரு புலிகூட மறைந்துகொள்ளலாம், யாருக்கும் தெரியாது. புலிகள் எதுவும் இப்போது கோழ்தாவின் மனதில் இல்லை, ஜுக்னியும்தான்.

“கோழ்தா-பாபு” ஒரு பெண் அழைத்தாள்.

கோழ்தா எழுந்து நின்றான். எச்சரிக்கையுடன். யார் இது? இது ஜூக்னியா? அல்லது தேங்கிய குட்டைகளின் ஆழத்தில் வாழும் ஏழு சகோதரிகளான சாத்-போஹோனிக்களுள் ஒன்றா. சாத்-போஹோனி குட்டைகள் மற்றும் ஏரிகளின் தேவதை. அவர்களுடைய கால்கள் பின்னோக்கி செல்லும் எனவும், குளிக்க வரும் எல்லா இளைஞர்கள் மீதும் அவர்கள் கண் வைத்திருப்பார்கள் என்றும் சொல்லப்படுகிறது. அவர்களில் கவர்ச்சியான ஒருவனை அவை கண்டுவிட்டால், அவனை குட்டையின் ஆழத்திற்கு இழுத்துச் சென்றுவிடும். பிண்ணிக்கிடக்கும் பாம்புகளின் காண்டோவில் அவனை உட்கார வைத்திடும் அவை உலர்ந்த கூஸ்பெர்ரி இலைகளால் செய்யப்பட்ட தாபென்னை அவனுக்கு ஊட்டிவிடும். பின்னர் அவனை அரவணைத்து மயங்கச் செய்யும். இதனால் அந்த மனிதன் அந்த ஏழு பேரையும் அடுத்தடுத்து புணர வேண்டியிருக்கும். மறுநாள், அந்த மனிதனின் உயிரற்ற உடல் அந்தக் குட்டையின் ஆழத்திலிருந்து வெளியே வந்து மேற்பரப்பில் மிதக்கும்.

கோழ்தா தண்ணீரில் இருந்து கால்களை எடுத்துக்கொண்டான். இல்லை, அவன் ஏழு சகோதரிகளுக்கும் கணவனாக விரும்பவில்லை. அவன் இந்தக் குட்டையின் ஆழத்தில் கடவுளாக விரும்பவில்லை. அவன் பூமியிலேயே, கட்டாந்தரையிலேயே மகிழ்ச்சியாகத்தான் இருக்கிறான்.

“கோழ்தா-பாபு” அந்தக் குரல் மீண்டும் அழைத்தது. அது நெருங்கி வந்தது. அவன் திரும்பினான்.

இதோ அவள். தாசாய்-பாதாவில் இருந்த அழகி.

“கோழ்தா-பாபு” அவள் வெட்கத்துடன் கூறினாள். “சால்புனியில் இருந்து நான் உங்களைப் பார்க்கத்தான் வந்தேன், என் பெயர் டாங்கி.”

டாங்கி - சர்ணா ஆலயத்தின் இறைவிகளில் ஒருத்தியினுடைய பெயர் - லோவாடிகியில் உள்ள உறவினர்களைப் பார்க்க வந்துள்ளதாகவும், அதனால்தான் தன்னை யாருக்கும் தெரியவில்லை என்றும் கூறினாள். அவன் அவளைப் பற்றி நினைத்துக் கொண்டிருந்தான், அவள் அவனைப் பார்க்க வந்திருக்கிறாள். அவன் அவளை அப்படியே திருப்பி அனுப்பிவிட முடியாது.

அந்த ஜோடியைப் பற்றி இன்றும்கூட லோவாடிகி மக்கள் பேசுவார்கள். அது புட்கியுடனான கோழ்தாவின் ஜோடிப்பொருத்தத்தைவிட மிகவும் அருமையானது. டாங்கியும் கோழ்தாவும் பொருத்தமான ஜோடியாகினர். அவர்கள் சேர்ந்து நடக்கும்போது - கோழ்தா நொண்டுவான், டாங்கி மரியாதையுடன் தன்னுடைய நடையைக் கட்டுப்படுத்தி தன்னுடைய கணவனின் நடையோடு பொருந்திப்போவாள் - ஒரு ஆணும் அவனுடைய மனைவியும் இப்படித்தான் இருக்க வேண்டும் என்பதை ஒப்புக்கொண்டனர். திருமணமான ஒரு வருடத்திற்குள்ளாகே, அவளுடைய உடலை மஞ்சள் கிழங்கைப்போல் மஞ்சள் பாரிக்கச் செய்த ஒரு நோயினால் டாங்கி இறந்துபோது கோழ்தா எந்தளவுக்கு ஆற்றுப்படுத்த முடியாதவனாக இருந்தான் என்பதை இப்போதும்கூட எல்லோருமே நினைவுகூர்வார்கள்.

கோழ்தா புட்கியை திருமணம் செய்துகொள்ள சம்மதித்தபோது பலரும் தங்களுடைய மூக்கைத் திருப்பிக்கொண்டனர். புட்கி போன்ற ஒரு பட்டாம்பூச்சிக்கு கோழ்தா போன்ற உணர்ச்சிகரமான ஒருவன் ஏற்றவன்தானா? என்றனர். அவர்கள் கோழ்தாவின் முடிவினால் அதிசயிக்கவும் செய்தனர். லோவாடிகி மற்றும் டாங்கியின் நினைவுகளில் இருந்து தப்பிக்கத்தான் அவன் கார்தி-ஜவாயாக போவதற்கு ஒப்புக்கொண்டானோ என்றும் அவர்கள் வியந்தனர்.

புட்கி இதுபோன்றதொரு திருமணத்திற்கு ஒப்புக்கொண்டதுதான் மக்களை இன்னும் ஆச்சரியப்படுத்தியது. நீர்மமான இந்த கலகக்கார பெண் அழுது அரற்றுவாள். குட்டைக்கால் உள்ள மனைவியை இழந்தவரை திருமணம் செய்துகொள்ள வேண்டியதை நினைத்து அவள் மீண்டும் ஒருமுறை வீட்டைவிட்டு ஓடிப்போய்விடலாம் என்றுதான் எல்லோருமே எதிர்பார்த்தார்கள். ஆனால், புட்கியின் கலகக்கார இயல்பை டெல்லா எடுத்துக்கொண்டு போய்விட்டாள் என்பது விரைவிலேயே தெளிவானது. புட்கி உணர்ச்சிமிக்கவள் ஆகிவிட்டாளா இல்லையா என்பது தெளிவாகவில்லை. ஆனால், எதிர்த்துப் பேசுகின்ற, பதிலடி கொடுக்கின்ற புட்கியாக அவள் இல்லை என்பது மட்டும் நிச்சயமானது. புட்கி ஒருபோதும் உணர்ந்துகொள்ளாத மதிப்புமிக்க தாயாகிய இளைய சோமாய்-புதியின் மரணத்தால் அவளுக்கு ஏற்பட்ட குற்ற உணர்வுதான் அது என்றும் சிலர் நினைத்தனர். தன்னுடைய சிற்றன்னை அவளுடைய வாழ்க்கைக்குள் நுழைந்தது போன்றே, புட்கியும் அமைதியாக இந்த திருமணத்தில் நுழைந்தாள்.

~

நட்பார்ந்த மனிதனாக காதாம்டுகியில் கோழ்தா விரைவாக நண்பர்களைப் பெற்றுவிட்டான். மனைவியை இழந்தவனாக இருந்தாலும், கோழ்தா பாஸ்கேதான் புட்கிக்கு ஏற்ற கணவன் என்று விரைவிலேயே பரவலாக ஏற்றுக்கொள்ளப்பட்டான். அவன் சகஜமாகப் பழகினான். அவனும் முழுமையான காராம்-பிந்தியும் -காராம்-போங்காவின் இரவில் எல்லோரும் இரவு முழுவதும் விழித்திருக்கையில் சொல்லப்படும் கர்மு மற்றும் தர்மு ஆகிய இரு சகோதரர்களின் கதை- ஜெஹரில் பின்பற்றப்படும் நெறிமுறைகளும் தெரிந்திருந்தன என்பதுடன் அவன் எப்போதுமே எல்லோருக்கும் உதவத் தயாராக இருந்தான். காதாம்டுகியில் இருந்த இளம் ஆண்களும் பெண்களும் அவனைப் பாசத்துடன் கோழ்தா-தெயாங் என்று அழைத்தனர். தெயாங் என்றால் ஒருவருடைய மூத்த சகோதரியின் கணவன்.

கோழ்தா சகஜமாக பழகுகிறவன் மட்டுமல்ல, தன்னைச் சுற்றியுள்ள உலகில் என்ன நடக்கிறது என்பது பற்றியும் முழுமையாக தெரிந்து வைத்திருந்தான். 1952-ஆம் ஆண்டு தேர்தலில் லோவாடிகி மற்றும் காதாம்டுகி மக்களை வாக்களிக்கச் செய்ய ஊக்கப்படுத்தினான். அவன் அவர்களிடம் ஜெய்பால் சிங் பற்றியும் ஜார்கண்ட் கட்சி பற்றியும் கூறினான். ஆயிரத்துக்கும் மேற்பட்ட ஆதிவாசிகள் கொல்லப்பட்ட, 1948-இல், கர்ஸவானில் நடந்த ஹோ மற்றும் சந்தால் பேரணிகளில் நடந்த படுகொலையைப் பற்றியும் அவர்களிடம் எடுத்துக் கூறினான்.

"அவர்கள் நம்முடைய சகோதரர்கள்" என்று காதாம்டுகியில் இருந்த நண்பர்களிடமும் பழகியவர்களிடமும் கூறினான். "அவர்களும் நம்மைப்போன்றே ஹோழ். சிலர் நம்மைப்போல் சந்த்தார், மற்றவர்கள் லாழ்கா. நமக்கு எது நல்லதோ அதைக் கேட்க, நம்முடைய உரிமைகளைக் கேட்க அவர்கள் ஒன்றுகூடினர். ஆனால், காவல்துறை வந்து அவர்கள் எல்லோரையும் சுட்டுக்கொன்றது. அது சரிதானா? அவர்கள் செய்த தவறுதான் என்ன? நாம் இப்போது சுதந்திர நாட்டில் வாழ்கிறோம். நமக்கு நல்லது என்று நினைப்பதை நாம் கேட்பதற்கு உரிமை இல்லையா?"

ஜார்கண்ட் உருவாக்கம் என்பது ஆதிவாசிகளின் நலனுக்காகத்தான் என்று அவன் எல்லோரிடமும் கூறினான். தன்னுடைய கணவனால்தான் புட்கி -இளம் சிதோவை தன்னுடைய கைகளில் சுமந்தபடி- நாட்டின் முதல் பொதுத்தேர்தலில் வாக்களித்து வரலாற்றின் ஒரு பகுதியுமானாள். அந்த நேரத்தில், காட்ஷிலா,

சாக்குலியா மற்றும் பஹராகோழா ஆகியவை காட்ஷிலா-பஹராகோழா என்ற நாடாளுமன்றத் தொகுதியின் பகுதிகளாக இருந்தன. பரப்பளவு மற்றும் மக்கள்தொகை என்ற வகையில் அதனுடைய கலப்பற்ற அளவின் காரணமாக காட்ஷிலா-பஹராகோழா இரட்டை உறுப்பினர் தொகுதியானது; அதாவது, அங்கிருந்து இரண்டு உறுப்பினர்கள் தேர்ந்தெடுக்கப்படுவர். ஒரு உறுப்பினருக்கான இடம் இடஒதுக்கீடற்றது, மற்றொரு இடம் ஆதிவாசி -அதிகாரப்பூர்வமாக, அட்டவணைப் பழங்குடியினர் அல்லது எஸ்டி எனப்படும்- வேட்பாளருக்கானது.

ஜார்கண்ட் கட்சி இரண்டு இடங்களிலுமே போட்டியிட்டது, அதுவும்கூட தனி ஜார்கண்ட் மாநிலத்திற்கான பேராவலினாலேயே, அந்த தொகுதி முழுவதும் ஒருமனதாக ஜார்கண்ட் கட்சிக்கே வாக்களித்தது. அவர்கள் அந்தக் கட்சியின் மறக்கமுடியாத சின்னமாகிய பெருமைமிகு சேவலின் மீது தங்கள் வாக்குகளை அளித்தனர். ஜார்கண்ட் கட்சியே இரண்டு இடங்களையும் கைப்பற்றியது. இடஒதுக்கீடல்லாத இடத்தில் முகுந்தோ ராம் தாந்நி வெற்றிபெற்றார். எஸ்டி வேட்பாளருக்கு ஒதுக்கப்பட்ட இடத்தில் கானிராம் சந்தால் வெற்றிபெற்றார். சுதந்திர இந்தியாவின் முதலாவது பிஹோழ் விதான் சபாவின் உறுப்பினர்களாகி இருவரும் வரலாறு படைத்தனர். காட்ஷிலா-பஹராகோழாவில் மட்டுமல்லாது, முதல் பிஹோழ் விதான் சபாவில் பிரதான எதிர்கட்சியாகி ஜார்கண்ட் கட்சி வரலாறு படைத்தது. அவை ஒரு காலம், அவை மக்களின் உணர்வுகள், தங்களுக்கான தாய்நிலத்தை பெறுவதற்கான ஆதிவாசிகளின் விருப்பம்.

இருந்தாலும், தேர்தல்களுக்குப் பின்னர் நிறைய விவகாரங்களுக்கு முன்னுரிமையாளிக்கப்பட்டன. ஜார்கண்ட் என்ற கேள்வி பின்னுக்குத் தள்ளப்பட்டது. 1956-இல் இந்தியா மொழிவாரியாக மறுசீரமைக்கப்பட்டது. எல்லோருமே யார் பிஹாரி பேசுகிறார்கள், யார் பெங்காலி பேசுகிறார்கள், யார் ஒரியா பேசுகிறார்கள் என்றுதான் கவலைப்பட்டனர். பிதான் சந்திகா ராய் மான்பம்மை எடுத்துக்கொண்டார். செழிப்பான காட்டு வளமும், சுண்ணாம்பு மற்றும் எஃகு வளமும் மிகுந்த, பெங்காலி-மொழிபேசும் புருலியா பிஹாரிடம் இருந்து எடுக்கப்பட்டு மேற்கு வங்கத்துடன் இணைக்கப்பட்டது. ஆனாலும், சாமர்த்தியசாலியும் வேகமாக சிந்திப்பவருமான ஸ்ரீ கிருஷ்ணா சின்ஹா கனிமங்களும், காட்டு வளமும் நிறைந்த, தொழில்மயமாக்கப்பட்ட சிங்பம் மேற்கு வங்கத்திற்கு போய்விடுவதில் இருந்து தற்காத்துக்கொண்டார்.

இத்தகைய பேரங்கள் நடந்துகொண்டிருக்கையில், யார் அல்லது எவ்வளவுபேர் சந்த்தாலி , முண்டாரி, ஹோ அல்லது குருக் மொழி பேசுகிறார்கள் என்று எவரும் கவலைப்பட்டிருப்பார்களா என்ன?

பிஹோர்ழ், மேற்குவங்கம், ஒரிஸ்ஸா மற்றும் மத்திய பிரதேசத்தின் ஜார்கண்ட் இயக்கத் தலைவர்கள் தங்களுடைய லட்சிய பூமியான, அவர்களுடைய கனவு பூமியைப் பெறுவதற்கான முயற்சியில் இறங்கியிருந்தாலும் இந்தப் பகுதிகளில் எதுவும் மாறிவிடவில்லை. அதேபோல்தான், காதாம்டுகியிலும் எதுவும் மாறிவிடவில்லை. ஜார்கண்ட் ஒருநாள் உருவாக்கப்பட்டு, சோட்டா நாக்பூரைச் சேர்ந்த ஆதிவாசிகள் எல்லோருமே தங்களுக்கு உரித்தான சட்டதிட்டங்களையும், தங்களுடைய ஆளுநரையும் உருவாக்குவார்கள் என்ற நம்பிக்கையும் மாறிவிடவில்லை. அந்த நம்பிக்கை இன்னமும் நிறைவேற்றப்படாமலேயே இருக்கிறது.

சிதோ வளர்ந்துவிட்டான். சிதோவுக்கு பின்னர் ஆறு வருடங்கள் கழித்து புட்கிக்கு ஒரு மகன் பிறந்தான், அவன் பெயர் தோஸோ. ஜார்கண்ட் கட்சியின் ஜெய்பால் சிங் தலைமையிலான ஒரு பிரிவு முரண்பாட்டுரீதியாக இந்திய தேசி காங்கிரஸில் நேரு முன்னிலையில் இணைந்த அதே சமயத்தில்தான் சோமாய்-ஹாழாம் அமைதியாக உயிர்நீத்தார். சார்ஜோம்-இலை கிண்ணத்தில் இளம் சிதோ அவருடைய வாயில் நீர் ஊற்றினான். சின்னக்குழந்தையான தோஸோ எல்லோருடைய முகத்திலும் இருந்த துக்ககரமான தோற்றத்தை ஆர்வத்துடன் உற்றுப் பார்த்துக்கொண்டிருந்தான்.

புது மணப்பெண் புதியனவற்றைக் கற்கிறாள்

ஒரு காலத்தில், ரூபியின் அம்மா மாட்டு வண்டியில் வந்தாள் என்ற முன்னூகிப்பு -காதாம்டுகியின் மாஜி-குஷிதியைச் சேர்ந்த ஒருவருக்கு அவளைத் திருமணம் செய்யலாம் என்பது - சிதோவுக்காக கோழ்தா ரூபியைத் தேர்ந்தெடுத்தபோது நிஜமானது. சொல்லப்போனால், சிதோ மாஜி-குஷ்டியை சேர்ந்தவனே அல்ல, ஏனென்றால், கோழ்தா-பாஸ்கேக்கு திருமணம் செய்துவைக்கப்பட்ட பின்னர் புட்கி லோவாடிகியின் மணமகள். ஆனால், கோழ்தா காதாம்டுகியிலேயே தன்னுடைய மாமனார் வீட்டில் கார்தி-ஜவாயாக வாழ்ந்தபடியால் அவர் காதாம்டுகி மாஜி-குஷ்டியினுடைய மிகுந்த மரியாதைக்குரிய மருமகன் ஆகியிருந்தார்.

சிதோவின் திருமணம் காதாம்டுகி கண்டதிலேயே அருமையான திருமணங்களுள் ஒன்று. ஏறக்குறைய சந்தால் ஆண்கள் அனைவருமே, கால்நடையாகவோ அல்லது மாட்டு வண்டிகளிலோ அவனுடைய பரியத்துடன் சேர்ந்து காதாம்டுகிக்கு சென்றனர். இரண்டு ஊர்களுக்கும் இடைப்பட்ட தொலைவை அவர்கள் பொருட்படுத்தவே இல்லை. சிதோ மற்றும் தோஸோ ஆகிய இரு சகோதரர்களுக்கு இடையிலான பாசப்பிணைப்பு திருமண நாளன்று அற்புதமாக இருந்தது. தன்னுடைய சகோதரனின் லம்தி-கோழாவாக, தெரல்டுகியின் இளம் பெண்களால் கருணையே இல்லாமல் தோஸோ சீண்டப்பட்டான். ஆனால், தோஸோதான் தன்னுடைய தாயின் குணவியல்புகளை உண்மையாகவே பெற்றிருந்தவன். அவர்களில் சிலரை நெருக்கி இழுத்த அவன் அவர்கள் சிரிப்பொலியுடன் கீச்சிட்டபோதிலும் அவர்களுடைய தலைமுடி வகிட்டில் சிந்தூரத்தை வைத்துவிடுவதாக பாவனை செய்தான்.

தெரல்டுகியில் திருமண குடிக்கொண்டாட்டம் சிறியதாக இருந்தாலும் பெருமையுடன் நடந்தேறியது. புட்கியின் வீட்டில் காதாம்டுகியில் கொண்டாடப்பட்டதோ பெரியதாகவும்

தாராளமாகவும் இருந்தது. பதினேழு பானைகளில் ஹாந்தி வடிக்கப்பட்டது. எட்டு பெரிய ஆடுகள் வெட்டப்பட்டன. பாரம்பரிய சந்த்தாலி திருமண அழைப்பிதழான கீரா பத்து கிராமங்களைச் சேர்ந்த விருந்தினர்களுக்கு அனுப்பி வைக்கப்பட்டது. எல்லோருமே கலந்துகொண்டனர்.

தன்னைப் பார்க்க வந்த பெண்களின் எண்ணிக்கையை ரூபி தவறவிட்டுவிட்டாள். அவள் வேகமாக கற்றுக்கொள்ள வேண்டியிருந்தது. ஒவ்வொருவர் முகத்தையும் நினைவில் வைத்துக்கொள்ளவும், அவர்களுடைய பெயர் மற்றும் அவர்கள் எந்த வகையில் தனக்கு சொந்தம் என்பதையும் கற்றுக்கொள்ள வேண்டியிருந்தது. ஆனால், அவள் மறந்துகொண்டேயிருந்தாள். “அவள் ஒரு அத்தை” புட்கி எடுத்துக்கூறினாள். “உன்னுடைய தலையைத் தாழ்த்தி அவர்களுடைய பாதங்களில் குனி.” “இவள் இளைய சகோதரி” புட்கி மீண்டும் எடுத்துக்கூறினாள். “அவள் உன்னுடைய பாதங்களில் குனியும்படி அவற்றைக் குவித்து வை, அவள் ஒரு மலையைப் போல் உயரமாக வளர்ந்து அவளுக்கு நல்ல கணவன் கிடைக்க வேண்டும் என்று ஆசீர்வதிக்க மறந்துவிடாதே.”

சீக்கிரத்திலேயே, புட்கியின் அறிவுறுத்தல்களை ரூபி கண்ணை மூடிக்கொண்டு பின்பற்றினாள். அவளுடைய மனம் எல்லாவித தகவல்களாலும் மரத்துப்போய்விட்டது.

இருப்பினும், முடிவில்லாத சடங்கில் அவளுக்கு முன்னால் கடந்து சென்ற பெண்களிலேயே ஒரு பெண்ணை மட்டும் அவளால் மறக்கவே முடியவில்லை. அடுத்தநாள் காலையில் இருந்து, அவள் தினமும் அந்தப் பெண்ணைப் பார்த்தாள். ரூபியின் மனதில் எல்லாவித மகிழ்ச்சியான எண்ணங்களும் இடம்பெற்றிருந்த இடத்தில் அந்தப் பெண்ணுடைய முகமும் பதிந்துவிட்டது.

அவள் பார்த்த அந்தப் பெண் முதியவளாக தெரிந்தாள். புட்கியைவிட மிகவும் முதியவள். அவள் லேசாக இடுப்பைக் கூனி நடந்தாள். அவளால் நேராக நிற்க முடியுமென்றால் நிச்சயம் மற்ற பெண்களையும் ஆண்களையும்விட உயரமானவளாகத்தான் இருப்பாள் என்று ரூபி நினைத்தாள். அவளுடைய வயதுக்கு அவள் வேகமாகவே நடந்தாள். அவளுடைய உடல்வாகு ஒருகாலத்தில் பெரியதாகத்தான் இருந்திருக்க வேண்டுமாய் தோன்றியது. அந்தப் பெண் நேராக தன்னைத்தான் பார்க்கிறாள் என்பதை ரூபி உணர்ந்தாள். இன்னும் விசித்திரமாக, அவளுடைய பெரிய விழிகள்

ஒரு நிமிடம்கூட சுழன்றுகொண்டிருப்பதை நிறுத்தவில்லை. அது எப்போதுமே அந்த அறையில் உள்ள எல்லாப் பொருள்களின் மீதும் அவள் கண் வைத்திருக்க விரும்புவதைப் போல் இருந்தது. அவள் ரூபியை வாழ்த்த கைகளை உயர்த்தியபோது, அதன் விரல்கள் சுருங்கிய தாளைப் போன்ற தோலினால் மூடப்பட்டிருக்கும் வெறும் எலும்புகளாக இருப்பதை ரூபி பார்த்தாள். "உனக்கு எப்படிப்பட்ட அழகான மருமகள் கிடைத்திருக்கிறாள், புட்கி-மாய்" கிணற்றின் ஆழத்தில் இருந்து வருவதைப் போன்ற கரகரப்பான குரலில் அந்தப் பெண் கூறினாள். "டோகோர் மலரைப் போல் ரொம்பவே அழகாக இருக்கிறாள். இவள் ஏற்கனவே டோகோர் மரத்தின்கீழ் உட்கார்ந்திருந்ததைப் பார்த்துள்ளதாக நினைக்கிறேன்."

"என்ன சொல்கிறீர்கள், மாராக்-ஆயோ?" சட்டென்று பயந்துபோனவளாய் கேட்டாள் புட்கி. அவளுடைய முகத்தில் புன்னகை இருந்தது. ஆனால், குரல் அவளை ஏமாற்றியது: அந்தப் பெண்ணின் வார்த்தைகள் கெட்ட சகுனமாகவும் அச்சுறுத்துவதாகவும் இருந்தது.

"ஆஹ், ஒன்றுமில்லை" என்று அந்தக் குறிப்பு ஏதோ போகிற போக்கில் சொன்னதுபோலவும், அதை புறம்தள்ளிவிடலாம் என்பது போன்றும் தலையை குலுக்கியபடியே சொன்னாள் அவள், "சிதோவின் மணமகள் டோகோர் மலரைப் போல் அவ்வளவு அழகாக இருக்கிறாள் என்றுதான் சொன்னேன்."

"நிச்சயமாக அவள் அப்படித்தான் இருக்கிறாள் மாராக்-ஆயோ." புட்கி பெரிதாக புன்னகைத்தாள். "பாஹு" என்று அவள் ரூபியிடம் சொன்னாள், "இது நாய்கேயின் விதவை மனைவி. உனக்கு பாட்டியைப் போன்றவள். இவருடைய மகள் எனக்கு மிகச்சிறந்த தோழி. வா, அவளை வணங்கிக்கொள்."

ரூபி குனிகையில் அவளுடைய பயம் மறைந்துபோனது.

"நீ நிறைய மகன்களைப் பெற்று நன்றாக வாழ வேண்டும்" தன்னுடைய அடைத்துக்கொண்ட கரகரப்பான குரலில் கூறினாள் நாய்கேயின் மனைவி.

நாய்கேயின் விதவை தன்னுடைய மருமகளுடன் வந்திருந்தாள்; அவள் குள்ளமான, கருத்த நிறமுள்ளவளாக, இறுக்கமான கொண்டைபோடப்பட்டு, கூஸ்பெர்ரி அளவுக்கு அவளுடைய பின்கழுத்தில் கிடந்தது. அவள் புட்கியின்

வயதுள்ளவளாக காணப்பட்டாள். இன்னும் அதிகமாகக்கூட இருக்கலாம். அவளுடைய மாமியாரைப் போன்றே அவளுக்கும் அலைந்துகொண்டே இருக்கும் கண்கள். அவர்களுடைய கண்கள் ஏன்தான் அப்படி அலைகின்றன என்று ரூபிக்குத் தெரியவில்லை. அதை விரைவிலேயே தெரிந்துகொள்ளவும் இருந்தாள்.

~

தன்னுடைய திருமணத்தின் இரண்டு வாரங்களுக்குள்ளாகவே ரூபி அந்த வீட்டின் பொறுப்பை ஏற்றுக்கொண்டாள். சமைப்பது, சுத்தம் செய்வது மற்றும் விலங்குகளை பராமரிப்பது என ஏறக்குறைய எல்லாவற்றையும் தன் தோள்களில் போட்டுக்கொண்டாள். அவளுக்கு புட்கியும் உதவினாள். அதுபோக தோஸோவும், லோவாடிகியைச் சேர்ந்த கோழ்தாக்களின் ஒன்றுவிட்ட முதிய விதவை சகோதரியான சோனாமுனியும் உதவினார்கள். ரூபி காதாம்டுகியை நன்றாகத் தெரிந்துகொள்ளும்வரை அவளுக்குத் துணையாக இருக்க சோனாமுனி ஒப்புக்கொண்டாள்.

"கிராமத்திற்குள் தனியாக நடந்துசெல்ல வேண்டாம், பாஹு" இதுதான் ரூபிக்கு சோனாமுனி கூறிய முதல் அறிவுரை. "நாய்கேயின் விதவை மனைவியோ அல்லது அவளுடைய மருமகளோ தரும் எதையும் சாப்பிடவோ அருந்தவோ வேண்டாம்."

ரூபி எந்தக் கேள்வியும் கேட்கவில்லை. ஒருவேளை அவள் புரிந்துகொண்டிருக்கலாம், அல்லது அவள் வெட்கப்படுவதால் இருக்கலாம்.

தினமும் அவள் எழுந்தவுடன் படுக்கையை தூசிதட்டி எடுத்து வைப்பாள். விளக்குமாறை எடுத்து வீட்டின் உட்புறத்தையும் கொல்லைப்புறத்தையும் கூட்டிப் பெருக்குவாள். இருந்தாலும் குல்ஹியை நோக்கி இருக்கும் வாசல்புறத்தை புட்கியோ அல்லது சோனாமுனியோதான் சுத்தம் செய்வார்கள். ஏனென்றால் தங்களுடைய மேற்பார்வை இல்லாமல் ரூபியை வீட்டிற்கு வெளியே அனுப்ப அவர்கள் விரும்பவில்லை. திருமணத்திற்கு மூன்று நாட்களுக்குப் பின்னர் சிதோ நித்ராவுக்கு சென்றுவிட்டான். வேலையில் அதற்கு மேலும் விடுப்பு எடுத்துக்கொள்ள அவன் விரும்பவில்லை.

நித்ராவில் இருக்கும் பள்ளியில் உள்ள சிதோவுடன் பணியாற்றும் பைராம் டுடுவும் அவருடைய திருமணத்தில் கலந்துகொண்டார்.

திருமண குடிவிருந்தில் ரூபியை பைராமுக்கு அறிமுகப்படுத்தி வைக்கும்போது சிதோ உணர்ச்சிப்பூர்வமாகவும், குடிபோதையிலும் பைராம்-தாவை புகழ்ந்தான். அவன் நாக்குழறினான், "இதுதான் பைராம்-தா. அவர் என்னுடைய அண்ணனைப் போன்றவர். அவருடைய மனைவி எனக்கு அம்மாவைப் போன்றவர். நித்ராவில் எனக்கு உணவு தயார் செய்து தருவதும் அவர்தான்."

வெட்கத்தில் ரூபியால் தன்னுடைய கால்நகங்களை தரையில் தேய்த்துக்கொள்ள மட்டுமே முடிந்தது. அவள் தன்னுடைய கண்களை ஒரு கணம் உயர்த்தியபோது - எல்லோரும் அழைப்பதுபோல் - பைராம்-மாஸ்டரும்கூட தன்னுடைய முகத்தில் ஒரு தர்மசங்கடமான முகபாவனையைக் கொண்டிருப்பதைப் பார்த்தாள். தோஸோ சரியான நேரத்தில் குறுக்கிட்டதால் அத்தருணத்தை மீட்டுக்கொள்ள முடிந்தது.

குடிவிருந்துக்குப் பின்னரும் தங்கியிருந்த பைராம் அடுத்தநாள் காலையில்தான் புறப்பட்டார். பைராம் ஹோரோகுட்டு கிராமத்தைச் சேர்ந்தவர் என்பதை கிசுகிசு பேசும் சோனாமுனியிடம் இருந்து பின்னாளில் தெரிந்துகொண்டாள். அவரும் சாக்குலியாவில் உள்ள ஆசிரியர் பயிற்சி பள்ளியில் படித்தவர் என்பதுடன் சிதோவுக்கு சில வருடங்கள் மூத்தவர். நித்ராவுக்கு செல்லும் முன்னர் ஹோரோகுட்டுவில் உள்ள தன்னுடைய குடும்பத்தை பைராம் பார்க்கச் செல்வார்.

"இந்த ஹோரோகுட்டுவுக்கும் ஒரு கதை இருக்கிறது" என்று தன்னுடைய நாக்கால் துடுக்குத்தனமாக ஒலியெழுப்பியபடியே ரூபியிடம் கூறினாள் சோனாமுனி. "நீ தெரிந்துகொள்வாய், தெரிந்துகொள்வாய், அதற்கு கொஞ்சநாள் ஆகும். ஆனால், தெரிந்துகொள்வாய்" என்று மர்மத்துடன் கூறிய அவள் ரூபியின் குழம்பிய பார்வையால் சற்றே மகிழ்ச்சியுற்றாள். அப்பாவி மணமகளாக இருந்த ரூபியால் ஹோரோகுட்டுவைப் பற்றியும் அதன் கதையைப் பற்றியும் சோனாமுனி என்ன சொல்ல வருகிறாள் என்று ஒரு வார்த்தைகூட புரிந்துகொள்ள முடியவில்லை. காதாம்டுகிக்கு வெளியே இருக்கும் மரத்தோப்புகள் அதை எப்படிக் காட்டுகிறதோ அதே அளவுக்கு அந்த கிராமமும் மர்மமானதுதானோ என்று அவள் வியப்பிலாழ்ந்தாள். அங்கே தன்னைப் பொருத்திக்கொள்ளும் அளவுக்கு தன்னை மாற்றிக்கொள்ள முடியுமா என்பதும் அவளுக்குத் தெரியவில்லை.

சிதோவும் பைராம்-மாஸ்டரும் நித்ராவில் உள்ள மாஜியின் வீட்டில் வசிப்பதாக புட்கியிடமிருந்து ரூபி தெரிந்துகொண்டாள். அவர்கள் இருவருமே சந்தால்களாக இருந்ததும் அதற்கு ஒரு காரணம். மேலும், சிதோவும் பைராமும் மாஜி குடும்பத்து பிள்ளைகளுக்கு அவர்களுடைய பாட விஷயத்தில் உதவினார்கள். தனக்கு வழங்கப்பட்ட அறைகளை சிதோ தயார்செய்தவுடன் அவன் ரூபியையும் தன்னுடன் அழைத்துக்கொள்ள இருந்தான். அதுவரை, ஒவ்வொரு சனிக்கிழமையும் ராக்கா மைன்ஸ் ரயில் நிலையத்தில் இருந்து சாக்குலியாவிற்கு செல்லும் பிற்பகல் நேரத்து பயணிகள் ரயிலைப் பிடித்து வீட்டிற்கு வந்துகொண்டிருந்தான். அதன்பிறகு திங்கள்கிழமை அதிகாலையில் உள்ளூர் ரயிலைப் பிடித்து ராக்கா மைன்ஸ் ரயில் நிலையத்தில் இறங்கி பின்னர் பள்ளி தொடங்குவதற்குள் காலைநேர துரித உணவை சாப்பிட்டுவிடுவதற்காக உரிய நேரத்தில் பேருந்தைப் பிடித்து நித்ராவுக்கு செல்வான். பைராம்-மாஸ்டரின் மனைவியான குருபாரி அவர்கள் இருவருக்குமான மூன்றுவேளை உணவையும் சமைத்துக் கொடுத்தாள். நித்ராவில் சிதோவின் வழக்கமான வேலையை ரூபி தெரிந்துகொண்ட உடனே திங்கள்கிழமை அதிகாலை நேரங்களில் எழுந்து சிதோவுக்கான உணவை தயார்செய்து கொடுக்கத் தொடாங்கினாள். அவன் புறப்பட வேண்டிய நாளுக்கு முதல்நாள் இரவில் அவள் கூடுதலாக அரிசி சாதம் வடித்து அதில் மீதம் வைத்துவிடுவாள். காலையில், கத்தரிக்காயை வறுத்தோ அல்லது மசித்தோ, அல்லது முதல்நாள் இரவில் செய்த ஆழாக்கை சூடுபடுத்தியோ ஒரு அலுமினிய டிபன் பாக்ஸில் வைத்து சிதோவிடம் கொடுத்துவிடுவாள்.

முதல்முறையாக அவள் இதை செய்தபோது, சிதோ ஆச்சரியப்பட்டுப் போனான். “என்ன இது?” என்றான் அவன்.

“சாப்பாடு” ரூபி வெறுமனே பதில் கூறினாள்.

“ஏன்?”

“நீங்கள் வேறு யாரிடமும் கேட்க வேண்டியதில்லையே.”

சிதோ அப்படியே போய்விட்டான். அடுத்த வார இறுதியில் ரூபியிடம் கேட்க வேண்டிய சில கேள்விகளுடன் திரும்பி வந்தான்.

“இதை நீ ஏன் செய்ய வேண்டும்?” அவர்கள் படுக்கையை தயார்செய்து கொண்டிருக்கும்போது அவளிடம் கேட்டான்.

“அது என்னுடைய வேலை.”

“உன்னுடைய வேலையா?” அவளைத் தன்பக்கம் இழுத்தான். “அப்புறம், வேறு எதெல்லாம் உன்னுடைய வேலை?”

ரூபி வெட்கத்துடன் தன்னை விடுவித்துக்கொண்டு படுக்கையின் ஒரு மூலையில் சுருண்டுகொண்டாள். அவளை பின்பக்கத்திலிருந்து பற்றிப்பிடித்த சிதோ, அவளுடைய அன்ச்சாருக்குள் கையை நுழைத்து அடிவயிற்றைத் தடவிக்கொடுத்தான். துணுக்குற்று பயந்துபோன ரூபி புரண்டு படுத்தாள். சிதோவின் காலிடுக்கைத் தொட்டுக்கொண்டிருந்த அவளுடைய பிட்டங்கள் அவனை எழுச்சியுறச் செய்தன. அவளுடைய புடவையைத் தூக்கிய அவன் அவளுடைய கால்களை, தொடைகளை, அதற்கும் மேல் உள்ளவற்றை உணர்ந்தான். ரூபி பயந்து விறைத்திருந்தாள். அவள் பலத்த மூச்சுவிட்டாள். சிதோ அவள் வாயை முழுவதுமாக கவ்வி முத்தமிட்டபோது அவனுடைய முடியடர்ந்த, சிரைக்கப்படாத முகம் அவளுடைய முகத்தைத் தேய்த்துக்கொண்டிருந்தது. அவள் அப்படியே போகவிட்டாள். அவளுடைய மேல்சட்டையில் இருந்து அவளது மார்புகளை விடுவித்த சிதோ அதை உறிஞ்சத் தொடங்கினான். அது ஒரு விநோதமான கூச்ச உணர்வு; ரூபி அதை நிறுத்த வேண்டினாலும், தொடரவே ஆசைப்பட்டாள். இறுதியில், சிதோ அவளுள் தன்னை வெறுமையாக்கிக்கொண்டபோது, வலியில் அவள் கத்துவதை மட்டுப்படுத்துவதற்கு அவனுடைய கைகள் அவளுடைய வாயைப் பொத்திக்கொண்டன. தன்னுடைய கணவனுக்கு ஒரு மனைவி செய்ய வேண்டிய வேறு வகையான வேலைகளும் இருப்பதை ரூபி கற்றுக்கொண்டாள்.

~

தினமும் யார் யாரோ அந்த புதிய மணமகளைப் பார்க்க வந்துகொண்டிருந்தனர். புட்கியும், சோனாமுனியும் திருமண நாளில் இருந்தே சமூக நுணுக்கங்கள் மூலமாக ரூபிக்கு வழிகாட்டி அவளுடைய அறிவை புதுப்பித்துக் கொண்டிருந்தனர். அச்சமயங்களில், நாய்கேயின் விதவை மனைவியும் அவளுடைய மருமகளும் சில கோப்பைகள் ஹாந்திக்காக அங்கு வந்து உட்கார்ந்துவிடுவார்கள். அவர்கள் ரூபியை தங்களுடைய விசித்திரமான, உருளும் கண்களுடன் உற்றுப் பார்த்துக் கொண்டிருப்பார்கள்.

ஒருநாள் காலை, வீட்டின் உட்புறத்தை கூட்டிப் பெருக்கிவிட்ட ரூபி கையில் விளக்குமாற்றுடன் வெளியே குல்ஹிக்கு வந்தாள். அவர்கள் இருந்த கிராமத்தின் பகுதி இன்னும் விழித்திருக்கவில்லை என்றாலும், மற்றொரு குல்ஹியின் வீட்டில் இருந்து ஒரு மர டின்க்கியில் அரிசி புடைக்கப்படுகின்ற ஒரு லயம்மிக்க ஓசை வந்துகொண்டிருப்பதை அவளால் கேட்க முடிந்தது. தாக் தாக் தாக் தாக். அந்த ஓசை அவளுக்கு தன்னுடைய வீட்டையும், அம்மாவையும் நினைவுபடுத்தியது. காமார்-குல்ஹியில் சேவல்கள் கூவின. நாய்கேயின் மருமகள் சத்தமில்லாமல் பதுங்கியபடியே வந்தாள்.

“சிதோ-பாஹு” அவள் அழைத்தாள்.

ரூபி பயத்தில் தன்னுடைய விளக்குமாறை விட்டேவிட்டாள். “ஓஹ்! மாராக்-ஆயோ” அவள் சட்டென்று கூறினாள், “நீங்கள்தானா. நீங்கள் வருவதை பார்க்கவில்லை.”

“குல்ஹியை இன்று நீயா பெருக்குகிறாய்? சோனாமுனிக்கு என்னவாயிற்று? எங்கே அவள்? உன்னுடைய மாமியார் எங்கே?”

“அவர்களா! வேலையாக இருக்கிறார்கள். என்னுடைய வேலையை முடித்துவிட்டேன். அதனால் அவர்களுக்கு உதவ வந்தேன்.”

“பரவாயில்லையே! நீ ஒரு நல்ல மணமகள்தான். உன்னுடைய திருமணம் முடிந்து இன்னும் ஒருமாதம்கூட ஆகவில்லை, நீயோ கடுமையாக வேலைசெய்யத் தொடாங்கிவிட்டாய்.”

ரூபி வெறுமனே புன்னகைத்தாள்.

“நான் உன்னை சரியாக பார்க்கவேயில்லை” என்றாள் நாய்கேயின் மருமகள். “நீ எப்போதும் சோனாமுனியுடனோ, உன்னுடைய மாமியாருடனோதான் இருக்கிறாய். இப்போது உன்னை நெருங்கிப் பார்க்கிறேன். வா, என் அருகில் வா.”

அவளுடைய கண்கள் உருண்டன. ரூபி தன்னுடைய விளக்குமாற்றை கீழே போட்டதை உணர்ந்தாள். அவளுடைய உத்தரவுகள், அவை வசீகரமானது. ரூபியால் எதுவும் சொல்ல முடியவில்லை. ஒரே ஒரு வரி மட்டும்தான் அவளுடைய தலைக்குள் திரும்பத்திரும்ப கேட்டது: வா, என் அருகில் வா. வா, என் அருகில்

வா. வா, என் அருகில் வா. வா, என் அருகில் வா. வா, என் அருகில் வா...

"பாஹூ!"

ரூபி சோனாமுனியின் குரலைக் கேட்டாள். ஆனாலும், நாய்கேயின் மருமகளை நோக்கியே இழைந்துகொண்டிருந்தாள். "பாஹூ!" சோனாமுனி விரைந்துவந்து ரூபியின் கையை உலுக்கினாள்.

அந்த மயக்கம் விடுபட்டது. ரூபி தன்னை நிலைநிறுத்தி சோனாமுனியை நோக்கித் திரும்பினாள். நாய்கேயின் மருமகளோ சத்தமில்லாமல் நழுவிவிட்டாள்.

"என்னவாயிற்று, ஜீ?" சோனாமுனியைக் கேட்டாள் ரூபி.

சோனாமுனி, "வீட்டிற்குள் வா" என்று வெடுக்கென்று சொன்னபடி ரூபியை இழுத்துச் சென்றாள்.

ரூபியிடம் சோனாமுனி சொன்னது முற்றிலும் அசாதாரணமானது. ஆனால், ரூபியும்கூட தெரல்டுகியின் காட்டில் இருந்து வந்தவள்தான் என்பதாலும், அத்தகைய கதைகளை கேட்டு வளர்ந்தவள்தான் என்பதாலும், அந்தக் கதை அவளுக்கு அதிர்ச்சியளிக்கவில்லை. நாய்கேயின் தோட்டத்தில் உள்ள ஒரு மர்மக் குழந்தையான சிமா-போங்கா, காதாம்டுகி ஆற்றின் கரைகளில் பெண்களின் இரவுநேர கூட்டங்கள், உருளும் கண்கள் என எல்லாவற்றிலும் அவளுக்கு ஏதோ சூசகமான குறியீடு இருந்தது.

"சிமா-போங்கா, நாய்கேவுக்கு பெருத்த செலவுமிக்க ஒன்றாவிட்டது என்கிறார்கள்" என்றாள் சோனாமுனி. "அந்த தீய கடவுளுக்கு அவர்கள் எல்லோருமே பலியாகினர். நாய்கே தன்னுடைய அறிவை இழந்தார்."

ரூபி கவனத்துடன் கேட்டுக்கொண்டிருந்தாள்.

"நாய்கேயின் குடும்பத்தை எனக்கு நீண்டகாலமாகவே தெரியும்" என்ற சோனாமுனி தொடர்ந்து கூறினாள். "நான் அவர்கள் மாறுவதைப் பார்த்திருக்கிறேன். அவருடைய மனைவி ஒரு வலுவான பெண். அவள் கோழ்தா-தாதா மற்றும் புட்கி-ஹிலியைவிட வயதில் மூத்தவள். ஆனாலும் அவள் ஆரோக்கியத்துடனே இருந்தாள். அப்படிப்பட்ட வலுவான கைகள் அவளுக்கிருந்தன. அவை எனக்கு இப்போதும் நினைவிருக்கின்றன. ஆனால், சிமா-போங்கா

அவளுடைய ஆரோக்கியத்தை வாங்கிவிட்டது. அவளுடைய கைகள் நடுங்கத் தொடாங்கிவிட்டன. இப்போது அவள் வெறும் எலும்புக்கூடு. அவர்களுடைய மகனால் குழந்தை பெற்றுக்கொள்ள முடியவில்லை, அவர்களுடைய மருமகளும்கூட ஒரு டாஹ்னிதான். இதுதான் அவர்களுடைய வம்சத்தின் முடிவு. இத்தகைய விஷயங்கள் ஒருவரை கொல்லவில்லை என்றால், வேறு எதுதான் செய்யும்? "

"சிமா-போங்காதான் நாய்கேவை கொன்றதா?" என்று கேட்டாள் ரூபி.

"இருக்கலாம். சிமா-போங்கா தன்னை திருப்திப்படுத்தி மகிழ்ச்சியாக வைத்திருக்க முடியாதவர்களை கொன்றுவிடும். நாய்கே ஒருநாள் காலை இறந்துகிடந்தார். நோய் இல்லை, காய்ச்சல் இல்லை, எதுவுமே இல்லை. ஆனால் உனக்கு ஒரு விஷயம் தெரியுமா பாஹூ? இந்த விஷயங்களையெல்லாம் பற்றித் தெரிந்தவர்கள் நாய்கேயின் இறந்த உடலில் ஒரு குறிப்பிட்ட விஷயத்தை கவனித்ததாக சொல்வார்கள்."

"அவர்கள் எதை கவனித்தார்கள்?"

"அவருடைய கல்லீரலை காணவில்லை! அது இருக்க வேண்டிய இடம் வெறுமையாக இருந்தது."

"அவருடைய கல்லீரலா?"

"ஆமாம்!"

"ஓ! அப்படியென்றால்..."

"அப்படியென்றால் அவர் ஒரு சூனியக்காரியால் தின்னப்பட்டிருக்கிறார். அது அவருடைய மனைவியாகக்கூட இருக்கலாம் ..."

~

இரண்டு மாதங்கள் கழித்து, சிதோ தன்னுடைய மனைவியை நித்ராவுக்கு அழைத்துச் செல்வதாகக் கூறினான்.

"நான் வியாழக்கிழமையே திரும்ப வருகிறேன்" என்றான் தன் மனைவியிடம். "நான் விடுப்பு எடுத்துக்கொள்கிறேன், நம்முடைய பொருள்களை தயார்செய்துகொள்ளலாம். சொல், என்னுடன் வர விரும்பம்தானே?"

“ஆமாம்” ரூபி புன்னகைத்தாள். சிதோ அவளை ஆரத் தழுவிக்கொண்டான்.

ரூபி புறப்படவேண்டிய சில நாட்களுக்கு முன்னர் ஒரு பெண் நாய்கேயின் வீட்டிற்கு வந்தாள். அவள் சந்தால் பெண்கள் அணிகின்ற பாரம்பரிய நான்கு துண்டு வெளிப்புற ஆடையான பான்ஹாழில் நேர்த்தியாக காணப்பட்டாள். அவளுடைய கழுத்தை ஒரு நீளமான வெள்ளி நெக்லஸ் அலங்கரித்தது - அதனுடைய சங்கிலியில் சின்னஞ்சிறு வெள்ளிப்பூக்கள் இணைந்திருந்தன. எண்ணையிடப்பட்ட அந்தப் பெண்ணின் கேசம் நேராக வாரப்பட்டு பெரிய கொண்டையாக போடப்பட்டிருந்தது. வயதானவளாக இருந்தபோதிலும், தன்னுடைய கொண்டையின் ஒருபக்கத்தில் ஒரு பெரிய ஊதாநிற ஜோபா மலரை செருகியிருந்தாள். காதாம்டுகிக்கு வந்தபொழுதில் இருந்தே அவள் ஒரு கவர்ச்சிகரமானவளாக திகழ்ந்தாள்.

அந்தப் பெண்ணின் தோளில் ஒரு கைப்பையும், தலைக்கு மேல் ஒரு குடையும் பிடித்திருந்தாள். அவள் நாய்கேயின் வீட்டிற்குச் சென்றாள். தன்னுடயைய கைப்பையையும் குடையையும் அங்கே வைத்தாள். பின்னர் சட்டென்று வெளியேறிய அவள் புட்கியின் வீட்டிற்குள் நுழைந்தாள். விரைவிலேயே புட்கியும் அந்தப் பெண்ணும் ஒருவரை ஒருவர் கட்டித்தழுவிக்கொண்டு சின்னக் குழந்தைகளைப் போல் தேம்பியழுதனர்.

“இங்கு வர உனக்கு ஏன் இத்தனை காலமாயிற்றா, ரெயாழ்-பாஹா?” புட்கி விசும்பல்களுக்கிடையே கேட்டாள்.

“டைராவும் நானும் ஹோரோகுட்டுவில் உள்ள உறவினர்களைப் பார்க்கச் சென்றிருந்தோம்” என்றாள் டெல்லா. “உன்னுடைய மகனுக்குத் திருமணம் என்று தெரிந்தவுடன் ஓடி வந்துவிட்டேன்.”

“இதற்கு இவ்வளவு நாட்களாகியிருக்கிறது” என்றாள் புட்கி. “நம்பவே முடியவில்லை.”

“நான் சீக்கிரமாகத்தான் வரப்பார்த்தேன். ஆனால், என்னுடைய வேலையில் மாட்டிக்கொண்டேன். என்னுடைய மகன்கள் நமாலில் இருக்கின்றனர். உன்னுடைய மகனைப் பற்றிக் கேள்விப்பட்டேன். எவ்வளவு அதிர்ஷ்டக்காரன் அவன்; படித்தான், வேலைக்குப் போகிறான். உனக்குத் தெரியுமா, எங்களுடைய ஹோரோகுட்டு கிராமத்தைச் சேர்ந்த ஒருவருடன்தான் அவன் வேலை செய்கிறான்.

அவருடைய பெயர் பைராம். அவருடைய மனைவி ஜிராபாழாவைச் சேர்ந்தவள், அந்த கிராமம் சாக்குலியா நிலையத்திற்கு மறுபக்கத்தில் இருக்கிறது. அவளுடைய பெயர் குருபாரி. அவருடைய குடும்பம்தான் உன்னுடைய மகனைப் பற்றிக் கூறியது. பைராமின் குடும்பம் அவராலோ அவருடைய மனைவியாலோ மகிழ்ச்சிகொள்ளவில்லை. அதனால் குருபாரி எப்போதாவதுதான் ஹோரோகுட்டுவுக்கு போவாள். அவர்கள் சாக்குலியாவில் குடும்பத்தை அமைத்துக்கொள்ள திட்டமிட்டிருக்கிறார்கள். ஆனால், அதுபற்றி நாம் கவலைப்படத் தேவையில்லை அல்லவா?"

புட்கி தேம்பிக்கொண்டே இருந்தாள். மூக்குச்சளி அவளுடைய உதடுகளிலும் கன்னங்களிலும் வழிந்தோடியது.

"எனதருமை ரெயாழ்-பாஹா" என்றாள் டெல்லா, "நான் என்னுடைய குடும்பத்தைப் பார்ப்பதற்காக இங்கே வரவில்லை. என்னுடைய பையை அந்த வீட்டில் வைத்துவிட்டேன். அதைத் திறந்து என்னுடைய பொருட்களின் மீது ஏதாவது மாயமந்திரம் செய்துவிடுவார்களோ என்றுதான் எனக்கு பயமாக இருந்தது. ஆனால், எனக்கு எந்தக் கவலையுமில்லை. எனக்கு ஏதாவது நடந்துவிட்டால் அவர்களை சும்மா விடமாட்டேன். அந்தப் பெண் என்னுடைய அம்மாவே இல்லை, அவள் வெறும் சூனியக்காரி. அவள் என்னுடைய அப்பாவையே தின்று தீர்த்துவிட்டாள். என்னுடைய மைத்துனி இருக்கிறாளே, அவள் கொன்ற ஆண்களுக்காகவும் கால்நடைகளுக்காகவும் நிச்சயம் அவளுடைய பாவங்களுக்கு தண்டிக்கப்படுவாள். என்னுடைய அப்பா மரணமடைந்ததைக் கேட்டபோது அது எனக்கு எவ்வளவு வலித்தது என்று உனக்குத் தெரியுமா ரெயாழ்-பாஹா. என்னுடைய அண்ணன் இப்போது படுக்கையில் இருந்தே எழ முடியாமல் இருக்கிறான். அவனுக்கு என்னவாகப்போகிறதோ எனக்குத் தெரியவில்லை."

புட்கியும் டெல்லாவும் ஒருவரை ஒருவர் பிடித்துக்கொண்டு ஐந்து நிமிடங்களுக்கு அழுதனர். அதன்பிறகு, அறிமுகங்களும் ஆசீர்வாதங்களும் தொடாங்கின. ரூபி ஒரு சொம்பு தண்ணீரை எடுத்து டெல்லாவின் காலடிக்கு முன்னால் இருந்த தரையில் வைப்பதற்கு சோமாமுனி உதவினாள். அவள் டெல்லாவின் முன்பாக தலைவணங்கி, தன்னுடைய நெற்றியால் தரையைத் தொட்டாள். டெல்லா அவளுடைய தோள்களைப் பற்றிப் பிடித்தாள்.

"வேண்டாம், வேண்டாம், பாஹா—" அவளுடைய மார்பை அழுத்தப் பற்றியபடி கூறினாள் டெல்லா. "எனக்கு இந்த

சம்பிரதாயங்கள் எல்லாம் வேண்டாம். நான் உன்னுடைய மாமியாரின் தோழி என்பது உனக்குத் தெரியுமா. அது எப்படிப்பட்ட காலம்! நான் அதை சாகும்வரை நினைவில் வைத்திருப்பேன். நீயும் என்னவள்தான்; என்னுடைய இரத்தம். நீ வளமாக வாழவேண்டும், நீ எப்போதுமே மகிழ்ச்சியுடன் இருக்க வேண்டும்."

"மன்னித்துவிடு" என்றாள் புட்கி. "என்னுடைய சிதோ இப்போது என்னுடன் இல்லை. அவன் நித்ராவில் இருக்கிறான்."

"ஓஹ்! நான் அவனைத்தான் பார்க்க விரும்பினேன்" டெல்லா முறுவலித்தாள். "நான் அவனைப் பார்ப்பேனா என்று தெரியவில்லை. ஆனால், நான் உன்னுடைய கணவனையும், தோஸோவையும் பார்த்திருக்கிறேன். அவன் தன் அப்பாவைப் போலவே இருக்கிறான்."

"நீ சீக்கிரமே நமாலுக்கு திரும்பியாக வேண்டுமா?" என்று கேட்டாள் புட்கி.

"ஆமாம், ரொம்ப சீக்கிரத்திலேயே."

நித்ரா

சிதோவையும் ரூபியையும் சாக்குலியா ரயில் நிலையத்திற்கு ஒரு மாட்டு வண்டியில் அழைத்துச் சென்றான் தோஸோ. அந்த வண்டியை மூடியிருந்த தாச்சாவுக்கு கீழேயிருந்து வெளியே பார்த்துக் கொண்டிருந்த அவள் தன்னுடைய நினைவுகளை புத்துணர்வடைய வைக்க முயற்சித்துக் கொண்டிருந்தாள். சாலைக்கு அருகாமையில் இருந்த புளியமரம் அடர்த்தியாக காணப்பட்டது, ஒரு ஆலமரம் தன்னுடைய மேலிருந்து இறங்கும் இரண்டு புதிய வேர்களை வெளியே தள்ளுவதுபோல் தெரிந்தது. அந்த சாலையும்கூட முன்னெப்போதும் இருப்பதைக் காட்டிலும் பரபரப்பாகவே காணப்பட்டது. ஒரு மார்வாரி தொழிலதிபரின் நினைவாக கட்டப்பட்டுள்ள ஒரு நினைவாலயம் காலத்தால் சிதைந்துபோய் காணப்பட்டது. சடங்கார்த்தமான இறுதிச்சடங்குகள் நிகழ்த்தப்படுகின்ற ஆற்றின் கரையில் அந்த நினைவாலயம் படிகளில் ஏறி அடையக்கூடிய வகையில் அறுங்கோண மேடையாக கட்டப்பட்டிருந்தது. அந்த மேடையின் குவிமாட கூரை ஆறு தூண்களில் நிறுவப்பட்டிருந்தது. அந்த நினைவாலயத்தைச் சுற்றிலும் திறந்தவெளி இருந்தது என்பதுடன் அந்த மொத்தப் பகுதியும் அலங்கரிக்கப்பட்ட வாயிற்கதவுகளால் ஆன சுவர்களால் சூழப்பட்டிருந்தது. உள்ளிருக்கும் திறந்தவெளி ஒருகாலத்தில் தோட்டமாக இருந்திருக்கிறது. ஆனால், சீக்கிரத்திலேயே சீரழிந்தும் போய்விட்டது. அங்கே அந்த இறந்தவரின் உறவினர்கள் சில் செம்பருத்தி செடிகளையும், சிரோ-போஸோந்தோ புதர்களையும் நட்டு வளர்க்க விரும்பியிருக்கலாம். இருந்தாலும், அங்கு யாருமே வருவதில்லை. அந்த நினைவாலயம் தன்னுடைய நிறத்தை நீண்டகாலத்திற்கு முன்பே இழந்துவிட்டது, அதனுடைய மேற்பூச்சும்கூட உரிந்து விழுந்துவிட்டது. வெளிப்புற சுவர்களில் காட்டுக்கொடிகள் அடர்த்தியாக படர்ந்திருந்தன, அவற்றின் ஊதாநிற தண்டுகள் பயணத்தால் களைத்துப்போனவர்களுக்கு ஓய்வெடுக்கக்கூடிய இடமாகியிருந்தன. ஆனால், அங்கே எல்லோரும்

குழுவாகத்தான் செல்வார்களே தவிர யாரும் தனியாகவோ அல்லது சூரிய அஸ்தமனத்திற்குப் பிறகோ போவதில்லை.

ரூபி முதல்முறை அந்த நினைவாலயத்தைப் பார்த்தபோது அதன் மீது காதல் கொண்டாள். குறிப்பாக, சூரிய அஸ்தமனத்திற்குப் பின்னர் அந்த இடத்தில் சுற்றிவரும் ஆவி பற்றி அவளிடம் சொல்லப்பட்டபோது. ஒவ்வொரு பயணத்தின்போதும், ரூபி அந்த நினைவாலயத்தைத் தீவிரமாக உற்றுப் பார்ப்பாள். அந்த ஆவியின் ஒரு கணநேர தோற்றத்தையாவது பார்த்துவிட முயற்சிப்பாள்.

தோஸோ எருதுகளை ஓட்டிச்செல்ல, சிதோ லேசான தூக்கத்தில் இருக்க, ரூபி அந்த நினைவாலயத்தையே உற்று நோக்கினாள். அங்கு சென்று அந்த இடத்தை ஆராய வேண்டுமாய் விரும்பினாள் ரூபி. ஆனால், இப்போது அவளுக்குத் திருமணமாகிவிட்டது. அந்த நினைவாலயத்திற்கு செல்வதற்கான வாய்ப்பே இல்லை.

"இந்த இடம் உண்மையிலேயே பேய் பீடித்த இடம் என்றா நினைக்கிறீர்கள்? இது பார்ப்பதற்கு நேர்த்தியாக இருக்கிறதே" என்று அவள் சிதோவிடம் கேட்க விரும்பினாள். அவள் ஏறக்குறைய அவனை எழுப்பச் சென்றுவிட்டாள். ஆனால், அவனுடைய குறட்டையை கேட்டவுடன் தன் கையை பின்னுக்கிழுத்துக்கொண்ட அவள் அதை தன் தொடையில் வைத்துக்கொண்டாள். அதன்பிறகு அவள் அந்த தாச்சாவைப் பார்க்கவே இல்லை. பதிலாக, அவள் சாலையையும், சாக்குலியா என்பதை அறிவிக்கும் பலகைகளையும் பார்த்துக்கொண்டிருந்தாள்: சுண்ணாம்பு அடிக்கப்பட்ட ஆண்கள் பள்ளி; ஒரு உயரமான கண்காணிப்பு கோபுரத்தைப் போன்ற வீடு; அரிசி ஆலையின் புகைபோக்கிகள்; குட்டையைச் சுற்றியிருக்கும் புதர்; தலையாட்டும் எருமைகளின் தலைகள்; விலங்குகளை விரட்டிக்கொண்டிருக்கும் தோஸோ: ஹே-யா! ஹே-பே!

~

நித்ராவில் உள்ள தன்னுடைய கணவனின் வீட்டிற்கு முதல்முறையாக செல்லும் ரூபி காலைநேர பயணிகள் ரயிலின் ஜன்னலுக்கு வெளியே பார்த்தபோது சிதோவுடனான தன்னுடைய முதல் சந்திப்புக்கு - தன்னுடைய பெற்றோர் வீட்டில் அவளைப் பார்க்க அவன் தனது பெற்றோர், சகோதரன், மாமாக்கள், அத்தைகள் மற்றும் ஒன்றுவிட்ட சகோதரன் ஆகியோருடன் வந்திருந்ததற்குப் - பிந்தைய எல்லா நிகழ்வுகளையும் நினைத்துப்பார்த்தாள். அவள் அப்போது பருத்தியாலான புடவை அணிந்திருந்தாள். இன்னும்

ஒருமுறைகூட துவைக்கப்படாத கஞ்சி போடப்பட்ட அந்தப் புடவை மொறுமொறுவென இருந்தது. அவள் அணிந்திருந்த மேலாடையும்கூட புத்தம்புதியது என்பதுடன் மார்புக்கும் அக்குளுக்கும் இடைப்பட்ட இடத்தில் அதன் தயாரிப்பு நிறுவனத்தின் பெயர் அச்சிடப்பட்டிருந்தது. தலைமுடி வகிட்டில் இருந்து நெற்றிவரை மெலிதான அழுத்தமான திலகமிட்டிருந்தாள். அவள் சந்தால் போன்று அல்லாமல், திகுவைப் போல் தோன்றினாள்.

"நான் ஒரு திகுவைப் போல் இருக்கிறேன், யோ" என்றாள் தனக்கு உடையுடுத்த உதவிக்கொண்டிருக்கும் புட்கியிடம்.

"அதனால் என்ன? என்றாள் புட்கி. "திகுக்கள் மட்டும்தான் நன்றாக உடையணிய முடியுமா? இன்றைக்கு ஒரு சந்த்தார் மணமகள் எப்படி உடையுடுத்துவாள் என்று அவர்களுக்கும் காட்டுவோம்."

சிதோ ரூபியிடம் பேசவேயில்லை. தன்னுடைய மனைவியை நித்ராவிற்கு அழைத்துச் செல்வதென்ற தன்னுடைய முடிவால் அவன் வருத்தப்படுவது போல் இருந்தது. ஆனாலும் அவன் பாதுகாவலன்தான். ரயில் நகரத் தொடாங்கியபோது அவன் தன்னுடைய கைகளை அவளைச் சுற்றிப் போட்டுக்கொண்டான். வண்டியில் அவன்தான் முதலில் ஏறினான். பின்னர் அமைதியாக ரூபியை இழுத்துக்கொண்ட அவன் ஜன்னலோரம் இருந்த காலியிடத்திற்கு வழிகாட்டினான். பின்னர் தோஸோ பைகளையும் டிரங்கு பெட்டியையும் சிதோவிடம் கொடுத்தான். அவற்றை அவன் இருக்கைகளுக்கு கீழேயும், மேலே இருந்த பை வைக்கும் இடத்திலும் வைத்தான். இதை அவன் சத்தமில்லாமல் செய்தான். தோஸோவுக்கு விடைகொடுக்கக்கூட ஒரு வார்த்தையும் பேசவில்லை. இருந்தாலும், நிலையத்தைவிட்டு ரயில் வெளியே சென்றதும் நன்கு தெரிந்த காட்சிகள் பின்னோக்கிச் செல்லத் தொடாங்கின. ரயில் பாதைகளை ஒட்டியிருந்த ஒரு பெரிய கட்டிடத்தை சிதோ சுட்டிக்காட்டினான்.

"அதோ" என்றான் அவன். "நான் அந்தப் பள்ளியில்தான் படித்தேன்."

அவனுடைய வார்த்தைகள் ரூபியை மயக்கத்திலிருந்து வெளியே கொண்டுவந்தன. "எது? காட்டுங்கள்" என்றாள் அவள். அந்தக் கட்டிடம் பாதைகளுக்கு மறுபுறம் இருந்தது. ரூபி எழுந்து நன்றாகப் பார்த்தாள்.

"நிற்க வேண்டாம்" என்றான் அவன். "அது நன்றாகவே தெரியும். அதோ." அவன் அந்தக் கட்டிடத்தை மறுபடியும் காட்டினான். "அதுதான்."

"ஓ!" அந்தக் கட்டிடம் பார்வையிலிருந்து விலகும் முன்னர் ரூபி வேகவேகமாக பார்த்தாள். "ஆனால் அங்கு பிள்ளைகள் இல்லையே."

"பள்ளிக்கூடம் ஒன்பது மணிக்குத்தான் தொடங்கும். இப்போது ஆறு முப்பதுதான் ஆகிறது."

"ஓ." ரூபி ஆமோதித்தாள். அவளுடைய கண்கள் அந்தக் கட்டிடத்தை கடைசியாக ஒருமுறை பார்த்துவிட முயற்சித்தன.

"அதிர்ஷ்டக்காரி." அவளுடைய உறவினர்கள்தான் கூறினர். "அவளுடைய கணவன் பள்ளிக்கூடம் போனான். இப்போது ஆசிரியராகவே ஆகிவிட்டான்."

தன்னுடைய கணவனை உருவாக்கிய அந்த இடத்தின் பிம்பத்தை தன்னுடைய நினைவில் பதிந்துகொள்ள விரும்பிய ரூபி, தன்மீதே பொறாமைப்படவும் செய்தாள். புகைபோக்கிகளும், மும்முனை வடிவிலான இடிதாங்கியும் கொண்டிருந்த ஒரு கட்டிடத்திற்கு பின்பக்கம் இருக்கும் குட்டையை சிதோ சுட்டிக்காட்டும்வரை அவள் ஜன்னலுக்கு வெளியே உற்றுப்பார்த்தபடியே இருந்தாள்.

"அதோ" என்றான் அவன். "உனக்குத் தெரிகிறதா?"

"என்ன?"

"அதோ. உன் கண்களுக்கு நேராக இருக்கிறதே. அது என்ன?"

ரூபி தலையைக் குலுக்கினாள். அது ஒரு தொழிற்சாலையைப் போல் இருந்தது. ஆனால், அவளால் உறுதியாகச் சொல்ல முடியவில்லை.

"அது ஒரு அரிசி ஆலை" என்று விளக்கினான் சிதோ. "என்னுடைய அம்மா அங்கே வேலை செய்ததாக சொல்லியிருக்கிறாள்."

ரூபி ஆமோதித்து தலையாட்டினாள். டெல்லாவை அவள் சந்தித்த அன்று சோனாமுனி அந்தக் கதையை, அதன் கவர்ச்சியான பகுதிகளை கீழ்ஸ்தாயி குரலிலுமாக அவளிடம் கூறியிருக்கிறாள். இருந்தாலும், அந்தக் கதை இப்போதும் விவகாரம் மிக்க ஒன்றுதான்

என்பதுடன் அவள் தன்னுடைய மாமியாரின் சாகசங்களை நினைத்து சிரிக்க வேண்டுமா அல்லது புதிய மணமகளாகப் பொருந்திப்போகும் வகையில் முகம் சிவக்க வேண்டுமா என்று ரூபியால் சொல்ல முடியவில்லை. அத்துடன் ஒரு கேள்விதான் அவளைத் தொந்தரவுபடுத்தியது: செல்வச் செழிப்புமிக்க குடும்பத்தைச் சேர்ந்த புட்கி மற்றும் டெல்லாவைப் போன்ற பெண்களுக்கு தொழிற்சாலையில் வேலை செய்யவேண்டிய தேவை ஏன் வந்தது? தன்னுடைய அம்மாவின் கடந்தகாலம் பற்றி தன் கணவனுக்குத் தெரியுமா என்றும் அவள் வியந்தாள். அந்த அரிசி ஆலையை கடைசி முறையாக பார்ப்பதற்கு திரும்பினாள் ரூபி.

அதற்குப் பிந்தைய நீண்ட நேரத்திற்கு அவர்கள் பேசிக்கொள்ளவில்லை. கடந்து போய்க்கொண்டிருக்கும் மரங்கள், மாடுகள் மற்றும் காடுகளையே பார்த்துக்கொண்டிருந்தாள் ரூபி; அங்கே சாக்குலியாவிற்கு வெளியே கூட்டுப் படையினர் நிறுவிய ஒரு பெரிய விமானத்தளம் சிதைந்துபோயிருந்தது; கோக்பாரா ரயில் நிலையத்திற்கு அருகாமையில், முதுர்காம் கிராமத்தில் இருந்த மலையுச்சியில் வானிலை ஆய்வுத்துறையானது ஒரு கம்பியில்லா கோபுரத்தை நிர்மாணித்திருந்தது; 1962-ஆம் ஆண்டு இந்திய-சீனப் போரின்போது கட்டப்பட்ட நெடுஞ்சாலையின் மேம்பாலத்திற்கு அருகாமையில், தல்பும்காரில் உள்ள ரயில்வே துணை மின்நிலையம் காணப்பட்டது. தங்களுடைய மூட்டைமுடிச்சுகள் வைத்த இடத்தில் இருக்கின்றனவா என்று சிதோ சரிபார்த்துக்கொண்டான்: இருக்கைக்கு கீழே டிரங்குப் பெட்டி, படுக்கைக்கு மேலே தோல்பெட்டி மற்றும் தன்னுடைய மடியில் இருக்கும் சிறிய கைப்பை. சிலநேரத்தில், வேர்க்கடலை விற்பவர் வந்துபோவார். அதில் கொஞ்சம் வாங்கிய சிதோ அந்தப் பொட்டலத்தை ரூபியிடம் கொடுத்தான். அவளோ வாங்க மறுத்தாள்; பயணிகளுக்கு முன்னிலையில் அவளால் சாப்பிட முடியாது. புடவையை தன்னைச் சுற்றி இறுக்கமாக இழுத்து விட்டுக்கொண்டாள். அது இறுக்கமாக இருந்தது என்பதுடன், முறைப்படி அவள் உடையணிந்தவள் இல்லை என்பதால் அதைச் சமாளிப்பதே அவளுக்கு கடினமாக இருந்தது. சிதோ வேர்க்கடலையை மென்றுகொண்டிருந்தான்.

காட்ஷிலா ரயில் நிலையத்திற்கு வெளியே ரயில் செல்லத் தொடாங்கிய பின்னர் அந்த புகைபோக்கிகளை மனக்கண்ணில் பிடித்துக்கொண்டாள் ரூபி. அந்த புகைபோக்கிகள் எதற்காக என்று சிதோவிடம் கேட்க வேண்டும் என்ற ஆவல் அவளுள் அதிகரித்தது. வீட்டிற்கு வெளியே அவள் செல்வது இதுதான் முதல்முறை

என்பதுடன் அவளுடைய கண்களுக்கு முன்னால் ஒரு புதிய உலகமே விரிந்துகொண்டிருந்தது. அவள் முதல்முறையாக பார்ப்பதற்கு நிறைய விஷயங்கள் இருந்தன. அவை எல்லாவற்றையும் பற்றி தெரிந்துகொள்ளவும் அவள் விரும்பினாள். ஆனால் அவளால் எப்படிக் கேட்க முடியும்? ஒரு புதிய மணமகளிடத்தில் அதிகப்படியான ஆர்வமிருப்பது முறையானதாக கருதப்படுமா? அவளுடைய கணவன் என்ன நினைப்பான்? இந்த எண்ணங்கள் அவளை மௌனமாகவே வைத்திருந்தன. அந்த மௌனமும் சீக்கிரத்திலேயே பொறுத்துக்கொள்ள முடியாத ஒன்றாகிப் போனது.

"அது ஒரு செம்பு ஆலை" அவளிடம் தோன்றிய ஆர்வம் அவளை சும்மாயிருக்க விடவில்லை என்பதை உணர்ந்த சிதோ கூறினான். "நிலத்தில் இருந்து செம்பை தோண்டியெடுத்து இங்கேதான் சுத்தப்படுத்துவார்கள்."

"நிலத்தில் இருந்து தோண்டியெடுப்பார்களா? எவ்வளவு ஆழத்திற்கு தோண்டுவார்கள்?"

சிதோ புன்னகைத்தான். "மிக ஆழமாக, மிக மிக ஆழமாக. தரையில் சில துளைகள் போட்டு தோண்டுவார்கள். கிணற்றைப் போல். ராக்காவில், செம்பை தோண்டியெடுக்கின்ற பல இடங்கள் இருக்கின்றன."

"நிஜமாகவா?"

"ஆமாம்."

காலுதி ரயில் நிலையத்தில் இருந்து வெளியே வந்த இருபது நிமிடங்களுக்குப் பின்னர் அது ஒரு பாலத்தைக் கடந்தது. டோக்கர் டோக்கர் டோக்கர் டோக்கர். பாலத்திற்கு கீழே, தண்ணீரின் பளபளப்பான மேற்பரப்பிற்கு அடியில் காட்டுக்கொடிகள் படர்ந்திருப்பதை ரூபி பார்த்தாள். அதன் இருகரைகளிலும் செந்நீல மலர்க்கொத்துகள் வளர்ந்திருந்தன. நீரோட்டத்திற்கு நடுவில் இருந்த பாறைகள் கம்பீரத்துடன் வீற்றிருந்தன. ரூபிக்கு மீண்டும் தன்னுடைய கிராமத்தின் ஞாபகம் வந்தது. ஜன்னலில் இருந்த கம்பிகளில் தன்னுடைய முகத்தை அவள் அழுத்தி வைத்துக்கொண்டாள். அவளுடைய கண்கள் நீரோட்டங்களையும், செந்நீல மலர்களையும் கவனித்துக்கொண்டிருந்தன.

ரயில் அந்தப் பாலத்தை தாண்டியவுடன், தன்னுடைய ஆர்வமிக்க கண்களை சிதோவின் பக்கம் திருப்பினாள்.

"சுபர்ணரேகா" என்றான் அவன். "அதுதான் சுபர்ணரேகா ஆறு."

"அதுதான் சுபர்ணரேகாவா?" என்று நம்பமுடியாமல் கேட்டாள்.

"ஆமாம், நீ கேள்விப்பட்டிருப்பாயே, இல்லையா?"

ரயில் அப்படியே பின்னோக்கி போகவேண்டுமென்று அவள் விரும்பினாள். அந்த சுபர்ணரேகாவை அவள் மறுபடியும் பார்க்க விரும்பினாள். அது தங்க நதி. அவள் அதைப்பற்றிய, அதன் படுகைகளில் தங்கத் துகள்கள் இருப்பது பற்றிய கதைகளை கேட்டிருக்கிறாள். ஜன்னல் கம்பிகளுக்கு நடுவில் அவள் தன் முகத்தைப் புதைத்துக்கொண்டாள், ரயில் தன்னுடைய தடங்களில் பின்னோக்கி சென்று, சுபர்ணரேகாவுக்கே திரும்பிச் செல்ல வேண்டும் எனவும் விரும்பினாள்.

"வா, நாம் அடுத்த நிலையத்தில் இறங்க வேண்டும்." இருக்கைக்கு அடியில் இருந்து டிரங்கு பெட்டியை இழுத்த சிதோ அதை கதவருகில் கொண்டுசென்றான். அவனைப் பின்தொடர்ந்த ரூபி பெட்டியையும் கைப்பையையும் எடுத்துக்கொண்டாள்.

அவர்கள் இறங்கவேண்டிய ராக்கா மைன்ஸ் நிறுத்தம் ஒரு சிறிய, குறிப்பிடத்தக்க விஷயங்கள் ஏதுமில்லாத ஊர். அது பெரும்பாலும் கட்டாந்தரையாக, மேற்கு நோக்கி மலையடிவாரத்திற்கு உயர்ந்து சென்றது. அது சாக்குலியாவைக் காட்டிலும் சிறியதாக இருந்ததை ரூபி கவனித்தாள். அது மிகவும் அமைதியாக காணப்பட்டது, காற்று காணாமல் போய்விட்டதைப் போல் சலனமற்று இருந்தது. ரயில் தடத்தில் ஒரு பக்கமாக இருந்த நடைமேடை ஒரு சிறிய அறையைப் போல் தெரிந்தது.

"நாம் அதில்தான் நித்ராவிற்குப் போகப்போகிறோம்." மேட்டுப்பகுதியில் நிறுத்தி வைக்கப்பட்டிருந்த ஒரு சிற்றுந்தை சுட்டிக்காட்டிய அவன் ரூபியிடம் தன்னைப் பின்தொடருமாறு சைகை செய்தான். பேருந்தின் முன்பக்க கண்ணாடியில் வைக்கப்பட்டிருந்த பலகையில் பின்வருமாறு எழுதப்பட்டிருந்தது:

ராக்கா மைன்ஸ் ரயில் நிலையத்தில் இருந்து மோஸாபோனி மைன்ஸ் வரை (வழி - ஜாதுகோழா - ராக்கா மைன்ஸ் - கெந்தாடிகி - சுர்தா)நடத்துனர் அவர்களுடைய டிரங்கு பெட்டியையும்,

சூட்கேஸையும் அழுக்கடைந்த அறைக்குள் தள்ளினார். ரூபியால் தொலைதூரத்தில் பார்க்க முடிந்த நகரத்திற்கு செல்வதற்கென்றே அந்த சிற்றுந்து இயங்குவதைப் போல் தெரிந்தது. பேருந்து கூட்டமாகி, தாங்கமுடியாத அளவுக்கு வெப்பம் அதிகரித்தபோதிலும் ஓட்டுநருக்கோ நடத்துனருக்கோ அதை சீக்கிரமாக நகர்த்துகின்ற எண்ணமில்லை. ரூபி தன்னுடைய இடத்தில் அடைத்துக்கொண்டு உட்கார்ந்தாள். சிதோவுக்கு இடம் பிடித்து வைக்கும் வகையில் அவளுடைய வலதுகை அவளுக்கு அடுத்திருந்த இடத்தை கெட்டியாக பிடித்திருந்தது. பேருந்திற்கு வெளியே நின்றுகொண்டிருந்த அவன், எரிச்சலுடன் தன் நெற்றியில் வழிந்த வியர்வையை துடைத்துக் கொண்டிருந்தான்.

இறுதியில், பேருந்து புறப்பட்டதும், அது அதிகப்படியான கூட்டமாக இருந்தபடியால் ஒரு பக்கமாக சாய்ந்துகொண்டது. ரூபி அவனுக்காக பிடித்து வைத்திருந்த இடத்தை அடைய சிதோவுக்கு சிறிதுநேரம் ஆனது. அவனுக்கு அகலமான தோள்பட்டைகள் இருந்ததால் எல்லோரையும் அங்குமிங்கும் தள்ளிவிட்டுச் செல்ல முடிந்தது.

“இன்றைக்கு ரொம்பவே வெக்கையாக இருக்கிறது” என்றான் அவன்.

அவள் தலையாட்டி ஆமோதித்தாள்.

“அரைமணி நேரம்தான். நாம் சீக்கிரத்திலேயே வீட்டிற்கு போய்விடலாம்.”

சரிவில் உருண்டுசென்ற பேருந்து, நிலையத்தில் இருந்து ரூபி பார்க்கவேண்டிய நகரக் குடியிருப்பை நோக்கிச் சென்றது. நான்கு முனைகள் கடக்குமிடத்தில், சிதோ ஜன்னலுக்கு வெளியே மற்றொரு பக்கத்தை சுட்டிக்காட்டினான்.

“அதோ” என்றான் ரூபியிடம். “அந்தப் பக்கம் ஒரு கோயில் இருக்கிறது. ஒரு பெரிய, பழங்கால மா ரங்கினி கோயில். மிகவும் பிரபலமானது.”

அந்த பெண்தெய்வத்தின் பெயரை ரூபி கேள்விப்பட்டிருக்கிறாள். அவள் ஜன்னலுக்கு வெளியே கூர்ந்து நோக்க விரும்பினாள். ஆனால், அவளுடைய பார்வை பாதையில் நின்றுகொண்டிருந்த ஒருவனால்

தடைபட்டது. மிகவும் தெளிவாகப் பார்ப்பதற்கு தன்னுடைய தலையை நகர்த்த முயற்சித்தாள். ஆனால், முடியவில்லை.

சிதோ புன்னகைத்தான். "போகட்டும் விடு" என்றான் அவன்.

நகரக் குடியிருப்பிற்குள் நுழைந்தவுடனே வெப்பநிலை சில்லிட்டுப்போனது. பெரும்பாலும் யூகலிப்டஸ் மரங்கள் சாலையின் இருபக்கமும் அடர்ந்திருக்க அந்தக் காலநிலை மிக அழகாக காட்சியளித்தது. சாலையும்கூட நன்றாயிருந்தது, தார் போடப்பட்டு, நன்றாக பராமரிக்கப்பட்டிருந்தது. ரூபி இதற்கு முன்னர் தார் சாலையில் பயணித்ததில்லை. அவள் அந்த வீடுகளைப் பார்த்தாள்; அவை எதுவும் அவள் இதற்கு முன் பார்த்திருந்தவை போல் இல்லை. அவை அடுக்கடுக்காக, ஒன்றன் மீது ஒன்றாக அமைந்திருந்தன. கூரைகளில் உலரவைப்பதற்காக துணிகள் வரிசையாக தொங்கவிடப்பட்டிருந்தன. பேருந்து நின்றது. சிலர் வெளியே இறங்கினர். அவள் சிதோவைப் பார்த்தாள்.

"இங்கே இல்லை" என்றான் சிதோ, அவளுடைய முகத்தில் இருந்த தோற்றத்தைக் கவனித்த அவன் விளக்கிக் கூறினான், "இந்த இடத்தின் பெயர் ஜாதுகோழா. இங்கே யுரேனியம் வெட்டியெடுப்பார்கள். இந்த வீடுகளில் சுரங்கத் தொழிலாளர்கள் வசிக்கின்றனர்." அவன் அடுக்கக தொகுப்பை சுட்டிக்காட்டினான். ரூபியால் அந்தப் பெயரை மட்டுமே பதிந்துகொள்ள முடிந்ததே தவிர வேறு எதையும் அல்ல. இங்கே ஏதோ சுரங்கம் இருப்பதாக அவளுடைய கணவன் குறிப்பிட்டானே, அது என்னவென்றுகூட அவளுக்குத் தெரியாது.

நகரக் குடியிருப்பில் இருந்து வெளியேறிய பேருந்து ஒரு மரங்களடர்ந்த பாதையில் நுழைந்தது. அங்கே நிறைய யூகலிப்டஸ் மரங்களும், வேறுபல மரங்களும் இருந்தன. அந்தச் சாலையும் தார்ச்சாலையாக இருந்தது என்றாலும் அவர்கள் கடந்துவந்த நகரக் குடியிருப்புக்கு உள்ளிருந்த அளவுக்கு நன்றாக பராமரிக்கப்படவில்லை. சாலையில் இருந்த குழிகளால் பேருந்து அவற்றின் மீது குதித்தோடியது. இருந்தாலும், சாலையில் மக்கள் நிறைந்திருந்தனர். கால்நடையாகவும், சைக்கிள்களிலும் சென்றுகொண்டிருந்தனர். சற்று பின்னர்தான் ரூபி கடைகளையும், சாலையோர தேநீர்க் கடைகளையும் பார்த்தாள். அவர்கள் தனது நுழைவாயிலில் பெரிய கதவைக் கொண்டிருந்த மற்றொரு நகரக் குடியிருப்பிற்குள் நுழைந்தனர்.

“இதுதான் ராக்கா மைன்ஸ்” என்றான் சிதோ ரூபியிடம். “இங்கே செம்பு வெட்டியெடுக்கிறார்கள். நினைவிருக்கிறதா? நான் சொல்லியிருந்தேனே.”

செம்பு என்பது பிரபலமான ஒன்று, ரூபியால் அதைப் புரிந்துகொள்ள முடிந்தது. அவள் ஜன்னலுக்கு வெளியே பார்த்தாள். அந்தப் பேருந்து ஒரு பெரிய வாயிற்கதவிற்கு முன்பாக நின்றது. அங்கிருந்த அறிவிப்புப் பலகையில் பின்வருமாறு எழுதப்பட்டிருந்தது:

ஹிந்துஸ்தான் காப்பர் லிமிடெட்

(ஒரு இந்திய அரசு நிறுவனம்) ராக்கா காப்பர் புராஜெக்டிற்கு வரவேற்கிறோம்

அவளால் படிக்க முடியாது. சிலர் இறங்கினார்கள், சிலர் ஏறினார்கள். பேருந்து தன்னுடைய பயணத்தை மறுபடியும் தொடாங்கியது.

அந்த நகரக் குடியிருப்பை சுற்றியிருக்கும் நீளமான எல்லைச் சுவற்றை சுற்றி பேருந்து ஓடிக்கொண்டிருந்தது. சுவற்றின் நிறைய இடங்களில் வெடிப்பு ஏற்பட்டிருந்தது. சுவற்றிற்கும் சாலைக்கும் இடைப்பட்ட கட்டாந்தரையில் கள்ளிச்செடிகளும் புதர்களும் மிதமிஞ்சி வளர்ந்திருந்தன. சாலையின் மற்றொரு பக்கத்தில் உயரமான மலைகள் அமைந்திருந்தன. அந்த மலைகள் சாய்தளமான பாறைகளாக காட்சியளித்தன. சிதோ தனக்கு நேராகப் பார்த்தாள். துள்ளிக்குதித்து, பேருந்தில் இருந்து வெளியே செல்ல விரும்பியதைப் போன்ற ஒரு அவசர முகபாவனை அவன் முகத்தில் தோன்றியது. ரூபி ஜன்னலுக்கு வெளியே இருந்த காடுகளையும், ஒரு புதிய, பழக்கமில்லாத ஊரின் தரிசு நிலங்களையும் பார்த்தாள். ஒரு கட்டத்தில், சிதோ தன்னுடைய வலதுகையை தூக்கி ஆட்காட்டி விரலால் நெற்றியையும் மார்பையும் தொட்டுக்கொண்டு, புலப்படாத தெய்வத்திற்கான மரியாதையை செலுத்தினான். ரூபி ஆர்வமானாள்.

“ஹா! இதுதான் அந்தக் கோயில்” என்ற அவன் சாலையின் மறுபக்கம் இருந்த உயர்ந்த மலையை சுட்டிக்காட்டினான். “அதை சித்தேஷ்வர் என்பார்கள். அது ஒரு சிவன் கோயில். மிகவும் பிரபலமானது. அந்தக் கிராமத்தின் பெயர் சாப்ரி.”

அதற்குத் தலையசைத்த ரூபி ஜன்னலுக்கு வெளியே மறுபக்கத்தில் உற்றுப்பார்த்தாள். ஆனால், அங்கு கோயிலையோ மலையையோ பார்க்க முடியவில்லை.

“இப்போது உன்னால் பார்க்க முடியாது” என்றான் சிதோ. “அது மலையுச்சியில் இருக்கிறது. நாம் அதை கடந்து வந்துவிட்டோம். நான் ராக்காவிற்கு செல்லும்போதெல்லாம் மற்றவர்கள் தங்களுடைய தலைதாழ்த்தி வணங்குவதைப் பார்த்திருக்கிறேன். அதனால் எனக்கும் அந்தப் பழக்கம் வந்துவிட்டது. நித்ராவுக்கு ரொம்ப தூரம் இல்லை. உனக்கு அசௌகரியமாக இருக்கிறதா?”

ரூபி தலையைக் குலுக்கினாள்.

இரண்டு பக்கமும் கம்பங்கள் நடப்பட்டிருந்த, ஒரு பெரிய மைதானத்தையும் அதற்கு முன்பாக இருந்த சுண்ணாம்பு பூசப்பட்ட கட்டிடத்தையும் ரூபி பார்த்தபோது அந்தப் பேருந்தின் வேகம் குறைந்திருந்தது. சிதோ தன்னுடைய இருக்கையில் இருந்து எழுந்தான்.

“நித்ரா!” நடத்துனர் அழைத்தார்.

“ஆமாம்” சிதோ பதிலளித்தான். ரூபியை தன்னைப் பின்தொடருமாறு சைகை செய்தான்.

பேருந்து நின்றதும் அவர்கள் கீழே இறங்கினர். பைகள் வைக்கும் இடத்தில் இருந்து அவர்களுடைய பெட்டிகளை நடத்துனர் வெளியே எடுத்து வைத்த பின்னர் பேருந்து நகர்ந்து சென்றது. சிதோ பெட்டிகளை எடுத்து வைக்கத் தொடாங்கினான். சாலையோரம் அசையாது நின்ற ரூபியோ அந்திய ஊரின் அந்நியக் காற்றை சுவாசித்தபடி, என்ன செய்வதென்று தெரியாமல் திகைத்துப் போயிருந்தாள்.

சிதோ அவளை உலுக்கினான். “வீட்டிற்கு வந்துவிட்டோம். இந்த இடம் பிடித்திருக்கிறதா?”

கண்களைத் தாழ்த்தியபடி அவள் ஆமோதித்து தலையாட்டினாள்.

“வா” சிதோ டிரங்கு பெட்டியை தூக்கிக்கொண்டான். “உன்னால் இந்த சூட்கேஸை சுமக்க முடியுமா, அல்லது நானே எடுத்துக்கொள்ளட்டுமா?”

“இல்லை, நான் எடுத்துக்கொள்கிறேன்” என்ற ரூபி சூட்கேஸை தூக்கிக்கொண்டாள். “வா” என்ற சிதோவை அவள் பின்தொடர்ந்தாள்.

அந்தக் கால்பந்து மைதானத்தைக் கடந்த அவர்கள் ஒரு கட்டிடத்திற்கு அருகாமையில் வந்தனர். அதற்கு ஒரு வெளிமுற்றமும் மூன்று அறைகளும் இருந்தன.

“இங்குதான் நான் வேலை செய்கிறேன்” என்றான் சிதோ. “பைராம்-தாவும்தான்.”

தன்னுடைய மனைவி நின்று நன்றாகப் பார்க்கும் வகையில் அவன் டிரங்கு பெட்டியை கீழே வைத்தான். ரூபியும் சூட்கேஸை கீழே வைத்துவிட்டு அந்தக் கட்டிடத்தைப் பார்த்தாள். அறைகள் அப்போதும் பூட்டப்பட்டிருந்தன. அவள் மேலே பார்த்தாள். அங்கு தேவநாகரியில் எழுதப்பட்ட வார்த்தைகளைக் கொண்ட பெயர்ப்பலகை கட்டிடத்தின் உச்சியில் காணப்பட்டது.

பிரதமிக் வித்யாலயா, நித்ரா ஸ்தாபித் 1957,

கிராம்: நித்ரா, ஜில்லா: சிங்பும் பிஹோாழ்

அவளால் அந்தப் பெயர்ப்பலகையை படிக்க முடியவில்லை. தனக்கு முன்னால் இருந்த சுவற்றையும் பூட்டப்பட்ட அறைகளையும் உற்றுப்பார்த்தாள். அங்கு மற்றொரு பெயர்ப் பலகை சுவற்றில் தொங்கிக்கொண்டிருந்தது.

“அதோ, பார்?” சிதோ அந்தப் பலகையைக் காட்டினான். “அதில் என் பெயர் எழுதப்பட்டிருக்கிறது.”

வெளிமுற்றத்தில் ஏறிய அவன் அதில் இருந்த பெயரைக் காட்டினான். சிதோ பாஸ்கே, அது தேவநாகரியில் இருந்தது.

“இதுதான் என்னுடைய பெயர்” என்றான் சிதோ. பிறகு அவன் அதற்கு மேலே எழுதப்பட்டிருந்த பெயரையும் சுட்டிக்காட்டினான். பைராம்-டுடு, அதுவும்கூட தேவநாகரியில்தான் இருந்தது.

அவன் ரூபியை பார்த்துப் புன்னகைத்தான். “இது பைராம்-தாவின் பெயர். இவையெல்லாம் இங்கு வேலை செய்கிறவர்களின் பட்டியல். இந்தப் பள்ளியின் பணியாளர்கள்.”

ரூபியால் தலையசைத்து ஆமோதிக்க மட்டுமே முடிந்தது. தான் திருமணம் செய்துகொண்டவனை நினைத்து அவள்

பெருமைகொண்டாள். மிகவும் மகிழ்வுற்றாள். ஆனால், அந்தப் பெருமையையோ அல்லது மகிழ்ச்சியையோ அவளால் வார்த்தைகளில் வெளிப்படுத்த முடியவில்லை. நான் ஒரு முட்டாள்! தன்னைத்தானே நினைத்துக்கொண்டு, வெளிமுற்றத்தில் இருந்து இறங்கி அகலமாக புன்னகைத்தபடியிருந்த தன்னுடைய கணவனை ஏக்கத்துடன் பார்த்தாள்.

"வா, தாமதமாகிவிடப் போகிறது" என்ற அவன் டிரெங்கு பெட்டியைத் தூக்கிக்கொண்டான். "பியூன் சீக்கிரத்திலேயே வந்து கதவுகளைத் திறந்துவிடுவான்."

பள்ளிக்குப் பின்னால் இருந்த மண்தரையைத் தொடர்ந்து சென்ற அவர்கள் இரண்டு தரிசு நிலங்களுக்கு இடையில் இருந்த ஆழேயின் ஓரமாக நடந்து ஒரு புதர்க்காட்டிற்குள் நுழைந்தனர். அந்த புதர்க்காட்டிற்கு மற்றொரு பக்கத்தில் வீடுகள் இருப்பதை ரூபி பார்த்தாள்.

"அதுதான்" என்றான் சிதோ. "அதுதான் அந்த கிராமம்."

கிராமத்தின் ஆண்களும் பெண்களும் அந்த ஜோடியை நின்று பார்த்தனர்.

"உங்களுடைய மணமகளா, சிதோ-மாஸ்டர்?" ரூபியை நன்றாகப் பார்த்துக்கொண்டே கேட்டாள் ஒரு பெண். அந்தப் பெண் குணமானவளாகத் தெரிந்தாலும், சுய-உணர்வடைந்த ரூபி தன்னுடைய புடவையின் அன்ச்சாரை தன்னைச்சுற்றி இழுத்து விட்டுக்கொண்டு சிதோவை நெருங்கி நின்றாள்.

"ஆமாம், மாராக்-ஆயோ" என்றான் சிதோ புன்னகைத்தபடியே.

"போங்கள், போங்கள்" என்றாள் அந்தப் பெண். "மாஜியின் மனைவி காத்திருப்பாள். இப்போதெல்லாம் அவள் உங்களைப் பற்றித்தான் பேசிக்கொண்டிருக்கிறாள்." அவள் ரூபியை தலையில் இருந்து கால்விரல்கள் வரை உற்றுப்பார்த்தாள். ரூபியால் அவள் மீதிருந்து கண்களை எடுக்க முடியவில்லை.

அவர்கள் மாஜி வீட்டிற்கு வந்தனர். அது காதாம்டுகியின் மாஜி வீட்டைக் காட்டிலும் பெரிதாக, தெரல்டுகியின் மாஜி வீட்டைக் காட்டிலும் மிகப்பெரியதாக இருந்தது. ரூபி ஒரு முனையில் இருந்து மறுமுனை வரை அந்த வீட்டை ஆராய்ந்தாள். இடதுகோடியில் ஒரு பெரிய மாட்டுக்கொட்டகை இருந்தது, வலதுகோடியில் கம்பிகள்

வெளியே நீட்டிக்கொண்டிருக்கு ஒரு உயரமான கான்கிரீட் மின்சார கோபுரம் இருந்தது. அந்த மின்சார கோபுரம் தரைக்கு கீழே ஆழமாக செல்வதாக யூகித்த அவள், அங்கே மற்றொரு கெட்டியான கம்பி கோபுரத்தின் மேலிருந்து தொடாங்கி மூலைவிட்டமாய் பூமிக்குள் சில மீட்டர்கள் தள்ளிச் செல்வதை அவள் பார்த்தாள். அது தரைவழிக் கம்பி, சிதோ பின்னாளில் அதுபற்றி அவளுக்கு விளக்கினான்.

மின்சார வசதி பெற்றிருந்த சில கிராமங்களில் நித்ராவும் ஒன்று. காதாம்டுகியில், மரத்தாலான மின்சார கோபுரங்களைத்தான் இன்னமும் பதித்துக்கொண்டிருந்தார்கள். காதாம்டுகி மின்சார வசதி பெறவிருந்த அதே நேரத்தில், தெரல்டுகிக்கு தொடர்பு கிடைக்க நீண்ட காலமாகலாம்.

திறந்து கதவின் வழியாக ரூபியை அழைத்துச் சென்றான் சிதோ.

"யார் வந்திருக்கிறார் பாரேன்" அவர்கள் நுழைவதைப் பார்த்த ஒரு பருமனான, கருத்த பெண் ஆச்சரியத்தில் கத்தினாள். "வாருங்கள், வாருங்கள். அங்கேயே நிற்க வேண்டாம். உங்களுக்காகத்தான் காத்திருக்கிறோம்."

சிதோவும் ரூபியும் உள்ளுக்கு அழைத்துச் செல்லப்பட்டு, தாராளமாக காணப்பட்ட ராச்சாவில் இருந்த பிண்டாவில் அமரவைக்கப்பட்டனர். காதாம்டுகியில் சிதோவின் வீட்டில் இருப்பதைக் காட்டிலும் அந்த முற்றம் பரந்தகன்று காணப்பட்டது. ஒரு பாட்டியாவில் மூன்று இளம் பெண்கள் நெற்பயிரை காயவைத்துக் கொண்டிருந்தனர். அதில் இரண்டு பேருக்கு பத்து அல்லது பனிரெண்டு வயதிருக்கும், மூன்றாமவள் அவர்களிலும் இளையவளாகக் காணப்பட்டாள்.

"நமக்கு இந்த வருடம் நல்ல அறுவடை" என்றாள் அந்த பருத்த பெண்மணி. "உங்களுக்கு எப்படி, பாஹு?" அவள் ரூபியைக் கேட்டாள். "உங்கள் கிராமத்தில் நீங்களும் நெற்பயிர்தானே வளர்க்கிறீர்கள்? உங்களுடைய கிராமம் காட்டிற்குள் இருப்பதாக சிதோ கூறியிருக்கிறான்."

"உம்ம்ம்..." என்றாள் ரூபி. அவள் கேள்விகளை எதிர்பார்க்கவில்லை.

"அவர்தான் மாஜியின் மனைவி" என்று சிதோ அவளிடம் கிசுகிசுத்தான். "அவரிடம் பேசு, வெட்கப்படாதே."

மாஜியின் மனைவி சிதோவிடம் திரும்பி புன்னகைத்தாள். "உன் மனைவியிடம் என்ன கிசுகிசுக்கிறாய்? கூடாது, கூடாது, கிசுகிசுக்கவெல்லாம் கூடாது. நானே அவளிடம் பேசுகிறேன். இல்லையா பாஹூ" என்றாள் ரூபியிடம், "உன் கிராமத்தின் பெயர் என்ன?"

மாஜியின் மனைவியைவிட இளையவளாகவும், சிதோவைவிட மூத்தவளாகவும் தெரிந்த மற்றொரு பெண் ஒரு சொம்பு நிறைய தண்ணீருடன் வந்தாள். அதனை சிதோ மற்றும் ரூபியின் கால்களுக்கு முன்னால் தரையில் வைத்தாள்.

"சும்மா என்னைப் பார்!" என்றாள் மாஜியின் மனைவி. "நான் எல்லா சம்பிரதாயங்களையும் மறந்துவிட்டேன். இப்போது உன்னுடைய மனைவியுடன் பேசும் அவசரத்தில் உங்கள் இருவரையும் வரவேற்கவே மறந்துவிட்டேன் சிதோ."

உள்ளங்கைகளைக் குவித்தபடி அவள் சிதோவையும் ரூபியையும் நோக்கி வந்தாள். தன்னுடைய கைகளைச் சேர்த்து வைத்துக்கொண்ட சிதோ அவளுடைய குவிந்த கைகளுக்கு தலைவணங்கினான். மாஜியின் மனைவி ஆசீர்வதித்தாள். "நீங்கள் நன்றாக வாழவேண்டும். எப்போதும் மகிழ்ச்சியுடனே இருக்க வேண்டும்."

பிறகு அவள், தயக்கத்துடன் தலைவணங்கிய ரூபிக்கு முன்பாக தன்னுடைய உள்ளங்கைகளைக் கொண்டுசென்றாள்.

"நீங்கள் எப்போதும் மகிழ்ச்சியுடன் இருப்பீர்களாக. நான் உன்னை எப்படி அழைப்பது? எனக்கு நீ தங்கையைப் போன்றவள். நான் உன்னை மாய் என்று அழைக்கிறேன். இதோ பார் மாய், வெட்கப்படாதே. இது உன் வீடு. உனக்கு அக்கா இருக்கிறார்களா?"

ரூபி தலையைக் குலுக்கினாள்.

"குடும்பத்தில் அவள்தான் மூத்தவள்" சிதோ விளக்கினான்.

"நீ அதை சொல்ல வேண்டாம்" என்றாள் மாஜியின் மனைவி. "என் தங்கை சொல்வாள். ஏன், மாய்" என்றாள் ரூபியிடம், "உன்னுடைய குடும்பத்தைப் பற்றி எனக்கு சொல்ல மாட்டாயா?"

"சொல்வேன்" ரூபி முணுமுணுத்துப் புன்னகைத்தாள்.

"சரி" என்றாள் மாஜியின் மனைவி. "நல்லது."

சொம்பில் தண்ணீர் கொண்டுவந்த பெண் தன்னுடைய உள்ளங்கைகளை சிதோவுக்கு முன்பாகக் குவித்துக் காட்டினாள். சிதோ தலைவணங்கினான்.

தன்னுடைய கைகளை முத்தமிட்ட அந்தப் பெண் அவற்றை சிதோவின் தலைக்கு மேலாக திறந்து அவனை ஆசீர்வதித்தாள். "நீங்கள் எப்போதும் மகிழ்ச்சியுடன் இருப்பீர்களாக." பிறகு அவள் ரூபிக்கு முன்பாக நின்றாள். ரூபி தலைவணங்கியபோது, அந்தப் பெண்ணின் கைகளில் உள்ள கட்டைவிரல்களுக்கு சற்று கீழே பச்சைக் குத்தியிருப்பதைக் கண்டாள். அவை சிறு வடிவங்களில் இருந்தன. கையின் அந்தப் பகுதியில் பொருந்துமளவுக்கு சிறியதாக இருந்தன. அவை என்னவென்று ரூபிக்குத் தெரியவில்லை. பின்னாளில், நித்ராவிற்கு அவள் பழகிப்போனதும் அவை யாவும் ஒரே அடையாளம்கொண்ட வடிவங்களில் இருப்பதைப் பார்த்திருக்கிறாள்: ஒரு புள்ளியைச் சுற்றிலும் ஒரு வட்டம், அந்த வட்டத்தின் சுற்றளவில் இருந்து உமிழும்படியான கோடுகள்.

தன்னுடைய உள்ளங்கைகளை முத்தமிட்ட அவள் ரூபியை ஆசீர்வதிக்கவில்லை. பதிலாக, அவள் ரூபியின் முகவாயை வலதுகையின் கட்டைவிரல் மற்றும் ஆட்காட்டி விரலால் தொட்டு முகத்தை மேல்நோக்கி உயர்த்தினாள். அவள் ரூபியின் முகத்தை நன்றாகப் பார்த்தாள். ஆனால், ரூபி கண்களை தாழ்த்தியபடியேதான் இருந்தாள்.

"ரொம்பவே அழகு" என்றாள் அவள். "உன்னுடைய தாதா என்னிடம் சொன்னதுபோன்றே இருக்கிறாள். உன்னுடைய திருமணத்திற்கு வரமுடியவில்லை சிதோ, எவ்வளவு துரதிர்ஷ்டம் பார்! ஆனால், எங்களுடன் இருப்பதற்கு நீ அவளை அழைத்து வந்திருப்பதில் மிக்க மகிழ்ச்சி. இதோ பார், மாய்" என்றாள் ரூபியிடம். "என்னை தாய் என்று கூப்பிடு. நானும் உன்னுடைய அக்காவைப் போன்றவள்தான். நான் பைராம்-மாஸ்டரின் மனைவி. என்னுடைய பெயர் குருபாரி."

பைராம் பற்றியும் குருபாரியைப் பற்றியும் - பைராம்-தா இப்படி, பைராம்-தா அப்படி, குருபாரி-ஹிலி இப்படி, குருபாரி-ஹிலி அப்படி என - ரூபி அந்த தம்பதியினர் பற்றி பெரும் ஆர்வம்கொள்ளும் வகையில் சிதோ நிறைய நல்ல விஷயங்களை கூறியிருக்கிறான். தலையைத் தூக்கி வெட்கத்துடன் சிரித்த அவள், உறைந்தேபோனாள்.

ரூபி பார்த்த குருபாரியின் கண்கள் காதாம்டுகியில் உள்ள நாய்கேயின் விதவை மனைவி மற்றும் மருமகளுடையதைப் போன்றே இருந்தன. குருபாரி ரூபியை தலையில் இருந்து கால்வரை, வலது இடதாக, இடைவிடாமல் ஆராய்ந்தாள்.

ரூபி தன்னுடைய பரவசத்தையும் கவலையையும் கட்டுப்படுத்திக்கொண்டாள். அது வெறும் எதேச்சையானதாகத்தான் இருக்கும். சூனியக்காரத்தனத்துடன் உருளும் கண்மணிகளைக் கொண்ட எல்லோரிடமும் பழகவேண்டியிருக்கும் ரூபியிடம் சோனாமுனிதான் நாய்கேயின் விதவை மனைவி மற்றும் மருமகளைப் பற்றிய அத்தகையதொரு பயங்கரமான பிம்பத்தைத் தீட்டியிருந்தாள். ஆனால் அவளுடைய பயம் நியாயப்படுத்தக் கூடியதுதான். அவள் தன்னுடைய சொந்த கிராமத்திலேயே, முற்றிலும் இயல்பான பெண்கள் இந்தக் கலையை எங்கிருந்தோ கற்றுக்கொள்வது குறித்த அதேபோன்ற கதைகளைக் கேட்டிருக்கிறாள். இறுதியில், அதற்கு இரண்டரை வார்த்தைகள்தான் ஆனது.

ரூபி தன்னை இயல்பாக நடந்துகொள்ள கட்டாயப்படுத்திக்கொண்டாள். அந்த உருளும் கண்மணிகள், அது வெறும் எதேச்சையானது என்று தனக்குத்தானே கற்பித்துக்கொண்டாள். நல்லவர்கள் அல்லாதோரைப் பற்றி சிதோ நிச்சயம் நல்லவிதமாக பேசியிருக்க மாட்டான். அவள் குருபாரியைப் பார்த்துப் புன்னகைத்தாள்.

தன்னுடைய கைகளை அகல விரித்து வைத்துக்கொண்டே வந்தார் பைராம். சிதோ எழுந்து நிற்க, அவர்கள் நீண்ட நாட்களாக பிரிந்திருந்த சகோதரர்களைப் போல் கட்டியணைத்துக் கொண்டனர். பைராம் அளவுக்கு வயதுடையவராக இருந்த மற்றொருவர் அழுக்கான மேல்சட்டையும், கால்சட்டைகளும் அணிந்துகொண்டு, வாரப்படாத தலைமுடியும், சோர்வுற்ற கண்களும் கொண்டவராக அவரைப் பின்தொடர்ந்து வந்தார். அவரும் சிதோவை அணைத்துக்கொண்டார். அவர்தான் அந்த வீட்டின் எஜமானர், நித்ராவின் மாஜி என பின்னர் ரூபியிடம் கூறினான் சிதோ.

"நாங்கள் இப்போதுதான் வந்துசேர்ந்தோம்" என்ற சிதோ மாஜியின் மனைவியை கைகாட்டினான், "பாஹு, ஏற்கனவே என்னுடைய மனைவியை நேர்காணல் செய்யத் தொடாங்கிவிட்டார்."

"என்ன சொன்னாய்?" என்று பொய்க்கோபத்துடன் கேட்டாள் மாஜியின் மனைவி.

“ஆஹ்! அதெல்லாம் நடக்க வேண்டியதுதானே.” குருபாரி ரூபியின் கையைப் பிடித்துக்கொண்டாள். “வா, மாய், நான் உங்களுடைய அறைகளைக் காட்டுகிறேன்.”

எல்லா அறிமுகங்களும் முடிந்த பின்னர் குருபாரி ரூபியை அவர்களுடைய குடியிருப்பிடங்களுக்கு அழைத்துச் சென்றாள். ராச்சாவில் நெற்பயிர்களை உலர வைத்துக்கொண்டிருந்த மூன்று பெண்களில் மூத்தவர்கள் இரண்டு பேரும் மாஜியின் மகள்கள், இளையவள் குருபாரியின் மகள். அவளுடைய பெயர் பூர்ணிமா. வீடு முழுவதும் அவள் குருபாரியையும் ரூபியையும் தொடர்ந்து வந்துகொண்டிருந்தாள்.

ரூபி கற்பனை செய்திருந்ததைக் காட்டிலும் மாஜியின் வீடு பெரியதாக இருந்தது. அது இரண்டாக பிரிக்கப்பட்டிருந்தது; இரண்டு பகுதிகளுக்குமே தனித்தனி கதவுகள். மாஜி, அவருடைய மனைவி, அவருடைய இரண்டு மகள்கள் மற்றும் வேலையாட்கள் ஒரு பகுதியில் வசித்தனர். மற்றொரு பகுதி -நான்கு அறைகளைக் கொண்டிருந்த அந்தப் பகுதி மற்றொரு பகுதியில் இருந்து ஒரு சிறிய கதவுடன் கூடிய தாழ்வான சுவற்றால் பிரிக்கப்பட்டிருந்தது- இரண்டு சந்தால் ஆசிரியர்களுக்கும் தரப்பட்டிருந்தது: பைராம் மற்றும் சிதோ. மனைவி மற்றும் மகளுடன் வசித்த பைராம் இரண்டு அறைகளை எடுத்துக்கொண்டார். இதுவரையிலும் தனியாக இருந்த சிதோ ஒரு அறையை எடுத்துக்கொண்டிருந்தான். நான்காவது அறை பொருள்கள் வைக்கும் அறையாக குருபாரியால் பயன்படுத்தப்பட்டது. முற்றத்தின் மேற்கூரையிட்ட மூலையில் ஒரு சிறிய திறந்தநிலை சமையலறை இருந்தது. இங்குதான் குருபாரி தன்னுடைய குடும்பத்திற்கும் சிதோவுக்கும் சமைத்தாள்.

ரூபியும் வந்துவிட்டபடியால் சிதோவுக்கு மற்றொரு அறை தேவைப்பட்டது. ஒருவேளை, ரூபி தனக்கென்று ஒரு சமையலறை வைத்துக்கொள்ள விரும்பியிருக்கலாம். யதார்த்தம் தெரிந்தவளாக தோன்றிய மாஜியின் மனைவி இதுபோன்ற விஷயங்களை குருபாரியும் ரூபியும் தங்களுக்குள் சரிசெய்துகொள்ள வேண்டுமாய் பரிந்துரைத்தாள். மாஜியின் மனைவியே இதை பரிந்துரைத்தாலும், அவளுடைய முகத்தில் ஒரு விசித்திர வெளிப்பாடு தோன்றியதை ரூபி பார்த்தாள். இது அவள் ரூபியின் விருப்பத்திற்கு எதிராக செயல்படுவதைப் போன்றும், ஏறக்குறைய ஒரு உள்ளார்ந்த தூண்டுதல் அவளை வலுக்கட்டாயமாக வெளியே தள்ளுவதைப் போன்றும் இருந்தது. ரூபி இதை உணர்ந்தாள். என்றாலும்

அத்தகைய தூண்டுதல் என்னவாக இருக்கக்கூடும் என்பதைத்தான் அவளால் புரிந்துகொள்ள முடியவில்லை.

அந்த மாஜி, நித்ராவில் உள்ள பெரும் பணக்கார விவசாயிகளுள் ஒருவர் என்பதை ரூபி உணர்ந்துகொண்டாள். அந்த வீட்டின் அளவே அவருடைய செல்வ வளத்தின் சாட்சி. இருந்தாலும், அவர் வெறும் விவசாயி மட்டுமல்ல. அந்த கிராமத்தின் பிற சந்தால் ஆண்களைப் போல் அவரும் ராக்காவில் இருக்கும் சுரங்கங்களில் தொழிலாளராக வேலைசெய்து வந்தார். அவர்கள் மூன்று கால அட்டவணையில் பணியாற்றினர்: ஏ, பி மற்றும் சி. ஏ, அல்லது காலைநேர பணிநேரம் என்பது இரவுநேரத்து வெடிவைப்புகளுடைய இடிபாடுகளை அப்புறப்படுத்துவது. பி அல்லது மதிய மற்றும் மாலைநேரத்து பணிநேரம் என்பது அப்புறப்படுத்தப்பட்ட இடிபாடுகளில் இருந்து கனிமங்களைப் பிரித்தெடுத்தெடுப்பது. சி அல்லது இரவுநேர பணிநேரம் என்பது தாதுக்களை உதிர்க்க டைனமைட்டைப் பயன்படுத்தும் நேரம். ரூபி முதல்முறை மாஜியை சந்தித்தபோது அவர் சி-பணிநேரத்தில் இருந்து வீட்டிற்குத் திரும்பியிருந்தார். அதனால்தான் அவருடைய உடைகள் அழுக்காகவும், அங்கு வந்தபோது சோர்வுடனும் காணப்பட்டிருக்கிறார்.

சிதோ-மாஸ்டரின் மணமகளைப் பார்ப்பதற்கு மாலைநேரத்தில் நிறைய பெண்கள் வந்துசென்றனர். மாஜியின் மனைவியும் குருபாரியும் அவர்களை வரவேற்றனர். மாஜியின் மனைவி எல்லோரையும் பிண்டாக்களில் உட்கார வைத்தாள், ரூபியும் குருபாரியும் கட்டிலில் அமர்ந்தனர். "சிதோ மாஸ்டரின் புதிய மணப்பெண்ணைப் பாருங்கள். அவர் அழகாயிருக்கிறார் இல்லையா? அவரும்கூட நம்முடைய நித்ராவில் இருப்பது போன்றே மலைகளைக் கொண்டிருக்கும் கிராமத்தில் இருந்து வந்தவர்தான். நான் ஏற்கனவே அவளை என்னுடைய தங்கையாக்கிக்கொண்டேன்; எங்களுக்குள் நிறைய விஷயங்கள் பொதுவாக இருக்கின்றன!"

ரூபியின் அழகான தோலின் நிறம் மற்றும் அவளுடைய வலுவான, ஆரோக்கியமான உடல் குறித்து அந்தப் பெண்கள் ஆர்வம் கொண்டனர். அவர்கள் தெரல்டுகியைப் பற்றி, அவளுடைய குடும்பம், சாக்குலியா, ரயில் பயணம் மற்றும் சிதோவைப் பற்றியும் அவளிடம் கேள்விகளாய் கேட்டுக்கொண்டிருந்தனர். ஆரம்பத்தில் ரூபி வெட்கப்பட்டாள். ஆனால், எல்லோருமே நட்புடனும் தன்மையுடன்தான் இருந்தனர். ரயில் நிலையத்தில் இருந்து

வந்தபோது காலையில் தான் சந்தித்த பெண்ணைக் கண்டுபிடிக்க முயன்றுகொண்டிருந்தாள் ரூபி. அவள் அங்கே இல்லை.

மாஜியின் மனைவி மிகவும் வெளிப்படையானவள். அவள் தன்னுடைய அப்பா மற்றும் அவருடைய இரண்டு மனைவியர்களையும் பற்றி ரூபியிடம் சொல்லத் தொடாங்கினாள். அவள் கேலியாக சிரித்துக்கொண்டிருந்தாள். ஒருவருக்கொருவர் என்ன ரகசியங்களை பகிர்ந்துகொள்கிறீர்கள் என்று அவளிடம் யாராவது கேட்டால், மாஜியின் மனைவி துடுக்குத்தனமாக சொல்வாள், "எ-நா, அவையெல்லாம் மிகவும் வெட்ககரமான ரகசியங்கள், அவற்றைக் கேட்டால் நீங்கள் எல்லோருமே ஓடிவிடுவீர்கள்" என்று கூறிவிட்டு அவளுடைய மொத்த உடலும் குலுங்கும்படியாக மனதுவிட்டுச் சிரித்தாள்.

அரட்டையடிக்கும் பெண்களிடமிருந்து சற்று தள்ளி உட்கார்ந்திருந்த ரூபி மல்லிகை எண்ணெயின் நறுமணத்தை உணர்ந்தாள். அவள் திரும்பிப் பார்த்தபோது, வெண்ணிறப் புடவையில் தன்னுடைய கட்டிலில் அமர்ந்திருந்த மிகவும் வயதான பெண்மணியை அவள் பார்த்தாள். சணல்நாரைப் போன்று வறண்ட தலைமுடியைக் கொண்டிருந்த அந்தப் பெண்மணி அதை அள்ளி முடியாமல் அப்படியே விட்டிருந்தாள். அவளுடைய தலைமுடியில் இருந்துதான் மல்லிகை மணம் வந்துகொண்டிருந்தது. அந்தப் பெண்மணி தன்னுடைய இருக்கையில் உட்கார்ந்தபோது ஏற்பட்டிருக்கும் கீச்சொலியை கேட்க முடியாத அளவுக்கு கிசுகிசுக்களை கேட்பதில் எந்தளவுக்கு பரபரப்பாக இருந்துவிட்டோம் என்பதை நினைத்து ரூபி வியந்துபோனாள்.

"நீதான் சிதோ-மாஸ்டரின் மனைவியா?" என்று அந்தப் பெண்மணி ரூபியைக் கேட்டாள். அவளுடைய குரல் ஆடு கத்துவதைப் போல் கீச்சிட்டது. "ஆமாம்" என்றாள் ரூபி.

"நீங்கள் வீட்டின் மற்றொரு பகுதியில்தான் தங்கப்போகிறீர்களா? பைராம்-மாஸ்டரின் குடும்பத்துடனா?"

"ஆமாம்" ரூபியின் பதில்கள் மயக்கநிலையில் இருப்பதுபோல் வெளிவந்தன.

"உன்னுடைய அறைகளைக் காட்டினார்களா?"

"ஆமாம்."

"உனக்கு எத்தனை அறைகள் உள்ளன?"

"இரண்டு."

"ஓ! பைராம்-மாஸ்டர் குடும்பத்திற்கு எத்தனை அறைகள் உள்ளன?"

"இரண்டு."

"உறுதியாகவா சொல்கிறாய்?"

"ஆமாம்" என்ற ரூபியின் நிலைகுத்திய பார்வை அந்த வயதான பெண்மணியின் கண்களிலேயே இருந்தது.

"ஆனால் உனக்குச் சமையலறை இல்லையே."

"இல்லை. இப்போதைக்கு இல்லை."

"குருபாரிக்கு தனி சமையலறை இருக்கிறது, இல்லையா?"

"ஆமாம், அவருக்கு இருக்கிறது."

"அப்படியென்றால் அறைகள் சமமாக பிரிக்கப்படவில்லைதானே."

"எங்களுக்கு சமையலறை கிடைக்கும், மாஜியின் மனைவி கூறியிருக்கிறாள்."

"உன் சமையலறையைப் பெற்றுவிடு. தனி சமையலறையை."

"நீ யாரிடம் பேசிக்கொண்டிருக்கிறாய்?" குருபாரி திரும்பி ரூபியிடம் கேட்டாள். அது அந்த உரையாடலை நிறுத்தியது. ஆனால், ரூபி திரும்பி குருபாரியைப் பார்த்தபோது, குருபாரி என்ன கேட்டாள் என்று அவளுக்குத் தெரியவில்லை. மல்லிகை எண்ணெயின் நறுமணம் மறைந்துபோனது.

"என்ன?" குருபாரியிடம் கேட்டாள் ரூபி. மற்ற பெண்கள் இன்னமும் அரட்டையடித்துக் கொண்டிருந்தனர். அந்த வயதான பெண்மணியிடம் ரூபி பேசியதை அவர்களில் யாரும் பார்க்கவோ கேட்கவோ இல்லை என்பதுபோல் தெரிந்தது.

"என்ன ஆயிற்று?" குருபாரி கேட்டாள். "நீ யாரிடமோ பேசுவதைக் கேட்டேனே. யாரிடம் பேசிக்கொண்டிருந்தாய்?"

"இதோ, இங்கேதான் இருந்தார்" ரூபி குழப்பத்தில் எழுந்து நின்றாள். "ஒரு வயதான, மிகவும் வயதான பெண்மணி."

"என்ன ஆயிற்று, ரூபி-மாய்?" என்றாள் மாஜியின் மனைவி. இப்போது எல்லாப் பெண்களும் ரூபியையே பார்த்தனர்.

"ஓ! ஒன்றுமில்லை," என்ற குருபாரி எழுந்து நின்றாள். "ரூபி-மாய் அவளுடைய அறைக்குப் போக விரும்புகிறாள். நாங்கள் உடனே திரும்பி வருகிறோம்."

அந்தக் கூட்டத்தில் இருந்து ரூபியை விரைந்து அழைத்துச் சென்ற குருபாரி தன்னுடைய மகளுடன் தான் உறங்கும் அறைக்குள் நுழைந்தாள்.

"யார் அது?" என்றாள் ரூபியிடம். "சொல், எந்தப் பெண்?"

ரூபி தன்னை தற்காத்துக்கொண்டாள். "தாய், நான் உண்மையைத்தான் சொல்கிறேன். அவர் அங்குதான் இருந்தார்."

"அவள் அங்கிருந்தது எனக்குத் தெரியும்." தாய்மையுணர்வுடன், அமைதியாகவும் பாதுகாப்புணர்வுடனும் கூறினாள் குருபாரி. "அவள் யார் என்று என்னிடம் சொல். நான் அவளைப் பார்க்கவில்லை. எனக்குத் தெரிந்தாக வேண்டும்."

ரூபி அந்தப் பெண்மணியைப் பற்றி விவரிக்க முயற்சித்தாள். "ஒரு பெண்மணி, வயதானவள். நீளமான முடி...முடியப்படாமல்.... வெண்ணிறத்தில்...மல்லிகை எண்ணெய் நறுமணம்..."

குருபாரியின் முகம் மாறியது. ரூபியால் துல்லியமாக சொல்ல முடியவில்லை. ஆனால், அது கவலைக்குரியது என்றும் ரகசியமானது என்றும் நினைத்தாள்.

"அவள் அழையா விருந்தாளியாகத்தான் இருக்க வேண்டும்" என்றாள் ரூபியிடம். "இந்த கிராமத்திற்கு எல்லாவகையான மக்களும் வருவார்கள். நாம் பஜாருக்கு மிக நெருக்கத்தில் இருக்கிறோம்: ஒரு பக்கம் ராக்கா, மறுபக்கம் மஸாபோனி, காட்ஷிலாவும்கூட மிகவும் நெருக்கத்தில்தான் இருக்கிறது. இந்தவிதமான தீயவர்கள் இந்த கிராமத்திற்கு வருகிறார்கள். என்ன செய்வது? அவர்கள் எல்லோருமே திருடர்கள். இளமை என்ன முதுமை என்ன. அப்புறம், நீங்கள் என்ன பேசினீர்கள்?"

இப்போது குருபாரி தற்காப்புணர்வு அடைந்திருந்தாள். அவளுடைய பேச்சு தொடர்ச்சி அற்றுப்போய் தொடர்பில்லாமலும், விட்டுவிட்டுப் பேசுவதாகவும் இருந்தது. குருபாரி ஏன் இப்படிப் பேசவேண்டும் என ரூபி வியந்தாள். அவள் எதையாவது மறைக்கிறாளா?

"அவர் அறைகளைப் பற்றி என்னிடம் கேட்டார்," அந்த வயதான பெண்மணியுடனான உரையாடலை ரூபி விவரித்தாள்.

"இதோ பார், மாய்" குருபாரி ரகசியமாக கூறினாள். "இந்த விஷயம் எனக்கும் உனக்கும் இடையில் மட்டும் இருக்கட்டும். இது நம்முடைய, உன்னுடைய மற்றும் என்னுடைய வீடுகளைப் பற்றியது. இதைப்பற்றி வேறு யாரிடமும் பேசத் தேவையில்லை, மாஜியின் மனைவியிடமும் பேசவேண்டாம். அவள் தேவையில்லாமல் கவலைப்படுவாள். அதுபோக, அவளுடைய வீடு ரொம்பவே பெரியது, அதை நிர்வகிப்பதும் கடினம். புரிகிறதா? அவளைக் கவலைப்படவைக்க தேவையில்லை. அத்துடன், உனக்கு எத்தனை அறைகள், எனக்கு அத்தனை அறைகள் என்று யாரோ ஒருவர் ஏன் அக்கறைப்பட வேண்டும்? அவள் திருடியாகத்தான் இருக்க வேண்டும். அதனால்தான் நம்முடைய அறைகளைப் பற்றிக் கேட்டிருக்கிறாள். அதுபோக தனித்தனி சமையலறைகள் எதற்கு? இப்போது நமக்கு ஒரே சமையலறைதான். நாம் சகோதரிகளைப் போல் ஒன்றாகவே சமைப்போம். என்னுடைய சமையலறையில் ஏற்கனவே இரண்டு சுல்ஹாக்கள் இருக்கின்றன. நான் ஒன்றில் சமைக்கிறேன், நீ ஒன்றை எடுத்துக்கொள். புரிகிறதா, ரூபி-மாய்?"

ரூபி தலையாட்டி ஆமோதித்தாள். குருபாரி பேசும்போது, சாந்தத்தினால் அவள் விஞ்சப்பட்டாள். அவளுடைய சந்தேகங்கள் கரைந்துபோயின. ஆம், அவள் இதைப்பற்றி யாரிடமும் எதுவும் சொல்லவில்லை. எதுவுமே நடக்காதது போல் அவர்கள் அந்த ஆரவாரக் கூட்டத்திடம் திரும்பி வந்தனர்.

குருபாரியின் ஆசை, ரூபியின் வாக்கு

அந்த வெண்ணிறக் கேசம்கொண்ட பெண்மணி சீக்கிரத்திலேயே மறக்கப்பட்டுவிட்டாள். அவள் ரூபிக்கு முன்பாக தோன்றவில்லை. குருபாரி சந்தேகப்பட்டதுபோல் அவள் எதையும் திருட முயற்சிக்கவும் இல்லை. அவர்கள் அவளைப்பற்றி யாரிடமும் அல்லது தங்களுக்குள்ளேயும்கூட பேசிக்கொண்டதும் இல்லை. ரூபியும் தனக்கென்று தனியாக சமையலறை வைத்துக்கொள்ளவில்லை. குருபாரியும் அதுபற்றி கேட்டுக்கொள்ளவில்லை. அவர்கள் தங்களுடைய உணவுகளை ஒன்றாகவே தயார்செய்தார்கள், ஒன்றாகவே சாப்பிட்டார்கள், பாத்திரங்களையும் ஒன்றாகவே சேர்ந்து கழுவினார்கள்.

குருபாரியின் தூண்டல் வலிமைமிக்கதாகவே இருந்தது. "நீ விரும்பும் எதை வேண்டுமானாலும் சமைத்துக்கொள்ளலாம், மாய்" என்பாள் அவள், "இது உன் சமையலறை, வெட்கமே படவேண்டாம்."

ஒருவருடைய தலைக்கு மேலிருக்கும் குகையில் இருந்து தேன் ஒழுகுவதைப் போல், இனிமையின் முற்றுப்பெறாத நீரோடை என்றால் அது குருபாரியின் வார்த்தைகள்தான். ரூபியால் அவளுக்கு மறுப்பே சொல்ல முடிந்ததில்லை. சிலநேரங்களில் இந்த இனிமை அவளுக்குத் திகட்டக்கூடியதாக இருந்தாலும் அந்த வீட்டின் ஏற்பாடுகளால் எல்லோருமே மகிழ்ச்சியுற்றனர். குருபாரி அந்த வீட்டை ஒரு ராணியைப் போல் ஆட்சி செய்தாள். அவளுடைய கணவர் பைராம் தன்னுடைய மனைவியிடம் குறுக்கிடுவதே இல்லை என்பதுடன் அவர்களைப் பார்க்க ஒரு அன்பான, லட்சிய தம்பதியைப் போன்றே இருந்தனர். குருபாரியும் ரூபியும் விஷயங்களை தங்களுக்குள் சரிசெய்துகொள்ள வேண்டும் என்ற மாஜியின் முடிவுக்குப் பின்னர், அவளும்கூட அதற்குமேல் தலையிடுவதில்லை. ஆண்களைப் பொறுத்தவரையில், வீட்டு விஷயங்களில் சிதோ அக்கறைப்பட்டதே இல்லை. தினமும்

மாலையில், அவன் பைராமுடனும் மாஜியுடனும் அமர்ந்து, மனநிறைவாகக் குடித்தனர். மாஜியின் மனைவி குறைந்தது இரண்டு பானை ஹாந்தியை தன்னுடைய சமையலறையில் எப்போதுமே வைத்திருந்தாள். சில நாட்களில், வேலையில் இருந்து வீட்டிற்கு திரும்பும் வழியில் உள்ள ராக்கா சுரங்க சந்தையில் இருந்து மாஜி இங்கரேஜி பாவ்ரா வாங்கிவருவார். பின்னர் அவர் தன்னுடைய மனைவியை கோழிக்கறி வறுக்கச் செய்து பின்னர் இரவு நெடுநேரம்வரை அவர்கள் சிரித்தும், பேசியும், சாப்பிட்டும், குடித்தபடியும் இருப்பார்கள். அவர்கள் படுக்கைக்குச் செல்லும்போது, அந்த வீட்டைப் பற்றியோ அதனுடைய ஏற்பாடுகளைப் பற்றியோ பேசக்கூடிய நிலையில் இருக்க மாட்டார்கள்.

ரூபி இதனை விநோதமாகவே பார்த்தாள். தெரல்டுகியில் உள்ள அவளுடைய வீட்டில் வீட்டு விஷயங்களை தன்னுடைய பெற்றோர் இருவருமே சேர்ந்து நடத்துவதை அவள் பார்த்திருக்கிறாள். அவர்களில் யாருடைய கையும் ஓங்கியிருப்பதாக தெரியவே தெரியாது. காதாம்டுகியிலும்கூட, அவளுடைய ஒன்றுவிட்ட சகோதரிகள் நண்பர்களைப் போன்றே சரிசமமாக, தங்களுடைய அபிப்பிராயங்களைச் சொல்லக்கூடியவர்களாக, அவற்றை விவாதிக்கக்கூடியவர்களாக, குறைந்தபட்சம் ஒருவருடன் ஒருவர் பேசிக்கொள்கிறவர்களாக்கூட இருந்திருக்கிறார்கள். இங்கே நித்ராவிலோ - குறிப்பாக, அவள் வாழ்கின்ற, மற்றவர்களின் வீடுகளைப் பற்றி மிகவும் நெருக்கமாக அறிந்துகொள்கின்ற வாய்ப்பு அவளுக்கு கிடைத்திராத அந்த வீட்டில் - ஆண்களுக்கும் அவர்களுடைய மனைவிகளுக்கும் இடையில் எப்போதாவதுதான் பேச்சுவார்த்தையே நடைபெற்றது. அவள் சிதோவுடன் பல விஷயங்களைப் பற்றியும் பேசுவதற்கு எதிர்பார்த்திருந்தாள் - அவர்கள் முதல்முறையாக ரயிலில் எப்படி ஒன்றாக பயணித்தார்கள் என்பது போன்று - ஆனால், சில மாதங்களிலேயே எல்லாமும் மாறிவிட்டது.

"நீ தெரல்டுகிக்கு திரும்பிப்போக விரும்புகிறாயா?" என்று அந்தப் பொது சமையலறையில் ஒருநாள் காலை அரக்கை நறுக்கிக் கொண்டிருந்தபோது குருபாரி அவளிடம் கேட்டாள். "ஏன்? இங்கே சந்தோஷமாக இல்லையா?"

"இல்லை, அதற்காக ஒன்றுமில்லை" என்றாள் ரூபி. "பெற்றோரை தவறவிடுகிறேன்."

"ஆஹ்! அது இயல்பானதுதான். நானும்கூட ஜிராபாழாவில் உள்ள என் பெற்றோரை தவறவிடுகிறேன். ஆனால், உன்னுடைய ஹோய்னாரின் வழக்கமான வேலையால் என்னால் அங்கு சீக்கிரத்தில் போகமுடியுமா என்று தெரியவில்லை. பார்த்துக்கொண்டேயிரேன், உன்னுடைய ஹோய்னாரால்கூட ஹோரோகுட்டுவில் உள்ள தன்னுடைய குடும்பத்தை சென்று பார்த்துவர முடியாமல் போகலாம்."

தன்னுடைய குடும்பத்தைப் பற்றிய எல்லாவற்றையும் ரூபியிடம் கூறினாள் குருபாரி. அவர்கள் ஜிராபாழாவை சேர்ந்தவர்கள், அது சாக்குலியா ரயில் நிலையத்தின் மற்றொரு பக்கத்தில் உள்ள ஒரு சிறிய கிராமம். அவளுடையது ஏழைக் குடும்பம், அவளுடைய அப்பாவோ மற்றவர் நிலங்களில் குத்தகை பயிரிடுநராக வேலைசெய்து அவர்களை பார்த்துக்கொண்டார். குருபாரிக்கு இரண்டு சகோதரிகள் உள்ளனர். சகோதரர்கள் கிடையாது. ஜிராபாழா, சாக்குலியாவிற்கு அருகாமையில் இருந்ததாலும், அவர்கள் வீட்டில் செய்வதற்கு ஏதும் வேலை இல்லாததாலும் குருபாரியும் அவளுடைய சகோதரிகளும் - இருவருக்குமே இப்போது திருமணமாகிவிட்டது - அரசுப் பள்ளிக்கு படிக்கச் சென்றனர். அவர்களில் யாரும் நடுநிலைப்பள்ளித் தேர்வைக்கூட முடிக்கவில்லை என்றாலும், தங்களுடைய பெயரை தேவநாகரி மற்றும் வங்காள மொழிகளில் எழுதுகின்ற அளவுக்கும், ஹிந்தி மற்றும் வங்காள மொழிகளில் படிக்க, கடிதங்கள் எழுதுகின்ற அளவுக்கும் கற்றறிந்தார்கள். குருபாரியின் அப்பா இறந்தபிறகு அவளுடைய அம்மா மட்டும் அவர்களுடைய நிலத்தைப் பார்த்துக்கொண்டும், சிலபோது மற்றவர்களுடைய வயல்களிலோ அல்லது சாக்குலியாவில் உள்ள தொழிற்சாலைகளிலோ வேலை செய்துகொண்டும் ஜிராபாழாவில் தனியாக வசித்துவந்தாள். குருபாரியும் அவ்வப்போது தன்னிடம் இருக்கும் பணத்தை அனுப்பி வைப்பாள். பைராம் உடனான அவளுடைய திருமணம் கோந்டேல்-ஞாபாமாக அமைந்துவிட்டது. ஒரு படாவில் பைராமை சந்தித்த அவள் அவருடைய வீட்டில் வாழ ஹோரோகுட்டுவுக்கே வந்துவிட்டாள். அவர்களுடைய காதல் விவகாரத்தை ஏற்காத அவருடைய குடும்பத்தின் ஒப்புதலின்மையும் தாண்டி அவள் அவருக்கு மனைவியானாள்.

"உன்னுடைய ஹோய்ஞ்ஹார் ஓய்வு பெற்றவுடன் நான் சாக்குலியாவிலேயே இருந்துவிட விரும்புகிறேன்" என ரூபியிடம் கூறினாள் குருபாரி.

“ஏன், தாய்?” ரூபி கேட்டாள். “ஹோரோகுட்டுவிற்கு செல்ல உங்களுக்கு விருப்பமில்லையா? அங்குதானே உங்கள் குடும்பம் இருக்கிறது.”

“துர்ர்ர்...” குருபாரி உதட்டைப் பிதுக்கினாள். “என்னால் அங்கு வாழமுடியும் என்று தோன்றவில்லை. இத்தனை வருடங்களாக நித்ராவில், பஜாருக்கு மிக அருகாமையில் வாழ்ந்த பின்னர் என்னால் வயல்வெளிகளுக்கோ பண்ணைகளுக்கோ போக முடியாது. அத்துடன், உன்னுடைய ஹோய்ஞ்ஹார் குடும்பம் என்னை ஏற்றுக்கொள்வார்களா என்றும் தெரியவில்லை.”

“ஏன் அப்படி நினைக்கிறீர்கள், தாய்? நீங்கள்தான் இப்போது ஒரு தாய் ஆயிற்றே.”

“அதெல்லாம் ஒரு விஷயமில்லை.” குருபாரி பெருமூச்சுவிட்டாள். “அவர்கள் எங்களுடைய திருமணத்தை எந்தளவுக்கு எதிர்த்தார்கள் என்று இப்போதும் நினைவிருக்கிறது. இப்போது அவர் சாக்குலியாவில் நிலம் வாங்கி அங்கே ஒரு வீடு கட்டவேண்டும் என்பதுதான் என் ஆசை. பிறகு எங்களால் நிம்மதியாக வாழமுடியும்.”

அவளால் எப்படி முடிகிறது? அவளால் தன்னுடைய மைத்துனிகளுடன் எப்படி வாழமுடியாமல் போகிறது? என்று ரூபி நினைத்துக்கொண்டாள். இது குடும்பத்தைப் பிரிப்பது போன்றது. ஆனாலும் அவளுக்காக தான் அனுதாபப்படுவதையும் அவள் உணர்ந்தாள். அவளால் ஏன் என்று சொல்ல முடியவில்லை. அதற்கு குருபாரியின் தேன்-குழைத்த குரல்தான் காரணமா? அல்லது அவளுடைய சூழ்நிலையா? பைராமுக்கு அவளுடைய திட்டங்கள் பற்றித் தெரியுமா என்றும் அவளுக்குத் தெரியவில்லை. ஆனால், பைராம் பள்ளியில் இருப்பார் அல்லது குடித்துக்கொண்டிருப்பார். அவர் தன்னுடைய மனைவியுடன் எப்போதாவதுதான் பேசுவார். அவருக்கு எப்படித்தான் தெரிந்திருக்கும்?

குருபாரி ஒருநாள் காலை ஏக்கப் பெருமூச்சுவிட்டாள். “எனக்கு மட்டும் மகன் இருந்தால் எங்களுக்கு வயதான பின்னர் அவன் பார்த்துக்கொள்வான்.”

“கவலைப்படாதீர்கள், தாய்” என்றாள் ரூபி குருபாரியிடம். “உங்களுக்கு ஒருநாள் மகன் பிறப்பான். பூர்ணிமாவுக்கு ஐந்து வயதுதானே ஆகிறது.”

“எப்போது?” அழுவதற்கு நெருங்கிவிட்ட குருபாரி கேட்டாள்.

பூர்ணிமா பிறப்பதற்கு முன்னர் தான் ஒரு பையனை இழந்துவிட்டது பற்றி ரூபியிடம் கூறினாள் குருபாரி. ஒரு மகனை பெற்றெடுக்க வேண்டும் என்ற குருபாரியின் அவசர ஆசையை ரூபி புரிந்துகொள்ளத் தொடாங்கினாள். குருபாரி குழந்தைகளைப் பற்றி - எந்தக் குழந்தையை, யாருடைய குழந்தையைப் பற்றி, மகளோ அல்லது மகனோ - பேசினாலே அவளுடைய கண்கள் ஏன் பளபளக்கின்றன என்பதையும் அவளால் பார்க்க முடிந்தது. அவளுடைய விழிகள் முடிவற்று சுழலும், ரூபி அவளுக்காக பரிதாபப்பட்டாள்.

“ரூபி-மாய், எனக்கு ஒரு சத்தியம் செய்து தருவாயா?” ரூபியின் சாலாவுக்குள் தண்ணீர் ஊற்றும்போது குருபாரி அவளிடம் கேட்டாள்.

“என்ன?” தண்ணீர் இறங்குகையில் அரிசியை களைந்துகொண்டே கூறினாள் ரூபி.

“இல்லை, முதலில் உன் வாக்கை கொடு.”

“சரி” அரிசியை ஆராய்ந்தபடியே ரூபி தன்னுணர்வற்று கூறினாள். “என்ன அது?”

“நீ உன்னுடைய மகனை எனக்குத் தரவேண்டும்.”

துணுக்குற்றுப்போன ரூபி ஏறக்குறைய தன்னுடைய சாலாவை கீழே விட்டுவிட்டாள். கிணற்றின் முனையில் நின்றிருந்த குருபாரியைப் பார்த்தாள் அவள்.

“என்ன, தாய்? எனக்குப் புரியவில்லை.”

குருபாரி சிரிக்கத் தொடாங்கினாள். “ரூபி-மாய், உனக்கு மகன் பிறந்ததும் அவனை என்னிடம் தந்துவிடுமாறு கேட்கிறேன்.”

“ஆனால் குருபாரி-தாய், எனக்கு இன்னும் குழந்தையே பிறக்கவில்லையே.”

“உனக்கு சீக்கிரத்திலேயே பிறக்கும். எனக்குத் தெரியும்.”

“குருபாரி-தாய், நீங்களும்கூட ஒரு மகனைப் பெற்றுக்கொள்ளலாம். அதற்கு இன்னும் காலமிருக்கிறது.”

"இல்லை, எனக்கொரு மகன் இல்லையென்றால்…"

"உங்களுக்கும் ஒருவன் பிறப்பான். நம்பிக்கை வையுங்கள்."

"எனக்குப் பிறக்கவில்லை என்றால்? உன்னுடைய மகனை எனக்குத் தரமாட்டாயா?"

"தாய், எனக்கும் இல்லையென்றால்…"

"உனக்கு ஒரு மகன் பிறப்பான்."

"எனக்கு ஒரே ஒரு மகன் பிறந்தால்?"

"உனக்கு நிறைய பிறப்பார்கள். என் வார்த்தைகளை நம்பு."

"பிறகு?" ரூபி மாட்டிக்கொண்டதை உணர்ந்தாள்.

குருபாரி உறுதியானவளாகத் தோன்றினாள். "நீ உன்னுடைய மூத்த மகனை எனக்குத் தரவேண்டும்" என்றாள்.

இரண்டு தாய்களுக்கு மகன்

குருபாரி-தாயால் எதிர்காலத்தை சொல்லிவிட முடியும் என்று ரூபி நினைத்தாள். அவர்களுடைய உரையாடலுக்கு சில வாரங்களுக்குப் பின்னர், தன்னுடைய மாதவிலக்குகளில் ஏதோ ஒன்று சரியில்லை என்பதை ரூபி உணர்ந்துகொண்டாள். அத்துடன் அவளுடைய அடிவயிறும் வீக்கமடைந்தது.

ரூபி தனது தவறிப்போன மாதவிலக்கு குறித்து கூறியபோது குருபாரி புன்னகைத்தாள். "எனக்குத் தெரியும்" என்றாள் அவள். "கடைசியாக உனக்கு உதிரப்போக்கு ஏற்பட்டு எத்தனை மாதங்கள் ஆகிறது?"

"எனக்குத் தெரியவில்லை" வெட்கப்பட்டு முகம்சிவந்த ரூபி தன்னுடைய கைகளால் உடலை சுற்றிக்கொண்டாள்.

"வெட்கப்படாதே" குருபாரி வற்புறுத்தினாள். "என்னிடம் சொல்."

ரூபி தலையைக் குலுக்கினாள்.

"நான்காவதாக இருக்குமென்று நினைக்கிறேன்" குருபாரி யூகித்தாள். "ஐந்தாகவும் இருக்கலாம். நீ தாய் பூழியை சென்று பார்க்க வேண்டும்."

ரூபியின் கர்ப்பத்தைப் பற்றி குருபாரி கூறியபோது சிதோ மகிழ்ச்சியில் துள்ளிக்குதித்தான். அன்று மாலை அவர்கள் ஆட்டுக்கறி வறுத்து ஒன்றாக அமர்ந்து - சிதோ, பைராம் மற்றும் மாஜி - குடித்தனர். இரண்டு நாட்களுக்குப் பின்னர் அடுத்து வந்த சனிக்கிழமை அன்று சிதோ ரூபியை காதாம்டுகிக்கே அழைத்துச் சென்றான். தானிருக்கும் நிலையைப் பொருட்படுத்தாமல் வயல்களில் தொடர்ந்து வேலை செய்த அவள் தன்னுடைய மகனை நெல்வயலுக்கு நடுவே பெற்றெடுக்க வேண்டிய நிலைக்கு ஆளானாள்.

~

அடுத்து வந்த எட்டு மாதங்களுக்கு, ரூபி காதாம்டுகியிலேயே இருந்தாள். சிதோ ஒவ்வொரு வார இறுதியிலும் வருவான். மூன்று பேர்களுமே - பைராம், குருபாரி மற்றும் பூர்ணிமா - காதாம்டுகியில் நடந்த ஜெய்ப்பாலின் சாத்தியாரில் கலந்துகொண்டனர். குருபாரி அந்தக் குழந்தைக்கு பேண்ட்-ஷர்ட் பரிசளித்தாள்.

"குருபாரி-தாய் எப்படியிருக்கிறாள்? பூர்ணிமா எப்படியிருக்கிறாள்?" என சிதோ வந்திருந்த ஒருமுறை கேட்டாள் ரூபி.

"எல்லோரும் நன்றாயிருக்கிறார்கள்" என்ற சிதோ ஜெய்ப்பாலை அசௌகரியத்துடன் தன்னுடைய கைகளில் தூக்கிக்கொண்டான். "அவர்கள் தங்கள் அன்பைத் தெரிவித்தார்கள். நீ திரும்பிவருவதை எதிர்பார்த்திருக்கிறார்கள்."

"நாம் எப்போது திரும்பிப் போகலாம்?" என்று ரூபி கேட்டாள். குருபாரியிடம் இருந்து விலகி இருப்பது பற்றி தன்னால் ஏன் நினைக்க முடியவில்லை என்று அவளுக்குத் தெரியவில்லை. குருபாரி பரிசளித்த உடைகளை அணிந்துகொள்ளும்போதெல்லாம் ஜெய்பால் எப்போதுமே மிக நன்றாக நடந்துகொள்வது ஏன் என்பதும் அவளுக்குப் புரியவே இல்லை.

"சீக்கிரத்திலேயே" என்றான் சிதோ. "நீ போவதற்கு தயாராக இருக்கிறாயா?"

"ஆமாம்" ரூபி உற்சாகத்துடன் பதிலளித்தாள்.

~

நித்ராவில், ஜெய்பால் இரண்டு தாய்களுடைய அன்பினால் ஆசீர்வதிக்கப்பட்டான். அது ரூபிக்கான ஆசீர்வாதமாகவும் வந்தது. தான் திரும்பி வந்த சில வாரங்களுக்குப் பின்னர் தன்னை இனியும் வலிமையானவளாக உணர முடியாததை அவள் உணர்ந்தாள். அது தாய்ப்பால் தருவதாலா? வேலைப்பளுவினாலா? மனக்கவலையினாலா? அவளால் புரிந்துகொள்ள முடியவில்லை.

ஜெய்பால் பிறந்தபோது நடந்தவற்றை அவள் எல்லோரிடமும் கூறினாள். அந்தப் பெண்கள் - குருபாரி, மாஜியின் மனைவி, வேலைக்காரப் பெண்கள், பக்கத்து வீட்டுக்காரப் பெண்கள் என எல்லோருமே - தொடர்ந்து அந்த ஒரே விஷயத்தைத்தான் கேட்க விரும்பினார்கள்.

"அது கஷ்டமான காலமாகத்தான் இருந்திருக்கும்" என்றனர் அவளிடம்.

"அப்போது ஏதாவது நடந்திருக்கலாம்" அவர்கள் அனுமானித்தனர்.

"இதுபோன்ற சிக்கலான பிரசவங்களில் நிறைய பக்க விளைவுகள் இருக்கும்" அவர்கள் பரிசோதித்தனர்.

"உனக்கு சரியாகிவிடும்" அவளை ஆறுதல்படுத்தினர். "கொஞ்ச நாள் போகட்டும்."

அவர்களுடைய அனுபவங்களின் மீது நம்பிக்கை வைத்த ரூபி மறுபடியும் தன்னை ஆரோக்கியமானவளாக உணரக்கூடிய நாளுக்காகக் காத்திருந்தாள். எல்லாவற்றிற்கும் மேல் அங்கே குருபாரி இருந்தாள். எப்போதுமே.

குருபாரிதான் ஜெய்பாலை கைகளில் ஏந்திக்கொண்டு அவனைத் தாலாட்டி தூங்கவைத்தாள். அவனுடைய நெளிந்த உடலை ரூபி தேய்த்துக் கொண்டிருக்கும்போது அவன் மீது அவள்தான் தண்ணீர் ஊற்றினாள். அதன்பிறகு கடுகு எண்ணெய் கொண்டு அவள்தான் அவனை மசாஜ் செய்தாள். ரூபி பால் கொடுத்த பின்னர் அவனுடைய வாயையும், முகவாயையும் குருபாரிதான் எப்போதுமே துடைத்துவிட்டாள். ரூபி தன்னுடைய உடல்நிலை மோசமாக இருப்பதை உணரும்போதெல்லாம், ஜெய்பால் குருபாரியின் அறையிலேயே படுத்துறங்கவும் செய்தான். இருந்தாலும், ரூபி தன்னுடைய மகனை கவனித்துக் கொள்வதற்கும், குருபாரி ரூபியின் மகனை கவனித்துக்கொள்வதற்கும் வித்தியாசம் இருக்கவே செய்தது.

ரூபியின் கவனிப்பு இயல்பானது. ஒரு பெற்றெடுத்த தாய்க்கே உரியது. ஜெய்பால் தன்னுடைய மகன் இல்லை, அவன் ரூபியின் மகன் என்பதை குருபாரி தொடர்ந்து மறந்துபோகிறவளைப் போல் காணப்பட்டாள். ஜெய்பாலை வளர்ப்பதில் ரூபிக்கு அவள் அளிக்கும் அறிவுறுத்தல்களில் குழந்தைகள் வளர்ப்பில் அவள் எந்த அளவுக்கு ரூபியைக் காட்டிலும் அதிகம் தெரிந்து வைத்திருக்கிறாள் என்ற பிரகடனமும் இருந்தது. ரூபி மோசமாக உணர்ந்தாள். பின்னர், குழந்தை வளர்ப்பு பற்றி தனக்குப் போதுமான அளவு தெரியாது என்பதையும் படிப்படியாக ஏற்றுக்கொண்டாள்.

காதாம்டுகிக்கு திரும்பிச் செல்லும் பயணம்தான் தன்னை ஒரு தாய் என தன்னைத்தானே ரூபியை நம்பச்செய்யக்கூடியதாய்

இருந்தது. தன்னுடைய கிராமத்தில் அவளுடைய உடல்நிலை மேம்பட்டது. விவாசாய வேலை மற்றும் கால்நடை மேய்த்தல் ஆகிய தினப்படி வேலைகள் அவளுடைய களைப்பில் இருந்து அவளை விடுவிக்கக்கூடியவை என்பதை நிரூபித்தன. காதாம்டுகியில் அவளுடைய திறமைகளை யாராலும் தீர்மானித்துவிட முடியாது; அங்கே, அவள் தன்னைச் சுற்றியுள்ளவர்களைவிட இன்னமும் வலிமையான பெண்தான்.

ரூபியிடம் மறுபடியும் அதிகரித்த வலிமை காதாம்டுகியில் நல்லவிதமாக பயன்பட்டது. அவர்களுக்கு கூடுதலாக ஆள் தேவைப்படும்போதெல்லாம் சிதோ அவளை கிராமத்திற்கே கூட்டிவருவான். ரூபி எல்லாவற்றிலும் பங்கேற்றாள் - அஷாட் மற்றும் ஸான் மாதங்களில் நடுவது, அகான் மாதத்தில் அறுவடை செய்வது, போஷ் மாதத்தில் கதிரடிப்பது.

"நீ இப்போது ஒரு மணமகளை தேடிக்கொள்ள வேண்டும்" சிதோ சில நேரங்களில் தோஸோவிடம் சொல்வான். "நம்முடைய அம்மா எத்தனை காலத்திற்கு வீட்டைப் பார்த்துக்கொள்வாள், விவசாயத்தில் உன்னுடைய ஹிலியால் எத்தனை காலத்திற்கு உதவ முடியும்?"

தோஸோ வெறுமனே சிரிக்க மட்டுமே செய்வான். தன்னுடைய சகோதரனைப் போன்றே அவனும் பெரிய மனிதனாகிவிட்டான். அடிக்கடி படாக்களுக்கு சென்று தன்னுடைய அம்மாவைப் போன்றே குடித்தான். அவனுடைய கட்டுக்கடங்காத குணத்தைப் பற்றிய பல கதைகள் சுற்றி வந்தன. அநேகமாக, சிதோ அவற்றைக் கேள்விப்பட்டிருக்கலாம். அதனால்தான் அவன் தன்னுடைய சகோதரனை எச்சரித்திருக்கிறான்.

ஆனால், ரூபி தோஸோவை பாதுகாப்பாள். "ஓ! அவனை ஏன் தொந்தரவு செய்கிறீர்கள்?" என்பாள் அவள். "அவனுக்கு ஒரு மணப்பெண்ணை பார்க்க வேண்டியது உங்களுடைய கடமை என்பதை மறந்துவிட்டீர்கள்." தன்னுடைய மைத்துனரிடம் திரும்பி சொல்வாள், "தோஸோ, நான் இங்கே இருக்கும்வரை யார் வேலை செய்யவேண்டும், யார் செய்யக்கூடாது என கவலைப்படாதே."

காதாம்டுகியில் ரூபியின் திறமைகளை யாரும் கேள்வி கேட்டதில்லை. ஒரு தாயாகவோ அல்லது நிலத்தில் உழைப்பவளாகவோ. குருபாரி மட்டும்தான் அவளைக் காட்டிலும் தனக்கு நிறையத் தெரியும் என்பதை காட்டிக்கொண்டே இருப்பாள்.

குருபாரியின் இறுமாப்பு ரூபியை எரிச்சலூட்டியது. கிணற்றடியில் குருபாரிக்கு தன்னுடைய மகனை கொடுத்துவிடுவதாக வாக்களித்த நாளுக்கு அவளுடைய மனம் தொடர்ச்சியாக சென்று திரும்பியது. தான் அளித்த வாக்குறுதியை குருபாரி நிறைவேற்ற வைத்துவிடுவாளோ என்று அவள் வியந்துபோனாள். தான் உணர்ந்த இந்த இனம்புரியாத பயத்தை அவளால் விளங்கிக்கொள்ள முடியவில்லை. அதனினும் மோசமானது இதைப்பற்றி அவளால் யாரிடமும் பேச முடியவில்லை என்பதுதான். புட்கியிடனோ, தெரல்டுகியில் இருக்கும் தன் தாயுடனோ அவளால் பேச முடியவில்லை. அவளுடைய கணவன் வருகைபுரியும் வார இறுதிகள் வெறுமனே வழக்கமான வேலை என்பதுபோல் ஆகிவிட்டபடியால் அவளுடைய கணவனுடன் நிச்சயமாக பேசமுடியாது. அவள் காதாம்டுகியில் எந்தளவுக்கு அதிக நேரத்தை செலவிட்டாளோ அதே அளவுக்கு ரூபி நித்ராவுக்காகவும், மாஜி வீட்டில் அவர்களுடைய வீட்டின் பகுதிக்காகவும் ஏங்கினாள்.

ஆனால், அவர்கள் திரும்பிவரும் ஒவ்வொரு முறையும், குருபாரி ஜெய்பாலை சொந்தம் கொண்டாடுவது அதிகரித்துக்கொண்டே செல்வதை ரூபி கண்டாள். அவளுடைய மந்தநிலை திரும்பி வந்துவிடும். பெரும்பாலான நேரங்களில் அவளால் ஜெய்பாலுக்கு பால் தரக்கூட முடியாது. குருபாரிதான் அவனுக்கு உணவளித்து குளிப்பாட்டினாள். அவள்தான் பூர்ணிமாவின் உடைகளுடன் அவனுடைய உடைகளையும் சேர்த்து துவைத்தாள். ரூபி விரும்பினாலும் விரும்பாவிட்டாலும் அவள் குருபாரிக்கு உதவியாளராக இருக்க வேண்டியிருந்ததுதான் தன்னை அதிகம் களைப்புறச் செய்வதாக ரூபி உணர்ந்தாள். இது இப்படியே போய்க்கொண்டிருக்கையில், குருபாரி தன்னைக் காட்டிலும் ஒரு நல்ல தாய்தான் என்பதை ரூபி மெள்ள ஏற்றுக்கொள்ளத் தொடாங்கினாள்.

ரூபியை கவலைப்படவைக்கத் தொடங்கிய மற்றொரு விஷயமும் இருந்தது. அவளுடைய கணவன் அவளுடன் இருந்தாக வேண்டிய நேரத்தில் எல்லாம் அவன் குருபாரியுடனே இருந்தான். அவன் அவளிடம் அக்கறையுடன் கேட்பான்: "எப்படி இருக்கிறது?" "ஓய்வெடுத்துக்கொண்டாயா?" "உனக்குத் தண்ணீர் வேண்டுமா?" "உனக்குப் பசிக்கிறதா?" இவையெல்லாம் அவள் பாராட்டும்படியாக இருந்தாலும் அடுத்து வருபவைதான் அவளை வெறுப்படையச் செய்யும். "குருபாரி-ஹிலி இன்று நமக்காக சமைப்பார்" "உனக்கு ஏதாவது தேவைப்பட்டால் நீ குருபாரி-ஹிலியிடம் கேட்டுக்கொள்ளலாம்." ரூபி பள்ளிக்கூடம் போகாதவள்,

படிக்காதவள் என்பதுடன் இந்த உலக நடைமுறைகளில் அனுபவமில்லாதவள். ஆனால், சிதோ தனக்கு சொந்தமானவன் என்பது அவளுக்குப் புரியும். தனக்கு நடந்துகொண்டிருக்கும் விஷயங்களை அவள் புரிந்துகொள்ள முயற்சிக்கும்போது தன்னுடைய தலை வெடித்துவிடுவதைப் போல் வலிப்பதை உணர்வாள். அதனால், அவள் ஏதும் சிந்திக்காமல் அமைதியாக படுத்திருக்கவே முயற்சிப்பாள்.

குருபாரியுடன் தனியாக நேரத்தை செலவிடும் சிதோவிற்கு தன்னுடைய ஆரோக்கியமற்ற உடல்நிலையை வைத்துக்கொண்டு என்ன செய்வதென்று ரூபியால் புரிந்துகொள்ள முடியவில்லை. சிதோ ரூபியுடன் இருக்க வேண்டியவன். அது அப்படித்தான் இருக்க வேண்டும். ஆனால், சிதோவுக்கு குருபாரி பணம் கொடுப்பதையும், அவன் பணிவுடன் அவளுக்கு மளிகை சாமான்களும் காய்கறிகளும் வாங்கிவருவதையும் மட்டும்தான் ரூபியால் காணமுடிந்தது. அரிசியையும், காய்கறிகளையும் கழுவுகிறோம் என்ற பெயரில் வெளியே செல்லும் குருபாரியும் சிதோவும் கிணற்றடியில் நீண்டநேரத்தை செலவிட்டார்கள். பைராம்-மாஸ்டரே இதுகுறித்து கவலைப்பட்டதாகத் தெரியவில்லை.

தான் தன்னுடைய கணவனையும் மகனையும் மற்றொரு பெண்ணுடன் பங்கிட்டுக்கொள்கிறோம் என்ற உணர்வால் நோய் பீடித்து கவலையுற்ற ரூபி தன்னுடைய அறையிலேயே கிடந்தாள். பொது சமையலறையில் சமைக்க வேண்டியிருந்தால் மட்டுமே அவள் குருபாரி இருக்கும் பக்கத்திற்கு சென்றாள். அவள் வேறு பெண்களுடன் பேசியதில்லை. கொஞ்சநாள் கழித்து, அவள் தன்னுடைய வீட்டுப் பக்கத்திலேயே மற்றொரு சுல்ஹாவை கட்டிக்கொண்டாள். ஆனாலும் எதுவுமே மாறவில்லை. ஏதோ ஒருவகையில், அவள் பொது சமையலறைக்கே சென்று, இரண்டு சுல்ஹாக்களில் ஒன்றில்தான் சமைக்கிறோம் என்றே தன்னை உணர்ந்துகொண்டாள். அவளுடைய சொந்த சுல்ஹா அழுக்கான படுக்கைகள் மற்றும் போர்வைகளை வேக வைப்பது போன்ற பிற வேலைகளுக்கு ஒதுக்கப்பட்டது.

~

ரூபிக்கு நித்ராவில் இரண்டு கூட்டாளிகள்தான் இருந்தனர். அவர்கள் பக்கமாக அவ்வப்போது வந்துபோகும் மாஜியின் மனைவி, அவளுடன் இரவு பகலாக எந்நேரமும் இருந்துகொண்டிருக்கும்

குருபாரி. வெளியாட்களில், அவள் ரொமோலாவுடன் மட்டும்தான் பேசுவாள்.

வயதில் ரூபியைவிட அதிகம் மூத்தவளல்லாத, விதவைப் பெண்ணான ரொமோலா நித்ராவில் அவர்களுக்கு அடுத்த வீட்டில் வசித்து வந்தாள். நித்ராவில் முதல்முறையாக கால்வைத்தபோது ரொமோலாவின் மாமியாரைத்தான் ரூபி பார்த்திருந்தாள்; அந்தப் பெண்மணிதான் ரூபியிடமும் சிதோவிடமும் மாஜியின் மனைவி அவர்களைப் பற்றியே பேசிக்கொண்டிருப்பதாக கூறியிருந்தாள். அவள்தான் ரூபியை மிகவும் ஆழ்ந்தும், ஆனால் தன்மையாகவும் தலையில் இருந்து பாதம் வரை நோக்கினாள். அந்தப் பெண்மணியின் மகன்களில் இளையவரைத்தான் ரொமோலா மணந்திருந்தாள். மூத்தவர் ஒரு விவசாயி, இளையவர் சுரங்கத்தில் வேலைசெய்து வந்தார். இளைய மகன் இறப்பிற்குப் பின்னர், நிவாரணத்தின் அடிப்படையில் அவருடைய வேலை மூத்தவருக்குத் தரப்பட்டது. ரொமோலாவுக்கு குழந்தைகள் யாருமில்லை. ஆர்வம்கொண்ட ரூபி, ரொமோலாவிடம் இருந்தும், அவளுடைய மைத்துனியிடமிருந்தும் ரொமோலாவின் கணவன் இறந்துபோனதற்கான காரணத்தைத் தெரிந்துகொள்ள விரும்பினாள். ஆனால், அவர்கள் சொன்னபோது அவளால் அதைப் புரிந்துகொள்ள முடியவில்லை. அவருக்கு ஏதோ நடந்துவிட்டதாக அவர்கள் கூறினர். அது அவரை பேசவியலாமல் செய்துவிட்டதாம். தான் சொல்ல விரும்புவதை அவர் எழுதிக்காட்ட நினைத்தபோது அவருடைய கைகால்கள் செயலிழந்துவிட்டனவாம். சீக்கிரத்திலேயே அவர் இறந்துவிட்டார். அது மிகவும் புதிராகத் தோன்றியது. ரொமோலாவும் அவளுடைய மூத்த மைத்துனியும் அதற்குமேல் சொல்ல விரும்பவில்லை. அதனால் ரூபியும் அந்த விஷயத்தைத் தொடர விரும்பவில்லை.

நித்ராவில் இரண்டு வருடங்களுக்கும் மேலாக இருந்துவிட்ட பின்னர் ரொமோலாவின் கணவன் எப்படி இறந்தார் என்பது ஒரு விஷயமாகவே படவில்லை. தன்னுடைய மகன் மற்றும் தன்னுடைய வீழ்ந்துவரும் உடல்நிலை போன்ற பல முக்கிய விஷயங்களையும் அவள் கவனிக்க வேண்டியிருந்தது. அத்துடன், அந்த வெண்ணிற-கேசம்கொண்ட பெண்மணி மறுபடியும் ரூபியைப் பார்க்க வந்துவிட்டாள். இந்தமுறை கனவில் வந்தாள். அந்தக் கனவிற்கு, ரூபியால் நிச்சயமாக சொல்ல முடியாவிட்டாலும், உறுதியாக ஒரு நோக்கமிருந்தது.

ரூபி, மாஜி வீட்டிற்கு வெளியே உட்கார்ந்திருந்தாள். அந்திசாயும் நேரம். சாலையின் மறுபக்கத்தில் இருந்த மலைகளுக்குப்

பின்னால் சூரியன் மறைந்துவிட்டது. உயரமான பாறைகள் அந்த வைகறைப் பொழுதில் ஆவியுருக்களைப் போல் தெரிந்தன. ஒரு மெல்லிய பனிப்படலம், அது ஏதோ குளிர்காலம் என்பதைப்போல் அந்த கிராமத்தின் மீது கவிழ்ந்தது. ரூபி தன்னைச் சுற்றிலும் பார்த்தாள். வீட்டைச் சுற்றியிருந்த அடர்த்தியான மரக்கிளையில் இருந்த பறவைகள் உருவாக்கும் அபஸ்சுவரமான ஒலியை கேட்டுக்கொண்டிருந்தாள். குளிர்ந்த காற்று அவளுடைய காதுகளைத் தொட்டபோது அவளுக்கு நடுங்கியது. அப்போதுதான் அந்த வெண்ணிற-கேசம்கொண்ட வயதான பெண்மணி அவளை நோக்கி வருவதைக் கண்டாள்.

மாஜியின் வீட்டிற்கு வெளியே இருந்த குல்ஹி வெறிச்சோடிப் போயிருந்தது. வீடும்கூட பார்ப்பதற்கு அப்படித்தான் தெரிந்தது. சுற்றிலும் ஒருவர்கூட இல்லை; ரூபி மட்டும்தான் அந்த வீட்டிற்கு வெளியே நின்றிருந்தாள். பயத்தினாலோ அல்லது வேறு ஏதோ உணர்ச்சியாலோ அவளால் நகர முடியவில்லை. அவளுடைய கால்கள் கல்லாய் இறுகிப்போய் அந்தக் குளிர்ச்சியிலும் வியர்த்து வடித்துக்கொண்டிருந்தாள். அந்தப் பெண்மணி நெருங்கி வந்தாள். அவள் முகத்தில் கவலை தெரிந்தது. அது, ரூபியை ஏதோ ஆபத்து குறித்தும், என்ன விலைகொடுத்தாவது தடுக்கப்பட வேண்டிய பேரழிவு குறித்தும் எச்சரிக்க வருவதுபோல் இருந்தது.

"உன்னுடைய வீடு" என்றாள் அந்த முதிய பெண்மணி. "இன்னும் சரியாகவில்லை."

என்ன? ரூபி கேட்க நினைத்தாள். ஆனால், அவளுடைய வார்த்தைகள் தொண்டையிலேயே சிக்கிக்கொண்டன.

"நான் உன்னிடம் என்ன சொன்னேன்?" ஆடு கனைக்கும் குரலில் சொன்னாள் அந்தப் பெண்மணி. "உனக்கு நினைவில்லையா?"

ரூபி விழித்துக்கொண்டாள். அவள் குளிர்காலத்தை, மூடுபனி மற்றும் குளிர்ச்சியை கனவு கண்டிருந்தாலும், உண்மையில் அப்போது மிகவும் வெப்பமான கோடைக்காலம். அவர்கள் தங்களுடைய கதவுகளை திறந்துவைத்தே உறங்கினர். அவளுக்கும் வியர்த்தது. வியர்வை நிஜம், அவளுடைய பயமும் நிஜமானதுதான். அவளுடைய கால்கள் கனத்திருந்தன. பயத்திலிருந்து விடுபட அவற்றை நகர்த்தி வைத்தாள். தாய்மையின் உள்ளுணர்வால் தன்னுடைய மகனை சரிபார்க்க அவள் தன்னுடைய கையை சிதோவுக்கும் தனக்கும் இடையில் ஓடவிட்டாள்.

ஜெய்பாலை காணவில்லை.

அவள் எழுந்து உட்கார கண்ணிமைக்கும் நேரத்தைவிட குறைவான நேரமே ஆனது. ஜெய்பாலுக்கு அப்போது இரண்டு வயது; நாள் முழுவதும் தடுமாறியபடியே நடப்பவன், அந்நியர்களுடன் பேசக்கூடிய, தாமாகவே சாப்பிடக்கூடியவனாக இருந்தான். ஆனால், ரூபி அவனை இரவில் வெளியே செல்ல அனுமதித்ததே இல்லை.

"உனக்கு எது தேவைப்பட்டாலும் என்னை எழுப்ப வேண்டும்" என அவள் ஜெய்பாலிடம் கண்டிப்புடன் சொல்லியிருந்தாள். "எந்த சூழ்நிலையிலும் இரவில் நீ இந்த அறையைவிட்டு வெளியே செல்லவே கூடாது. நான் எழுந்திருக்காவிட்டால் உன்னுடைய அப்பாவை எழுப்பு. ஆனால், இரவில் தனியாக வெளியே போகக்கூடாது."

எச்சரிக்கைகள் செய்திருந்தபோதிலும், ஜெய்பாலை காணவில்லை.

நொடிப்பொழுதுக்கும் குறைவான நேரத்தில் ரூபி படுக்கையில் இருந்து எழுந்துவிட்டாள். தன்னைச் சுற்றி புடவையை சரிசெய்துகொண்டு, தலைமுடியை அள்ளி கொண்டை போட்டுக்கொண்டு அறையிலிருந்து ராச்சாவுக்கு விரைந்தாள். அது ஒரு கோனாமி இரவு, தொலைந்துபோன ஒரு பயணி வீட்டிற்கான தன்னுடைய வழியைக் கண்டுபிடிக்க உதவும் அளவுக்கும், திருடர்கள் வீட்டிற்குள் நுழைவதை எச்சரிக்கும் அளவுக்கும் ஒளிவீசக்கூடிய அளவு முழு நிலவு ஒளிர்ந்துகொண்டிருந்தது. ஜெய்ப்பால் ராச்சாவில் இல்லை என்பதை ரூபி பார்க்கும் அளவுக்கு அது பளிச்சென்றிருந்தது. அவனை வழக்கமாக சிறுநீர் கழிக்க அழைத்துச்செல்லும் மூலையிலோ, குடிநீர் வைத்திருக்கும் பொது சமையலறையிலோ அவன் இல்லை. வீட்டின் வெளிப்புறக் கதவு பலமான ஹுக்காவினால் தாழிடப்பட்டிருந்தது. அது மாஜியின் குடும்பம் வசிக்கின்ற வீட்டின் பகுதிக்கு உண்டான கதவு. ஜெய்ப்பால் வீட்டிற்கு வெளியே சென்றிருப்பானோ என்ற கேள்விக்கே இடமில்லை. அவனால் எட்டிப்பிடிக்க முடியாத அளவுக்கு கூரையும் உயரத்தில் இருந்தது. ரூபி தன்னுடைய கால்கள் மீண்டும் கனத்துப்போவதை உணர்ந்தாள். தன்னால் முடிந்தளவு பலத்தைத் திரட்டி கத்த வேண்டும் என்ற வற்புறுத்தல் அவளை அழுத்தியது. முதுகில் எரிச்சலுணர்வு எழுந்தது, வயிறு உறுமியது. அவள் மாஜி குடும்பத்தின் பகுதிக்குள் நுழைய இருந்தபோது ஏதோ ஒன்று விநோதமாக இருப்பதை கவனித்தாள். பூர்ணிமாவுடன்

குருபாரி உறங்கிக்கொண்டிருக்கும் அறையில் விளக்கு எரிந்தது. பிரகாசமான நிலவொளியால் அரிக்கேன் விளக்கின் பிரகாசம் மங்கிப்போயிருந்தாலும் அது அங்குதான் எரிந்துகொண்டிருந்தது. கதவு சாத்தப்பட்டிருப்பதும் விநோதமாய் தெரிந்தது. ஏனென்றால் மிகுந்த வெப்பமாக இருந்தபடியால் எல்லோரும் கதவை திறந்து வைத்துக்கொண்டுதான் உறங்கினர். பைராம் இருந்த அறைக்கதவுகூட திறந்திருந்தது; மாலைநேர குடிக்குப் பின்னர் தூக்கத்தில் விழுந்துவிடும் அவர் குறட்டைவிடுவதை அவளால் கேட்க முடிந்தது. குருபாரியின் கதவு ஏன் சாத்தியிருக்கிறது? இந்தப் பின்னிரவில் அவள் என்ன செய்துகொண்டிருக்கிறாள்? இப்படிப்பட்ட வெப்பமான காலநிலையில் அவள் ஏன் கதவை மூடியே வைத்திருக்க வேண்டும்?

ஜெய்ப்பால் எங்கிருக்கிறான் என்று குருபாரிக்கு தெரிந்திருக்கலாம் என்று நினைத்த ரூபி, குருபாரியின் அறையை நோக்கி நடந்தாள். ஜெய்பால் எப்போதும் குருபாரி மற்றும் பூர்ணிமாவுடன்தான் தூங்குவான். ஆனால், அவர்களுடன் அவன் எப்போதெல்லாம் இருப்பான் என்பது ரூபிக்கு தெரியும். வழக்கமாக, குருபாரிதான் ஜெய்பாலைக் கேட்டு வருவாள். அந்தப் பையன் காணாமல் போயிருப்பது இதுதான் முதல்முறை.

ரூபி கதவை தள்ளித் திறந்தாள். அங்கு உள்ளே அவள் பார்த்தது ஆபத்தானது அல்ல என்றாலும் வழக்கமானதும் அல்ல. அவளுக்கு முன்னால் இருந்த பாயில் ஜெய்பால் ஆழ்ந்து உறங்கிக் கொண்டிருந்தான். குருபாரி தன்னுடைய முதுகை கதவின் பக்கம் வைத்தபடி ஜெய்பாலுக்கு முன்பாக உட்கார்ந்திருந்தாள். அவளுடைய தலைமுடி அவிழ்ந்து, சீவப்படாமல் அங்குமிங்கும் ஆடிக்கொண்டிருந்தது. அங்கே ஹரிகேன் விளக்கு எதுவும் கண்ணுக்கு தெரியாவிட்டாலும் ஒளி வீசிக்கொண்டிருந்தது. அறையில் இருந்த வெளிச்சம் ஒரு படபடத்து வெடிக்கும் நெருப்பில் இருந்து உருவானது போலத்தான் தெரிந்ததே தவிர, குடுவை விளக்கின் உள்ளே இருந்து எரியும் நிதானமான தணல் போல் தெரியாவிட்டாலும்கூட, தன்னால் பார்க்க முடியாத ஏதோ ஒரு மூலையில்தான் விளக்கு இருக்க வேண்டும் என்றே ரூபி நினைத்துக்கொண்டாள்.

இப்போது ரூபி நிம்மதியானாள். "தாய்" அவள் குருபாரியை அழைத்தாள்.

எந்த பதிலும் இல்லை.

அவள் கதவை மேலும் தள்ளி மறுபடியும் கூப்பிட்டாள், "தாய், ஜெய்பால் எப்போது இங்கே வந்தான்?"

"நீ ஏன் வந்தாய்?" குருபாரியின் குரல் கடுமையாக இருந்தது. "உன்னுடைய குழந்தையை விழுங்கிவிடுவேன் என்று நினைத்தாயா? நீ ஏன் வந்தாய்?"

ரூபி பயத்தில் பின்வாங்கினாள். விளக்கு அணைந்துபோனது. ரூபி அழத் தொடாங்கினாள்.

"என்ன ஆயிற்று, மாய்?" அந்த அறையில் இருந்து வெளியே வந்தபடியே ரூபியிடம் கேட்டாள் குருபாரி, அவளுடைய குரல் முன்னெப்போதையும்விட தன்மையுடனும் மென்மையாகவும் இருந்தது.

ரூபியால் தன் நடுக்கத்தை நிறுத்த முடியவில்லை. குருபாரி அவளுடைய தோள்களைப் பிடித்துக்கொண்டாள்.

"என்ன ஆயிற்று, ரூபி-மாய்? ஏன் அழுகிறாய்?"

"தாய்...தாய்." ரூபியின் குரல் திக்கியது. அவளுடைய வார்த்தைகள் தொண்டையில் ஏறி வாய்க்குள் வரத் திணறின. "ஜெய்பால்... ஜெய்பால்..."

"ஓ! ஜெய்பாலா? கவலைப்படாதே. சற்று நேரம் முன்புதான் அவன் என்னிடம் வந்து, இங்கே தூங்க விரும்புவதாக கூறினான். பூர்ணிமா அவளுடைய அப்பாவுடன் தூங்கியதால் நான் அவனைத் தூங்கவிட்டேன். நான் உன்னிடம் சொல்லத்தான் நினைத்தேன். ஆனால், சிதோவும் நீயும் குறட்டைவிட்டு தூங்கினீர்கள். நானும் உங்களைத் தொந்தரவு செய்ய விரும்பவில்லை."

குறட்டையா? நான் குறட்டையே விடுவதில்லையே, என்று ரூபி நினைத்துக்கொண்டாள். எப்போதிலிருந்து ஜெய்பால் தாமாகவே இரவில் அறையைவிட்டு வெளியே வந்து குருபாரியுடன் தூங்கத் தொடாங்கியிருந்தான்? ஆனால், அவள் எதுவும் சொல்லவில்லை.

குருபாரி ஜெய்பாலை தூக்கி ரூபியிடம் கொடுத்தாள். தன்னால் முடிந்தவரை வேகமாக ரூபி அவனைத் தூக்கிக்கொண்டு தன்னுடைய அறைக்கு வந்தாள்.

வைகறைப்பொழுது மல்லிகை மணம்

குருபாரி இரண்டாவதாக ஒரு மகளைப் பெற்றெடுத்தபோது ஜெய்பாலுக்கு மூன்று வயது. அவளுக்கு பன்சூரின் என்று பெயரிட்டனர். பூர்ணிமாவுக்கு அப்போது எட்டு வயது, அந்த கிராமத்தின் மற்ற பிள்ளைகளுடன் அவள் ராக்காவில் இருந்த பள்ளிக்குச் சென்றுகொண்டிருந்தாள். சீக்கிரத்திலேயே, ரூபியும் தனது இரண்டாவது மகன் பிஷுவை கருத்தரித்தாள். தன்னுடைய பிரசவத்திற்காக அவள் காதாம்டுகிக்கு போகவில்லை. அவளால் பயணம் செய்ய முடியும் என தோன்றவில்லை. அவளுடைய பிரசவகாலம் முழுவதும் ஜெய்பால் குருபாரியின் பராமரிப்பில் பூர்ணிமா மற்றும் பன்சூரின் உடனே இருந்தான்.

"நீங்கள் அவனை வீணடிக்கிறீர்கள், தாய்," படுக்கையில் இருந்தபடியே சொல்லும் ரூபி, பன்சூரினுக்கு பாலூட்டிக்கொண்டே ஜெய்பாலை தன்னுடைய கஜுழி கிண்ணத்தை சாப்பிட்டு முடிக்குமாறு குருபாரி துரிதப்படுத்துவதை கவனித்துக்கொண்டிருப்பாள்.

"ஏன் இப்படி சொல்கிறாய்?" குருபாரி கேட்பாள். "அவன் என் மகன்."

இதுபோன்று போகிறபோக்கில் சொல்லிவிடும் வார்த்தைகள் ரூபியை அச்சத்தால் நிரப்பும். தன்னிடம் கட்டாயப்படுத்தி பெறப்பட்ட வாக்குறுதியை அவள் நினைவுபடுத்திக்கொள்வாள். ஆனால், குருபாரி-ஹிலி மற்றொரு குழந்தையை பெற்றெடுக்கத் தயாரானபோதுமட்டும் ஏன் ஜெய்பாலை கவனித்துக்கொள்ளவில்லை என்று அவள் சிந்தித்துப் பார்த்தாள்? ரூபியின் மனம்தான் சந்தேகங்களை எழுப்பியது. அவளுடைய மனம்தான் அவளுக்கு ஆறுதலையும் தந்தது. அந்தக் கேள்விகள் மிகவும் சித்திரவதை செய்பவையாக ஆகிவிடும்போது தன் கண்களை மூடி தூங்க முயற்சிப்பாள். வெண்ணிற-தலைமுடி கொண்ட பெண்மணி மீண்டும் ரூபியைப் பார்க்க வரவில்லை. அவள் அந்தக் கனவைப் பற்றியோ

அல்லது குருபாரியின் அறையில் கண்ட காட்சியைப் பற்றியோ யாரிடமும் சொல்லவில்லை. சிதோவிடம்கூட சொல்லவில்லை. சில வார இறுதிகளில் காதாம்டுகிக்கு செல்லும் சிதோ திங்கள்கிழமை காலை வேளைகளில் மோசமான மனநிலையோடு நித்ராவிற்கு திரும்புவான்.

தோஸோ, சாக்குலியாவிற்கு வெளியே உள்ள ஒரு கிராமத்தைச் சேர்ந்த பெண்ணுடன் உறவு வைத்திருக்கிறான் என்பதை அவன் கண்டுபிடித்துவிட்டான். அந்த கிராமம், புட்கியும் டெல்லாவும் ஒருகாலத்தில் வேலைசெய்துவந்த அரிசி ஆலைக்கு மிக அருகாமையில் இருக்கிறது. அந்தப் பெண், கடுகு எண்ணெயால் பளபளப்பாக்கப்பட்டதைப் போல் தெரிகின்ற மென்மையான கருத்த தோலுடன் அழகானவள் என்றே சொல்லப்பட்டது. ஆனால், அவள் சபர் பழங்குடியைச் சேர்ந்தவள். அவர்கள் நாகரீகத்தை விரும்பாமல், முறையான வீடு கட்டிக்கொள்வதற்கு பதிலாக மரங்களில் வாழ்வதற்கே முன்னுரிமை அளிப்பவர்கள் என்று சொல்லப்படுவதுண்டு. மிகவும் பண்படாத சபர்கள் முறைப்படியான மொழியோ, மதமோ இல்லாதவர்களாக அறியப்பட்டனர். பல வருடங்களாகவே தங்களுடைய மொழியையும் மதத்தையும் மறந்து போய்விட்டதால் சபர்கள் எதற்கும் பயனற்றவர்கள் என்ற யூகமும் நிலவியது. அவர்கள் கரடுமுரடான வங்காள மொழி பேசினர். ஹிந்து கடவுள்களை வழிபட்டனர். சபர்கள் அழிவின் விளிம்பில் இருப்பவர்கள் என்று கருதிய அரசாங்கம் அவர்களுக்கு நிறைய சலுகைகள் வழங்கி, அவர்களுடைய மேம்பாட்டிற்காக பல்வேறு திட்டங்களையும் மேற்கொண்டிருந்தது. சபர்களுக்கு வழங்கப்பட்ட சலுகைகளுள் ஒன்று அரசு மருத்துவமனைகளில் அவர்கள் இலவசமாக மருத்துவம் பார்த்துக்கொள்ளலாம் என்பதாகும். இருந்தாலும், சபர்கள் தங்களுக்கு உரிமையுள்ள ஆதாயங்கள் குறித்து பெரும்பாலும் அறியாதவர்களாகவே இருந்தனர். முதுர்காம் கிராமத்தில், கம்பியில்லா கோபுரம் நிறுவப்பட்டுள்ள மலையடிவாரத்தில் சபர் பையன்களுக்கு உண்டு உறைவிடப் பள்ளியும் இருந்தது. புதிதாக சேர்த்துக்கொள்ளப்பட்ட சில சபர் பையன்களுக்கு தங்களுடைய விடுதி பிடிக்கவில்லை. அவர்கள் அந்த பெரிய சுவற்றை தாண்டிக்குதித்து காட்டுக்கே திரும்ப ஓடிவிட்டனர். பின்னர், சர்க்காரி பாபுக்கள் அவர்களை எங்கிருந்து இழுத்து வந்தார்களோ அதே மரங்களில் அவர்கள் தங்களுடைய குடும்பத்தினருடன் வசிப்பது கண்டுபிடிக்கப்பட்டது. சபர்களுக்கு சந்தால்கள் வேறொரு பெயர் வைத்திருந்தனர். அவர்களை

அசிங்கமானவர்கள் என்று பொருள்படும்படியாக காழ்யாக்கள் என்று அழைத்தனர்.

இத்தகைய வெறுப்பிற்கு காரணம் இருந்தது. பல சபர்கள் மரங்களைவிட்டு இறங்கி கிராமங்களில் இருக்கும் மண்வீடுகளிலோ அல்லது பல்வேறு நலத்திட்டங்களின் கீழ் அவர்களுக்கு அரசாங்கம் கட்டித்தந்த வீடுகளிலோ வசித்தார்கள். சபர்களில் பலர் பள்ளிகளுக்கும் கல்லூரிகளுக்கும்கூட சென்றனர். இருந்தாலும், சபர்களுக்கு போதுமான பணமோ அல்லது கல்வியோ கிடைத்த பின்னர் தாங்கள் எங்கிருந்து வந்தோம் என்பதை மறந்துவிடுகிறார்கள். சந்தால்களுடன் சபர்கள் வசிக்கின்ற கிராமங்களில், புட்டானிக்கள், அதாவது சபர்களின் மனப்போக்கு தாங்கள் சந்தால்களைவிட மேலானவர்களாக தங்களைக் கருதிக்கொள்வதாக இருக்கும். அப்போது, தோஸோ ஒரு சபர் பெண்ணைக் கண்டுகொள்ளத் தொடாங்கியிருந்தது பெரும் அவதூறை உருவாக்கியிருந்தது அவ்வளவு வியப்பானதல்ல.

தொழிற்சாலைகளிலும், கட்டுமான தளங்களிலும் வேலை செய்துவந்த தோஸோவின் சபர் பெண் தன்னுடைய பெற்றோருடன் வசித்து வந்தாள். அவளுக்காக உடைகள், நகைகள், அரிசி, காய்கறிகள் போன்ற பொருட்களை வாங்குவதற்கென்றே தோஸோ தன்னுடைய பணம் அனைத்தையும் செலவழித்தான். எல்லோருக்குமே இது தெரிந்திருந்தது என்பதுடன் இந்த உறவைப்பற்றி கிசுகிசுப்பான குரல்களில் பேசவும் செய்தனர். அதனால் கோழ்தாவுக்கும் புட்கிக்கும் இதுபற்றி தெரிந்திருக்க வாய்ப்பிருக்கிறது. ஆனால், அவர்களுக்கு தெரிந்தே இருந்தாலும் அவர்கள் எதுவும் சொல்லவில்லை.

“நீ குடும்பத்தின் பணத்தை இப்படியெல்லாம் வீணடிக்க கூடாது” என்றான் சிதோ தோஸோவிடம்.

“நான் என்ன செய்துவிட்டேன்?” என்று பதிலளித்த தோஸோ தன்னுடைய சகோதரனின் கண்களைப் பார்ப்பதைத் தவிர்த்தான்.

“நீ ஒரு மணமகளை வீட்டிற்கு அழைத்துவரும் காலம் வந்துவிட்டது.”

“சரியான நேரத்தில் அழைத்து வருவேன்.”

“அப்படியென்றால், இன்னும் உனக்கு சரியான நேரம் வரவில்லையா?”

"இல்லை."

"நீ செய்கின்ற எல்லாவற்றையும் விடு, எப்போது பார்த்தாலும் சைக்கிளை எடுத்துக்கொண்டு சாக்குலியாவிற்கு சென்றுவிடுவது சரிதானா?"

"நீ என்ன சொல்கிறாய் என்று தெரியவில்லை."

"உனக்கும், அந்த காழ்யா பெண்ணுக்கும் இடையில் என்ன நடக்கிறதென்று எனக்கு தெரியாது என நினைத்துவிடாதே" தன்னைக் கட்டுப்படுத்திக்கொள்ள முடியாத சிதோ இறுதியில் சொல்லியேவிட்டான்.

இந்தப் பேச்சுவார்த்தையின்போது தன்னுடைய சகோதரனின் கண்களை முதல்முறையாகப் பார்த்த தோஸோவும் அதேபோல் சொன்னான், "எனக்கும்தான், பைராம்-மாஸ்டரின் மனைவிக்கும் உனக்கும் இடையில் என்ன நடக்கிறது என நன்றாகவே தெரியும்."

இந்த பதில் சிதோவை வாயடைக்கச் செய்தது.

ஆனால், ஒவ்வொரு வார இறுதியிலும், அந்த சகோதரர்கள் சூடான பேச்சுவார்த்தைகளில் ஈடுபடுவது தொடர்ந்துகொண்டுதான் இருந்தது.

"நீ இனியும் ஒரு குழந்தையல்ல" சிதோ தோஸோவை எச்சரிப்பான். "இவை எல்லாவற்றையும் நிறுத்த வேண்டும். உனக்கு வயதுவந்துவிட்டது, உன்னுடைய பொறுப்புகளைத் தெரிந்துகொள். நீ திருமணம் செய்துகொள்ளத்தான் வேண்டும்."

"நானாவது ஒரு பிரம்மச்சாரி" தோஸோ கோணலாக சொல்வான். "குழந்தைகள் பெற்றெடுத்த திருமணமான ஆண்கள் தவறுகள் செய்துவிட்டு மற்றவர்களை வசைபாடுவதுதான் எனக்கு வருத்தமளிக்கிறது."

கோழ்தா இன்னமும் நிலத்தில் செயல்திறனுடன்தான் இருந்தார். ஆனால், மூப்பு அவரை வேகமாக பற்றிப்பிடித்துக் கொண்டிருந்தது. அவர் இருமும்போது நுரையீரல்களையே உமிழ்ந்துவிடுவதைப் போல் காணப்படுவார். கெட்டியான சளி அவரை மூச்சுவிட சிரமப்படுத்தியது. தூக்கத்தில் அவரிடம் களகள ஒலி எழும்பியது. அவருடைய மூட்டுக்களில் நாள்பட்ட வலி இருந்தது. புட்கி முன்னெப்பதைக் காட்டிலும் அதிகமாக குடித்தாள். அவளால் வீட்டிலேயே ஹாந்தி வடிக்க முடியவில்லை, அதனால் கிராமத்தைச் சுற்றியிருக்கும்

மற்றவர்களின் வீடுகளுக்கு போதை தேடிச் சென்றாள். வழக்கமாக, அது மாஜியின் வீடாகத்தான் இருக்கும். அவள் போதுமான அளவு குடித்த பின்னர் தன்னுடைய பாவமூட்டையை இறக்கிவைப்பாள்.

“என் மகன்கள் தினமும் சண்டை போடுகிறார்கள்” என்று அழுவாள். “தோஸோ இன்னமும் அந்த காழ்யா பெண்ணைத்தான் பார்த்துவருகிறான். அவனிடம் என்ன சொல்வதென்றே எனக்குத் தெரியவில்லை.”

மாஜி வீட்டுப் பெண்கள் அவளை ஆற்றுப்படுத்த முயற்சிப்பார்கள். “புட்கி-தாய், அவன் வளர்ந்துவிட்டான். அவனிடம் நீங்கள் என்ன சொல்ல முடியும்? அவனுக்குக் திருமணமாகும்போது அவனே புரிந்துகொள்வான்.”

“அப்புறம் சிதோ? இரண்டு மகன்களுக்கு தகப்பன்! அந்த பைராம்-மாஸ்டர் மனைவியிடம் என்ன செய்கிறான்? என்ன?”

இதற்கு யாரும் எதுவும் சொல்லமாட்டார்கள். பதிலாக, புட்கி உறக்கத்தில் விழுந்து, தங்களை விட்டுவிடுவாள் என்ற நம்பிக்கையில் அவளுடைய கோப்பையை நிரப்புவார்கள். தூக்கத்தில்கூட புட்கி முனகுவாள், “பைராம்-மாஸ்டர் நல்லவன் இல்லை என்று எனக்குத் தெரியும். என்னுடைய ரெயாழ்-பாஹா சொல்லியிருக்கிறாள். அவனுக்கு தன்னுடைய குடும்பத்துடனும் நல்ல உறவு இல்லை என்றும் சொல்லியிருக்கிறாள். ஆனால், என் மகன், என் சிதோ, அதைப் புரிந்துகொள்ளவில்லையே...”

“அம்மாவைப் போன்றே மகன்களும்” புட்கி குறட்டைவிடத் தொடாங்கியதும் மாஜி வீட்டுப் பெண்கள் கேலிசெய்வார்கள். “சிதோவும் தோஸோவும் புட்கியின் மகன்கள்தான். அதில் சந்தேகமே இல்லை.”

எங்கு பார்த்தாலும், புட்கியின் அண்டை அயலார்களை மரணம் எட்டிப்பார்த்தது. நீண்டகாலமாகவே படுக்கையில் இருந்த நாய்கேயின் மகன் இறந்துபோனான். அவனுடைய கல்லீரல் இருக்க வேண்டிய இடத்தில்தான் இருந்ததா என்று யாரும் அவனுடைய வயிற்றைச் சரிபார்க்கவில்லை என்றாலும், எல்லோருமே அவனுடைய மனைவியைத்தான் குறைகூறினர். சிலர் அவனுடைய அம்மாவையும் குறைசொல்லினர்.

~

நித்ராவில், எப்போதும்போல் குருபாரி மகிழ்ச்சியுடனே இருந்தாள்.

"மாய்" ஒருநாள் காலைவேளை, கிணற்றடியில் தங்களுடைய ஜாடிகளை நிரப்பிக்கொண்டிருந்த ரூபியிடம் அவள் மகிழ்ச்சியுடன் கூறினாள், "உன்னுடைய ஹோய்ஞ்ஹார் சாக்குலியாவிற்கு அருகில் ஒரு துண்டு நிலம் வாங்கியிருக்கிறார். இறுதியில், எங்களுக்கும் சொந்தவீடு கிடைக்கப்போகிறது."

"ரொம்ப நல்லது, தாய்." என்ற ரூபி வெளிறிய முகத்தில் புன்னகைக்க முயன்றாள்.

"என்ன ஆயிற்று?" குருபாரி கேட்டாள். "நீ நன்றாக இருப்பதுபோல் தெரியவில்லையே. உனக்கு காய்ச்சலடிக்கிறதா?"

"இல்லை" என்றாள் ரூபி. "எனக்கு கொஞ்சம் சோர்வாக இருக்கிறது."

"இப்போது என்னவாயிற்று உனக்கு?" ரூபி சிதோவிடம் தனக்கு உடல்நிலை சரியில்லை என்று சொன்னபோது சிதோ உறுமினான். "நேற்று நன்றாகத்தானே இருந்தாய்."

ரூபி ஒன்றும் சொல்லவில்லை.

குருபாரிதான் பின்னர் குறுக்கிட்டாள். "பாபு" என்றாள் சிதோவிடம், "உன் மனைவி இப்போதெல்லாம் நன்றாக இருப்பதுபோல் தெரியவில்லை. அவளை ஏன் நீ எங்காவது அழைத்துச்செல்லக் கூடாது?"

சிதோ அவளைப் புறம்தள்ளினான். "அது ஒன்றுமேயில்லை, ஹிலி. அவள் நன்றாகத்தான் இருக்கிறாள். காதாம்டுகியில் அவள் மூன்று பெண்களின் வேலைகளை செய்வாள். தோஸோவை நான் திருமண் செய்துகொள்ள கேட்டபோது இவள்தான் முதலில் அவனைப் பாதுகாத்தாள். அவனுக்கு எப்போது திருமணம் செய்துகொள்ளத் தோன்றுகிறதோ அப்போது செய்துகொள்ளட்டும் என்றாள். இப்படிப்பட்ட பெண்ணிடன் நான் எதைத்தான் சொல்வது?"

குருபாரி சொன்னாள், "அவள் என்ன சொன்னாலும், உன்னுடைய வீட்டைப் பார்த்துக்கொண்டும், உன் மகன்களை

வளர்த்துக்கொண்டும், உனக்கு உணவு சமைப்பதும் அவள்தானே. அவளைப் பார், அவள் முன்பிருந்த ரூபியே அல்ல."

குருபாரியின் தூண்டுதல் சிதோவிடத்தில் தாக்கத்தை ஏற்படுத்தியது. அவன் விசாரித்த பிறகு ரூபியை ராக்காவில் உள்ள மருத்துவரிடம் அழைத்துச் சென்றான்.

ரூபி ஒரு மருத்துவரைச் சென்று பார்ப்பது இதுதான் முதல்முறை. அவர் ஒரு இளைஞர், சிதோவைவிட இளையவர் என்று அவளால் சொல்ல முடியும். அவர் அவளிடம் வங்காளத்தில் பேசினார். சந்த்தாலி க்கு அடுத்தபடியாக, ஓரளவுக்கு அவளால் பேசமுடிந்த மொழி அது மட்டும்தான். அவள் பயந்துபோய் வரவே மறுத்துவிட்டாள். மருத்துவர் ஒவ்வொரு வார்த்தைக்கும் அழுத்தம் கொடுத்து, அவளை சௌகரியமாக உணரச் செய்யும் முயற்சியில் அவளிடம் மென்மையாக பேசினார்.

"சரி, தீதி" அவர் கேட்டார், "உங்களுக்கு இரண்டு குழந்தைகளா?"

ரூபி தலையாட்டினாள். ஆமாம்.

"அவர்களுக்கு என்ன வயது?"

அவள் சிதோவைப் பார்த்தாள்.

அவன் ஆரம்பித்தான். "அது வந்து, டாக்டர்-பாபு..."

"வேண்டாம்." மருத்துவர் சிதோவின் பக்கத்தில் இருந்த தன்னுடைய கையை மேசையில் இருந்து எடுத்தார். "நேயாளியே சொல்லட்டும். அவரால் சொல்ல முடியும். சொல்லுங்கள், தீதி" அவர் ரூபி பக்கம் திரும்பினார். "அவர்களுக்கு என்ன வயதாகிறதென்று சொன்னீர்கள்?"

"ச்சோ பச்சோர் டு பச்சோர்" ரூபி உளறினாள்.

"ஹா?" அவள் சொன்னதை மருத்துவரால் புரிந்துகொள்ள முடியவில்லை. ரூபி எச்சிலை விழுங்கினாள். சிதோ பதட்டமானான்.

இல்லை, மருத்துவர் புரிந்துகொண்டார். "ஆறு மற்றும் இரண்டு, சரியா?" என்று அவர்கள் இருவரையுமே பார்த்து கேட்டார். "ஆறு மற்றும் இரண்டா?"

"ஆமாம், ஆமாம்." சிதோ நிம்மதியாகி சிரித்தான்.

பாம்பு-போன்ற கருநிற குழாயுடன் இணைக்கப்பட்ட ஒரு பெரிய நாணயத்தைப் போல் காணப்பட்ட ஒன்றைக்கொண்டு அந்த மருத்துவர் ரூபியின் மார்பையும், முதுகையும் தொட்டுப்பார்த்தார். ரூபி அதைப் பார்த்தபோது அந்தக் குழாய் மருத்துவரின் காதுகளோடு இணைக்கப்பட்டிருப்பதைக் கண்டு அதிசயித்தாள். அவளுடைய மார்பில் இருந்து அந்த நாணயத்தை எடுத்த மருத்துவர் அவள் நன்றாக இருக்கிறாள் என்று கூறினாலும், அந்தக் குரல் சந்தேகத்துடனே இருந்தது.

பிறகு ஒரு ஆள் - அவர் மருத்துவரின் கம்பவுண்டர் என சிதோ பின்னர் விளக்கினான் - அவளை ஒரு சிறிய அறைக்கு அழைத்துச் சென்றான், அங்கே ஒரு ஊசியைக் கொண்டு அவளுடைய மோதிர விரலில் துளையிட்ட அவன் முதல் துளி ரத்தத்தை துடைத்துவிட்டான். பின்னர் அடுத்தடுத்து வந்த துளிகளை தனித்தனி கண்ணாடித் துண்டுகளில் எடுத்துக்கொண்டு பின்னர் அவளிடம் அந்த துளையிட்ட இடத்தில் வைத்துக்கொள்ள ஒரு ஈரமான, கடுகடுவென வாசனையடித்த துண்டு பருத்திப் பஞ்சினை அவளிடம் கொடுத்தான்.

அவர்கள் நித்ராவிற்குத் திரும்பியதும் மருத்துவரின் அபிப்பிராயத்தை குருபாரியிடம் விவரித்தான் சிதோ. "மருத்துவர் அவளுக்கு ஒன்றுமில்லை என்கிறார். அவள் சரியாக சாப்பிடாமல், அதிகமாக வேலை செய்வதும் அதற்குக் காரணமாக இருக்கலாம் என்கிறார். எனக்குப் புரியவில்லை, அவளால் எப்படி நன்றாக சாப்பிடாமல் இருக்க முடியும்? அவள் நன்றாகத்தானே சாப்பிடுகிறாள். இல்லையா, ஹிலி?"

குருபாரி புன்னகைத்தாள். "சரி, மருத்துவர்களுக்கு நம்மைவிட அதிகமாகத் தெரியுமே" என்றாள். "ரூபி-மாய் அவர் சொல்வதைக் கேட்க வேண்டும். மருத்துவர் அவளுக்கு பரிந்துரைத்த மருந்துகளை அவள் சாப்பிடட்டும். அது ஏதேனும் அவளுக்கு நல்லது செய்கிறதா பார்ப்போம்."

காய்ச்சல் மற்றும் சாதாரண பலவீனத்திற்கு உண்டான பல மருந்துகளுக்கும் மேலாக அந்த மருத்துவர் கேப்ஸ்யூல்கள், டானிக்குகள் மற்றும் பவுடர்கள் என பரிந்துரைத்து, அவை ரூபிக்கு ஊட்டச்சத்து வழங்கும் என விளக்கியிருந்தார். ரூபி அவற்றை தினமும் எடுத்துக்கொண்டாள். அவள் நன்றாய் இருப்பதாக உணர்ந்த பின்னரும் அவற்றைத் தொடர்ந்து எடுத்துக்கொண்டாள்.

அந்த மருந்துகள் வேலைசெய்வதுபோல் தெரிந்தது. அவர்களுடைய அடுத்தடுத்த வருகையின்போது, நோயாளி முன்னைக்காட்டிலும் ஆரோக்கியமாகக் காணப்படுவதாக மருத்துவர் குறிப்பிட்டார். அவர்கள் நோயறிக்கைகளை - எல்லாமே இயல்புநிலையில் இருந்தன - பெற்றுக்கொண்டு, ரூபி தொடர்ந்து மருந்துகளை எடுத்துக்கொள்வாள் என மருத்துவரிடம் உறுதியளித்துவிட்டு வீட்டிற்குத் திரும்பினர். ஆனால், ரூபிக்கு பரிந்துரைக்கப்பட்ட பெரும்பாலான மாத்திரைகளும் டானிக்குகளும் மோசமான சுவைகொண்டவையாக இருந்தன. அவை எல்லாவற்றையும் ஒரு அலமாரியில் வைத்த அவள் அவற்றை மறந்தேபோனாள். ஒரு வாரத்திற்கும் குறைவாகவே, அவள் மறுபடியும் ஏறக்குறைய நாள்முழுவதும் படுத்திருக்கலானாள்.

"உன்னைப் பார்ப்பதற்கே பயமாக இருக்கிறது" என்றாள் ரொமோலா ரூபியை அடுத்தமுறை பார்த்தபோது. "உனக்கு என்னதான் ஆயிற்று?"

"ஓ! நான் சோர்வாகவே இருக்கிறேன்" என்றாள் பேச விரும்பாத ரூபி. அதற்கே அவள் பெரும் சிரத்தையெடுத்துக்கொண்டாள்.

ரொமோலா அவளை நெருங்கிப்போய் பார்த்தாள். "இது வெறும் மயக்கம்தானா? இதைப் பார்த்தால் வேறுமாதிரி இருக்கிறதே."

"என்ன?"

"எனக்குத் தெரியவில்லை." ரொமோலா தலையைக் குலுக்கினாள். "உன்னுடைய முகத்தைக் கண்ணாடியில் பார்த்தாயா?" அவள் தலையைச் சாய்த்து பாதி புன்னகைத்தாள். அது ரூபியை மகிழ்ச்சிப்படுத்தவோ அல்லது அந்த நிலையில் இருந்து ரூபியின் கவனத்தை திருப்புவதற்காகவோ இருக்கலாம். "நீ அழகாகத்தானே இருந்தாய். எங்களையெல்லாம்விட நல்ல அழகாக. இப்போது உன்னுடைய முகத்தில் இந்தத் தழும்புகள் வந்திருக்கின்றன. பார்."

ரூபி பலவீனமாக சிரித்தாள்.

"இது வயதின் காரணமாகத்தான் இருக்க வேண்டும்" என்றாள் ரொமோலா. "வயது நம்முடைய அழகைக்கூட திருடிவிடுகிறது. நம்மில் யாரும் இளமையாக மாட்டோம்."

~

ஒருநாள் மதியப்பொழுதில் தன்னுடைய அறையின் படுக்கையில் கிடந்தபோது ரூபிக்கு ரொமோலாவின் வார்த்தைகள் பிரதிபலித்தன. அவள் உண்மையிலேயே மாறிவிட்டாள். அதை அவளாலேயே பார்க்க முடிந்தது. சிதோ-பாஹு, காதாம்டுகியின் வலிமைவாய்ந்த பெண்ணாகிய பழைய சிதோ-பாஹு அல்ல. உண்மையில், காதாம்டுகியின் நிலத்தின் மீதிருக்கும் அவளுடைய கடமைகள் சுமையாகிவிட்டன. அவளுக்கு திருமணமாகி எட்டு வருடங்கள்தான் ஆகின்றன என்பது அவளுக்கு ஆச்சரியமளித்தது. எட்டு வருடங்கள், அவள் ஏற்கனவே பயனற்றவளாகிவிட்டாள்.

"இது என்ன பாஹு?" காதாம்டுகி மாஜி வீட்டைச் சேர்ந்த முதிய பெண் அவளிடம் கேட்பாள். "சிதோ, நீ சாப்பிட போதுமான அளவுக்கு தருவதில்லையா?"

"உன்னுடைய முகத்திற்கு என்னவாயிற்று? சுருங்கிக் கொண்டிருப்பதுபோல் தெரிகிறாயே!"

"தோஸோவுக்கு திருமணம் செய்யவேண்டிய நேரம் வந்துவிட்டது" என எல்லோரும் புட்கியிடம் சொல்வார்கள். "சிதோவின் மனைவிதான் எல்லாவற்றையும் செய்ய வேண்டியிருக்கும். அவள் நித்ராவில் ஒன்றும், இங்கே காதாம்டுகியில் ஒன்றுமாக இரண்டு வீடுகளைச் சமாளிக்கிறாள். அவள் தன்னுடைய மகன்களை யாராவது ஒருவருடைய பராமரிப்பில் விடவேண்டியிருக்கும். இவையெல்லாம் சுலபமல்ல."

அவர்கள் சொல்வது சரிதான். அவள் இவை எல்லாவற்றாலும் சோர்ந்துபோயிருக்கிறாள். நித்ராவில், வீட்டிற்கு என்ன வேண்டும், குடும்பத்திற்கு என்ன வேண்டும் என்பதை அவள்தான் சிதோவிடம் சொல்கிறாள். பள்ளிக்கூடத்தில் பாடம் நடத்துவதும், வீட்டிற்கு பணம் கொண்டுவருவது மட்டும்தான் சிதோவின் வேலை என்பதுபோல் இருந்தது. காதாம்டுகியிலோ, கோழ்தாவுக்கும் புட்கிக்கும், ஏன் தோஸோவுக்கும்கூட புதிய உடைகள் வாங்குவது என்ற சின்னஞ் சிறு வேலைகூட அவள்மீதுதான் விழும். இந்த நன்றிகெட்டவனால் சபர் பெண்ணைச் சென்று பார்க்க முடிகிறது. ஆனால், தனக்கான உடைகளைக்கூட வாங்கிக்கொள்ள முடியவில்லையே என்று சிதோவைப் பற்றி அவள் நினைத்துக்கொண்டாள்.

சமீபத்திய காலம்வரை அவளுடைய முழு ஆதரவையும் பெற்றிருந்த அவளுடைய மைத்துனர் இப்போது அவளை எரிச்சலூட்டினான். இந்த இரண்டு சகோதரர்களுக்கு இடையிலான

பகையுணர்வு ரூபியை பிறாண்டிக்கொண்டிருந்தது. இருந்தாலும் புட்கிக்கு என்ன செய்ய முடியுமோ அதைச் செய்தாள் ரூபி. அவளுக்கு புடவைகளும், உள்பாவாடைகளும் வாங்கினாள், முக்கியமாக மேலாடைகள், அது இல்லாமல் தன்னுடைய மார்பகங்களை வெளியே தொங்கவிட்டபடியே கிராமம் முழுவதையும் அவள் சுற்றிவந்துவிடுவாள். அவள் புட்கிக்கு நடத்தை முறைகளையும் கற்றுத்தர முயற்சித்தாள்.

"யோ, எவ்வளவுதான் குடிப்பீர்கள்?" அவள் புட்கியிடம் கேட்டாள். "ஏன் மற்றவர்களுடைய வீட்டிற்கு ஹாந்தி-பாராவை தேடிச் செல்கிறீர்கள்?"

புட்கி அவளிடம் கெஞ்சினாள். "என்னை குடிக்கவிடு பாஹு. அவர்கள் ஒன்றும் வேற்று மனிதர்கள் அல்ல. அவர்கள் நம்முடைய குஷ்டியை சேர்ந்தவர்கள். மாஜி குஷ்டி."

ரூபி போராடினாள். "அவர்கள் யாரகவும் இருக்கட்டும், ஏதோ உங்களால் வீட்டிலேயே அதை தயார்செய்ய முடியாது என்பதுபோல் ஒரு கோப்பை ஹாந்திக்காக ஆடிக்கொண்டே செல்வதைப் பார்க்க நான் விரும்பவில்லை. அரிசியும், ரானு வேர்களும் கொண்டுவாருங்கள். ஒரு வருடம் முழுவதற்கும் போதுமான அளவு ஹாந்தியை நான் உங்களுக்கு வடித்துத் தருகிறேன்."

புட்கி சிரித்தாள்.

"சிரிக்காதீர்கள், யோ" என்றாள் ரூபி. "இது வேடிக்கையல்ல. நீங்கள் வளர்ந்த இரண்டு ஆண்களுக்குத் தாய். ஆனாலும், மற்றவர்கள் வீடுகளுக்குச் சென்று குடிக்கிறீர்களே! உங்களுடைய மகன்களுக்கு வேண்டுமானால் இது வெட்கப்படுவதாக இல்லாதிருக்கலாம், எனக்கு வெட்கமாயிருக்கிறது. பா-வைப் பற்றி நினைத்துப் பாருங்கள்."

"சிதோவின் அப்பா இதைவிட மோசமானவற்றை என்னிடம் கண்டிருக்கிறார்" என்ற புட்கி சிந்தனையில் மூழ்கினாள். "அவர் கவலைப்பட மாட்டார். எப்போதுமே."

ரூபி சொல்வதற்கு அதற்குமேல் எதுவுமில்லை. அவளுடைய மாமியாரைப் பற்றியும், அவளுடைய சிறந்த தோழியைப் பற்றியும் கூறிய சோனாமுனி-ஜி-யின் கதைகள் அவளுடைய நினைவுகளில் இருந்து மனதிற்கு திரும்பி வந்தன. ஆனால் இப்போதோ, அந்தக் கதைகளைக் குறித்து அவளால் சிரிக்கவோ அல்லது நாணவோ

முடியவில்லை; அவை புட்கியை வெறுக்கவே வைக்கின்றன. அவளுக்கிருந்த மரியாதையெல்லாம் துண்டு துண்டாக கரைந்து போய்க்கொண்டிருந்தன.

நித்ராவில் ஒருநாள், சிதோ ரூபியிடம் கேட்டான், "உன்னுடைய சொந்த வீட்டிற்காக இந்த சின்ன வேலைகளைக்கூட செய்வதற்கு உனக்கு என்னதான் பிரச்சினை? நீதான் எப்போதும் எதையும் செய்யத் தயாராக இருப்பாயே, இப்போது ஏன் மிகவும் எரிச்சல்படுகிறாய்?" ரூபி திகைப்புற்றாள். அவளுடைய கணவனே அவளுக்கு என்ன ஆகிக்கொண்டிருக்கிறது என்பதை கவனித்ததாக தெரியவில்லை. ஆனால், எல்லாவிதமான வதந்திகளையும் கேள்விப்பட்ட பின்னரும் அவனிடம் அவள் எப்படி அதை எதிர்பார்க்க முடியும்? பாதுகாப்பின்மையின் கூரிய வலிகளை அவள் உணர்ந்த பின்னரும், தன்னுடைய கணவனைப் பற்றி அவளால் என்னதான் சொல்ல முடியும்? குறிப்பாக, ஒரு மதியப்பொழுதில் அவள் பார்த்த ஒன்றிற்குப் பின்னர்.

~

அந்த மதியப்பொழுது மிகவும் வெப்பமாக இருந்தது. மிகவும் வேதனையளித்த தலைவலி ரூபியின் மண்டையோட்டை உடைத்துவிடுவதுபோல் அவளைப் பயமுறுத்தியது. அவளுடைய வேதனையைக் கண்ட குருபாரி அவளுக்காக சர்பத் தயார் செய்தாள்: குளிர்ச்சியான நீரில் கலந்த எலுமிச்சை சாறு, உப்பு மற்றும் சர்க்கரை.

"இதைக் குடித்துவிட்டு தூங்கு" என்று ரூபியிடம் சொன்ன குருபாரி அவளுடைய நெற்றிப்பொட்டிலும், நெற்றியிலும் தேய்த்துவிட்டாள்.

"ஜெய்பாலின் அப்பா வந்துவிடுவார்" என்று தேய்த்துவிட்டதற்காகவும், குளிர்பானத்திற்காகவும் நன்றியுடன் குருபாரியிடம் சொன்னாள் அவள். "அவருடைய மதிய உணவு..."

"நான் தருகிறேன். நீ கவலைப்படாதே."

அந்த உத்திரவாதம் ஒரு தாலாட்டைப் போல் வேலை செய்தது. ரூபி ஆழ்ந்து உறங்கினாள். ஆழ்ந்து.

அவள் விழித்தபோது, அந்த அறை இருளாகவும் வெறுமையாகவும் காணப்பட்டது என்பதுடன் தான் இருக்குமிடத்தையும் அவள் மறந்துவிட்டாள். அவளுடைய தொண்டை உலர்ந்துபோயிருந்தது.

அவளுடைய நாக்கில் சர்பத்தின் இனிப்பு இருந்தபோதிலும் உதடுகள் உலர்ந்துபோயிருந்தன. மூடிய கதவு மோசமான வெப்பத்தை வெளியிலேயே வைத்திருந்தாலும்கூட தன்னுடைய உடலின் வழியாக ஊடுருவிச் செல்லும் வெப்பத்தை அவளால் முடிந்தது. ஒரு மிடறு தண்ணீருக்காக அவள் ஏங்கினாள். ஆனால், அவளால் எழுந்திருக்க முடியவில்லை.

"ஜெய்பால், பேட்டா!" அவள் அழைத்தாள். பதிலில்லை.

"பிஷு, பேட்டா!" அவள் அழைத்தாள். அப்போதும் பதிலில்லை.

அவளுடைய மண்டையோட்டிற்கு உள்ளே இருக்கும் வலி வெளியே வந்து அவளுடைய உடலையே தன் பிடியில் எடுத்துக்கொள்வதைப் போல் உணர்ந்தாள்.

"யாராவது இருக்கிறீர்களா? தாகமாக இருக்கிறது."

யாரும் பதிலளிக்கவில்லை. அந்த வலி தன்னை நொறுக்கிவிடுவதைப் போல் உணர்ந்தாள் ரூபி.

"ஜெய்பால், பிஷு," அவள் மீண்டும் கூப்பிட்டாள், அவளுடைய குரல் கிசுகிசுப்பதாய் இருந்தது. அவள் தேம்பியழத் தொடாங்கினாள்.

அந்நேரத்தில், அந்த அறையின் தூரத்தில் இருந்த ஒரு மூலையின் நிழல்களில் இருந்து ஓர் உருவம் தோன்றுவதைத் தன்னுடைய கண்ணீரின் ஊடாக அவள் பார்த்தாள்.

ஆனால், ரூபி அழைத்தபோது, "பிஷு? மகனே?" எந்த பதிலும் இல்லை.

அந்த உருவம் நெருங்கி வந்தது. அதனுடைய நீளமான, முடியப்பெறாத தலைமுடியை வைத்து அந்த உருவம் அந்தப் பெண்மணியினுடையதுதான் என்பதை அவளால் பார்க்க முடிந்தது. மல்லிகை மணத்தின் லேசான நறுமணம் ரூபியை அடைந்தது. அவள் எதிர்வினையாற்றும் முன்னரே அந்தப் பெண் கதவைத் திறந்தாள். மறைந்துகொண்டிருக்கும் சூரிய ஒளி கண்களை குருடாக்கிவிடுவதைப் போல் வந்தது. ரூபி சுற்றிலும் பார்த்தபோது, தான் தனியாக இருப்பதைக் கண்டாள்.

அந்த ஒளி கொஞ்சம் ஆற்றலையும் கொடுத்தது. ஒரு கோப்பை தண்ணீருக்காக அங்கிருந்து எழுந்து அறைக்கு வெளியே

செல்லக்கூடிய அளவுக்கு வலிமை இருப்பதை உணர்ந்தாள். அவள், அவளுடைய பக்கமாகத் திரும்பி எழுந்து நின்று, கதவை நோக்கி தள்ளாடியபடியே சென்றாள்.

வீட்டில் யாரும் இல்லை. சூரியன் சரிந்துகொண்டிருந்தது. ஆனால், அவர்கள் கோடைக்காலத்தில் இருப்பதால் சூரியன் மறைய இன்னும் நேரமிருந்தது.

இது காதாம்டுகியாக இருந்திருந்தால், சந்தால்கள் அல்லாத மனைவிமார்கள் தூணாவிற்கு ஒளியேற்றியும், சங்குகளை ஊதியும் மாலைநேரத்திற்கு தயாராகத் தொடாங்கியிருப்பார்கள். அதை அவர்கள் கால்சந்தியா என்றனர்; அது சூரிய அஸ்தமனத்திற்கும் இருளுக்கும் நடுவே இடைப்பட்ட காலகட்டம். ஆவிகளுக்கான நேரம். காதாம்டுகியின் சந்தால் மனைவிமார்கள் தூணாக்களையோ, ஊதுபத்திகளையோ ஏற்றுவதில்லை. கால்சந்தியாவில் அவர்கள் சங்குகளையும் ஊதுவதில்லை. முழுக்கவே சந்தால்களால் நிறைந்திருக்கும் நித்ராவில் ஒருவரின் ஒவ்வொரு நுண்துளைகளில் நுழைவதைப் போல் தோன்றுகின்ற தூணாவின் ஏற்றிவைக்கப்பட்ட மணத்தையும், சங்குகளின் கூட்டொலிகளையும் அவள் தவறவிட்டாள்.

~

அந்த ஓசை எரிச்சலூட்டியது என்ற உண்மையைத் தவிர்த்து தன்னுடைய நிலை குறித்து ரூபிக்கு அதிகமாக எதுவும் தெரியாது. அவர்கள் ஆலோசித்த மருத்துவராலும்கூட அவர்களிடம் உபயோகமாக எதுவும் சொல்ல முடியவில்லை. மூன்று தொடர்ச்சியான வருகைக்குப் பின்னரும் அவர் ஒரே விஷயத்தைத்தான் சொன்னார்.

"இந்த மருத்துவருக்கு எதுவும் தெரியவில்லை." மூன்றாவது வருகைக்குப் பின்னர் சொன்னான் சிதோ. இருந்தாலும், மருத்துவரின் மருந்துகள் -கடைசியாக அவர் பரிந்துரைத்தது வேறு பெயர்களில் விற்கப்படுகின்ற அதே மருந்துகள்தான்- ரூபியை நன்றாகத்தான் உணர வைத்தது. இந்தமுறை, அவள் அவற்றை அலமாரிக்குள் வீசிவிடாமல் முறைப்படி முழுவதுமாக எடுத்துக்கொண்டாள்.

பின்னர் அவள் குருபாரியிடம் தெரிவித்தாள். "இப்போது நன்றாயிக்கிறது, தாய்."

குருபாரி இனிமையாக சிரிக்க மட்டுமே செய்தாள்.

சிறிதளவு முன்னேற்றம் கொண்டிருந்த ரூபி மறுபடியும் பழைய நிலைக்கே சென்றபோது சிதோ கோபம்கொண்டான். "உனக்கு என்னதான் ஆயிற்று?" என்று கேட்டான்.

ரூபியின் சார்பாக குருபாரி மீண்டும் குறுக்கிட்டாள். "அவளுக்கு சிகிச்சை வேண்டும்" என்றாள் அவள், "அவளிடம் ஏன் இப்படிப் பேசுகிறாய்?"

பிறகு அவர்கள் மோஸாபோனிக்கு சென்று சுரங்க மருத்துமனையில் பணியாற்றிய, ஆனால் தன்னுடைய பணி ஓய்வுக்குப் பின்னர் தனியாக மருத்துமனை வைத்து நடத்துகின்ற ஒரு மருத்துவரிடம் சென்றனர்.

"நீங்கள் அவளை குணப்படுத்த வேண்டும், டாக்டர்-சாஹேப்" சிதோ வேகவேகமாக கூறினான்.

அந்த மருத்துவர் மாத்திரைகள், டானிக்குகள், ஊசிகள், பரிசோதனைகள் என மற்றொரு பட்டியலைப் பரிந்துரைத்தார். மார்பகத்தில் எக்ஸ்-ரே சோதனைகூட செய்யப்பட்டது. பரிசோதனைகளும், எக்ஸ்-ரே-வும் எதையும் வழக்கத்திற்கு மாறானதாகவோ, பயப்படும்படியானதாகவோ காட்டவில்லை.

"உங்களுடைய மனைவி நன்றாகத்தானே இருக்கிறார்" மருத்துவர் சிதோவிடம் கூறினார்.

"ஆனால், அவள் எப்போதும் பலவீனமாகவே இருக்கிறாளே," என்று கெஞ்சலான புன்னகையுடன் கூறினான் சிதோ.

"அது அவருடைய மனதின் காரணமாக இருக்கலாம் என்று நினைக்கிறேன்" என்று பலமாக மூச்சுவிட்டபடியே கூறினார் மருத்துவர். அவனால் அவளுடைய பிரச்சினையைப் புரிந்துகொள்ள முடியாமல் போனதற்காக அவன் குழம்பிப் போயிருக்கலாம் என்று ரூபி நினைத்தாள். சிதோ தன்னை பழித்துரைப்பானோ என்றும் அவள் பயந்தாள். "தான் நோயுற்றிருக்கிறோம் என்று நினைப்பதாலேயே நோயுற்றுவிடுகிறார்" என்ற மருத்துவர் தொடர்ந்து கூறினார், "அவருடைய ரத்த அழுத்தம், வெப்பநிலை, நாடி மற்றும் இதயத்துடிப்பு, ரத்தம், சிறுநீர், மார்பு, அடிவயிறு என அவருடைய எல்லா சோதனைகளும் இயல்பாகத்தான் இருக்கின்றன. எல்லாம் சரியாகத்தான் இருக்கிறது. இருந்தாலும் சொல்லுங்கள்"

அவர் சிதோவிடம் கேட்டார், "அவருடைய வாழ்க்கை மன அழுத்தமுள்ளதாக இருக்கிறதா?"

"இல்லை" சிதோவின் கண்கள் ஆச்சரியத்தில் அகலத் திறந்தன. மருத்துவர் என்ன கேட்கிறார் என்று ரூபிக்கு புரியாவிட்டாலும் அவர் சொல்லவரும் அபிப்பிராயத்தை அவள் புரிந்துகொண்டாள்: தான் நோயுற்றிருப்பதாக நினைப்பதாலேயே அவள் நோயுற்றிருக்கிறாள்.

"உங்களுடைய மனைவி முழு ஆரோக்கியத்துடன்தான் இருக்கிறார் என்பதைத் தவிர இப்போதைக்கு இது என்னவென்று என்னால் சொல்ல முடியாது" என்ற டாக்டர் முடிவாக மூச்சிழுத்துக்கொண்டு தன்னுடைய மேசையில் இருந்த காகித எடைக் கண்ணாடியை எடுத்து மறுபடியும் வைத்தார். அது அந்த நோயாளியும் அவருடைய கணவனும் ஒன்று அதை அப்படியே கடந்துசெல்ல வேண்டும் அல்லது மற்றொரு மருத்துவரை சென்றுதான் பார்க்க வேண்டும் என்ற தன்னுடைய அபிப்பிராயத்தை அவர் சொல்லிவிட்டார் என்பதுபோல் இருந்தது,

"ஜார்கிராமில் உள்ள மருத்துவர்களே பரவாயில்லை" அவர்கள் வீடுதிரும்பும் வழியில் பேருந்திலேயே புகார் சொன்னான் சிதோ. "காதாம்டுகியில் உள்ள எல்லோரும் அங்குதான் போவார்கள். உண்மையில், சாக்குலியாவில் உள்ள எல்லோரும்கூட அங்குதான் போவார்கள். இங்கு டாடா, காட்ஷிலா மற்றும் மோஸாபோனியில் உள்ள உபயோகமற்ற மருத்துவர்களிடம் யாரும் போவதில்லை. இந்த மருத்துவர்களால் நீ தலைவலியால் வேதனைப்படுவதையோ, எழுந்திருக்க போதுமான அளவு வலுவில்லாததால் பலமணி நேரங்களுக்கு படுக்கையில் கிடப்பதையோ பார்க்கவில்லை."

ரூபி நன்றாயிருப்பதாக உணரவில்லை. அவள் இந்த மருத்துவரை தொந்தரவு செய்வதாக உணர்ந்தாள். அவர் தன்னைத்தானே பெரிதாக நினைத்துக்கொள்வதாகக் கருதினாள். ராக்காவில் இருந்த மருத்துவர் நல்லவர். அவர் குறைந்தபட்சம் மென்மையான வழிமுறையையாவது கையாண்டார்.

"மருத்துவர் சொன்னதைக் கேட்டாயா?" வீட்டிற்கு வந்ததும் சிதோ கேட்டான். "இதெல்லாம் உனக்குள்ளேதான் இருக்கின்றன."

அவள் எதுவும் சொல்லவில்லை. அந்தப் பயணம் அவளை சோர்வுறச் செய்திருந்தது. இயலாமை மறுபடியும் வந்துவிட்டதை உணர்ந்தாள்.

“எல்லாம் உன் மனதில்தான் இருக்கிறது” சிதோ மறுபடியும் கூறினான். “உனக்கு நோய் ஒன்றும் இல்லை. அப்படி இருப்பதுபோல் நடந்துகொள்வதை நிறுத்து.”

அவள் தன் தலையையும் உடலையும் இறுகப் பற்றியபடி வேதனையில் துடிப்பதை அவன் பார்த்திருக்கிறான்; ஆற்றங்கரையில் ஒரு உடும்பு மல்லார்ந்து கிடப்பதைப் போல் சூரியன் படர்ந்திருக்கும் ராச்சாவில் ஒரு பார்கோம் மீது அவள் கிடப்பதையும் பார்த்திருக்கிறான். ஆனாலும் அவன் அவளை நம்பவில்லை. அவள் தங்களுடைய அறையின் ஏதோ ஓரிடத்தில் கால்சந்தியாவில் உள்ள ஆவியைப் போல் மறைந்திருந்து, அறையில் வெளிச்சம் நிரம்பியதும் மறைந்துபோய்விடுகின்ற அந்த வயதான பெண்மணியைப் - மல்லிகை எண்ணெய் மணம் வீசுகின்றவளைப்பற்றிச் சொன்னாலும் அவன் நம்பப் போவதில்லை.

~

அவளுக்கு முன்பிருந்த ராச்சா சலனமற்றிருந்தது. அந்த வீட்டின் மாஜியின் பகுதிக்குள் திறந்துகொள்ளும் கதவு மூடப்பட்டிருந்தது. குருபாரியின் அறைகளுக்கான இரண்டு கதவுகளும் மூடியிருந்தன. பைராம் உறங்குகின்ற அறைக்கு முன்பு ஒரே ஒரு மின்விளக்கு தொங்கிக்கொண்டிருந்தது. மாஜியின் வீட்டிற்கு வெளியே இருக்கும் மின்சார தொகுப்பில் இருந்து சிதோ மின் இணைப்பு பெற்றிருக்கவில்லை. அவர்கள் அப்போதும் ஹரிகேன் விளக்கையும் தீபத்தையும்தான் பயன்படுத்தி வந்தனர். ரூபிதான் அவற்றை ஏற்றிவைக்க வேண்டும். ஆனால் முதலில், தண்ணீர்.

அவள் ராச்சாவைக் கடந்து பொது சமையலறைக்குச் சென்று ஒரு கோப்பை தண்ணீரை ஊற்றிக்கொண்டபோது குருபாரியின் கதவினுடைய தாழ்ப்பாள் திறந்தது.

“ஏன், நம்முடைய கதவு திறந்திருக்கிறது” சிதோ சொல்வது அவளுக்குக் கேட்டது.

“ரூபி? அவள் தூங்கவில்லையா?”

அவள் அவர்கள் இருவரையும், அவர்கள் இவளைப் பார்த்துவிடும் முன்னரே பார்த்துவிட்டாள். அவர்கள் குருபாரி அறைக்கு வெளியே ஒன்றாக நின்றுகொண்டிருந்தனர். குருபாரி தன்னுடைய புடவையைக் கட்டிக் கொண்டிருந்தாள். சிதோ மேலாடை இல்லாமல் இருந்தான்.

"மாய்!" அவர்கள் அவளைப் பார்த்தபோது குருபாரியால் தன்னுடைய அதிர்ச்சியை மறைக்க முடியவில்லை. "என்ன... என்ன செய்துகொண்டிருக்கிறாய்? ஒன்றும் பிரச்சினையில்லையே?"

"எனக்குத் தாகமாயிருந்தது" என்ற ரூபியின் குரலில் எந்த உணர்ச்சியுமில்லை. "கொஞ்சம் தண்ணீர் குடிப்பதற்காக வந்தேன்."

மோகினி மருந்து

ரூபி மூன்றாவது குழந்தை பெற்றுக்கொள்வதை விரும்பவில்லை. அது எப்படியென்றால், அவளுடைய இரண்டு மகன்களும் உண்மையில் அவளுடையவர்கள் இல்லை என்பது போலிருந்தது. குறிப்பாக, அவளுக்கு முதலாவதாக பிறந்த ஜெய்பால். ராக்காவில் உள்ள பள்ளியில் ஜெய்பால் படிந்து வந்தான். ஆனால், அவன் என்ன செய்துகொண்டிருக்கிறான் என்பது ரூபிக்கு நன்றாகவே தெரிந்திருந்தது. அவன் தன்னுடைய நண்பர்களுடன் பேருந்துகளின் கூரையில் அமர்ந்துகொண்டு காயான்களுக்கும் படாக்களுக்கும் சென்றுவந்தான். இரவு நெடுநேரத்திற்குப் பின்னரே வீட்டிற்கு வந்தான். தேர்வுகளில் தோல்வியடைந்தான். அவன் மாணவனாக பாவனை மட்டுமே செய்கிறான். அந்நிலையில், தன்னுடைய தந்தையைப் போல் அவனையும் ஒரு அறிஞனாக்க வேண்டும் என்ற லட்சியத்தைப் பற்றி அவள் நினைத்துப் பார்க்கவே இல்லை. சிதோவுக்கும்கூட எந்தக் கனவும் இல்லை. தன்னுடைய மகன்களுக்காக அந்த திட்டமும் வைத்திருக்கவில்லை என்றாலும் அவன் தன்னுடைய கல்விப்புலமைக்காக மரியாதைக்குரிய ஒருவனாகவே திகழ்ந்தான். பள்ளிக்கூட ஆசிரியர் என்பதற்கும் மேலாக, சிதோ மற்றொரு விஷயத்திற்காக நன்கு அறியப்பட்டவனாயிருந்தான்: அவன் வார்த்தைகளை வைத்து விளையாடக்கூடிய ஒரு சிறந்த செய்யுள் பாடல் எழுத்தாளன், குறுஞ் செய்யுள்கள் புனையக்கூடிய, மணிச்சுருக்கமாக நூற்பா எழுதக்கூடிய திறமை பெற்றவன். இந்தத் திறமை சந்தால் கலாசார வட்டத்தில் அவனை மிகவும் பிரபலப்படுத்தியிருந்தது.

மாக்-போங்கா நாஸே ஹிஸித்-ஹிஸித் ஹோய் தே
லிகித்-லிகித் ஹிலாவ்-ஏனா பிர், புரு, நாழி, தாரே
மாகின் இனிமையான தென்றலில்

காடுகள், மலைகள், கொடிகள், மரங்கள் அசைந்தாடுகின்றன

பாத்தாக்கள், பாஹா மற்றும் விளையாட்டு அமைப்பாளர்கள் அருகாமையில் இருந்தும், தொலைவில் இருந்தும் அவனைப் பார்க்க வருவார்கள், சிதோ-மாஸ்டர் அவர்களுக்காக துண்டறிக்கை எழுதித் தருவான் அல்லது அவர்களுடைய சுவரொட்டிகளுக்கு நறுக்குத் தெறிக்கும் சொற்பதங்களை உருவாக்கித் தருவான்.

தே தேலா திஸோம்-பெழா

ஹிஜுத் பே ஸே ரஸ்க பேழா

டாங்காடிகி பஞ்சமி பாதா

ஸாவ்-தே மித்-நியிதா சாந்த்தாழி காயான்

நண்பர்களே நீங்கள் எங்கிருந்தாலும்

ஒருநாள் மகிழ்ந்திருக்க வாருங்கள்

பஞ்சமி படாவிற்கும்

தங்காதிகியில் ஓரிரவு சந்த்தாலி காயானுக்கு

அதற்கு பிரதிபலனாக, சிதோ-மாஸ்டர் எந்த படா கமிட்டிகளுக்கு சுவரொட்டிகளும் துண்டறிக்கைகளும் எழுதிக்கொடுத்தானோ அவர்கள் ஒவ்வொரு முறையும் தாங்கள் நடத்துகின்ற கயானுக்கு சிதோ-மாஸ்டர், பைராம்-மாஸ்டர் மற்றும் நித்ராவின் மனைவி மற்றும் அவர்களுடைய குடும்பத்தினருக்கு முதல் நாள் தொடக்க விழாவிற்கு மிகுந்த மரியாதையுடன் அழைப்பு விடுப்பார்கள். சிதோ, பைராம் மற்றும் மாஜி ஆகியோர் தவறாமல் கலந்துகொள்வார்கள்; மாஜி அந்நேரங்களில் தன்னுடைய மனைவியையும் அழைத்துச் செல்வார். ரூபியும் குருபாரியும் போகமாட்டார்கள். நிறைய ஆண்களுக்கு மத்தியில் உட்கார கூச்சமாக இருக்கிறது என்பாள் குருபாரி; ரூபியோ எந்த ஒரு களியாட்டத்திற்கும் செல்வதற்கோ, உரையாடுவதற்கோகூட மிகுந்த சோர்வாக உணர்வாள்.

சிதோ-மாஸ்டரால் போக முடியாத நிகழ்ச்சிகளில் ஜெய்பாலும் அவனுடைய நண்பர்களும் கலந்துகொள்வார்கள். அவன் பெரும்பாலான கயான்கள், பாத்தாக்கள் மற்றும் விளையாட்டு நிகழ்ச்சிகளுக்கும் தொடர்ந்து போய்வருகிறவனாக இருந்தான். ஜெய்ப்பாலுக்கு நேரெதிராக இருந்தான் பிஷு. ஜெய்பாலுக்கு தோழமையும் பரவசமும் வேண்டும். பிஷு வாழ்வை பிரதிபலிக்கும் இடமாக தனிமையை நாடினான். ரூபி தன்னுடைய மகன்களிடத்தில் இருக்கும் நுண்ணிய வேறுபாடுகள் குறித்து நெருக்கமாக கவனம்

செலுத்தியதில்லை என்றாலும் அவள் அவர்களால் அவ்வப்போது எரிச்சலடையவும் செய்வாள்.

“உன்னால் ஏன் அமைதியாக உட்கார்ந்திருக்க முடியவில்லை?” என்று ஜெய்பாலிடம் அவள் கத்துவான், அவன் தொடர்ச்சியாக அவளிடமோ அல்லது வேறு யாரிடமோகூட சொல்லாமல் வீட்டை விட்டுப் போய்விடுவது அவளை கோபப்படுத்தியது. “உன்னால் ஏன் பிஷுவைப்போல் இருக்க முடிவதில்லை?”

“நான் ஒன்றும் பிஷுவைப் போல் இருக்க வேண்டியதில்லை!” அந்த ஒப்பீட்டினால் எரிச்சலுறும் ஜெய்பால் கூறுவான்.

“இன்று உனக்கு சாப்பாடு கிடையாது” அந்நேரங்களில் ரூபி சொல்வாள்.

ஜெய்பால் அதற்கு பதில் கூறமாட்டான் என்பதுடன், அப்படியே சென்று குருபாரியின் பண்ட பாத்திரங்களை உருட்டுவான். குருபாரி கண்டுகொள்ள மாட்டாள். பதிலாக, ஜெய்பாலுக்கு அவள் அன்புடன் உணவளிப்பாள்.

தன்னுடைய மகன்களின் எதிர்காலம் குறித்த கவலைகளை ரூபி வெளிப்படுத்தும்போதெல்லாம் சிதோ அலட்சியமாக சொல்வான், “அவர்களுக்குத்தான் என்னுடைய நிலங்கள் இருக்கிறதே.”

ஒருவர் போன்று ஒருவர் அல்லாத இந்த இரண்டு சகோதரர்களுக்கும் பின்னர், அந்தக் குடும்பத்திற்கு ஒரு குழந்தை வந்து சேர்ந்தது: பூச்சு.

இருந்தாலும், அவள் கருத்தரித்தது உத்தேசமில்லாத ஒன்றுதான்.

~

உடல்நலக்கோளாறு சிதோவுக்கும் ரூபிக்கும் இடையில் இருந்த நெருக்கத்தை அழித்திருந்தது. முன்னதாக, ஜெய்பாலுக்கு முன்னர், அவள் பலவீனமடைவதற்கு முன்னர் அவர்களால் ஒருவர் கைக்கு ஒருவராக சுலபத்தில் புரண்டிருப்பார்கள். ஆனால், அவள் வீழ்ந்துவிட்ட பின்னர் ரூபியால் உடலுறவு என்ற எண்ணத்தையே தாங்கிக்கொள்ள முடியவில்லை.

ஆனால், ஒருநாள் இரவு சிதோவுக்கு அவள் தேவைப்பட்டாள், அவளுக்கும்கூட அவன் தேவைப்பட்டான். இந்த ஒன்றிணைப்பின்

விளைவுதான் பிஷு, ஆனால் அந்த கர்ப்பம் தாங்கிக்கொள்ள முடியாத ஒன்றாக இருந்தது. இனிமேல் கிடையாது, இனிமேல் கிடையவே கிடையாது, ரூபி சத்தியம் செய்துகொண்டாள். இதனால்தான் சிதோ குருபாரியைத் தேடிப்போகிறானோ என்றுகூட ரூபி அவ்வப்போது வியந்திருக்கிறாள். அந்த சிந்தனை அவளை முழுமையற்றவளாக உணரச் செய்தது. அவள் தன்னையே வெறுத்தாள்.

ஒவ்வொரு நாள் இரவும் இந்த சுய-வெறுப்பை வளர்த்தபடியேதான் அவள் உறங்கச் சென்றாள். சிலநேரங்களில், நள்ளிரவில் விழித்துக்கொள்ளும் அவள் இந்த உலகத்தில் எந்தக் கவலையும் இல்லாமல் குறட்டைவிட்டு உறங்கிக் கொண்டிருக்கும் தன் கணவனையே பார்த்துக்கொண்டிருப்பாள். அவள் அவனுக்கு அருகாமையில் நெருங்கித் தொட நினைப்பாள். ஆனால், அப்படி நினைக்கும்போதே அவளுடைய நெற்றிக்குள் துடிப்பேற்படுத்த அதுவே காரணமாகியிருக்கும். அவள் மறுபடியும் தன்னைத்தானே வெறுத்துக்கொள்வாள். என்னால் நேராகக்கூட நடக்க முடியாது, என் கணவனை எப்படி என்மீது சுமப்பேன் என்று நினைத்துக்கொள்வாள்.

அவளுடைய கணவன் அவ்வப்போது, பெரும்பாலான நேரங்களில் அவள் எந்தளவுக்கு மோசமாக உணர்ந்தாலும்கூட, அவளிடத்தில் தனக்கான வழியைத் தேடிக்கொள்வான். ஓர் இரவு, பைராம் மற்றும் மாஜியுடன் குடித்துவிட்டு வந்திருந்தான். ரூபியின் கை கால்கள் மரத்துப் போயிருந்தன, அவற்றில் ரத்த ஓட்டமே இல்லாததுபோல் இருந்தது. அவள் தூங்க முயற்சித்தாள். அவளுக்கு அருகாமையில் படுத்த சிதோ அவளை பின்பக்கத்தில் இருந்து கட்டிப்பிடித்தான்.

சிதோ வீட்டில் இருக்கும்போது உள்ளாடை அணிவதில்லை, அவனுடைய வேட்டியின் வழியாக அவனுடைய விறைப்பை அவளால் உணர முடிந்தது. ஒரு பெருத்த மனிதனாக அவனுடைய விறைப்புத்தன்மை அவனுடைய உடல் அளவில் சரிவிகிதமாக இருந்தது. மரத்துப்போனது மற்றும் மயக்கநிலையில் இருந்தபோதிலும் ரூபி அவன்மீது ஆசைகொண்டாள். அவள் தன்னுடைய புடவையையும், உள்பாவாடையையும் தூக்கிவிட்டு கால்களை விரித்து வைத்துக்கொண்டு அவனைத் தனக்கு மேலிருந்து இயங்க அனுமதித்தாள். அவள் அவனுடைய எல்லாவற்றையும் உள்வாங்கிக்கொண்டாள்: அவனுடைய ஆல்கஹால் சுவாசம்; தன்னுடைய முகம், கழுத்து மற்றும் மார்புகளை வருடும் அவனுடைய

சவரம் செய்யப்படாத கன்னங்கள்; அவளுடைய கன்னங்களையும் மார்புகளையும் கடிக்கும் அவனுடைய பற்கள்; அவனுடைய எச்சில்; அவளுடைய அடிவயிற்றையும் பிட்டங்களையும் பிசைந்தபடி அவன் உள்ளே மூழ்கும்போது தாங்கப்பிடிக்கும் கைகள்; பம்ப்-பம்ப்- பம்ப்-பம்ப், அவள் அவனுடைய விந்து வெளியேற்றத்தை ஏற்றுக்கொண்டாள், எல்லாவற்றையும்.

மறுபடியும் கர்ப்பமானதற்காக ரூபி வருந்தினாள். ஆனால், இது அவளுடைய தவறுதான் என்பதையும் தெரிந்திருந்தாள். தன்னைக் கொன்றே போட்டாலும் தன் குழந்தையை அவள் காப்பற்றத்தான் வேண்டும். அதைத் தெரிந்துகொள்ள அவளுக்கு எந்த வழியும் இல்லாவிட்டாலும் அந்த கர்ப்பம் அவளுக்கு பல விஷயங்களையும் தெரியப்படுத்தவிருந்தது. அவளுடைய கர்ப்பகாலத்தின்போது நடந்த ஒரு சம்பவம் தானும் தன்னுடைய குடும்பமும் எந்தளவுக்கு தாக்குதலுக்கு உள்ளாகக்கூடியவர்களாக இருக்கிறோம் என்பதை அவளுக்கு உணர்த்தியது. அந்த சம்பவம், அது வெளிக்கொணர்ந்த விஷயம் ரூபியின் வாழ்நாள் முழுவதும் அவளுடனே தங்கிவிட்டது. அதுவே தன்னுடைய மூன்றாவது குழந்தையைப் பெற்றெடுக்க அவளை காதாம்டுகிக்கு செல்லுமாறு உடனடியாக வற்புறுத்தியது.

~

தன்னுடைய ஏழாவது மாத கர்ப்பத்தின்போது ஒருநாள் அதிகாலையில் ரூபி தன்னுடைய வயிற்றில் ஏற்பட்ட வலியால் விழித்துக்கொண்டாள். அது முதிர்வுறாத பிரசவத்தின் வலி அல்ல என்பது அவளுக்குத் தெரிந்தாலும் அவள் அலட்சியப்படுத்திவிடக்கூடாத அளவுக்கு கூர்மையாக இருந்தது.

அவள் சிதோவை - ஜெய்பாலும் பிஷுவும் மற்றொரு அறையில் உறங்கினர் - சுற்றி கால்நுனியால் நடந்து ராச்சாவுக்குப் போனாள். இரவு பின்வாங்கிக்கொண்டிருந்தது. அது விடிவதற்கு முந்தைய நேரம் என்பதால் வானத்தில் வெளிறிய வெளிச்சத்தை அவளால் பார்க்க முடிந்தது. யாரும் எழுந்திருக்கவில்லை. குருபாரி, பைராம் என எல்லாருடைய கதவுகளும் மூடியிருந்தன, வீட்டின் மற்றொருபுறத்தில் இருக்கும் மாஜியின் வீட்டிற்கு செல்வதற்கான திறந்தே இருக்கும் கதவும் மூடப்பட்டிருந்தது. அவள் தனியாக வெளியே செல்ல பயந்தாலும் அந்த வலி தவிர்க்கமுடியாமல் செய்தது. அவளுக்கு சில நிமிடங்களே ஆகும் என நினைத்துக்கொண்டாள். அவளும் ரொம்பதூரம் போக வேண்டியதில்லை. ரூபி வெளிப்புற கதவை

நோக்கி சுறுசுறுப்பாக நடந்தாள். தாழ்ப்பாளைத் திறந்து வெளியே கால்வைத்தாள். அந்த குல்ஹி வெறுமையாய் இருந்தது. தனக்குப் பின்னால் இருந்த கதவை மெதுவாக சாத்திய அவள் அருகாமையில் இருந்த புதர்களுக்கு விரைந்தாள்.

தன்னுடைய புடவையையும், உள்பாவாடையையும் மேலே தூக்கிய ரூபி குத்த வைத்து உட்கார்ந்து தன்னை வெறுமையாக்கினாள். இறுக்கம் தளர்ந்தது. தன்னை முழுவதுமாக ஆசுவாசப்படுத்திக்கொண்ட பின்பு, தெளிவான தண்ணீர் உள்ள தொட்டியும், உடைந்த அலுமினிய சாடியும் இருக்கும் கிணற்றடிக்கு சென்றாள். தன்னைக் கழுவிக்கொண்ட பின்னர் விரல்களை கொஞ்சம் சாம்பல் கொண்டு தேய்த்துவிட்டு திரும்பிச்செல்ல தயாரானாள். புடவையை சரிசெய்து, இடுப்பைச் சுற்றி இறுக்கமாக்கிவிட்டு, முகத்தில் தண்ணீரை வாரியிறைத்து அதனை தன்னுடைய அன்ச்சாரால் துடைத்துவிட்டு அறைக்குச் செல்வதற்கு திரும்பினாள். அப்போதுதான், அவள் உறைந்துபோனாள்.

கதவுக்கு முன்னால், கதவைவிட உயரமாக, ஏறக்குறைய அந்த வீட்டின் உயரத்திற்கு ஒருவன் நின்றுகொண்டிருந்தான். அவன் அவளைப் பார்த்தபடி நிற்காததால் அவனுடைய ஒரு பக்கத்தை மட்டுமே அவளால் பார்க்க முடிந்தது. அவன் நேராக பார்த்துக்கொண்டிருந்தான், அது அவன் யாரையோ எதிர்பார்த்திருப்பது போலவோ அல்லது கதவை காவல்காப்பது போலவோ இருந்தது. நீளமான கைகால்களை கொண்டிருந்த அவன் உறுதியான, விலங்கு-போன்ற உடலைக் கொண்டிருந்தான். அப்போதைய இரவின் மையிருளால் அவன் சூழப்பட்டிருப்பதுபோல் தெரிந்தது. அந்தக் கதவை நோக்கிச் செல்வது அறிவார்த்தமானதா என்று ரூபிக்குத் தெரியவில்லை.

இல்லை, இருக்காது. அவள் பின்னால் திரும்பி அப்போதுதான் மலம் கழித்திருந்த புதர்களுக்கு இடையில் தன்னுடைய பிட்டங்களை வைத்து அமர்ந்தாள். அங்கிருந்து அவளால் அவனைப் பார்க்க முடியவில்லை. அவனாலும் தன்னை பார்க்க முடியாது என்று நம்பிக்கை கொண்டாள். ரத்தம் அவளுடைய தலைக்கு விரைந்தது, தலைமுடி உதிர்ந்து விழுவதைப்போல் உணர்ந்தாள். அவள் சுமந்திருக்கும் குழந்தை அத்தருணத்தில் மிகவும் கனப்பதாக தோன்றியது. அவளால் அப்படியே உட்கார்ந்திருக்க முடியவில்லை. ஆனால், உதவி கேட்டு கத்தியபடியே அந்த குல்ஹிக்குள் அவளால் ஓடவும் முடியாது. தன்னுடைய வாழ்க்கையில் அவள் இவ்வளவு

பயந்தது கிடையாது. நெற்பயிர் வயலின் நடுவில் குழந்தை பெற்றெடுத்தபோதுகூட.

ரூபி மெதுவாக எழுந்து நின்றாள். அவளுடைய தலை அடித்துக்கொண்டது, கால்கள் நடுங்கின. இலைமறைவிலிருந்து வெளியே வந்த அவள் தனக்குப் பின்னால் இருந்த வீட்டைப் பார்த்தாள். குலுங்கும் அடிவயிற்றை அதன் அடியில் தன் இரு கைகளாலும் அணைத்தபடியே தன்னால் முடிந்தளவு விரைவாக அதை நோக்கி ஓடி ரொமோலாவின் கரய்க்குள் நுழைந்தாள். பின்கதவை அடைந்து அதை படார் படாரென தட்டினாள்.

ரூபி அழுது, அமைதியாக அந்தக் கதையை சொல்லி முடித்த பின்னர், "நானே உன்னிடம் சொல்லவிருந்தேன்" என்றாள் ரொமோலா, "தன்னைச்சுற்றி ஒரு ஆலாக்ஜாழியால் பின்னப்பட்ட மரத்தைப் போல் நீ எப்படி வாடிப்போனாய், நீ எவ்வளவு பெரியவளாக ஆரோக்கியமானவளாக இருந்து எந்தளவுக்கு நோயுற்றவளாகிவிட்டாய், உன்னுடைய கன்னங்களிலிருந்த ரத்தத்தை இழந்துவிட்டு எரிந்துபோன விறகைப்போன்ற நிறத்தைப் பெற்றுக்கொண்டாய் என்பதை சொல்லவிருந்தேன்."

ரொமோலாவின் மாமியார் மற்றும் அவளுடைய மைத்துனி ஆகியோரின் முகங்கள் மறுப்பை வெளிக்காட்டின.

"அவள் செத்துவிடுவாள், தாய்" என்றாள் ரொமோலா தன்னுடைய மைத்துனியிடம். "தெரிந்துகொள்ளாவிட்டால் அவள் செத்துவிடுவாள்."

"சொல்லுங்கள்" பயத்தில் நடுங்கிய ரூபி கெஞ்சினாள். "தயவுசெய்து சொல்லுங்கள். அது எனக்கு நன்மை பயக்குமானால், தயவுசெய்து சொல்லுங்கள்."

ரொமோலாவும், அவளுடைய மாமியார் மற்றும் மைத்துனி ஆகியோரும் சொன்னவை ரூபியை மூச்சடைக்க வைத்தது.

~

முன்பு மாஜிக்கு ஒரு மகன் இருந்தான், அமைதியான வாழ்க்கை அவர்களுடையது. அவருக்கு நிரந்தர வேலையும் பல ஏக்கர் நிலமும் இருந்தன. அவருடைய மனைவி வீட்டிலேயே இருந்து குழந்தைகளையும் வீட்டு வேலைகளையும் பார்த்துக்கொண்டாள். அவர்களுடைய குழந்தைகள் மகிழ்ச்சியாக, ஆரோக்கியமாக, நல்ல

உணவைச் சாப்பிட்டு வளர்ந்தனர். அவர் அழைத்தால் ஓடோடி வருவதற்கு நிறைய வேலைக்காரர்கள் இருந்தனர். ஆனால், இந்த அமைதிக்கு கீழே, புலப்படாத விஷயங்கள் மறைந்திருந்தன.

அவை கண்ணுக்குப் புலப்படாத விஷயங்களாக இருக்கலாம். ஆனால், ஒரு சந்தால் கிராமத்தில் உள்ள எல்லோருக்குமே அதுபற்றி தெரியும். தங்களைத் தாங்களே பாதுகாத்துக்கொள்ள மாதார்-கோம் மரத்தின் இலைகளை தங்களுடைய பிள்ளைகளின் உடைகளில் உள்ள சட்டைக் காலர்களுக்கு கீழேயோ அல்லது கைப்பகுதி மற்றும் பைகளுக்குள்ளேயோ வைத்துவிடுவார்கள். அரிசிப் பானைகளின் அடியில் இருந்த எடுத்த புகைக்கரியின் கருப்பு பொட்டுக்களை தங்களுடைய குழந்தைகளின் முகத்தில் வைத்துவிடுவார்கள்; அந்த புலப்படாத விஷயங்களோடு தொடர்புள்ளவர்கள் என்று அவர்கள் நம்புகிற யாரையும் கடந்துசெல்ல நேரும்போது தங்களுடைய கைகளில் உள்ள நகங்களை ஒன்றாக வைத்து தேய்த்துக்கொள்வார்கள்; தங்களுடைய உடல்கள், உடைகள் அல்லது உணவை அத்தகையவர்கள் தொடவிட மாட்டார்கள்; அத்தகையவர்களின் வீடுகளில் உண்பதையும், அருந்துவதையும் தவிர்த்தனர்; தாங்கள் விட்டுவைக்கப்பட வேண்டினர்.

மாஜியின் மனைவிக்கு அத்தகைய சக்தி எப்படி, எங்கிருந்து கிடைத்தது என உறுதியாகத் தெரியவில்லை. ஆனால், அவளுடைய மூன்று அத்தைமார்கள் டாஹ்னி-பித்யா செய்வதில் பிரபலமானவர்கள் என்பது எல்லோருக்குமே தெரியும்.

அவருடைய திருமணத்திற்கு முன்னர் இந்த மோகினி மருந்தைப் பற்றி யாரும் மாஜி குடும்பத்தை எச்சரிக்கவில்லை. அந்த மந்திர பானம் வாழைமரத் தண்டில் இருந்து தயாரிக்கப்பட்டது. மற்றவரை மயக்கவோ அல்லது செல்வாக்கு செலுத்தவோ விரும்புகிறவர்களுக்கு இந்தக் கலவை மிகவும் ஏற்றது. ஒரு பெண் தான் விரும்புகிறவன் தன் மீது அக்கறை காட்டாவிட்டால் அவனுக்கு இதை புகட்டினால் போதும், அவன் அவள்மீது காதலில் விழுந்துவிடுவான். பழிவாங்கத் துடிக்கும் ஒருவன் தன்னுடைய எதிரிக்கு இதைப் புகட்டிவிட்டால் அவன் பரிதாபகரமாக செத்துப்போவான். பலியாகப்போகிறவரின் உணவோடு இதைக் கலந்து கொடுக்க வேண்டும் என்பதுதான் இதிலுள்ள ஒரே தந்திரம். திருமணத்தின்போது மாஜியின் குடும்பத்தினருக்கு பரிமாறப்பட்ட உணவில் மாஜியின் ஒன்றுவிட்ட அத்தைதான் மோகினி மருந்தை கலந்துவிட்டாள் என்று எல்லோருமே சந்தேகப்பட்டனர். அப்படித்தான் அவர்கள் நித்ராவின்

மாஜி-குஷ்டிக்குள் நுழைந்தார்கள். அத்துடன், அவர்கள் ஏதேனும் சம்பிரதாயங்களை நிறைவேற்றத் தவறிவிட்டார்களா என்பதையும் உறுதிப்படுத்திக்கொள்ள அந்த மூன்று அத்தைகளுள் விதவையும், குழந்தைகள் அற்றவளுமான மூத்தவள் தன்னுடைய சகோதரரின் மகள் வீட்டில் வசிக்க வந்தாள்.

அந்த அத்தை கிராமத்தில் இருந்த எல்லோரைக் காட்டிலும் முதியவளாக இருந்தாள். டாஹ்னி-பித்யா செய்பவளாக இருந்தாலும், அவள் நேர்த்தியானவளாக, நித்ராவில் இருந்த எல்லாப் பெண்களைக் காட்டிலும் சுத்தமானவளாக இருந்தாள். அவளுடைய குரல் ஆடு கனைப்பதுபோல் உச்சஸ்தாயில் இருக்கும். ஆனால், அவள் பேசத் தொடாங்கிவிட்டால் எல்லோரும் அதைக் கேட்க அமைதியாகிவிடுவார்கள். மாயாஜாலம் அவள் குரலில் மட்டும் இல்லை. அது அவளுடைய நடையிலும், சணல் நாரிழைகளைப் போன்ற அவளுடைய வெள்ளி முடியிலும் இருந்தது. அது எப்போதுமே உயரமான மலைகளில் இருந்து விழும் நீரோடையைப் போல் அவிழ்த்து விடப்பட்டிருக்கும். மல்லிகை-வாசமுள்ள எண்ணெய் தடவியபின் அதை தினமும் அவள் சீவிவிட்டுக்கொள்வாள். அந்த நறுமணம் காற்றில் கிராமம் முழுவதும் பரவி தனக்கேயுண்டான கவர்ச்சியை காட்டிச்செல்லும்.

ஒருமித்த மனம்கொண்டவர்களை ஒன்றுசேர்க்க தீமைக்கு வழி தெரியும். மாஜியின் மனைவியுடன் குருபாரி சீக்கிரத்திலேயே நட்பு பாராட்டினாள். வெள்ளிநிற-கேசம்கொண்ட அந்த அத்தைக்காரி அவர்கள் இருவருக்குமே தாயுருவானாள். அவர்கள் இருவரின் வார்த்தைகளில் கூறினால், சாமானிய மக்களின் சமூக உலகமும், தனித்துவ சக்திகொண்ட பெண்களின் உலகமும்தான் அது.

ஒன்றாக, அவர்கள் மற்ற பெண்களையும் கிராமத்திற்கு வெளியே இருக்கும் சார்ஜோம் மரக்காடுகளுக்கோ அல்லது வயல்வெளிகளில் இருக்கும் தனிமைப்பட்டுப்போன இடத்திற்கோ இட்டுச்செல்வார்கள். தங்களுடைய கடவுள்களை வழிபடுவதில் இருந்து தோன்றும் அமைதியான பரவசத்தில் அவர்கள் எல்லோரும் நடனமாடுவார்கள். அவர்களுடைய உயரிய கடவுளான பாட்டூ அவர்களுக்கு நடுவில் இறங்கும்போது அந்தப் பரவசம் உச்சநிலையில் இருக்கும்போது தங்களுடைய பலியை வழங்குவார்கள். அந்தக் கூட்டத்திற்கு பிந்தைய காலைநேரத்தில் அந்த பலியானது வழக்கம்போல் படுக்கையில் இறந்துபோயிருக்கும். இந்த பலிகளில் சிலர் சுலபத்தில் இறந்துபோவார்கள்.

அதிர்ஷ்டமில்லாத மற்றவர்கள், வேதனையிலோ காய்ச்சலிலோ இரவு முழுவதும் துடிதுடிக்க அவர்களுடைய குடும்பம் குழப்பத்தில் தவிக்கும். அந்த பலியாகிறவர் யாரோ தன்னுடைய மார்பில் ஏறி உட்கார்ந்திருக்கிறார்கள் என்பதுபோல் பிதற்றுவார்; பெண்களின் நிழல்கள் அறையின் மூலைகளில் பதுங்கியிருப்பது அவருக்குத் தெரியும். அந்த நேரங்களில், பலியாகிறவர் அந்தப் பெண்களின் பெயரைக்கூட கூறுவார்: "இன்னாரது மனைவி அந்த மூலையில் மறைந்திருக்கிறாள்... அல்லது, இன்னாரது தாய் என்னுடைய மார்பில் ஏறுகிறார், அவளை கீழே தள்ளுங்கள்..."

பலியாகிறவர் இறந்துபோய், விசும்பலும் துக்கமும் முடிந்த பின்னர் பலியானவரின் குடும்பம் மரணம் நேர்ந்தபோது அந்த "இன்னார்" எங்கிருந்தார் என்று விசாரிக்கலாம். அந்த "இன்னாரது" குடும்பத்துப் பெண்கள், ஆம், எதுவுமே சொல்லமாட்டார்கள். அது ரகசியமாகவே இருந்தாலும் ஊரறிந்த ஒன்றாகத்தான் இருக்கும்.

தீமையாக இருந்தாலும், எவ்வளவு சக்திவாய்ந்ததாக இருந்தாலும், அதற்கும் வீழ்ச்சி இருக்கத்தான் செய்கிறது.

திருமணமாகி ஏறக்குறைய பத்தாண்டுகளுக்குப் பின்னர் மாஜியின் மனைவி முதல்முறையாக ஒரு தாயானாள். அவளுக்கு மூன்றாவது குழந்தையாக - அந்தக் குடும்பத்தின் பெருமிதமாக- ஒரு மகன் பிறந்தபோது அவளுக்கு வயதாகிவிட்டதுடன், தரையில் உட்காருவதே அவளுக்கு சிரமமாகிப்போனது. அவளுடைய மூட்டுக்கள் வலித்தன, நீண்டநேரம் வெயிலில் நின்றிருந்தால் அவளுக்கு பார்வைக் குறைபாடு ஏற்பட்டது, இருள் அவளை ஆற்றுப்படுத்தியது. பாவம் செய்தவர்கள் எப்படி தாய்மையின் மகிழ்ச்சியில் திளைக்க விதிக்கப்படுவதில்லை என்பது பற்றி அந்தக் கிராமத்தினர் சத்தமில்லாத குரலில் பேசிக்கொண்டனர். எல்லோருடைய குற்றச்சாட்டுகளுக்கும் அவள் இரண்டு பெண், ஒரு ஆண் குழந்தையை பெற்றெடுத்தையே பதிலாக வைத்திருந்தாள். ஆனால், அவள் தன்னைப் பற்றி உயர்வாக நினைத்துக்கொள்ள தொடாங்கிய உடனே, பாட்டூவுக்கு ஒரு அசாதாரணமான பலி வழங்கப்பட்டது.

ஒருநாள் இரவு, மாஜியின் மனைவி தன்னுடைய வெண்ணிற கேசம்கொண்ட அத்தை, குருபாரி மற்றும் சில பெண்களுடன் கூட்டத்தில் கலந்துகொள்வதற்காக வெளியே சென்றிருந்தபோது அவளுடைய மகன் தாகத்தால் விழித்துக்கொண்டான். அவன் காய்ச்சலில் வெந்துகொண்டிருந்தான். அவனுடைய சகோதரிகள்

அவனுக்கு தண்ணீர் கொடுத்து, பத்து போட்டுவிட்டனர். ஆனால், எதுவும் பலனளிக்கவில்லை. அவனுடைய அம்மாவை கண்டுபிடிக்க வேலைக்காரப் பெண்கள் அனுப்பி வைக்கப்பட்டனர்.

வேலைக்காரர்களால் அவளை எங்கேயும் கண்டுபிடிக்க முடியவில்லை. அவர்களுடைய எஜமானி எங்கிருக்கிறாள் என்று அவர்கள் அனுமானித்தனர். ஆனால், அதுபற்றி மூச்சுவிடவில்லை.

மாஜியின் மனைவி திரும்பி வந்தபோது தன்னுடைய மகன் சம்பந்தமில்லாமல் பிதற்றுவதையும், எதையோ குத்திட்டு பார்த்துக் கொண்டிருப்பதையும் கண்டாள். யதார்த்தம் உறைத்தபோது அவளுடைய குதூகலம் தொலைந்துபோனது. அவள் தன்னுடைய மகனின் முகத்தருகில் முழங்காலிட்டு அமர்ந்தாள்.

"யோ...யோ..." நிராதரவான அந்தப் பையன் மூச்சுவிடத் திணறினான்.

"பாபு! பாபு!" மாஜியின் மனைவி தன் மகனை பேசவைக்க வற்புறுத்தினாள்.

சற்றைக்கெல்லாம் அவன் இறந்துவிட்டான். அவனுடைய தலை தன் அம்மாவின் மடியில் இருந்தது.

அந்த அடி பலமானதாக இருந்தது, அதன் விளைவாக மாஜியின் மனைவி ஒரு மாதத்திற்கும் மேலாக ஊமையாகிப்போனாள். ஆனால், தீமையின் இயல்பு அரிதாகத்தான் மாற்றமடையும். தன்னுடைய மகனின் இறப்பால் மாஜியின் மனைவி குழம்பிப்போயிருக்கிறாள் என்று யாராவது நினைத்திருந்தால், அது தவறு. அவள் அதிர்ச்சியடைந்தாள் என்பதில் சந்தேகமில்லை. ஆனால், தன் மகனுடைய மரணத்திற்கு யாரை குற்றம்சொல்வது என்பது பற்றி அவள் மிகுந்த அக்கறை கொண்டிருந்தாள். தான் எப்போது தன்னுடைய பாட்டூவுக்கு பலிகொடுக்க தீர்மானித்தோம் என்றும், மிக முக்கியமாக, அவள் உண்மையிலேயே தன்னுடைய மகனை பலிகொடுக்க ஒப்புக்கொண்டாளா என்றும் சிந்தித்துப் பார்த்தாள். இல்லை, இல்லை, அப்படி இருக்க முடியாது. வேறு யாரோதான் இதற்கு பொறுப்பு என்று நினைத்துக்கொண்டாள்.

குற்றம் சுமத்துவது அவளை ஆட்டிப்படைத்த அதேநேரத்தில், நித்ராவில் உள்ள மற்றவர்களோ அதை அவள்தான் கொண்டுவந்தாள் என எக்களிப்புடன் கூறிக்கொண்டனர்.

அவளுடைய அலைக்கழிப்பு மாஜியின் மனைவியை வீழ்த்தியது. தன்னுடைய மகனை பாட்டூவுக்கு சத்தியம் செய்து கொடுத்தது தானல்ல என்பதை அவளாலேயே ஏற்றுக்கொள்ள முடியாதபோதுதான் அவள் குற்றம்சாட்டக்கூடிய ஒருவரைத் தேடத் தொடாங்கியிருந்தாள். ஆனால் அது யார்?

அது அவளைவிட அத்தகைய அறிவில் மேம்பட்டவராகத்தான் இருக்க முடியும். அன்றிரவு ஐந்துபேர் இருந்தனர் என்பதை நினைவுக்குக் கொண்டுவந்தாள். அவள் இருந்தாள், பைரா-மாஸ்டரின் மனைவி, கிராமத்தைச் சேர்ந்த வேறு இரண்டு பெண்கள் மற்றும் அத்தை. அந்தப் பெண்கள் மாஜியின் மனைவிக்கு ஈடானவர்கள் அல்ல, குருபாரியும் அல்ல. உண்மையில், நித்ராவில் உள்ள பெண்களிலேயே இரண்டு பேரால்தான் மனிதர்களையும் விலங்குகளையும் உண்ண முடியும்: மாஜியின் மனைவி மற்றும் அவளுடைய அத்தை. மற்றவர்கள் இன்னும் நிறைய கற்றுக்கொள்ள வேண்டியிருந்தது. தன்னுடைய மகனின் மரணத்திற்கு மாஜியின் மனைவியால் ஒரே ஒருவரைத்தான் குற்றம்சாட்ட முடியும்: அவளுடைய சக்திவாய்ந்த அத்தை.

மாஜியும் அவருடைய மனைவியும் அவர்களுடைய அத்தையை வெளியே துரத்தினர்.

"உங்களுடைய வாய்கள் நாறிப்போகும்!" அத்தை கத்தினாள். "உங்கள் வீடுகள் பற்றியெரியும்!" என்று சபித்தாள். "நான் செய்யாத தவறுக்காக என்னை வெளியே துரத்துகிறீர்கள் என்பது உங்களுக்கு தெரியுமா? நீங்கள்தான் உங்களுடைய மகனைச் சாப்பிட்டுவிட்டீர்கள், நீங்களேதான்! நீங்களே அவனைக் கொன்றுவிட்டு என்னைக் குற்றம் சொல்கிறீர்களா? உங்களுக்கு மன்னிப்பே கிடையாது!"

தன்னுடைய கம்பீரத்துடனும், மல்லிகை-மணம்கொண்ட கேசத்துடன் அங்கிருந்து சென்ற அவள் திரும்பி வரவில்லை. அவள் இறக்கும் வரையிலாவது வரவில்லை. ரூபி அவளை நித்ராவில் சந்தித்தபோது அவள் நீண்டகாலத்திற்கு முன்பே இறந்து போயிருந்தாள்.

~

ரொமோலா ரூபியிடம் கூறினாள், "அந்தக் கிழ அத்தையின் ஆவிதான் உன்னை வந்து பார்த்திருக்கிறது என்பதை ஒரு நல்ல அறிகுறியாகத்தான் நீ எடுத்துக்கொள்ள வேண்டும் என

நினைக்கிறேன். அவள் உன்னை எச்சரித்திருக்கிறாள். இருந்தாலும், இந்த டாஹ்னி-பித்யாக்களையெல்லாம் உறுதியாக நம்ப முடியாது."

"உன்னைப்போல் எங்களுக்கு அதிர்ஷ்டமில்லாமல் போய்விட்டது" ரொமோலாவின் மாமியார் முனகினாள்.

"என்ன?" என்றாள் ரூபி. ரொமோலா வேறொரு பக்கம் பார்த்தாள். அவளுடைய மைத்துனி அவளை வெளியேபோகுமாறு சைகை காட்டினாள்.

ரொமோலாவின் மாமியார்தான் அந்தக் கதையைத் தொடாங்கினாள். "என்னுடைய இளைய மகன் வேலையில் இருந்து ஒருநாள் இரவு திரும்பி வந்து வந்தான். அப்போது பத்துமணிக்கு மேலிருக்கும். பத்தரை மணியாக இருக்கலாம். அன்றிரவு அவன் தனியாக சைக்கிளில் வந்தான்."

ரூபி உன்னிப்பாகக் கேட்டாள்.

"அவன் தினமும் அந்த பள்ளிக் கட்டிடத்திற்கு பின்னால் இருக்கும் புதர்களின் வழியாகத்தான் வழக்கமாக வருவான்." ரொமோலாவின் மாமியாருக்கு கண்ணீர் முட்டிக்கொண்டு வந்தது. "அன்றிரவு அவன் எந்த வழியாக வந்தான் என்று தெரியவில்லை அல்லது அவன் எதைப் பார்த்தான், என்ன சாப்பிட்டான், என்ன செய்தான் என்று தெரியவில்லை. வேகமாக வந்த அவன் வேகவேகமாக சைக்கிள் மணியை அடித்துவிட்டு வீட்டிற்கு முன்னால் விழுந்துவிட்டான்."

தங்களுடைய முன்கதவை சுட்டிக்காட்டிய அவள் உடைந்து அழுதாள்.

"அவரை உள்ளே கொண்டுவந்தோம்," ரொமோலாவின் மைத்துனி தொடர்ந்தாள். "அவர் தன்னுடைய பேசும் சக்தியை இழந்துவிட்டதைக் கண்டோம்."

ரூபியின் கண்கள் கண்ணீரால் நிரம்பின. ரொமோலாவின் மாமியாரை ஆறுதல்படுத்த முடியவில்லை.

"அவரால் பேச முடியாதபோது தனக்கு என்னவானது என்பதை எழுதிக்காட்ட முயற்சித்தார்" என்றாள் ரொமோலாவின் மைத்துனி. "நாங்கள் ஒரு பேனா, ஒரு துண்டு காகிதத்துடன் ஹரிகேன் விளக்கையும் கொண்டுவந்தோம்."

"அவர் என்ன எழுதினார்?" என்றாள் ரூபி.

"அவரால் எழுதவும் முடியவில்லை." ரொமோலாவின் மைத்துனியும் அழுதுவிட்டாள். அவளுடைய மாமியார் கதறினாள்.

"யோ, யோ, வேண்டாம், யோ" ரொமோலாவின் மைத்துனி அவளுடைய மாமியாரைத் தேற்றினாள். "அவரால் எழுத முடியவில்லை." அவள் ரூபியை நோக்கித் திரும்பினாள். "அவருடைய விரல்கள் வேலைசெய்யவில்லை. அவை உயிரற்றவைபோல் தொங்கின."

"என்ன?" ரூபி அச்சத்தில் பின்னால் ஒடுங்கிக்கொண்டு, கைகளை தன் உடலைச் சுற்றி மூடிக்கொண்டாள்.

"ஆமாம்" ரொமோலாவின் மைத்துனி தொடர்ந்தாள். "அவருடைய மொத்த உடலும் செயலற்றுப்போனது. அவரை ஒரு பார்கோமில் படுக்க வைத்தோம். அவர் அப்படியே ஒருநாள் முழுவதும் கிடந்தார். எங்களுக்கு என்ன செய்வதென்றே தெரியவில்லை, அதிர்ந்துபோயிருந்தோம். கிராமத்தைச் சேர்ந்த எல்லோருமே அவரை வந்து பார்த்தனர். யாராலும் எதுவும் சொல்ல முடியவில்லை. யாரோ ஒருவர் ஒரு ஓஜாவைப் பரிந்துரைத்தார். யாரென்று எனக்கு ஞாபகமில்லை. அவருடைய சகோதரன் ஒருவரை அழைத்துவரச் சென்ற உடனே அவருக்கு மூச்சுத்திணறியது."

அவள் தேம்பினாள். அச்சமயத்தில் ரொமோலாவின் மாமியார் தன்னைக் கட்டுப்படுத்திக்கொண்டு ஆழ்ந்து மூச்சுவிட்டாள்.

"பிறகு?" என்றாள் ரூபி இருவரையும் உற்றுப் பார்த்தபடி.

ஒரு துயருற்றவரின் மனமுடைந்த சிரிப்பைப் போல் ரொமோலாவின் மைத்துனி சிரித்தாள்.

"அப்புறமென்ன? அவர் எங்களை விட்டுப் போய்விட்டார்."

ஆழ்ந்து பெருமூச்சுவிட்ட ரூபி ஒரு காந்த்தா மூட்டையில் சாய்ந்துகொண்டாள். அவள் சோர்வாகவும், தூக்கக்கலக்கமாகவும் உணர்ந்தாள். ரொமோலாவின் குடும்பத்தைச் சேர்ந்த யாரும் மாஜியின் வீட்டைச் சேர்ந்த யாருடனும் ஏன் கலந்துகொள்வதில்லை என அவள் இப்போதுதான் தெரிந்துகொண்டாள். சமூகமாக, ஆட்கள் ஒருவருக்கொருவர் பேசிக்கொண்டனர். ஆனால், நெருக்கமான தொடர்பு இருக்காது. குறிப்பாக பெண்களுக்கிடையில் கிடையவே கிடையாது. ரூபி முதல்முறையாக நித்ராவிற்கு வந்தபோது ரொமோலாவின் மாமியார் அவளை கவலையுடன் பார்த்தாள்.

ஆனால், மாஜியின் மனைவியும் குருபாரியும் கிராமத்துப் பெண்களை சிதோ-மாஸ்டரின் மனைவிக்கு அறிமுகப்படுத்த அழைப்பு விடுத்தபோது ரொமோலா குடும்பத்தைச் சேர்ந்த யாரும் அந்த கூட்டத்தில் கலந்துகொள்ளவில்லை.

ரூபி அங்கே படுத்துறங்க விரும்பினாள், ரொமோலாவின் வீட்டிலேயே.

ரூபி வெளியே சென்ற நேரத்தில் கிராமம் விழித்துக்கொண்டது. அவள் தன்னுடைய வீட்டைவிட்டு வெளியே வந்து அரைமணி நேரத்திற்கும் மேலாகிறது. திரும்பும் வழியில் பாதிவரை அவளுடன் துணைக்கு வந்தாள் ரொமோலா.

"கேள்" ரொமோலா ரூபியிடம் கூறினாள். "இதை உனக்கு சொல்லியாக வேண்டுமா என்று எனக்குத் தெரியவில்லை."

"என்ன?"

"நீயும், பைராம்-மாஸ்டரின் மனைவியும் ஒரே சமையலறையைத்தான் பகிர்ந்துகொள்வதாக ஒருமுறை சொல்லியிருக்கிறாய்."

"ஆமாம், ஏன்? இருந்தாலும் சுல்ஹாக்கள் தனித்தனிதான்."

"சரி, சுல்ஹாக்கள் தனித்தனியாக இருக்கலாம். ஆனால், சமையலறை ஒன்றுதான், இல்லையா?"

"ஆ... ஆமாம்."

"நான் யாரையும் குற்றம்சொல்ல விரும்பவில்லை. ஆனால், அவள் உங்களுடைய உணவில் எதையும், நீ சாப்பிட்டே இருக்காத ஒன்றை சேர்த்திருக்க மாட்டாள் என்று எப்படி உன்னால் உறுதியாக சொல்ல முடியும்?"

~

ரூபி உள்ளே நுழைந்தபோது அந்த ராச்சாவை பெருக்கிக்கொண்டிருந்தாள் குருபாரி. "ஓ! வந்துவிட்டாயா" என்றாள் அவள். "எங்கே போயிருந்தாய்?"

"வெளியே போயிருந்தேன்" என்றாள் ரூபி.

"ரொம்ப நேரமாகவா?" குருபாரி நேராக நிமிர்ந்துநின்று தன் புருவங்களை உயர்த்தினாள். "ஒன்றும் பிரச்சினையில்லையே?"

"ஆமாம்" என்று சொல்லிவிட்டு ரூபி தன்னுடைய அறைக்குச் சென்றாள்.

ரூபி அறைக்கு செல்வதை குருபாரி பார்த்துக்கொண்டிருந்தபோது அவளுடைய முகத்தில் தோன்றிய வியப்புக்குண்டான பாவனை, தெரிந்துகொண்டதற்கான பாவனையாக மாறியது.

~

"இப்போதே காதாம்டுகிக்கு போய் உட்கார்ந்துவிட வேண்டும் என்று ஏன் நினைக்கிறாய்?" என ரூபியிடம் கேட்டான் சிதோ.

"நான் போகவேண்டும்" ரூபி வற்புறுத்தினாள்.

"இப்போதேவா?"

"ஆமாம்."

"இப்போதேவா? உனக்கென்ன பைத்தியமா? இப்போது எந்த ரயிலும் கிடையாது? மதியத்திற்குப் பின்னர்தான் ஒன்று இருக்கிறது. ஆனால், நான் அப்போது பள்ளிக்கூடத்தில் இருப்பேன். உன்னை யார் அங்கே கூட்டிப்போவது?"

"நான் போயாக வேண்டும்... இன்றே."

"பார், புரிந்துகொள்ள முயற்சி செய். உனக்கு உடல்நிலை ஆரோக்கியமாக இல்லை. நீ காதாம்டுகிக்கு போனால் உன்னை யாரும் பார்த்துக்கொள்ள மாட்டார்கள். உன்னால்கூட உன்னைப் பார்த்துக்கொள்ள முடியாது. நீ கராயில் வேலைசெய்யத் தொடாங்கிவிடுவாய். பிறகு மறுபடியும் ஜெய்பால் பிறந்தபோது ஆனதுபோல் ஆகிவிடும்."

"என்னை காதாம்டுகிக்கு கூட்டிச்செல்லுங்கள்" ரூபி கெஞ்சினாள். "கூட்டிச் செல்லுங்கள். நான் அங்குதான் இருக்க விரும்புகிறேன்."

சிதோ பொறுமையிழந்தான். "நான்தான் ஒருமுறை சொல்லிவிட்டேனே, உனக்குப் புரியவில்லையா?"

~

பின்னர், சமையலறையில் தனியாக இருக்கும்போது குருபாரி ரூபியிடம் கேட்டாள், "ஏன் பாபு உன்னைப் பார்த்துக் கத்தினான்?"

"நான் காதாம்டுகிக்கு போகவேண்டும்" என்றாள் ரூபி.

"காதாம்டுகியா? திடீரென்றா? ஏன்?"

"எனக்கு இங்கே பாதுகாப்பாக உணர முடியவில்லை."

"என்ன நடந்தது?"

"நான் போகவேண்டும் அவ்வளவுதான்."

"நல்லது" குருபாரி பெருமூச்சுவிட்டாள். "நீ போ. முதலில் இந்த ஆழாக்-கோஹ்ராவை சுவைத்துப் பார். இதோ." அவள் ரூபியிடம் ஒரு கிண்ணத்தைக் கொடுத்தாள்.

"வேண்டாம்." ரூபி நடுங்கினாள்.

"என்ன ஆயிற்று?" என்று கேட்டாள் குருபாரி.

"என்... என்னால் முடியாது."

"என்ன ஆயிற்று?" குருபாரி ரூபியின் கையைப் பற்றிக்கொண்டாள். "என்னைப் பார்."

ரூபி ஒரு கைப்பாவை பொம்மை போன்றும், அவளுடைய கயிற்றைப் பிடித்திருப்பது குருபாரி என்பது போன்றும் அவளை நோக்கி தன் தலையை திருப்பினாள் ரூபி.

"இப்போது" குருபாரி ஆறுதல்படுத்தும் விதமாகக் கூறினாள், "இந்த ஆழாக்-கோஹ்ராவை ஏன் சாப்பிட மாட்டேன்கிறாய் என்று சொல்."

ரூபி குருபாரியின் கண்களைப் பார்த்து பதில் சொன்னாள், "ரொமோலாதான் சொன்னாள்..."

"ரொமோலா என்ன சொன்னாள்?"

"நீங்கள் கொடுக்கும் எதையும் நான் சாப்பிடக்கூடாது என்று சொன்னாள்."

"ஏன்?"

"நீங்கள் அதில் மோகினி மருந்தை சேர்த்திருப்பீர்கள்" என்றாள்.

"அப்படியா?"

"ஆமாம்."

"இதை அவள் எப்போது சொன்னாள்?"

"இன்று காலை."

"காலையில் எப்போது? நீ வெளியே சென்று தாமதமாக திரும்பியபோதா?"

"ஆமாம்."

"நீ அவளுடன் எங்கே பேசினாய்?"

"அவளுடைய வீட்டில்."

"இந்த அதிகாலை நேரத்தில் உன்னை எது அங்கே போகவைத்தது?"

"நான் பயந்துபோனேன்."

"எதனால்?"

"அந்த மனிதனால்."

"எந்த மனிதன்?"

"அவன் முன்பக்க கதவிற்கு முன்பாக நின்றிருந்தான். நான் திரும்ப வந்தபோது அவன் அங்கே நிற்பதைப் பார்த்தேன்."

"அவன் எப்படியிருந்தான்?"

"பயமுறுத்துகிறவனாய் இருந்தான். பெரிய உருவம், கருப்பாக, இந்த வீடு உயரத்திற்கு இருந்தான்."

குருபாரி புன்னகைத்தாள். "இப்போது, இந்த ஆழாக்-கோஹ்ராவை சாப்பிடு."

ரூபி அந்தக் கிண்ணத்தைச் சுத்தமாக நக்கினாள்.

ரூபி பாஸ்கேயின் மர்ம நோய்

பூச்சுவும் காதாம்டுகியில்தான் பிறந்தான். ஆனால், ஜெய்பாலைப் போல் அல்லாமல் அவள் வீட்டில் பிறந்தான்.

ஜெய்பால் பிறந்த பிறகு ரூபி சீக்கிரத்திலேயே தேறிவிட்டாள். பிஷு பிறந்ததற்குப் பின்னர்கூட தேறிவர சில வாரங்களே ஆனது. ஆனாலும், பூச்சு பிறந்தவுடன் முதுகிலும் அடிவயிற்றிலும் ஏற்பட்ட தாங்கமுடியாத வலியினால் உண்டான பலவீனத்தால் ரூபி ஒரு மாதம் முழுவதும் படுக்கையிலேயே கிடக்க வேண்டியதாயிற்று. காலைக்கடன்களுக்கு மட்டுமே அவளால் வெளியே செல்ல முடிந்தது. அப்படி அவள் செல்லும்போது, மலஜலம் கழிக்கையில் தடுமாறி விழுந்துவிடாமல் இருக்க புட்கியும் பிஷுவும் அவளை மாறிமாறி பார்த்துக்கொள்வார்கள்.

நித்ராவில் இருந்து ரூபியின் புறப்பாடானது குருபாரியின் வழியேதான் நடந்தது. ரூபியை காதாம்டுகிக்கே அனுப்பி அவளுடைய மூன்றாவது பிரசவத்தைப் பார்ப்பது நல்ல யோசனையாகத்தான் இருக்கும் என சிதோவிடம் கூறினாள் அவள்.

ரூபியின் மோசமான உடல்நிலை குறித்தெல்லாம் குருபாரியுடன் சிதோ விவாதிக்கவில்லை. ஒரு சனிக்கிழமை அன்று வெறுமனே காதாம்டுகி வீட்டிற்கு புறப்பட்டுச் சென்ற அவன், தன்னுடைய குழந்தையைப் பெற்றெடுக்க குடும்ப வீட்டிற்கே வர ரூபி ஆசைப்படுவதாக தன்னுடைய குடும்பத்தாரிடம் தெரிவித்தான். அவர்கள் வரும் நாளன்று சாக்குலியா ரயில் நிலையத்தில் மாட்டு வண்டியுடன் வந்திருக்குமாறு தோஸோவுக்கு அறிவுறுத்தினான். பிறகு மூன்று நாட்கள் கழித்து தன் மனைவியை காதாம்டுகிக்கு அழைத்து வந்தான்.

பிஷு தன்னுடைய அம்மாவுடன் சென்றான், ஜெய்பால் அங்கேயே தங்கிவிட்டான். அவர்கள் புறப்படும் சமயத்தில் குருபாரி ரூபியிடம் தான் ஜெய்பாலுக்கு இரண்டாவது தாயாக இருந்து அவனை நல்லபடியாக கவனித்துக்கொள்வதாக உறுதியளித்தாள்.

“உடல்நிலை நன்றான பிறகு மட்டுமே திரும்பி வா” என்றாள் ரூபியிடம். “ஒன்றும் அவசரமில்லை.”

ரூபியால் சொல்ல முடிந்ததெல்லாம், “செய்கிறேன்” என்பது மட்டும்தான்.

~

பூச்சு பிறந்த பிறகு ரூபி காதாம்டுகியிலேயே ஆறு வருடங்கள் தங்கியிருந்தாள். ஒருமுறைகூட நித்ராவுக்கு திரும்பி வரவில்லை. இருந்தாலும், அவளுடைய உடல்நிலை அந்த காலகட்டத்தில் ஓரளவுக்கு மட்டும் தேறியிருந்தது. முன்னதாக, காதாம்டுகிக்கு செல்வது என்றால் ரூபி குறைந்தபட்சம் எழுந்து நின்று நேராக நடக்காவாவது செய்வாள் என்றும், அவள் வயல்களில் வழக்கமான வேலைகள் செய்யவும், பசுக்களிடம் பால் கறக்கவும் செய்வாள் என்றும் எதிர்பார்க்கப்பட்டது. இந்தமுறை காதாம்டுகியில் எந்த விளைவும் ஏற்படவில்லை. வயல்களில் வேலை செய்யும் அளவுக்கு ரூபி தேறிவரவில்லை. அவளால் அதிகபட்சம் செய்ய முடிந்ததெல்லாம் ராச்சாவை கூட்டிப்பெருக்குவது, சாப்பாட்டிற்காக காய்கறிகள் வெட்டுவது அல்லது தோட்டத்தில் களை பறிப்பது ஆகியவை மட்டும்தான். இந்த சின்ன வேலைகளும்கூட அவளை மிகவும் களைப்புறச் செய்துவிடும். அதன்பிறகு அவள் தேறிவர படுத்தே இருக்க வேண்டிய கட்டாயத்திற்கு ஆளானாள்.

பெரும்பாலும் புட்கியே சமைத்தாள். ஒருமுறை, சுல்ஹாவில் வெந்துகொண்டிருக்கும் அரிசியை பார்த்துக்கொள்ள வேண்டிய பொறுப்பு ரூபிக்கு வந்தது. ஆனால், அவள் தூங்கிப் போய்விட்டாள் என்பதுடன் ஏறக்குறைய தன்னையே பற்றவைத்துக் கொண்டாள். பிஷுவின் எச்சரிக்கையுணர்வுதான் அவளைக் காப்பாற்றியது. அவன் தன் அம்மாவை உலுக்கி எழுப்பினான். “யோ, யோ! எழுந்திருங்கள்! எழுந்திருங்கள், யோ. உங்களையே பற்றவைத்துக் கொண்டீர்களே.”

ரூபி தடுமாறியபடி, சிந்தனையற்றவளாக எழுந்து நின்றாள். அவள் சமையலறைக்கு வருவதற்கு சற்று முன்னர்தான் ஒருமணி நேரத்துக்கும் மேலாக தூங்கியிருந்தாள் என்றாலும் பல நாட்களுக்கு தூங்காதவளைப் போன்று காணப்பட்டாள்.

இதைப்பற்றி கேள்விப்பட்டதும் சிதோ மூர்க்கமானான். “என் மனைவியை சமையலறைக்குள் செல்ல விடாதீர்கள்!” என்று தன் அம்மாவிடம் கத்தினான். “அவளுக்கு ஏதாவது ஆகிவிட்டால், உங்களைக் கொன்றேவிடுவேன்.”

மீதமுள்ள கோபத்தை தன் சகோதரன் மீது திருப்பினான், ஆனாலும் அவனுடைய வார்த்தைகள் மறைமுகமாக குறிப்பிட்டன. "சிலருக்கு பொறுப்புணர்ச்சி என்பதே இருப்பதில்லை" என்று ஆவேசப்பட்டான். "தங்களுடைய வயதான அம்மாவும், மைத்துனியும்தான் எல்லா வேலைகளையும் செய்ய வேண்டும் என எதிர்பார்க்கிறார்கள். அவர்களுடைய சுமைகளைக் குறைக்க எப்போதுதான் ஒரு மனைவியை அழைத்துவரப் போகிறார்களோ தெரியவில்லை."

சிதோ சொன்னதை தோஸோ கேட்டான். ஆனால், தன்னுடைய சகோதரனின் குத்தல் பேச்சுகளுக்கு அவன் எப்போதாவதுதான் - அது மிகவும் வன்மையாக இருந்தாலன்றி அவற்றைப் புறக்கணித்தான் - பதிலளிப்பான் என்பதால் அமைதியாகவே இருந்துவிட்டான்.

"சிலர் வீட்டிற்கு வெளியே பெண்களை வைத்துக்கொள்கிறார்கள். ஆனால், வீட்டிற்கு கொண்டுவர முடிவதில்லை" என்றான் சிதோ.

இந்த வன்மம் போதுமானது. தோஸோ கூறினான், "தங்களுடைய மனைவிகளை பலவீனப்படுத்தும் நோய்க்காக தங்களுடைய தாய்மார்களைக் குறைசொல்கிறவர்கள் முட்டாள்கள்தானே. அவர்கள் டாஹ்னி-பித்யாவால் குருடாகிப்போனவர்கள்."

சிதோ பெரும் கோபத்துடன் வெளியேறினான்.

ஜெய்பால் சிலநேரங்களில் தன் அப்பாவுடன் வருவான். அவனுடைய வருகை ரூபியை மகிழ்ச்சிப்படுத்துவதைக் காட்டிலும் வேதனைப்படுத்தவே செய்யும். அவனிடம் புகார்கள் மட்டுமே இருந்தன.

"உனக்கு என்ன ஆயிற்று யோ?" என்பான் அவன். "நீ எங்களுக்கு சமைக்காமல் இருப்பதே நல்லது. அரிசியை எவ்வளவு அதிகமாக வேகவைத்திருக்கிறாய் பார்? இது குழைந்துபோய்விட்டது! நித்ராவில் நன்றாக இருக்கும். இங்கே எதைக்கேட்டும் நான் வரவில்லை."

பைராம்கூட வந்துபார்ப்பார், தன்னுடைய மனைவி மற்றும் மகள்களைப் பற்றிய நல்ல செய்திகளை கொண்டுவருவார். ரூபி படுக்கையில் இருந்து எழுந்து ஒரு சொம்பு தண்ணீருடன் அவரை வரவேற்பாள். ஆனால், சம்பிரதாயங்கள் முடிந்த பின்னர் திரும்பிச் சென்றுவிடுவாள். பைராம் அவளுடன் நேருக்குநேர் பேசியதில்லை - அவளுடைய மூத்த மைத்துனன் என்கிற நிலையில் - பதிலாக

கோழ்தாவுடனும் புட்கியுடனும் பேசிக்கொண்டிருக்கும் அவர் ரூபியைப் பற்றி மறைமுகமாக மட்டுமே குறிப்பிடுவார். தன்னுடைய இருண்ட அறையில் இருந்தபடியே அந்த உரையாடலைக் கேட்டுக்கொண்டிருப்பாள் ரூபி.

“பூர்ணிமாவும் பன்சூரினும் உயரமாக வளர்ந்துவிட்டார்கள்.நீங்கள் அவர்களைப் பார்க்க வேண்டும். அவர்களுடைய அம்மா சிதோவின் மனைவியைப் பற்றி கேட்டுக்கொண்டே இருப்பாள். அவளும் இங்கே வர விரும்பினாள் தெரியுமா, ஹோபோன்-ஆயோ” என்று புட்கியிடம் கூறினார்.

“சாக்குலியாவில் எங்கள் வீட்டின் சுற்றுச்சுவர் அமைக்கும் வேலை முடிந்திருக்கிறது. கிணறுகூட தோண்டியாகிவிட்டது. தொழிலாளர்கள் ஆழமாக தோண்ட வேண்டியிராத அளவுக்கு தண்ணீர் மிகவும் மேற்பகுதியிலேயே வந்துவிட்டது. இப்போது அடித்தளம் போடப்பட்டிருக்கிறது. சீக்கிரத்திலேயே கட்டுமானம் தொடாங்கிவிடும்.” இதை வேறு யாருக்கும் அவர் குறிப்பிட்டு சொல்லவில்லை.

இவை எல்லாவற்றையும் கேட்டுக்கொண்டிருந்த ரூபி எதுவும் சொல்லவில்லை. அந்நேரத்தில், அவள் தூங்கிப்போயிருந்தாள்.

புட்கி தொடர்ந்து முழுவீச்சில் குடித்துக்கொண்டிருந்தாள். ஒவ்வொரு முறைக்குப் பின்னரும், தன்னுடைய ஆன்மாவை மாஜி வீட்டு பெண்களிடத்தில் திறந்துகாட்டுவாள். “சிதோ ஏன் புரிந்துகொள்ள மறுக்கிறான்?” அவள் ஒப்பாரி வைப்பாள். “நடக்கின்ற எல்லாவற்றுக்கும் பைராம்-மாஸ்டரின் மனைவிதான் காரணம். இதை சிதோவிடம் எப்படிச் சொல்வேன்? அவன் கேட்கவே மாட்டானே.”

“தோஸோ எங்களுக்கு மோசமான விதியை கொண்டுவரப் போகிறான்” என்று ஒப்பாரி வைப்பாள். “இந்த உலகத்தில் எத்தனையோ பெண்கள் இருக்க, அந்தக் காழ்யா பெண்ணிடம்தான் அவன் காதலில் விழவேண்டுமா? ச்சீ!”

“இந்த பைராம்-மாஸ்டர், அவரும்கூட நல்லவரில்லை. அந்த வீட்டில் என்ன நடக்கிறது என்றும், பாஹாவுக்கு என்னவானது என்றும் அவருக்குத் தெரியும். ஆனால், அவர் சிதோவுக்கு நெருக்கமான நண்பர். அவருக்கோ அவருடைய மனைவிக்கோ எதிரான எதையும் சிதோ கேட்கவே மாட்டான்.”

புட்கி, எப்போதும்போல் குடித்துவிட்டுத் தூங்கிவிடுவாள்.

ஒரு பெண் சொல்வாள், "புட்கி அறிவுடன்தான் பேசுகிறாள். ஹாந்தியும் பாராவும் மக்களை உண்மை பேச வைத்துவிடுகிறது."

மற்றொருத்தி ஏளனமாக சொல்வாள், "ஆமாம், இப்போதெல்லாம் அறிவாகத்தான் பேசுகிறாள், நம்முடைய ஈமச்சடங்கு இடமல்லவா அவளை அழைத்துக்கொண்டிருக்கிறது."

~

கோழ்தாவின் குடும்பம் காதாம்டுகியில் பேசுபொருளாகிவிட்டாலும், அவர் அமைதியான வாழ்க்கையே வாழ்ந்தார். கிராமத்து கிசுகிசுக்களில் இருந்தும், தன்னுடைய குடும்பத்தாரின் ரகசிய வாழ்க்கைகளில் இருந்தும் ஒதுங்கியே இருந்துகொண்டார். தன்னுடைய பேரன்களால் அவர் மகிழ்ச்சியுற்றார். தன்னால் முடிந்தளவுக்கு அவர்களை வளர்த்தார். கோழ்தா எப்போதுமே ஒரு சிக்கலற்ற மனிதர், அவருடைய எளிமையோ இத்தனை வருடங்களில் மேம்படவே செய்திருக்கிறது. அவர் எப்போதுமே ஒரு விவசாயிதான், அவரைப் பொறுத்தவரையில் கடும் உழைப்பிற்குப் பின்னர் ஒவ்வொரு வயலிலும் விளைந்திருக்கின்ற செழிப்பான, பசும் பயிர்கள் பூத்துக்குலுங்குவதைப் பார்ப்பதைக் காட்டிலும் வேறு எதுவுமே பெரும் மகிழ்ச்சியைத் தந்துவிடாது. அதைத் தவிர, ஒருவருடைய கடும் உழைப்பிற்கு உண்டான பரிசினைக் கண்ட பின்னர், அவருடைய பேரன்களுடன் விளையாடுகின்ற மகிழ்ச்சிக்கு ஈடிணையே கிடையாது. கோழ்தா எதற்காகவும் வருத்தப்பட்டதில்லை.

ஒரு பேரார்வமிக்க குழந்தையாக வளர்ந்துகொண்டிருந்த பூச்சு நிறைய கேள்விகள் கேட்பான். ஒருநாள், காதாம்டுகியில் இருக்கும் சுவர்களில் சுவரொட்டிகளை ஒட்டிக்கொண்டிருக்கும் சிலரை அவன் பார்த்தான். அந்த சுவரொட்டிகள் பச்சை நிறத்தில் அச்சிடப்பட்டிருந்தன. அதில் இரண்டு மலைகளுக்கு நடுவில் இருந்து எழும் சூரியனின் படம் இருந்தது. அதன் கதிர்கள் நேர் கோடுகளாக ஒளிவீசின. அதில் கறுப்பு-வெள்ளை நிறத்தில் புன்னகைக்கும் ஒருவருடைய படமும் இருந்தது.

"கோடோபா!" பூச்சு ஆரவாரத்துடன் கோழ்தாவிடம் கத்தினான். "பாருங்கள்! இதுதான் சூர்யா சிங் பேஸ்ரா. உங்களுக்கு அவர் யாரென்று தெரியுமா, கோடோபா?"

தன்னை ஒரு புரட்சியாளராக அறிவித்துக்கொண்ட சூர்யா சிங் பேஸ்ரா அச்சமயத்தில் ஒரு பிரபலமான மனிதர். குழந்தைகளுக்குகூட அவருடைய பெயர் தெரிந்திருந்தது. ஒரு இளமையான வசீகரம்மிக்க மாஹ்லே தலைவரான பேஸ்ராதான் மிகவும் பிரபலமாக ஏஜேஎஸ்யூ என்று அறியப்பட்ட, அனைத்து ஜார்கண்ட் மாணவர் சங்கத்தை (All Jharkhand Students" Union) நிறுவியவர். ஆதிவாசிகளின் நலன்களையும், ஜார்கண்ட் விவகாரத்தையும் விலையாக கொடுத்து, குர்மிஸ சூந்தி, முஸ்லீம்கள் மற்றும் பிறர் போன்ற ஆதிவாசி சமூகம் அல்லாதவர்களின் கோரிக்கைகளுக்கு, ஜார்கண்ட் முக்தி மோர்ச்சா கட்சியின் சிபு சோரன் போன்ற புதியவர்கள் இடம் தேடித்தரும் அதேநேரத்தில் ஜார்கண்ட் கட்சியைச் சேர்ந்த, வயதாகிப்போன ஜார்கண்ட் தலைவர்கள் பயனற்றுப் போய்விட்ட பின்னரும் தங்களுடைய பதவியில் நீடிக்கிறார்கள் என ஏஜேஎஸ்யூ கருதியது. ஏஜேஎஸ்யூ, மிகவும் தீவிரமான நிலைப்பாட்டைக் கோரியது. அவர்களைப் பொறுத்தவரை, ஜார்கண்ட், ஆதிவாசிகளுக்கானது மட்டும்தான், ஆதிவாசி அல்லாதோருக்கு அல்ல.

அவர்களுடைய பேச்சுத்திறன் மற்றும் பேஸ்ராவின் தொலைநோக்குப் பார்வை என எல்லாம் இருந்தபோதிலும், ஏஜேஎஸ்யூ-வால் இரண்டு விஷயங்களை மட்டுமே அடைய முடிந்தது. முதலில், 1980-களின் பிற்பகுதியில் தங்களுடைய பந்த்களால் ஜார்கண்டை ஏறக்குறைய ஸ்தம்பிக்கச் செய்து, அப்போது பிளவுபடாத பிஹாரின் பகுதியாக இருந்த சோட்டா நாக்பூர் பீடபூமியை தக்கவைத்துக் கொண்டனர். இரண்டாவது, இளம் ஆதிவாசி மக்களுக்கு கல்வியில் எந்த எதிர்காலமும் இல்லை என்று நம்பவைத்தும், அதற்குப் பதிலாக அவர்கள் ஜார்கண்ட் மாநிலம் உருவாக்கத்திற்கான போராட்டத்தில் தங்களை ஈடுபடுத்திக்கொள்ள வேண்டும் எனவும் அவர்களை மூளைச்சலவை செய்தனர். இந்த இளைஞர்களில் சிலர் தங்களுடைய எதிர்காலங்களை கேள்விக்குட்படுத்திவிடும் வகையில் கல்விச்சான்றிதழ்களை தீவைத்து எரிக்கவும், அமளியில் ஈடுபடவும் செய்தனர். இத்தகைய உறுதியும் விசுவாசமும் மிகுந்த தொண்டர்களின் பலத்தால்தான் பேஸ்ரா ஒரு சுயேச்சை வேட்பாளராக பிஹோர் சட்டமன்ற தேர்தல்களில் வெற்றிபெற்றார். அவருடைய சின்னம்தான் உதயசூரியன்.

கோழ்தா-ஹாரம் அரசியல் சம்பந்தப்பட்ட விஷயங்களில் அவ்வளவாக அக்கறை காட்டுவதில்லை என்றாலும், அவர் அவ்வப்போது தனி ஜார்கண்ட் மாநிலம் உருவாவதற்காக நிறைய

ஆதிவாசிகள் உயிர்த்தியாகம் செய்துகொண்ட கடந்தகாலத்தைப் பற்றி அவ்வப்போது நினைவுகூர்வார். அவர்கள் 1952 மற்றும் 1957 பிஹோர் சட்டமன்ற தேர்தல்களில் உற்சாகத்துடன் வாக்களித்தது, ஜார்கண்ட் கட்சி இரண்டு முறையும் காட்ஷிலா-பஹராகோழா இடத்தைக் கைப்பற்றியது பற்றி நினைத்துப் பார்ப்பார். ஆனால், அப்போது ஜார்கண்ட் கட்சியை காங்கிரஸுடன் இணைக்கும் வெட்ககரமான நிகழ்வும், அதன் பின்னர் ஜார்கண்ட் கட்சியின் ஜெய்பால் சிங் ஒன்றுமில்லாமல் மங்கிப்போனதும் அவரது நினைவுக்கு வரும். புதிய கட்சிகள் ஏதேனும் நல்லது செய்கின்றனவா என கோழ்தாவுக்கு தெரியவில்லை.

~

ஒரு தஸாயின்போது, சைக்கிளின் முன்னால் பூச்சுவையும், பின்னால் பிஷுவையும் உட்கார வைத்துக்கொண்ட கோழ்தா சாக்குலியாவிற்கு வெளியே அழைத்துச் சென்றார், ரயில் நிலையத்திற்கு அப்பால் இருந்த இடத்தில் தஸமி கண்காட்சி நடந்துகொண்டிருந்தது. ஒரு பெரிய தலையும், ஒன்பது சிறிய தலைகளுமாக ராவணனின் பெரிய கொடும்பாவி ஒன்று நிறுவப்பட்டிருந்தது. நேரான, ஊசிப்பாறைகள் போன்ற கோரைப்பற்களுடனும், சமமற்ற இரண்டு பெரிய கண்களுடனும் அந்தக் கொடும்பாவி பயமுறுத்துவதைக் காட்டிலும் வேடிக்கையானதாக தெரிந்தது. ஆனால், பூச்சு போன்ற சின்னக் குழந்தைகளுக்கு அது பயமுறுத்த போதுமானது. பட்டாசு அம்புகள் அந்தக் கொடும்பாவியை நோக்கி எய்யப்பட்டபோது, பெரும் வெடிப்பொலி எழுந்தது. இது பூச்சுவை ரொம்பவே பயமுறுத்தியதால் அவன் கோழ்தாவைப் பற்றிப்பிடித்து அவர்மீது ஏறிக்கொண்டு வீட்டிற்குப் போய்விட கெஞ்சினான்.

வீட்டிற்கு வந்ததும்தான் பூச்சு மறுபடியும் கலகலப்பானான். ரபோன்-புராவில் அன்றைய மாலைப்பொழுதை அவன் விவரித்தான்.

“அய்-புதி! அய்-புதி!” என்றான் புட்கியிடம். “அவ்வளவு பெரிதாக வெடித்தது. நான் பயந்துபோய் கோடோபா மேல் ஏறிக்கொண்டேன்.”

அவர்கள் எல்லோருமே சிரித்தனர். உண்மையில், ரூபி அவ்வளவு சத்தமாக சிரித்து பல நாட்கள், பல மாதங்கள் ஆகியிருந்தன. அவளுடைய மகன்கள்தான் அவளுக்கு அவ்வளவு மகிழ்ச்சியளித்தனர். அதுவும்கூட அவளுடனே இருந்த மகன்கள். தன்னுடன் இல்லாத மகனை அவள் கைவிட்டுவிட்டாள். அவள் தன்னுடைய வாக்குக்கு உண்மையாக நடந்துகொண்டுவிட்டாள்.

மர்மங்களை ஒப்பிடுதல்

பூச்சுவுக்கு ஆறு வயதானபோது ரூபி நித்ராவிற்கு திரும்பினாள். ஜெய்பால் அப்போது ஒரு இளைஞனாகவே வளர்ந்துவிட்டான். பனிரெண்டு வயதில் அவனுக்கு வளரத்தொடாங்கியிருந்த அரும்பு மீசையால் அவன் ரொம்பவே பெருமிதம் கொண்டான். தன்னுடைய பனிரெண்டு வயதில் அரைக்கால் சட்டை அணிந்திருந்த சிதோவைப் போல் அல்லாமல், அவன் பெரியவர்களைப் போல் முழுநீள கால்சட்டையும், மேல்சட்டையும் அணிந்தான். ஜெய்பாலின் நண்பர்கள் எல்லோருமே நித்ரா, ராக்கா மற்றும் அருகாமையில் உள்ள கிராமங்களைச் சேர்ந்த வளர்ந்த பையன்கள். அவர்கள் ஒரே கும்பலாக சுற்றித்திரிந்தார்கள்.ஜெய்பால் எப்போதுமே வீட்டிற்கு தாமதமாகத்தான் வந்தான். ரூபி ஏறக்குறைய அவனை விட்டேவிட்டாள். ஆனாலும், தன்னுடைய மகன் என்றாவது ஒருநாள் அவளிடம் திரும்பி வருவான் என்ற நம்பிக்கையை மனதின் ஒரு ஓரத்தில் வளர்த்துக்கொண்டுதான் இருந்தாள். குருபாரி ஒருநாள் பைராம் மற்றும் இரண்டு மகள்களுடன் வேறு இடத்திற்கு போய்விடுவாள் என, பிறகு சிதோவையும் மற்றுமுள்ள மகன்களையும் தானே வைத்துக்கொள்ளலாம் என இன்னும் நம்பிக்கை கொண்டிருந்தாள். இந்த உணர்வு அவளுடைய மனதின் எந்த மூலையில் தோன்றியதோ அங்கேயே இருந்துவிட்டது, ஒரு சகிக்கமுடியாத எரிச்சலாக.

ஒரே வாரத்திற்குப் பின்னர் நித்ராவில், ரூபி தான் மோசமடைந்து வருவதை உணர்ந்தாள்.

~

காதாம்டுகியில் ஆறு வருடங்கள் தங்கிவிட்டதானது ரூபியின் ஆரோக்கியத்தை கொஞ்சம்தான் மீட்டிருந்தது. ஜார்கிராமில் ஒரு மருத்துவரை சென்று பார்த்தும்கூட கொஞ்சம்தான் நிவாரணம் அளித்தது. சிதோவின் ஒரு வாராந்திர வருகையுடன் சேர்ந்து ரூபியும் வந்துவிட்டாள்.

அந்த மருத்துவர் பிரபலமானவராக இருந்தார். அவருடைய காத்திருப்பு அறையில் நிறையபேர் கூடியிருந்தனர். அவர்களில் சிலர் சாக்குலியாவைச் சுற்றியுள்ள கிராமங்களைச் சேர்ந்தவர்கள்.

"நீங்கள் சிதோ-மாஸ்டர்தானே?" ஒருவன் சிதோவிடம் கேட்டான். "காதாம்டுகி கிராமத்தைச் சேர்ந்தவர்தானே?"

"ஆமாம், நான்தான்."

"ஓ! அருமை. என்னுடைய பெற்றோருக்கு உங்களுடைய தாத்தா சோமாய்-ஹாழமை தெரியும்." சோமாய்-ஹாழமின் தாத்தாவை சந்தித்ததில் மகிழ்ச்சியுற்று சிரித்த அவன் தொடர்ந்து தன்னையும் தன்னுடைய குடும்பத்தையும் -அவர்கள் அங்கு இல்லைதான் - மகிழ்ச்சியடைந்த சிதோவிடம் அறிமுகப்படுத்திக் கொண்டான்.

அந்த மருத்துவர் பார்ப்பதற்கு ஒரு மருத்துவரைப் போன்று அல்லாமல் சிறிய மனிதராகத் தோன்றினார். அவர் வெளிறிக் காணப்பட்டார். அவர் அலுவல்ரிதீயான உடை அணிந்திருக்காவிட்டால் அவரும்கூட தன்னுடைய நாட்டுப்புற நோயாளிகளை நினைவுபடுத்துவது போலத்தான் இருந்திருப்பார். அவருடைய பேச்சு ஏறக்குறைய காதில் விழாத அளவுக்கு மிகவும் மென்மையாக இருந்தது.

"ஹயான்? ஹயான்?" முந்தைய சிகிச்சை விவரங்களைக் கேட்கும்போது ரூபி அவரிடம் பலமுறை குறுக்கிட்டாள். இருந்தாலும் அவர் முகத்தை சுளிக்காமல் மிகவும் பொறுமையுள்ளவராக காணப்பட்டார்.

அவராலும்கூட ரூபியிடத்தில் எந்தப் பிரச்சினையையும் கண்டுபிடிக்க முடியவில்லை என சொல்லத் தேவையில்லை.

"பாருங்கள், இது இயல்பானதுதான்" என்றார் அவர் மென்மையாக. "வயது இருக்கிறது, நீங்கள் செய்யவேண்டிய கடுமையான வேலை இருக்கிறது. ஆனால், இது குணப்படுத்த முடியாத ஒன்றெல்லாம் இல்லை."

சிதோ முழு உற்சாகமானான். ரூபியும்கூட அந்த வருகைக்குப் பின்னர் நன்றாக உணர்ந்தாள்.

ரயிலில் சாக்குலியாவிற்கு திரும்பி வருகையில் ரூபியிடம் சிதோ கேட்டான். "ஏன், நான் அவர் நல்ல மருத்துவர் என்று உன்னிடம் சொன்னேன்தானே?"

"ஆமாம்." ஜன்னலுக்கு வெளியே பார்த்துக்கொண்டிருந்த ரூபி அவனை நோக்கித் திரும்பி பின்னர் மறுபடியும் வெளியே பார்த்தாள்.

ஜாம்கிராம் வருகைக்குப் பின்னர், ரூபியால் ராச்சாவை, சொல்லப்போனால் கராயைக்கூட கூட்டிப்பெருக்க முடிந்தது. வெப்பத்தினால் தூக்கத்தில் விழுந்துவிடாபடிக்கு சுல்ஹாவின் முன்பாக உட்கார்ந்திருக்க முடிந்தது. கிணற்றிலிருந்து வாளி நிறைய தண்ணீர் எடுத்துவர முடிந்தது. தண்ணீர் நிரம்பிய சாடியை கைக்கு குறுக்காக வைத்துக்கொண்டு அதை சமையலறை வரை கொண்டுசெல்ல முடிந்தது. அவள் வயல்வெளிகளுக்கும் சென்று வேலையில் சேர்ந்துகொண்டாள். ஆனாலும்கூட, அவளைப் பார்த்தவர்கள் அவள் சரியாவதற்கு இன்னும் கொஞ்சம் நாளாகும் என்றுதான் சொல்லிக்கொண்டனர்.

நாற்று நட்டுக்கொண்டிருந்த பெண்கள் அவளிடம் கேட்டனர், "சிதோ-பாஹு, உங்களால் செய்ய முடியும் என்றா நினைக்கிறீர்கள்?"

"ஆமாம்" என்றாள் ரூபி. மருத்துவர் தந்த மருந்துகள் அவளுடைய உடல்நிலையை மேம்படுத்தியிருந்தாலும், ரூபியின் கன்னங்கள் ஒட்டிப்போனதாகவே காணப்பட்டன.

"பாருங்கள்" பெண்களின் ஒருத்தி வற்புறுத்தினாள், "உங்களுக்கு உடல்நிலை சரியில்லை என்றால் எங்களுடன் வரவேண்டியதில்லை."

"ஆமாம், நீங்கள் அதோ அந்த கௌஹா மரத்தின் கீழே இருக்கும் அந்த ஆழேயிலேயே உட்கார்ந்துகொண்டு எங்களுடைய வேலையை கவனிக்கலாம். எங்களுடன் நீங்களும் அந்த சேற்றிற்கு வந்து உடலில் பூசிக்கொள்ள வேண்டாம்" என்றாள் மற்றொருவள்.

"இல்லை, என்னால் முடியும். எனக்கு எதுவும் ஆகாது."

அவள் சேற்றில் இறங்கினாள், சீக்கிரத்திலேயே சோர்வுற்று ஆழேயில் உட்கார்ந்துவிட்டாள். ஆனால், குறைந்தபட்சம் அவள் ஆரம்பித்துவிட்டாள்.

அது காதாம்டுகியில் அவளைச் சுற்றியிருக்கும் நேர்மறை சூழலால் அத்தகைய விளைவை ஏற்படுத்தியிருக்கலாம். அது அந்த ஜாம்கிராம்

மருத்துவர் பரிந்துரைத்த மருந்துகள் தங்களுடைய வேலையைக் காட்டியதாலும் இருக்கலாம். அது எதுவானாலும், அந்த பயிரிடும் காலம் முழுவதுமே ரூபி தினமும் வயல்வெளிகளை பார்வையிடத் தவறவில்லை.

~

நித்ராவில், ரூபியின் உற்சாகமானது ஒரு சோப்புக்கட்டி குட்டையில் மூழ்கியதைப் போல் ஆகிவிட்டது. ஜாழ்கிராம் மருத்துவர் பரிந்துரைத்த மருந்துகளை உரிய வேளைக்கு சாப்பிட்டு முடித்த பின்னர் அவரிடம் மறுபடியும் செல்லவேண்டிய தேவை ஏற்படவில்லை. ரூபியை ராக்கா, மோஸாபோனி அல்லது காட்ஷிலாவில் உள்ள மருத்துவரிடம் அழைத்துச்செல்ல சிதோவைப் பிடிப்பதற்கு மிகவும் தீர்மானகரமான வற்புறுத்தல் தேவைப்பட்டிருக்கலாம். இவ்வகையில் ரூபி தன்னுடைய பெரும்பாலான விழித்திருக்கும் நேரங்களைப் படுக்கையிலேயே கழித்தாள்.

நித்ராவில், அந்த வெண்ணிற் கேசம்கொண்ட அத்தை ரூபியின் கனவுகளில் மறுபடியும் தோன்றினாள். அவள் ரூபியிடம் ஏதோ சொல்ல வருவதான நோக்கத்துடனே வருவாள். ஆனால், ஒவ்வொருமுறையும் அவள் ஏதேனும் சொல்வதற்கு முன்பாகவே ரூபி விழித்துவிடுவாள்.

அவள் ரொமோலாவுடன் நெருங்கிப் பேசுவதற்கான வாய்ப்பும் அரிதாகவே இருந்தது. ரொமோலாவும் குருபாரியும் பாதைகளைக் கடந்து போகும்போதெல்லாம் குருபாரி ரொமோலாவை பகையுணர்வுடனே பார்ப்பாள், அல்லது ரூபி அப்படித்தான் நினைத்தாள். இருந்தாலும் ரொமோலா அச்சப்படவில்லை. அவள் இன்னமும் ரூபிக்கு, அவள் மீது அக்கறையுள்ளவளாக, நெருக்கமான தோழியாகவே இருந்தாள். ரூபி கிணற்றிற்கு சென்று திரும்பும்போது எப்போதெல்லாம் ரொமோலா அவளைப் பார்க்கிறாளோ அப்போதெல்லாம் அவளைப் பார்த்துத் தன்மையுடன் சிரித்துவிட்டுச் சொல்வாள், “பார், நீ இன்னும் திகிலுடன்தான் இருக்கிறாய்.”

தன்னுடைய எஜமானருக்காக வேட்டைப்பொருளை மீட்டுத்தரும் பயிற்சி அளிக்கப்பட்ட நாயைப் போலத்தான் ரூபி ஒவ்வொரு வார்த்தையையும் குருபாரியிடம் கூறுவாள்.

குருபாரி கூர்மையாக சொல்வாள், "மக்கள் என்ன சொல்ல நினைக்கிறார்களோ சொல்லட்டும். அதையெல்லாம் கேட்டுக்கொள்ளாதே. நீ எப்போது ஆரோக்கியமாக இருக்கிறாய் எப்போது இல்லை என்று எனக்கு நன்றாகத் தெரியும். ஏன், மருத்துவரின் மருந்துதான் வேலை செய்கிறதே. நீ எல்லோரும் சொல்வதையெல்லாம் கேட்டுக்கொண்டிருக்க வேண்டியதில்லை."

இதற்கு எப்படி பதில் சொல்வதென்று ரூபிக்குத் தெரியவில்லை.

"இவை எல்லாமே அர்த்தமற்றவை" என்பாள் குருபாரி ரூபியிடம். "கிழ அத்தைகள் என்று யாருமில்லை."

"ஆனால், அவளை என் கனவுகளில் பார்த்தேனே" ரூபி எதிர்த்துக் கூறுவாள். "அவளைப் பற்றி உங்களிடம் சொல்லியிருக்கிறேன். ஞாபகமிருக்கிறதா? பார்கோமில் என்னுடன் உட்கார்ந்திருந்த பெண்ணைப் பற்றி?"

"அப்படி எந்தப் பெண்ணும் கிடையாது. இந்த விஷயங்களை வேறு யாரிடமும் சொல்லிவிடாதே. இல்லையென்றால் அவர்கள் நீ பைத்தியமாகிவிட்டாய் என்று நினைப்பார்கள். யாருக்குத் தெரியும், வேண்டாத விஷயங்களை எல்லாம் தெரிந்து வைத்திருப்பதற்காக உன்னையே குற்றம் சொன்னாலும் சொல்வார்கள்."

ரூபி பயத்தால் நடுங்குவாள். தான் ஒரு சூனியக்காரி என்று அழைக்கப்படுவதை அவள் விரும்பவில்லை.

கிழட்டு அத்தை மறுபடியும் கனவுளில் வருவது, தவறாக புரிந்துகொள்வதான பயத்தில் எல்லாவற்றையும் தனக்குள்ளேயே வைத்துக்கொள்வது ஆகியவை ரூபியின் நிலைமையை மேலும் பரிதாபத்திற்கு உரியதாக்கின. தன்னுடைய நோயுற்றுப்போன மாமனாரைப் பார்க்க அவள் மறுமுறை காதாம்டுகிக்கு வந்தபோது, அவளுடைய ஆரோக்கிய குறைபாடு குறித்த முணுமுணுப்புகள் கிராமமெங்கும் கேட்டன.

"இந்த வயதில் இப்படி இருக்கக் கூடாது."

"கோழ்தாவைப் பாருங்கள். இப்போதுதான் அவரே நோயில் விழுந்திருக்கிறார்."

"புட்கி? அவள் மிக அதிகமாக குடிக்கிறாள். மிச்சமீதி சாதத்தையும் உப்பையும் தின்றே வாழ்கிறாள். ஆனாலும், ஆரோக்கியமாகத்தான் இருக்கிறாள். சிதோ-பாஹுவுக்கு என்னதான் ஆயிற்று?"

“என்னதான் நடந்திருக்கும்? அது குருபாரிதான்; அவள் சிதோ-பாஹூவை உறிஞ்சிவிடுகிறாள்.”

“நீங்கள் கேள்விப்பட்டீர்களா? பைராம்-மாஸ்டர், ஹோரோகுட்டுவில் உள்ள தன் குடும்பத்திடம் இருந்து பிரிந்து வாழ திட்டமிட்டிருக்கிறாராம்.”

“அப்படியா?”

“ஆமாம், அவர் தன் பங்கு நிலத்தை விற்றுவிட்டு சாக்குலியாவிற்கு அருகே நிலம் வாங்கியிருக்கிறார். அங்கே அவர் ஒரு வீடும் கட்டியிருக்கிறார்.”

“ஓ! அதுவும்கூட குருபாரியின் வேலையாகத்தான் இருக்கும்.”

“சிதோ ஏன் புரிந்துகொள்ள மாட்டேன்கிறான்?”

“உன் மனைவிக்கு என்னதான் ஆயிற்று?” ஒருவன் சிதோவிடம் கேட்டான்.

அவனும் எல்லோரையும்போல் குழம்பித்தான் போயிருந்தான். “உன்னிடம் என்னதான் சொல்வது?” என்றான் அவன், “அவள் ஒருநாள் நன்றாயிருக்கிறாள், அடுத்த நாள் படுக்கையிலேயே கிடக்கிறாள்.”

“மருத்துவரிடம் அழைத்துச் சென்றாயா?”

சிதோ நிமிர்ந்து பார்த்தான். “செல்லாமலா இருப்பேன்? இதுவரை மூன்று மருத்துவர்களைப் பார்த்துவிட்டோம். ராக்காவிலும் மோஸாபோனியிலும். ஜார்கிராமில் உள்ள ஒருவரிடம்கூட அழைத்துச் சென்றுவிட்டேன். எல்லோருமே அவள் நன்றாயிருப்பதாகத்தான் சொல்கிறார்கள். அவளுக்கு எந்தப் பிரச்சினையும் இல்லை என்கிறார்கள்.”

தான் சொல்லவருவது சிதோவுக்கு தெளிவாக புரிய வேண்டும் என்ற பதைபதைப்புடனும், அவனுடைய முன்கோபத்திற்கு எச்சரிக்கையாகவும் அந்த ஆள் தயக்கத்துடனே கேட்டான், “நீ எப்போதாவது... மற்ற சாத்தியக்கூறுகள் பற்றி யோசித்திருக்கிறாயா?”

“என்ன சாத்தியக்கூறுகள்?” சிதோ கேட்டான்.

“ஒருவேளை அது, சாத்தானின் செயலாக...” அந்த பரிந்துரைப்பாளன் மேற்கொண்டு சொல்வதற்கு முன் தயங்கினான், “நீ ஒரு கிராமத்தில் வசிக்கிறாய். உனக்குத் தெரியாது, ஒரு கிராமத்தில்...”

சிதோ அவனைக் குறுக்கிட்டான். “நீ என்ன சொல்ல வருகிறாய்? என்னுடைய மனைவியின் மோசமான உடல்நிலைக்கு ஏதோ டாஹ்னிதான் காரணம் என்கிறாயா? இதைத்தான் நீ சொல்ல விரும்பினாயா?”

“இல்லை, நான் அப்படிச் சொல்லவில்லை...” சிதோ மறுபடியும் கோபத்துடன் குறுக்கிடும் முன்னரே அவன் தொடாங்கினான்.

“பார்! என்னுடைய மனைவியின் உடல்நிலைப் பற்றி யாரும் கவலைப்பட வேண்டியதில்லை. அவள் நோயுற்றிருக்கிறாள். நான் அவளை மருத்துவமனைக்கு கூட்டிச்செல்கிறேன். நான் அவளை ஒரு ஓஜாவிடம் கூட்டிச் செல்லவில்லை. உங்களுடைய மனைவிகளை நீங்கள் அப்படித்தான் நடத்துகிறீர்கள். நான் ஒன்றும் உங்களைப் போல் முட்டாளில்லை.”

அதன்பிறகு இந்த விஷயம் குறித்து யாரும் சிதோவுடன் பேசவில்லை. கோழ்தாவுக்கு உடல்நிலை தேறியதும், அந்த தம்பதி நித்ராவிற்குத் திரும்பியது. ரூபி மறுபடியும் படுக்கையில் கிடக்கலானாள்.

~

அவளை மற்றுமொரு மருத்துவரிடம் அழைத்துச்செல்லும் எண்ணமில்லாத சிதோ மாற்று மருந்தை முயற்சிக்க தீர்மானித்தான். அவ்வகையில் அவன் ரூபியை அழைத்துச் சென்ற முதலாவது ஆள் ஜாதுகோழாவில் வசித்து வந்தார். காட்டிலிருந்து சேகரிக்கப்பட்ட வேர்கள், பிசின், பழங்கள், விதைகள் மற்றும் மூலிகைகளைக் கொண்டு நோய்களைக் குணப்படுத்துவதற்கு பெயர்பெற்றிருந்தார்.

அந்த மூலிகைவாதி ரூபியின் கையை நீண்டநேரமாக ஆராய்ந்தார்.தன்னுடைய விரல்நுனிகளால் அவளுடைய நாடித்துடிப்பை கவனித்தார். அவர் வயதானவர் அல்ல என்றாலும் பார்ப்பதற்கு முதியவராகத் தெரிந்தார். அவர் மிகவும் ஒல்லியாக இருந்தபடியால் அவருடைய உடைகள் உடலில் ஆடிக்கொண்டிருந்தன. கெட்டியான கண்ணாடி அணிந்திருந்த அவர் அதை மெல்லிய நூலினால் முகத்தோடு சேர்த்துக் கட்டியிருந்தார்.

அந்தக் கண்ணாடிகள் அவருடைய மூக்கின் முகட்டிலிருந்து நழுவிக்கொண்டே இருக்க, அவர் அவற்றை அதனுடைய இடத்திற்கு தள்ளிக்கொண்டே இருந்தார்.

"எனக்கு துர்நாற்றம் தெரிகிறது" என்று முணுமுணுத்தார்.

அந்த மூலிகைவாதி என்ன சொல்கிறார் என்பது தெளிவாகக் கேட்காவிட்டாலும் சிதோ தலையாட்டினான். ரூபி, குணப்படுத்துபவர்கள் உடன் தனக்கு முன்னதாகவே பரிச்சயமிருப்பதைப்போல் உணர்ச்சியில்லாமல் உட்கார்ந்திருந்தாள்.

அந்த மூலிகைவாதி ரூபியிடம் ஒரு சிறிய காதிக உறையில் ஏதோ ஒரு பொடியைத் தந்தார். அது, தொலைதூரத்தில் உள்ள ஏதோ ஒரு மலையில் வளரும் மரத்தின் வேரைச் சேர்ந்த நிலத்திலிருந்து எடுக்கப்பட்டது என்றார் அவர். அது என்ன மரம் என்றோ, அது எந்த மலையில் வளர்கிறது என்றோ சிதோ கேட்டுக்கொள்ளவில்லை. அவன் வெறுமனே பணம் கொடுக்க, அவர்கள் வந்துவிட்டார்கள்.

~

ரூபி தன்னுடைய ஆரோக்கியத்தை மேம்படுத்த செயலில் இறங்கியபோது கோழ்தா மரணமடைந்தார். கடைசிநேர வேதனையில் அவர் ஒரு காட்சியைக் கண்டார்.

"அவர்கள் இரண்டுபேர் இருந்தனர்" வாழ்வுக்கும் சாவுக்கும் இடைப்பட்ட, இறைவெளிப்பாட்டின், உணர்தலின் தருணங்களில் கோழ்தா முணுமுணுத்தார்.

அவர் மரணித்துக்கொண்டிருப்பதை புட்கி கண்டபோது தாங்கமுடியாமல் அரற்றினாள். "தோஸோ! தோஸோ! எங்கிருக்கிறாய்? உன் அப்பாவுக்கு என்னவாகிறது பாரேன்!"

தோஸோ கதவருகில் ஓடிவந்து நின்றான். அதிகாலை நேரம் என்பதால் தூக்கக்கலக்கத்தில் இருந்தான்.

"என்னால்... மூச்சுவிட முடியவில்லை." கோழ்தாவின் வார்த்தைகள் அவரிடமிருந்து கட்டாயமாக வெளிவருவதைப் போல் இழுவையாக இருந்தன.

"என்ன?" என்று கேட்ட புட்கி தன்னுடைய கணவரின் வாயருகில் காதை கொண்டுசென்றாள். "என்ன சொன்னீர்கள்?"

“என் நெஞ்சு... அவர்கள் என் நெஞ்சில் ஏறி நிற்கிறார்கள்...”

“நெஞ்சில் யார் நிற்கிறார்?”

தோஸோ தன் தந்தைக்கு முன்பாக மண்டியிட்டான். “யாரு? யார் எங்கே நிற்கிறார்?”

“அந்த இரண்டுபேர்.” என்ற கோழ்தா தலையை வேகவேகமாக இரண்டு பக்கமும் ஆட்டியபின் தன்னுடைய கடைசி மூச்சை இழுத்தார்.

கோழ்தாவின் தகனம் மற்றும் பாடான் சடங்குகளுக்காக சிதோவும் ரூபியும் தங்களுடைய மகன்களுடன் காதாம்டுகிக்கு வந்தபோது, சாவதற்கு முந்தைய கணங்களில் கோழ்தா எதைப் பார்த்திருக்கக்கூடும் என்ற யூகமே அங்கு முழுவதுமாக நிறைந்திருந்தது.

“கோழ்தா சாவதற்கு முன் முணுமுணுத்ததாக புட்கி என்ன சொன்னாள்?”

“யாரோ இரண்டுபேரைப் பற்றி, அவர்கள் தன்னுடைய நெஞ்சில் ஏறி நிற்பதாகக் கூறியிருக்கிறார்.”

“ஓ! தன்னுடைய நெஞ்சில் இரண்டுபேர் ஏறி நின்றதால் ஏற்பட்ட மூச்சுத்திணறலை உணர்ந்ததாக அவர் கூறினாரா?”

“அப்படித்தான், ஏதோ ஒன்று.”

“அந்த இருவரும் யாரென்று உங்களுக்குத் தெரியுமா?”

“இல்லை. அதைச் சொல்வதற்கு முன்பே இறந்துவிட்டார்.”

“அந்த இரண்டுபேரும் யாரென்று கோழ்தா இன்னமும் உங்களுக்குச் சொல்லத்தான் வேண்டுமா? உங்களால் யூகிக்க முடியவில்லை?”

“இல்லையே, யார்?”

“நாய்கேயின் விதவை மனைவியும், மருமகளும்தான் அவர்கள்.”

“ஓ! அப்படியென்றால் கோழ்தா-ஹாரம் உண்மையிலேய விழுங்கப்பட்டுவிட்டாரா?”

“நிச்சயமாக. சிதோ-பாஹுவைப் பார்த்தீர்களா?”

“ஆமாம். பார்க்கவே பரிதாபமாக இருக்கிறாள்.”

“பாவம் அவள்! அவளுக்கும் அவளுடைய மாமனாரின் நிலைதான் ஏற்படப் போகிறது.”

“அது உண்மைதான். அது குருபாரிதானே. சிதோவுக்கு ஏன் தெரிய மாட்டேன்கிறது? ரூபியும் ஏன் எதிர்க்கவில்லை?”

“குருபாரி அவர்களுக்கு ஏதோ கொடுத்திருக்கிறாள் என்று நினைக்கிறேன்.”

“ஏதாவது மோகினி மருந்து என்றா சொல்கிறீர்கள்?”

“ஆமாம். சிதோவிடம் அவனுடைய மனைவி நலிந்துபோவதற்கு காரணம் நோயல்ல என்று சொல்ல முயற்சித்தபோது அவன் எவ்வளவு கோபப்பட்டான் என்று பார்க்கவில்லையா? வேறு ஏதோ விஷயம் இருக்கிறது?”

“குருபாரி மிகவும் ஏழ்மையான குடும்பத்தைச் சேர்ந்தவள். அவளுடைய அம்மாவும்கூட இந்த தீய விஷயங்களை செய்பவள் என்று யாரோ என்னிடம் சொல்லியிருக்கிறார்கள். சிதோவின் வாழ்க்கையில் இருந்து ரூபியை துரத்திவிட்டு அந்த இடத்தை எடுத்துக்கொள்ள அவள் எது வேண்டுமானாலும் செய்வாள். பைராம்-மாஸ்டரை அவருடைய குடும்பத்திடமிருந்து பிரித்து சென்றுவிட்டதைப் பார்த்தீர்கள்தானே? இப்போது அவள் சிதோவின் மகன்களை தனது உடைமையாக்கிக்கொள்ள பார்க்கிறாள்.”

“ஜெய்பால். ஜெய்பாலை பாருங்களேன். ரூபியை தன்னுடைய அம்மாவாகவே அவன் நினைக்கவில்லை. அவன் அவளுடன் இருப்பதே இல்லை. அவன் எப்போதுமே நித்ராவில் குருபாரியுடன்தான் இருக்கிறான்.”

“உண்மைதான். ரூபியும் கோழ்தாவைப் போல் சாகக்கூடாது என்று நம்மால் நம்பத்தான் முடியும். மூச்சுத்திணறி மரணிப்பதை நினைத்தால்...”

கோழ்தா மரணமடைந்த சூழ்நிலைகளை ரூபியின் நலிவுறும் சூழ்நிலையோடு வெறுமனே ஒப்பிட்டுப் பார்ப்பதுடன் திருப்தியடைந்துவிடாத காதாம்டுகியின் மாஜி-குஷ்டியினுடைய

உணர்வுமிக்க, அக்கறைகொண்ட சிலர் கோழ்தாவின் மரணத்திற்கான காரணத்தை தீர்மானிப்பதற்கு ஒரு மறைமுக நடவடிக்கையும் மேற்கொண்டனர். சூனூம்-பான்ஜா எனப்படும் அந்தச் சடங்கு கொஞ்சம் பாரா மற்றும் மாமிசத்திற்கு பிரதிபலனாக செய்வதற்கு ஒப்புக்கொள்ளும் ஒரு ஓஜாவால் நடத்தப்படுவதாகும்.

அந்த ஓஜா சில துளிகள் கடுகு எண்ணெயை - சூனூம் - எடுத்து பான்ஜாவை - தேடுதலை - தொடங்குவதற்கு அதனை பலாப்பழப் இலையில் விட்டு தன்னுடைய மந்திரங்களை ஓதுவார்.

"தன்னுடைய நெஞ்சில் இரண்டு பேர் நின்றதாகவா அவர் சொன்னார?" என்று கேட்டார் அவர்.

"ஆமாம், ஆமாம்."

மேலும் சில மந்திரங்களை ஓதிய அந்த ஓஜா மேல்நோக்கி பார்த்தார். அவருடைய புருவங்கள் கபாலத்தை நோக்கி உயர்ந்தன. அவருடைய கண்களின் வெண்ணிறப் பகுதியைத்தான் அவருடைய வாடிக்கையாளர்களால் பார்க்க முடிந்தது. தன்னுடைய இடது பாதத்தை வலது பிட்டத்தில் வைத்து அழுத்திக்கொண்டும், வலது முட்டியை மடக்கி வைத்துக்கொண்டும் உட்கார்ந்திருந்தார் அவர், தெய்வங்களை பிரார்த்திக்கும்போதோ, பலிகொடுக்கும்போதோ அப்படி வைத்துக்கொள்வதுதான் முறை. அவருடைய தலை சுழலச்சைப் போல் சுற்றியது.

"தன்னுடைய-நெஞ்சில்-இரண்டு-பெண்கள்-நிற்பதாகவா-அவர்-கூறினார்?" பாடுவதுபோன்ற குரலில் கேட்டார் ஓஜா.

வந்தவர்கள் ஒருவருக்கொருவர் தெரியாது என்பதுபோல் பார்த்துக்கொண்டனர். பிறகு, ஒருவர் பதிலளித்தார், "இல்லை."

ஓஜா தொடர்ந்தார். "அவர்கள்-இரண்டு-பெண்கள். இரண்டு-பெண்கள்-அவர்-நெஞ்சில்-நின்றிருக்கிறார்கள். அவர்களே-அவரை-விழுங்கினார்கள்."

வந்தவர்கள் ஒருவரையொருவர் பார்த்துக்கொண்டனர். அந்தக் குழுவில் இருந்த வயதில் மூத்தவர் கேட்டார்: "யார் அந்தப் பெண்கள்?"

"ஒரு-வயதான-பெண். மிகவும்-வயதானவள். மற்றொருத்தி-முன்னவளைக்-காட்டிலும்-இளையவள். அவர்கள்-இறந்தவருக்கு-

வெகு-அருகாமையில்-வசித்திருக்கிறார்கள். இன்னமும்-வசிக்கிறார்கள்."

அங்கு ஒரு நீண்ட அமைதி நிலவியது.

பின்னர் அதே வயதில் மூத்தவர் கேட்டார், "அவ்வளவுதானா, கோம்கே?"

"அவ்வளவுதான்."

ஓஜாவின் தலை உருளுவது நின்று மறுபடியும் இயல்பு நிலைக்கு திரும்பியது. யாருடைய பெயரும் குறிப்பிடப்படவில்லை என்றாலும், அங்கே எந்த சந்தேகமும் இல்லை. கோழ்தா-ஹாரமின் மரணத்திற்கு நாய்கேயின் விதவை மனைவியும், அவருடைய மருமகளும்தான் காரணம்.

குஷ்டியின் இளையவர்கள் பழிவாங்க விரும்பினார்கள். "இப்படிப்பட்ட பெண்கள் பெரும் அவமானம்" என்றனர். "அவர்கள் இஷ்டம்போல் நடந்துகொள்ள நாம் விட்டுவிடலாமா?"

ஆனால், குஷ்டியின் மூத்தவர்கள் எச்சரிக்கை செய்தார்கள். "திருப்பித் தாக்குவதில் எந்தப் பயனும் இல்லை" என்று அறிவுறுத்தினர். "இது மாஜி-குஷ்டிக்கும், நாய்கே-குஷ்டிக்கும் இடையே உள்ள உறவை நாசமாக்கிவிடும். தீமை செய்பவர்களுக்கு தீமையே நடக்கும். நாய்கேவும் அவருடைய மகனும் எப்படி செத்துப்போனார்கள் என்று பார்த்தீர்களா? அவருக்கு வாரிசே இல்லாமல் போய்விட்டது. நாய்கேயின் விதவை மனைவி வயதானவள், சீக்கிரத்திலேயே இறந்துவிடுவாள். அவள் இல்லாமல், அவளுடைய மருமகளால் எதுவும் செய்ய முடியாது. அவர்களை அப்படியே விட்டுவிடுங்கள்."

இந்த முன்கூறலை நிறைவேற்றுவதுபோல் நாய்கேயின் விதவை மனைவி சீக்கிரத்திலேயே இறந்துவிட்டாள்.

கோழ்தா-ஹாரம் இறந்தபோது, காதாம்டுகியின் ஒழுக்கத்தினுடைய கடைசி பாதுகாவலரும் போய்விட்டார். அவருடைய மரணம், அந்த வருடம் அமைக்கப்பட்ட பாஹா மற்றும் மாக்-மோமே திருவிழாக்கள் நடத்தப்பெறும் முறையைப் பாதித்தது. முன்னதாக, இரண்டு திருவிழாக்களுமே இளவேனிற்காலத்தில்தான் நடத்தப்பட்டன. ஆனால், கோழ்தா-ஹாரம் போய்விட்டபடியாலும், கிராமத்தில் இருந்த பிற மூத்தோர்களுக்கு அந்த ஏற்பாடுகளை

முன்னெடுப்பதில் ஆர்வமில்லாததாலும், பாஹா அந்த வருடத்தின் இளவேனிற்காலத்திலும், மரக்-மோரே இரண்டு மாதங்கள் கழித்து, சுட்டெரிக்கும் வெப்பத்தில் கோடையிலும் நடத்தப்பட்டன. படிப்படியாக, காதாம்டுகி மக்கள் ஒன்றாக சேர்ந்து மாராக்-ஆயோ கொண்டாடுவதை நிறுத்திவிட்டனர். காதாம்டுகியின் புதிய நாய்கே குடும்பமான மற்றொரு நாய்கே-குஷ்டி சிமா-போங்காவை நிறுவியது; அவர்களும் நல்ல கடவுள்களைப் பற்றி அக்கறைப்படவில்லை. மதம்சார்ந்த விழாக்கள் எல்லாமே அவர்களுக்கு மேம்போக்கானவை மட்டுமே. மற்றவர்கள் அக்கறையின்றி போயினர். நம்பிக்கையானது, காதாம்டுகியில் நெருக்கடிக்கு உள்ளானது.

பழிக்குப் பழிவாங்கிய மனைவி

தோஸோ, சாக்குலியாவிற்கு அருகாமையில் நடந்த படாவில்தான் துலாரியைச் சந்தித்தான். அவள் தட்டையான மார்பும் முதுகுப் பக்கமுமாக ஒல்லியாக இருந்தாள். ஒரு ஜோடி தெத்துப்பற்களுடன் அவளுடைய வாய் சிறியதாக இருந்தது. எளிமையாக உடையணிந்திருந்தாள். அவள் தோஸோ மாதிரியானவர்கள் சாதாரணமாக விழுந்துவிடக்கூடிய வகையைச் சேர்ந்தவள் அல்ல. அவனுடைய காழ்யா காதலியே அதைவிட மிகவும் கவர்ச்சியானவளாக இருந்தாள்.

பெரும்பாலான நாட்களில், தோஸோ நிறைவாக குடித்துவிட்டு எந்தப் படாவாக இருந்தாலும் அங்கிருந்து உரிய நேரத்தில் கிளம்பி தன்னுடைய காதலியின் வீட்டிற்கு சென்றுவிடுவான். அங்கே அந்த இரவைக் கழித்த பின்னர் காலையில் வீட்டிற்குத் திரும்பி, புத்துணர்ச்சியடைந்து மகிழ்ந்திருப்பான். இருந்தாலும், துலாரியை பார்த்த அன்று படாவை விட்டுக் கிளம்பிய தோஸோ நேராக வீட்டிற்கு வந்தான். கதவைச் சத்தமாக அடித்துத் தன் அம்மாவை எழுப்பினான்.

தன்னுடைய மகன் குடித்துவிட்டு வீட்டிற்கு வருவது புட்கிக்கு பழக்கமான ஒன்றுதான். ஆனால், ஒவ்வொரு முறையும் அவன் கதவை மென்மையாகத்தான் தட்டுவான். அந்தத் தட்டலுக்கு மிகவும் பழகிப்போனபடியால் அதைக் கேட்டவுடனே ஆழ்ந்த தூக்கத்தில் இருந்துகூட அவள் எழுந்துவிடுவாள். அன்றிரவு கதவை தோஸோ அடித்து தட்டிய சத்தத்திற்கு அவள் தயாராகியிருக்கவில்லை. அதைத்தொடர்ந்து வந்த சரமாரியான வசைமாரியையும் அவள் எதிர்பார்க்கவில்லை.

"திருமணம், திருமணம், திருமணம்! என்னுடைய திருமணம் மட்டும்தான் உன் மனதில் இருக்கிறதா, யோ?" உள்ளே

வந்துகொண்டிருக்கும்போதே கேட்ட அவன் மாட்டுக்கொட்டகை சுவரை நோக்கி சைக்கிளைத் தூக்கியெறிந்தான்.

"என்ன சொல்கிறாய் மகனே?" புட்கி கேட்டாள். "உள்ளே வா. சாப்பிட்டாயா?"

"நான் என்ன சொல்கிறேனா?" தோஸோ உறுமினான். "நான் என்ன சொல்கிறேன் என்றா கேட்டாய்? உனக்குத் தெரியாதா? ஏற்கனவே நீதான் போதுமென்கிற அளவு சொல்லியிருக்கிறாயே, நீயும் தாதாவும்?"

இதெல்லாம் எதற்காக என புட்கிக்கு இப்போது நன்றாக புரிந்தது. ஆனால், தோஸோவைத் திருமணம் செய்துகொள்ள வற்புறுத்தியது அவள் அல்ல, அது சிதோ.

அவ்வப்போது தன்னுடைய மூத்த மகன் பக்கம் சாய்ந்துவிடுவதுதான் புட்கி செய்த ஒரே தவறு. தோஸோ அவளுடைய கட்டுக்கடங்காத இளமைப்பருவம் பற்றிய கதைகளை நிச்சயம் கேள்விப்பட்டிருப்பான். அவள் தன்னுடைய அம்மாவே ஆனாலும், அப்படிப்பட்ட ஒரு பெண் தனக்கு அறிவுரை கூறுவதால் சினம்கொண்டிருக்கலாம். எது எப்படியானாலும், துலாரியை தோஸோ சந்தித்த அன்றைய இரவில் அணை உடைந்துவிட்டது.

"திருமணத்தைப் பற்றி நீ எனக்கு சொல்கிறாயா? நீ?" புட்கியின் முகத்தைப் பார்த்து தோஸோ சீறினான். இந்தமுறை மட்டும் -மாஜியின் வீட்டுப் பெண்களிடம் அவள் பின்னாளில் சொல்லியிருக்கிறாள்- ஆல்கஹால் வீச்சத்தை அவள் வெறுத்தாள்.

"அவன் அதிகமாகக் குடித்துவிட்டுக் கோபப்பட்டான்" என்றாள் அந்தப் பெண்களிடம். "நான் அவனுடைய அம்மா என்பதையே மறந்துவிட்டான் போல் இருந்தது."

தோஸோ தன்னுடைய சீற்றத்தைத் தொடர்ந்தான். "அப்புறம், என்னுடைய சகோதரன், அவன் திருமணத்திற்கும் அப்பால் ஒரு பெண்ணை வைத்துக்கொண்டு என்னுடைய பெண்ணைப் பற்றிப் பேசுகிறான்."

"அவன் சிதோவைப் பற்றி அப்படிப்பட்ட மோசமான விஷயங்களைச் சொன்னான். என்னால் மறுபடியும் சொல்லக்கூட முடியாது" என்றாள் புட்கி.

தோஸோ ஒரு அறிவுப்புடன் முடிவுக்கு வந்தான்: "உங்கள் இருவரையும் மகிழ்ச்சிப்படுத்தத்தான் நானே ஒரு பெண்ணை தேடியிருக்கிறேன். அவளை வீட்டிற்கு கூட்டிவரப் போகிறேன். அவளை நீங்கள் ஏற்றுக்கொண்டாலும், இல்லாவிட்டாலும் எனக்கு கவலையில்லை. அவள்தான் என் மனைவி."

இரண்டு வாரங்களுக்குப் பின், துலாரி காதாம்டுகிக்கு வந்தாள்.

மாஜியின் வீட்டில் புட்கி அந்தப் பெண்களிடம் சொன்னாள், "அவன் அந்த காழ்யா பெண்ணை வீட்டிற்கு அழைத்து வந்துவிடுவானோ என்று பயந்துபோயிருந்தேன். நல்லவேளை, அந்தப் பெண் ஒரு சந்த்தாராக இருந்துவிட்டாள். ஆனால், என்ன பாவத்திற்காக நான் தண்டிக்கப்படுகிறேன்? இந்தப் பெண்ணை, அவள் பெயர் துலாரி, சிதோவின் மனைவியுடன் ஒப்பிடவே முடியாது. ஓ! மகன்களே மனைவிகளை வீட்டிற்கு கொண்டுவந்தால் இப்படித்தான் நடக்கும். பெற்றோரால் பார்த்துக் கொண்டிருக்கத்தான் முடியும், எதுவும் செய்யமுடியாது."

தன்னுடைய வாராந்திர வருகைகளின் ஒன்றின்போது, சிதோ தன்னுடைய சகோதரனுக்கும் அவளுடைய மணமகளுக்கும் ஒரு எளிய சிந்த்ரதானை ஏற்பாடு செய்திருந்தான். சம்பிரதாயங்கள் முடிந்தவுடன், மணமகளுக்கான மதிப்பு துலாரியின் வீட்டிற்கு அனுப்பிவைக்கப்பட்டது. அப்போதெல்லாம், புட்கியின் குடும்பத்தில் இருந்த யாருக்குமே துலாரின் மூலத்தைப் பற்றி எதுவும் தெரியாது. என்றாலும், காதாம்டுகியில் இருந்த எல்லோருக்குமே துலாரியின் குடும்பம் மற்றும் அவளுடைய கிராமத்தைப் பற்றித் தெரிந்திருந்தது.

துலாரி, சாக்குலியாவிற்கு அருகில் உள்ள ஒரு ஏழைக் குடும்பத்தைச் சேர்ந்தவள். அவளுடைய அப்பா மற்றவர்களுடைய நிலங்களிலும், கட்டுமானப் பணியிடங்களிலும் வேலைசெய்தார். அத்துடன் பருவமில்லாத காலங்களில் ஆலைகளிலும் வேலைசெய்து வந்தார். அவள் ஐந்து பிள்ளைகளில் இளையவள். அவளைத் தவிர்த்து மூன்று சகோதரிகளும், ஒரு சகோதரனும் இருந்தனர். சகோதரன்தான் ஐந்துபேரில் மூத்தவர்.

புட்கி தன்னுடைய விதியை நினைத்து மாஜியின் வீட்டில் நொந்துகொண்டாள். "ஒரு மருமகளாக நான் பெற்றிருக்க வேண்டிய பெண் அல்ல அவள்."

அவளுக்குப் பின்னால் இருந்த பெண்கள் நமட்டுச் சிரிப்பு சிரித்துக்கொண்டனர். அவர்கள் ஒருவருக்கொருவர் முணுமுணுத்தனர். “இப்போது இந்த புட்கி-பூதிக்குத் தெரியும், உண்மையில் வாழ்க்கை என்றால் என்னவென்று. பரிதாபத்திற்குரிய முதிய வயதிற்கு அவள் தன்னை தயார்படுத்தித்தான் ஆகவேண்டும்.”

~

தன்னுடைய சகோதரனையும தாயாரையும் வாயடைக்க வைத்துவிட்ட தோஸோ தன்னுடைய சபர் பெண்ணுடன் இருப்பதையும் தொடர்ந்தான். வீட்டில் துலாரியின் இடம் எதுவென்பதையும் அவன் அவளுக்கு தெளிவாகக் காட்டினான். அவளிடம் இருந்து எதிர்பார்க்கப்படுகின்ற - சமைப்பது, சுத்தம்செய்வது, கால்நடை மேய்ப்பது - எல்லாவற்றையும் அவள் செய்யவேண்டும், எந்தக் கேள்வியும் கேட்கக் கூடாது. துலாரி தனக்கு வழங்கப்பட்ட நிலையை அடிபணிந்து ஏற்றுக்கொண்டாள். திருமணமான முதல் வருடத்திற்குள்ளேயே அவள் ஒரு மகனையும் பெற்றெடுத்தாள். அவனுக்கு சாஜன் என்று பெயரிட்டனர்.

சாஜன் வளரும்போது அவன் பூச்சுவின் அர்ப்பணிப்புள்ள தொண்டனாகவே மாறிவிட்டான். தன்னுடைய கோலிக்காய்களில் அவனுக்குள்ள திறமை மற்றும் அவனுக்குத் தெரிந்த வேறு பல விளையாட்டுகளின் காரணமாகவும் பூச்சு-மாஸ்டர் என்று அழைக்கப்பட்ட பூச்சு, தன்னுடைய இளைய ஒன்றுவிட்ட சகோதரனுக்கு சில தந்திரங்களையும் உத்திகளையும் கற்றுத்தந்தான். ஆனால், அவன் சாஜனுக்கு கற்றுக்கொடுக்காத ஒன்றும் இருந்தது. அதுவே அவனுடைய விருப்பமான விளையாட்டும்கூட; அது மாச்சிஸ்-காக்ழா, அந்த விளையாட்டில் பூச்சு வத்திக்குச்சிகளை வைத்துப் பார்ப்பதற்கு எளிதாகத் தெரியும் வலைப்பின்னலை செய்வான். பின்னர், ஒரு வத்திக்குச்சியை அந்த வலைப்பின்னலின் வெளிப்பக்கத்தில் இருந்து அழுத்துவான். அந்த வத்திக்குச்சிகள் ஓணானின் பருத்து வீங்கும் தலையைப் போல் மாய்மாலமாக மேலெழும்பும். இந்த தந்திரம் ஏறக்குறைய காதாம்டுகியின் எல்லாப் பையன்களுக்குமே விருப்பமான ஒன்றாக இருந்தது. பூச்சு கிராமத்திற்கு வரும் ஒவ்வொரு முறையும் பூச்சு-மாஸ்டர் வத்திக்குச்சிகளை வைத்து உருவாக்கும் அதிசயங்களைப் பார்க்க அவனைச் சுற்றி கூடிவிடுவார்கள்.

தன்னுடைய மைத்துனர் உடனான ரூபியின் உறவு புளித்துப்போனாலும், அவள் சாஜனிடம் எந்த வெறுப்புணர்வையும் காட்டவில்லை. அவள் ஒவ்வொரு முறை வரும்போதும் அவனுக்கு ஆடைகளும் இனிப்புகளும் வாங்கிவருவாள். அத்துடன், துலாரியை அவளுடன் தொடர்ச்சியாக ஒப்பிடுகிறார்கள் என்றும், அவள் தன்மீது பொறாமை கொண்டிருக்கிறாள் என்றும் அவளுக்குத் தெரிந்திருந்த அதே நேரத்தில், ஒரு தோழியாக தன்னைப் புரிந்துகொண்டு ஏற்றுக்கொள்ளாவிட்டாலும், ஒரு மூத்த அண்ணியாகவாவது அவள் ஏற்றுக்கொள்வாள் என நம்பியிருந்தாள்.

ஒருநாள் புட்கியிடம் துலாரி சொல்வதை ரூபி கேட்டாள், "எங்களுக்கு அவர்களுடைய உடைகள் ஒன்றும் தேவையில்லை."

ஆனால், புட்கி ஏளனமாய் பதில் சொன்னாள், "உன்னுடைய மகனுக்கு அவர்கள் ஆடைகளாவது வாங்கித் தருகிறார்களே என்று நன்றிசொல். சாஜனுக்கு நீ என்ன செய்திருக்கிறாய்? அவள் தன்னுடைய மூன்று மகன்களையும் வளர்த்ததைப் போல் உன்னுடைய ஒரே மகனை வளர்க்க முடியும் என்று நினைக்கிறாயா?"

துலாரி படபடத்தாள். "எனக்குத் தெரியுமே!" அவள் அலறினாள், "அவள்தானே உங்களுக்கு விருப்பமானவள். ஏன் கூடாது? அவள்தானே உங்களுடைய மூத்த மருமகள். நாள் முழுக்க அவள் டோகோர் மரத்தடியில் படுத்துக்கிடப்பது பற்றி உங்களுக்கென்ன போயிற்று."

"கத்தாதே!" என்ற புட்கி தன்னுடைய மார்புகளை மூடிக்கொள்ள புடவையை இழுத்துவிட்டுக் கொண்டாள். "அவளுக்கு உடம்பு முடியாதது உனக்குத் தெரியவில்லையா? அவள் உன்னைப்போல் ஆரோக்கியமாக இருந்திருந்தால் இந்த வீட்டை அவள் தனியாளாகவே சமாளித்திருப்பாள். மறுந்துவிடாதே, அவள் இந்த வீட்டை தனியாளாக பத்து வருடங்களுக்கும் மேல் நிர்வகித்திருக்கிறாள்."

"ஆமாம்" துலாரி குரூரத்துடன் சொன்னாள். "நித்ராவில் இருந்தபடி."

துலாரியின் இக்கட்டான சூழ்நிலையை ரூபி புரிந்துகொண்டாள். தோஸோ அங்கே இருப்பதேயில்லை. புட்கி எப்போதுமே குடித்துக்கொண்டிருந்தாள். அவளை வீட்டிற்குத் தூக்கித்தான் வரவேண்டியிருந்தது. அத்துடன் அவள் துலாரியை மூத்த

மருமகளுடன் ஒப்பிட்டுக்கொண்டே இருந்தாள். ரூபி அவளைச் சென்று பார்க்க முடிவெடுத்தாள்.

"மாய்" ஒருநாள் துலாரியிடம் அவள் கூறினாள். "தோஸோ இன்னமும் வெளியில்தான் தங்குகிறானா?"

"உங்களுக்கென்ன குருடா?" துலாரி வெடுக்கென்று கேட்டாள்.

துலாரியின் சீற்றம் ரூபியின் வெள்ளைக்கொடியை துண்டுதுண்டாக கிழித்தது. ரூபியின் வலித்துக்கொண்டிருக்கும் தலையில் ஒரு சுருக்கென்ற வலி தைத்தது.

"நான் சும்மா தெரிந்துகொள்ள நினைத்தேன், மாய்..." ரூபி தொடாங்கினாள்.

"தெரிந்துகொள்ள வேண்டியதெல்லாம் ஒன்றுமில்லை. உங்களுடைய குடும்பத்தைப் பார்த்துக்கொள்ளுங்கள். நான் என்னுடைய கணவனையும் குழந்தையையும் யாருடனும் பகிர்ந்துகொள்ள மாட்டேன். நீங்கள் நல்லவர்தான், எனக்குத் தெரியும். உங்களுடைய கணவனையும் மகன்களையும் மற்றொரு பெண்ணுடன் பகிர்ந்துகொள்ளும் அளவுக்கு நல்லவர். என்னால் உங்கள் அளவுக்கு நல்லவளாக இருக்க முடியாது."

ரூபி எப்போதாவது காதாம்டுகிக்கே நிரந்தரமாக வந்துவிட இருந்தால் அந்தக் குடும்பத்தில் குறைந்தபட்சம் தனக்கொரு துணை இருக்கும் என்றுதான் தன்னுடைய மைத்துனியிடம் செல்வதற்கு தன் படுக்கையில் இருந்து பெரும் பிரயத்தனத்துடன் எழுந்திருந்தாள். ஆனாலும், இந்த மோதலுக்குப் பின்னர் தனக்கு தோழிகளே கிடையாது என்பதை அவள் உணர்ந்துகொண்டாள். துலாரியால் அவள் முழு மனக்கசப்புக்கு ஆளானாள். அந்த இரண்டு மைத்துனிகளும் பரஸ்பரம் பேசிக்கொள்வதை நிறுத்திக்கொண்டனர். ராச்சாவின் ஒரு மூலையில் துலாரி தனக்கான சுல்ஹாவை அமைத்துக்கொண்டாள். மாறுபட்ட அந்த வாழ்வுகள் அதன்பிறகு ஒருங்கிணையவே இல்லை.

வழக்கம்போல், ஒரு கோப்பை ஹாந்தி அல்லது பாரா தருகின்ற யாரிடமும் புட்கி எல்லாவற்றையும் வெளிச்சம்போட்டுக் காட்டத் தயாராகவே இருந்தாள். கிராமம் முழுவதும் அந்தப் பேச்சு பரவியது. பெரும் கௌரவத்திற்குரிய சோமாய்-ஹாழமின் பேரன்களான, மரியாதைக்குரிய கோழ்தா-ஹாரமின் மகன்களுக்கு இடையிலான

பிளவுதான் பெரும் கிசுகிசுப்புகளுக்கும் அனுமானங்களுக்கும் உரிய பேசுபொருள் ஆயிற்று.

~

துலாரி கடைசியாக தன்னுடைய பொறுமையை இழந்துவிட்டபோது கேள்விகள் கேட்க ஆரம்பித்துவிட்டாள்.

"என்னை ஏன் தனியாக விட்டுச்செல்கிறீர்கள்?" மறுபடியும் தோஸோ வீட்டிற்குத் தாமதமாக வந்தபோது அவள் அவனிடம் கேட்டாள். "உங்களுடைய அம்மாவையும் பார்த்துக்கொண்டு இந்த வீட்டையும் சமாளிக்க என்னால் முடியாது. உங்களுக்கும் ஒரு மகன் இருக்கிறான். மறந்துவிடாதீர்கள்."

ஒரு பலமான அறை துலாரியின் கன்னத்தில் விழுந்தது. அவள் சுதாரிக்கும் முன்னரே தோஸோ அவளுடைய முடியைப் பிடித்திழுத்து ராச்சாவுக்கு வெளியே விட்டெறிந்தான். அதன்பிறகு, பலமான உதைகளும் குத்துகளும் அவள் ஏறக்குறைய சாகுப்போகும் தருணம்வரை அவளுடைய உடலில் விழுந்துகொண்டே இருந்தன.

"கூங்காமெம்! என்னை கேள்வி கேட்குமளவு உனக்கு தைரியமிருக்கிறதா? உன்னை!"

இது நடக்கும்போது புட்கி விழித்திருந்தாலும், அவள் தன் மகனை தடுக்கவில்லை.

அதன்பிறகு அடி உதை வழக்கமாகிவிட்டது. வீட்டிற்கு தாமதமாக வரும் தோஸோ செய்யும் முதல் வேலையே தன்னுடைய மனைவியை அடிப்பதுதான். அவன் தன்னுடைய கைகளைப் பயன்படுத்தாதபோது, அச்சுறுத்தவும் அவமானப்படுத்தவும் செய்தான்.

"உதைக்கிற உதையில் வீட்டிற்கு வெளியே பறந்துபோய் விழுவாய். உன்னைத் திருமணம் செய்து உனக்கு நல்லதுதான் செய்திருக்கிறேன். எனக்கு நன்றியுடன் நடந்துகொள், அதற்குமேல் எதுவும் கேட்காதே" என்பான் அவன்.

போதும் என்றாகிவிட்ட துலாரி ஒருநாள் தன்னுடைய பைகளை எடுத்துக்கொண்டு, சாஜனுடன் அவளுடைய அப்பா வீட்டிற்கே சென்றுவிட்டாள். இரண்டு வாரங்கள் கழித்து, தோஸோ அவளை திரும்ப அழைத்து வந்தான். அவர்கள் திரும்பி வந்த உடனேயே தோஸோ அவளை உயிர் போகுமளவுக்கு அடித்தான்.

ஆயினும், இந்த அடி உதைகளுக்கு ஒருமாதம் கழித்து, விஷயங்கள் திசைமாறின.

பிற்பொழுதுவரை தோஸோ படுக்கையில் இருந்து எழவில்லை. மதியப்பொழுதில்தான், துணுக்குறச் செய்யும் செய்தி காதாம்டுகியை சுற்றிவந்தது.

"கேள்விப்பட்டாயா? தோஸோவின் அந்த காழ்யா பெண் இறந்துவிட்டாளாம்."

"எப்படி? எப்போது?"

"இன்று காலைதான். அவளுக்குக் காய்ச்சலும் வயிற்றுப்போக்கும் இருந்ததாம். குடிக்க ஒருசொட்டு தண்ணீர் கேட்டு கெஞ்சியபடியே இறந்துவிட்டாளாம்."

வலிமைவாய்ந்த காதாம்டுகி பெண்ணின் வீழ்ச்சி

ஒருகாலத்தில், கட்டுக்கடங்காத காளையாகத் திரிந்த தோஸோ பிறகு அடிபணிந்து போகும் ஆட்டுக்கிடாய் ஆகிப்போனான். அவன் படாக்களுக்குச் செல்வதில்லை. அவன் சந்தைக்குப் போனால்கூட, துலாரி கேட்டதை எல்லாம் வாங்கிக்கொண்டு அப்படியே திரும்பிவிடுவான். அவன் குடிப்பதைக்கூட விட்டுவிட்டான்.

ஒவ்வொருநாள் காலையும் சீக்கிரத்திலேயே எழுந்துவிடும் தோஸோ கால்நடைகளையும் ஆடுகளையும் புல்மேய்க்க கூட்டிச் சென்றுவிடுவான். அவன் ஓரிடத்தில் உட்கார்ந்துகொண்டு விலங்குகளை மேற்பார்வையின்றி விட்டுவிடுவான். அப்போது என்ன நடந்தாலும், சூரியன் கருணையில்லாமல் சுட்டெரித்தாலும் சரி, மழை பெய்தாலும் சரி, விலங்குகளை ஒன்றுசேர்த்து வீட்டிற்கு கூட்டிப்போக வேண்டிய மதிய நேரம்வரை தன்னுடைய இடத்தைவிட்டு அசைய மாட்டான். சிலர் அவனைக் கடந்துபோவார்கள். பலரும் அவனுடன் நின்று பேசுவார்கள்.

“சேட் யா, தோஸோ-பாய். சேட் கபோர்?”

“ரொம்பவும் வெயிலடிக்கிறது, தோஸோ-பாய். மரநிழலுக்கு போய்விடுங்கள், அதுதான் நல்லது.”

அவன் யாரிடமும் எதுவும் சொல்லமாட்டான்.

தோஸோ சீக்கிரத்திலேயே எடையிழந்த அதேநேரத்தில் துலாரி தன் இடுப்பில் எடையேறிப்போனாள். அவளுடைய மார்புகள் கனத்துப்போயின. அவளுடைய ஊட்டச்சத்தில்லாத, ஏழ்மைப்பட்ட தோற்றம் காணாமல் போய்விட்டது. சீக்கிரத்திலேயே, முழு நிலவு நாட்களில் காதாம்டுகி ஆற்றங்கரையில் துலாரியைப் ஓரிருவர் பார்த்துள்ளதாக மக்கள் பேசிக்கொள்ளத் தொடாங்கினர். அவளுடைய தெத்துப்பல் கேலிசெய்யப்படுவது குறைந்து, மிகமிக அச்சம்தருவதாய் மாறத் தொடாங்கியிருந்தது.

மாஜியின் வீட்டுப் பெண்கள் கேலிசெய்தனர். "பார்ப்பதற்கு அது மட்டும்தான் மிச்சமிருக்கிறது. சோமாய்-ஹாழாம் வீட்டில் ஒரு டாஹ்னி. நம்முடைய தோஸோவுக்கு அவள் என்ன மருந்துதான் கொடுத்தாளோ!"

~

நித்ராவில் இருந்த ரூபி அந்த மூலிகைவாதியின் மருந்துகளை பயபக்தியுடன் மிகமிக அதிகமாக எடுத்துக்கொண்டாலும் அவளால் படுக்கையைவிட்டு எப்போதாவதுதான் எழுந்திருக்க முடிந்தது. அவளால் செய்ய முடிந்ததெல்லாம் தன்னுடைய குடும்பத்திற்காக சமையல் செய்வது மட்டும்தான். இருந்தாலும், பெரும்பாலான நேரங்களில் அவர்கள் எல்லோருக்குமே சமைப்பதற்கு அவள் குருபாரியையே சார்ந்திருக்க வேண்டியிருந்தது.

குருபாரி அன்பாகவும் அரவணைப்புடனும்தான் இருந்தாள். "உனக்குத் தெரியுமா, மாய்" அவள் ரூபியிடம் ஒருநாள் சொன்னாள். "உன்னுடைய ஹோய்ஞ்ஹார் சாக்குலியாவில் எங்களுடைய வீட்டைக் கட்டி முடித்துவிட்டார். இப்போது தன்னுடைய தொடர்புகளைப் பயன்படுத்தி ஜிராபுராவில் உள்ள பள்ளிக்கு மாறுதல் பெற முயற்சித்துக் கொண்டிருக்கிறார். நாங்கள் சாக்குலியாவில் வசிக்கப் போகிறோம்."

ரூபியால் ஆமோதிக்க மட்டுமே முடிந்தது.

குருபாரி தொடர்ந்தாள். "பூர்ணிமா ஏற்கனவே டாடாவில் உள்ள கல்லூரிக்குப் போகிறாள். பன்சூரினை ராஞ்சியில் உள்ள விடுதிக்கு அனுப்பவிருக்கிறோம். உன்னுடைய ஹோய்னாருக்கு அங்கு நண்பர்கள் இருக்கிறார்கள். ஆனால், அவள் முதலில் பள்ளிப்படிப்பை முடிக்க வேண்டியிருக்கிறது."

ரூபி தன் மகன்களை நினைத்துக்கொண்டாள். மேல்நிலைப் பள்ளியை முடிக்கும் முன்னரே ஜெய்பால் பள்ளியைவிட்டு நின்று பல வருடங்கள் ஆகிவிட்டன. நித்ராவுக்கும் காதாம்டுகிக்கும் இடைவிடாமல் மாறிக்கொண்டிருந்ததில் பிஷுவுக்கும் பூச்சுவுக்கும் முறைப்படியான பள்ளிப்படிப்பு அமையவில்லை. சொல்லப்போனால், அவர்களும்கூட படிப்பதில் ஆர்வமில்லாமல் இருந்தனர். சிதோவுக்கு செய்ய வேறு வேலைகள் இருந்தன. அதாவது, துண்டுப்பிரசுரங்களுக்கு பாடல் புனைவது மற்றும்

பைராம்-மாஸ்டர் மற்றும் மாஜியுடன் சேர்ந்து குடிப்பது; ரூபியின் கருத்துகளுக்கு எந்த மதிப்புமில்லை.

குருபாரியின் மகள்கள் இருவரும் அழகிகளாக வளர்ந்துவிட்டனர். அவர்களுடைய தோற்றம் மற்றும் படிப்பை வைத்துப் பார்த்தால் நிச்சயம் நல்ல கணவர்கள் அமைவர். அவர்களுக்கு வேலைகூட கிடைக்கலாம். மற்ற எதற்கும் ஈடாக, இருக்கவே இருக்கிறது அவர்களுடைய அம்மாவின் திறமைகளும் அவளுடைய கடவுள்களும்.

சட்டென்று, ரூபி அதற்கு மேலும் நித்ராவில் இருக்க விரும்பவில்லை. இல்லை. இனிமேலும் இல்லை.

"இப்போதைக்கு, என்னுடைய சகோதரியும் அவளுடைய கணவரும் சாக்குலியாவில் உள்ள எங்கள் வீட்டில் தங்கியிருக்கிறார்கள்" என்றாள் குருபாரி. "வீட்டையும், சொத்தையும் பாதுகாக்க யாராவது வேண்டுமில்லையா. அங்குள்ள எங்கள் வாழைமரங்கள்..." ரூபி கேட்பதை நிறுத்தினாள். தன் கண்களை மூடிக்கொண்ட அவள் தூங்குவதற்கு முயற்சித்தாள், அதனால் குருபாரியின் வெற்றிகளைப் பற்றி அதற்கு மேலும் கேட்டுக்கொண்டிருக்க வேண்டியிருக்காது.

~

ஒருநாள் இரவு வெண்ணிற கேசம்கொண்ட அத்தை ரூபியை எழுப்பினாள். அவள் அறைக்கு வெளியே வந்த மல்லிகை மணத்தை தொடர்ந்து சென்றாள்.

வெளியே, தன்னுடைய மகன்களின் அறையில் நின்ற அவள் அவர்கள் குறட்டை விடுவதைக் கேட்டாள். அது ஒரு கோனாமி இரவு. ராச்சா ஒரு பால் கொப்பரையாக, வெண்ணிறத்தில் குளித்திருக்க எல்லாமே தெளிவாகத் தெரிந்தன. குருபாரியின் அறைக்கதவு லேசாக திறந்திருந்தது. வெளியே என்ன இருக்கிறது என்ற சிந்தனையின்றி அவள் மயங்க வைக்கப்பட்டதைப் போல் நடந்தாள்.

வெளிப்புற கதவு திறந்திருப்பதைக் கண்டாள். குல்ஹிக்குள் காலடி எடுத்து வைத்தாள். அந்த மல்லிகை மணம் அவளை மாட்டுக்கொட்டகைக்கு அழைத்துச் சென்றது. ரூபி

மாட்டுக்கொட்டகையை அடைந்தவுடன் அவளுடைய உணர்வுகள் திரும்பி வந்தன.

ஒரு சிறிய விலங்கைப்போல் காணப்பட்ட ஒன்றைச் சுற்றி நான்கு நிர்வாணமான பெண்கள் ஏதோ அமைதியான லயத்திற்கேற்ப ஆடிக்கொண்டிருந்தனர். அந்தப் பெண்கள் உற்சாகமாக ஆடிக்கொண்டிருந்தாலும், ஏதோ மறைக்கப்பட்ட நெருப்பினால் அந்தக் காட்சி ஒளியூட்டப்பட்டிருந்தாலும், பசுக்கள் பயத்தில் கத்தவும் இல்லை, வேலைக்கார பையன்கள் தங்குமிடத்தில் இருந்து மாட்டுக்கொட்டகைக்கு வெளியே விரைந்து வரவும் இல்லை. ரூபி பின்னால் திரும்பி வேகமாக ஓடினாள். அவள் வெளிப்புற கதவைத் தாழிடவில்லை. தன்னுடைய அறைக்கு விரைந்த அவள் தன்னுடைய மேலாடையை முகத்திற்கு இழுத்துவிட்டுக்கொண்டு அப்போது பார்த்ததை மறந்துவிட முயற்சித்தாள்.

நாளை, ஆமாம், நாளைக்கே, தன்னால் இனிமேலும் நித்ராவில் இருக்க முடியாது என்று சிதோவிடம் சொல்லவிருந்தாள். அவள் காதாம்டுகிக்கு தன்னுடைய மகன்களுடன் போய்விட வேண்டும். என்ன விலை கொடுத்தாவது.

~

“உறுதியாகத்தான் சொல்கிறாயா?” சிதோ கேட்டான்.

“ஆமாம்.”

“அப்படியென்றால் சரி. பைராம்-தாவும் சாக்குலியாவிற்கோ ஜிராபுராவுக்கோ இடம் மாறப்போகிறார். நானும் என்னுடைய பெயரை சேர்க்க முயற்சிக்கிறேன்.”

ஓ! இந்த பைராமும் குருபாரியும் எங்களுடைய வாழ்க்கையில் இருந்து வெளியேறவே போவதில்லையா என்று நினைத்த ரூபியின் எண்ணம் எரிச்சலில் அவளுடைய தலையை ஏறக்குறைய மோதியேவிட்டது.

~

ஜெய்பால் தன் தந்தையுடன் நித்ராவிலேயே இருப்பதை தேர்வுசெய்ய, பிஷுவும் பூச்சுவும் ரூபியுடன் சென்றனர். ராக்கா சுரங்க ரயில் நிலையத்தின் நடைபாதையில் நடந்துசென்று ஒருவித குழப்பத்துடனே அவள் ரயில் ஏறினாள். காட்ஷிலா ரயில்

நிலையத்தில் அந்தப் பெட்டி கொஞ்சம் காலியான பிறகு பூச்சு அவளுக்காக ஓர் இருக்கையை தேடிக்கொடுத்த பின்னரும், அவன் அவளை கட்டாயப்படுத்தித்தான் இருக்கையில் உட்கார வைக்க வேண்டியிருந்தது.

அவள் இருக்கையில் உட்கார்ந்ததுமே ஒரு வசந்தகால தென்றல் அவள் முகத்தை சில்லிட வைக்க, அவள் தூங்கிப்போனாள்.

"யோ! எழுந்திருங்கள்."

"ஹா! என்ன?"

"நாம் சாக்குலியாவுக்கு வந்துவிட்டோம்."

"வந்துவிட்டோமா?"

"ஆமாம், எழுந்திருங்கள். தாதா ஏற்கனவே முன்னால் போய்விட்டான்." அந்தக் கூட்டத்தின் ஊடாக சென்றுகொண்டிருக்கும் பிஷுவை கைகாட்டினான் அவன்.

அப்போது இளவேனிற்காலமாகிய போய்ஷாக் மாதம்.

"மழை வரும்போல் தெரிகிறது" பிஷு குறிப்பிட்டான்.

"அது தொடங்குவதற்குள் நம்மால் வீட்டிற்குப் போய்விட முடியாது" பூச்சு பதிலளித்தான்.

"நாம் வேகமாக நடக்க வேண்டும்."

இரு சகோதரர்களும் பேசிக்கொண்டிருக்கையில், ரூபி தனக்கு முன்னாலிருந்த கூட்டத்தை வெறுமனே பார்த்துக்கொண்டிருந்தாள்.

அவளுடைய மகன்கள் ரூபியை சாக்குலியாவிற்கு வெளியே அழைத்துச் சென்றனர். ரூபி பின்தொடர அவர்கள் இருவரும் எல்லா பைகளையும் சுமந்து வந்தனர். ரூபி வழக்கமாக சாக்குலியாவில் இறங்கி சாஜன் விரும்புகின்ற ஜோபாய்-லட்டு மற்றும் சாப்-சிங்கோராவை வாங்குவாள். ஆனால், இது அப்படியான வருகை அல்ல. அவள் காதாம்டுகியிலேயே நிரந்தரமாக இருக்கப் போகிறாள்.

மார்வாரியின் கல்லறை கண்ணுக்குப் புலப்படவிருந்த நேரத்தில் அவர்களுக்குப் பின்னால் இருந்து பலத்த நொறுங்கும் சத்தம் கேட்டது. அவர்கள் திரும்பிப் பார்த்தனர். எவருடைய தகரக்

கூரையோ காற்றில் பிய்ந்து விழுந்தது. அது இளவேனிற்கால பிற்பகுதியில் அடிக்கும் ஆபத்தான புயல்காற்றாகிய கால்போய்ஷகி.

அவர்கள் வேகமெடுத்தனர். ஆனால், மேகங்களோ அதிவேகமெடுத்தன. மழையானது சீக்கிரத்திலேயே சடசடவென பெய்யத் தொடாங்கிவிட்டது. மார்வாரியின் நினைவிடத்திற்குள் ஓடிய பிஷுவும் பூச்சுவும் நடைமேடையில் ஏறிக்கொண்டனர். ரூபி அவர்களுக்கு நெருக்கமாக பின்தொடர்ந்தாள். திடீர் மழையால் நான்கு பயணிகள் அங்கு தஞ்சமடைந்திருந்தனர். அவர்கள் ரூபிக்கும் அவளுடைய மகன்களுக்கும் இடமளித்தனர். பிஷுவும் பூச்சுவும் நடைமேடையின் நடுப்பகுதிக்கு நடக்க ரூபி அதன் ஓரத்திலேயே நின்றுகொண்டாள். குளிர்ச்சியான சாரல் அவளுக்கு மிகவும் தேவைப்பட்ட தற்காலிக ஓய்வை வழங்கியது.

“நீங்கள் எங்கு போகவேண்டும், பாபு?” அந்தக் குழுவில் இருந்த வயதில் மூத்தவர் பூச்சுவிடம் கேட்டார். “உங்களுக்கு எந்தக் கிராமம்?”

பூச்சு மரியாதையுடன் பதிலளித்தான். “நாங்கள் காதாம்டுகியைச் சேர்ந்தவர்கள். அங்குதான் போகிறோம்.”

“அப்படியா. இவர் உங்களுடைய அம்மாவா?”

“ஆமாம், அவர்தான் எங்களுடைய அம்மா. அவர் என்னுடைய அண்ணன்.” வலியச் சிரித்த பிஷுவை நோக்கி காட்டினான் பூச்சு.

“அருமை! காதாம்டுகியில் நீங்கள் யார் வீட்டுக்குப் போகிறீர்கள் மகனே?”

“கோழ்தா-ஹாரம் வீட்டிற்கு.”

“கோழ்தா-ஹாரமா?” அந்த முதியவரின் கண்கள் மினுங்கின. “அவர் சோமாய்-ஹாழமின் மருமகன்தானே? கோழ்தா-ஹாரமிற்கு நீங்கள் என்ன உறவு?”

“நாங்கள் அவருடைய பேரன்கள்.”

“பேரன்களா! உங்களுடைய அப்பா பெயர் என்ன?”

“சிதோ.”

“சிதோவா!” அவர் ஏறக்குறைய பூச்சுவை மகிழ்ச்சியில் அணைத்துக்கொள்ள இருந்தார்.

“இதோ பாருங்கள்!” அவர் தன்னுடனிருந்த மூன்று பேரிடமும் கூறினார். “இவர்கள் கோழ்தா-ஹாரமின் பேரன்கள், சிதோவின் குழந்தைகள். அப்புறம்” அந்த உரையாடல் உயிர்பெறுவதை அமைதியாக கவனித்துக்கொண்டிருந்த ரூபியை அவர் காட்டினார். “அதுதான் கோழ்தா-ஹாரமின் மருமகள். இங்கே வா, மகனே,” அவர் பிஷுவை அழைத்தார். “அருகில் வா, பாஹு” அவர் ரூபியையும் அழைத்தார். “பயப்பட வேண்டாம். எங்களை உனக்குத் தெரியாது. ஆனால், உங்களுடைய குடும்பத்தை எங்களுக்கு நன்றாகத் தெரியும். சோமாய்-ஹாழாம் மிகவும் நல்ல மனிதர். கோழ்தா-ஹாரமும் மிக நல்ல மனிதர்தான். அவர்களைப் போல் யாரையும் பார்க்க முடியாது.”

ரூபி சங்கடத்தில் நெளிய பிஷுவும் பூச்சுவும் வாய்விட்டு புன்னகைத்தனர். அவள் வேறு எந்தக் கேள்விக்கும் பதிலளிக்க விரும்பாமல் அந்த நடைமேடையின் நுனியிலும், அந்த உரையாடலின் விளிம்பிலுமே இருக்க முடிவெடுத்தாள். மழை வலுத்தது. ரூபி ஏறக்குறைய நனைந்துவிட்டாள்.

“உன்னுடைய அப்பா எப்படியிருக்கிறார், மகனே?” முதியவர் பிஷுவிடம் கேட்டார். “நீங்கள் இங்கே வசிக்கவில்லை, இல்லையா?”

“இல்லை, நாங்கள் நித்ராவில் வசிக்கிறோம்” என்றான் பிஷு. “அங்குதான் அப்பா வேலைசெய்கிறார். அவரும் நன்றாயிருக்கிறார்.”

“அப்படியா, சரி சரி. நீங்கள் எப்படி வந்தீர்கள்? தனியாகவா? உங்கள் அப்பா எங்கே?”

“ஊம்-ஊம்...” பிஷு ஆரம்பித்து நிறுத்திவிட்டான். பூச்சு தன் சகோதரனையே பார்த்திருந்தான். காதாம்டுகியிலேயே நிரந்தரமாக தங்கிவிட இருப்பதாக அந்தப் பையன்கள் சொல்லிவிடலாம், ஆனால் என்ன காரணம் சொல்வார்கள்?

“நாங்கள்... எங்களுடைய பாட்டியைப் பார்க்க விரும்பினோம்.” பிஷு நிச்சயமற்று முணுமுணுத்தான்.

முதியவர் புன்னகைத்தார். "ஆஹ்! மிக அருமை. உங்களை எல்லாம் பார்த்ததே அருமைதான், அருமைதான். வா, வந்து உட்கார். கொஞ்சம் ஓய்வெடு. உன் அம்மாவிடமும் சொல்."

"நிச்சயமாக, இதோ சொல்கிறோம்" என்று சொல்லிவிட்டு பிஷு திரும்பிக் கொண்டான். அதுதான் அந்த உரையாடலின் முடிவு. ரூபி ஆசுவாசமாக மூச்சுவிட்டபடி சுவற்றின் இடைவெளி வழியாக வெளியே பார்த்தாள். நீளவாக்கில் ஓடிக்கொண்டிருந்த சிறிய நீரோடையின் மேற்பரப்பில் மழையானது அம்மைத் தழும்புகளை உருவாக்கியது. அதன் கரைகளில் பிணங்கள் தகனம் செய்யப்பட்டிருக்கின்றன, சூனியக்காரிகள் தங்கள் வித்தைகளை இங்குதான் செய்வார்கள் என்றும், திண்பதற்கு உயிருள்ள மனிதன் கிடைக்காவிட்டால் அவர்கள் மனிதக் கழிவுகளை உண்பார்கள் என்றும் சொல்லப்படுவதுண்டு.

மழையின் பனிமூட்டமான விரிப்பின் வழியாக சுற்றுச்சுவருக்கு மேலாக ரூபி வெளியே பார்த்தபோது அவள் ஒரு பெண்ணைக் கண்டாள். இந்த மழையில் அவள் என்னதான் செய்துகொண்டிருப்பாள்? அந்தப் பெண் ரூபிக்கு நன்கு தெரிந்தவளைப் போல் இருந்தாள். மல்லிகையின் மணம் ரூபியின் நாசிகளை அடைந்தபோது அவள் ஏறக்குறைய நடைமேடையில் இருந்து விழவிருந்தாள். தூண்களில் ஒன்றைப் பிடித்துக்கொண்ட அவள் ஓலமிட்டாள்.

ஆட்கள் அங்கு விரைந்தனர்.

"என்னவாயிற்று, யோ?" பிஷு அவளை தோள்களில் தாங்கிக்கொண்டாள். "என்னவாயிற்று?"

அவள் ஓலமிட்டுக்கொண்டே இருந்தாள்.

"யோ, என்னவாயிற்று?" ரூபி தன்னை விடுவித்துக்கொள்ள முறுக்கியபோது பிஷு அவளை கெட்டியாகப் பிடித்துக் கொண்டான். "என்னவாயிற்று? என்னவாயிற்று?"

"ஆஆஆ…ஆஆஆ…ஆஆஆ…" ரூபி பயத்தில் மூழ்கிப்போனாள். அதைத் தொடர்ந்து அவளால் வார்த்தைகளை சரியாக உச்சரிக்க முடியவில்லை. அவள் சுவற்றில் இருந்த இடைவெளி வழியாக பார்த்துக்கொண்டே இருந்தாள். பிஷு, அவளுடைய நகங்கள் தன்னுடைய தோலுக்குள் இறங்குவதை உணரும் அளவுக்கு அவள் பிஷுவின் சட்டையை மிக இறுக்கமாகப் பற்றிக்கொண்டிருந்தாள்.

அவனை நடைமேடையின் மற்றொரு நுனியை நோக்கி அவள் இழுத்துச் சென்றாள்.

முதியவர் எச்சரிக்கையானார். "மாய்! பாஹு! என்ன பிரச்சினை? என்னவாயிற்று?"

மற்ற மூவரும் ஸ்தம்பித்துப்போயினர், பூச்சுவம்தான். அந்த முழு அத்தியாயமும் அவனுக்கு அப்பாற்பட்ட ஒன்று.

முதியவருடன் வந்தவர்களில் ஒருவர் நடுங்கினார். "இந்த இடம் பேய்பிடித்த இடமென்று தெரியும். இந்த மழை எவ்வளவு நேரம்தான் பெய்யும்?"

அவர்கள் அனைவரும் ஒருசேர நின்றுகொண்டனர்.

ரூபி அப்படியே தரையில் கிடந்தாள். அவளுடைய திகிலுணர்வு பின்வாங்குவதுபோல் தெரிந்தது. ஆனால் பிஷு தன்னுடைய அம்மாவை விட்டுவிட்டு எழுந்து நின்றதும், அவள் தன் கால்களால் தாவிக்குதித்து, கொட்டும் மழையில், அந்த நினைவிடத்திற்குள் ஓடிப்போனாள்.

பிஷு தன் அம்மாவைத் தேடி விரைந்தான். பூச்சு பின்தொடர்ந்தான்.

அவர்கள் அவளை சாலையோரத்தில், ஒரு புளியமரத்தின் கீழே கண்டனர். நினைவிழப்பதற்கு நெருக்கத்தில் இருந்த அவள் பலமாக மூச்சுவிட்டாள். ஆனாலும் காயமேதுமில்லை. அவர்கள் அவளை நடைமேடைக்கு கொண்டுவந்தனர். ஆனால், சில நிமிடங்களுக்கு முன்னர் என்ன நடந்தது என்பது பற்றி அவளுக்கு எந்த நினைவும் இல்லை. அவளுக்கு இருந்திருந்தாலும், அதை மறைத்தேயிருப்பாள். யாரும் எதுவும் பேசிக்கொள்ளவில்லை. மழை சற்றுநேரத்தில் பின்வாங்கியபோது அந்த மார்வாரியின் நினைவிடத்தில் இருந்து முதலாவதாக வெளியேறியது அவர்கள்தான்.

ஒருவேளை, ரூபியும் அவளுடைய மகன்களும் வரவிருப்பது என்னவென்று உணர்ந்துகொள்ளாமல் போயிருக்கலாம். அவர்களுடைய குடும்ப வாழ்க்கையே ஒழுங்கற்றிருக்கும் அதேநேரத்தில், ஒரு மிக அவசரமான பிரச்சினை மார்வாரியின் நினைவிடத்தில் தொடாங்கிவிட்டது: சமூகத்தில் அவர்களுடைய முகம் முற்றிலுமாக தொலைந்துபோவதன் ஆரம்பம்தான் அது.

அங்கிருந்த ஆட்கள் இந்த நிகழ்வை தங்களுடைய நண்பர்களிடமும் குடும்பத்திடமும் நிச்சயம் விவரித்திருப்பார்கள். இதற்கு பல விளக்கங்களை தரமுடியும் என்ற அதேநேரத்தில், ரூபி ஒரு பேயைப் பார்த்தாள் என்பதுதான் பலராலும் எடுத்துக்கொள்ளப்படக்கூடிய ஒன்றாக இருந்திருக்கும். அது பல கேள்விகளுக்கும் வழிவகுத்திருக்கும். "அவள் மட்டுமே ஏன் பேயைப் பார்க்க வேண்டும்? அதைப்பற்றி அவர்களிடமோ அல்லது தன் மகன்களிடமோ அவள் ஏன் சொல்லவில்லை? ஒரு பித்துப்பிடித்தவளைப் போல் அவள் ஏன் ஓடினாள்?"

பெண்கள் ஊடகமாவது சந்தால்களிடையே ஒரு பாவச்செயலாக கருதப்பட்டது. சர்ணா-ஆலயத்தின் உயரிய பெண் தெய்வமான ஜாஹேர்-அயோவுக்குகூட தன்னை ஏற்றிக்கொள்ள ஒரு ஆண்தான் தேவை. மார்வாரியின் நினைவிடத்தில் ரூபி செய்ததுபோல் நடந்துகொள்ளும் ஒரு சந்தால் பெண்ணானவள் இரண்டு காரணங்களுக்காக மட்டும்தான் அப்படிச் செய்வாள்: ஏதேனும் ஆவியோ அல்லது டாஹ்னியோ அந்தப் பெண்ணின் மீது இறங்கியிருக்க வேண்டும்; அல்லது, அந்தப் பெண்ணே ஒரு டாஹ்னியாக இருக்க வேண்டும். அத்துடன், ரூபியின் உடலில் ஒரு ஆவியோ அல்லது டாஹ்னியோ ஏறியிருப்பதை பெரும்பாலான சந்தால்கள் ஒருபோதும் நம்பியிருக்க மாட்டார்கள் எனும் நிலையில் ஒரேயொரு விளக்கம்தான் எஞ்சியிருந்தது. கோழ்தா-ஹாரமின் மூத்த மருமகளும்கூட ஒரு டாஹ்னி ஆகிவிட்டாள்.

காதாம்டுகியின் அடுத்த வலிமைவாய்ந்த பெண்

துலாரி காதாம்டுகியின் வலிமைவாய்ந்த பெண்ணாகிவிட்டாள். அவளது வலிமை அவளுடைய உடல்ரீதியான ஆற்றலில் இருந்தோ அல்லது ஒரு வீட்டை நிர்வகிப்பவளாக அவளுடைய திறமைகளில் இருந்தோ வந்துவிடவில்லை. துலாரியின் சக்தியானது தன்னுடைய தந்தையின் கிராமத்தைச் சேர்ந்த அவளுடைய ஒன்றுவிட்ட சகோதரிகளிடமிருநது பெற்ற அறிவிலிருந்தே வந்திருந்தது. அந்த அறிவு மந்திர உச்சாடனங்களைப் பயன்படுத்தி மக்களை கட்டுப்படுத்தும் திறனுள்ளவளாக அவளை உருவாக்கியது. துலாரி உண்மையில் எந்தளவுக்கு சக்திவாய்ந்தவள் என்ற அளவீடு யாருக்குமே தெரியாது. சிங்கோ அதை வெளிப்படுத்தும் வரையில்.

~

சிங்கோ, கிராமத்து செய்தி அறிவிப்பாளராகிய கோடெத் குடும்பத்தைச் சேர்ந்தவள். பதினான்கு வயது பெண்ணாகிய அவள் சாக்குலியாவில் உள்ள பெண்கள் பள்ளியில் படித்துவந்தாள். ஜார்கண்ட் அரசாங்கம் கொடுத்திருந்த சைக்கிளில்தான் அவள் பள்ளிக்குச் சென்றுவந்தாள். அவள் பிறந்தபோது அவளுடைய பெற்றோர் தடுப்பூசி மருந்துகளின் பயன்கள் குறித்து அறிந்திராததால் போலியாவால் பாதிக்கப்பட்ட சிங்கோ நொண்டியபடிதான் நடப்பாள். துடிப்பானவளாகவும், காதாம்டுகியிலேயே அழகான ஒருத்தியாகவும் இருந்த சிங்கோ குழந்தைகள் விளையாடும் வழக்கமான விளையாட்டுகளில்கூட கலந்து கொண்டதில்லை. அவள் குழந்தையாக இருந்தபோது, தன் உடன்பிறந்தோர், ஒன்றுவிட்ட உறவுகள் மற்றும் பிற குழந்தைகள் ஓடித்திரிவதும், மரங்களில் ஏறுவதுமாக அற்புதமான நேரத்தை செலவிடுவதை பார்த்தபடிதான் வளர்ந்தாள். அவர்களுடன் சேர்ந்துகொள்ள ஏங்குவாள். ஆனால், அவர்கள் அவளுடைய முடத்தைக் கேலிசெய்து அவளைக் குழ்தி என்று அழைத்தனர். சிங்கோ இந்த ஏளனங்களைக் கண்டுகொள்ள மாட்டாள். தன்னுடைய அளவில் பெரியதான மேலாடைகளை

-மாஜி-குஷ்டியின் மிகவும் பணக்கார குடும்பங்களிடம் இருந்து பெற்றவை- தூக்கிவிட்டுக்கொள்ளும் அவள் அலங்கோலமான, சமநிலையற்ற பாணியில், ஆனால் பெருவேகத்தில் ஓடுவாள்.

சிங்கோ பூப்பெய்தியபோது அவளுடைய அம்மா அவளை உட்கார வைத்து, மற்ற குழந்தைகளுடன் ஓடியாடி விளையாடுவதை அவள் நிறுத்திக்கொள்ள வேண்டும் என விளக்கினாள். “சிங்கோ நீ இப்போது வேறுமாதிரியானவள்” என்றார் அவர். “நீ வளர்ந்துவிட்டாய், உன்னுடைய உடல் இப்போது வேறு வடிவம் எடுத்திருக்கிறது. ஃபிராக்குகளோ, மிடிக்களோ, மினிக்களோ அணிவதற்கான வயதோ அல்லது ஓடித்திரிவதற்கான வயதோ அல்ல இது.” அதனால் சிங்கோ ஒரு நாணம்கொண்ட பெண்ணாகிவிட்டாள். அவள் சல்வார்-ஜம்ப்பர் அணிந்து பள்ளிக்கூடத்திற்கு தினமும் அமைதியாக சென்றுவரத் தொடாங்கினாள். அவள் மெதுவாக நடக்கப் பழகினாள். தன்னுடைய நொண்டியைத் தெளிவாகக் காட்டிவிடாமல் இருக்க முயற்சித்தாள். ஒருநாள் காலை, தன்னுடைய வீட்டிலிருந்து நொண்டியபடியே வெளியே வந்து ஓடத்தொடங்கும்வரை ஒரு பெண்மைக்குரியவளாக ஆவதற்கு எல்லாவகையிலும் சிங்கோ தயாராகத்தான் இருந்தாள்.

இது அவளுடைய குழந்தைப்பருவத்து ஓட்டப்பந்தயம் அல்ல. அப்பருவத்தில் தடுப்பூசி மருந்து தரப்படவில்லை என்றாலும்கூட போலியாவால் பாதிக்கப்படாமல் அதிர்ஷ்டம் செய்த குழந்தைகளைப் போன்றே தன்னாலும் வேகமாக ஓட முடியும் என்பதை நிரூபிப்பதற்கான தேவை அவளுக்கு இருந்தது. இது நிச்சயம் அவளுடைய இளமைப்பருவத்து விளையாட்டான ஓட்டமும் அல்ல. சிங்காவின் அம்மா அவள் எங்கே போகிறாள், யாருடன் பேசுகிறாள் என்பதைத் தீவிரமாகக் கண்காணிக்கக்கூடிய ஒரு கண்டிப்பான பெண்மணி. அத்துடன், அவளுடைய ஊனத்தாலும் தன்னுடைய அம்மாவின் தீவிர கண்காணிப்பில் இருந்து வெகுதொலைவிற்கு செல்வதென்பதும் சிங்கோவால் முடியாத ஒன்று. எளிதாக சொன்னால், சிங்கோ ஓடுவதற்கு எந்தக் காரணமும் இல்லை. அவளுக்குக் காரணம் இருந்தாலும் ஓடுவதற்கான வழியே இல்லை.

அவள் ஓடத்தொடாங்கியதும், அவளுடைய அம்மா வீட்டிற்கு வெளியே வந்து ஓலமிடும்வரை எல்லோருமே வழிவிட்டுக்கொண்டிருந்தனர். “சிங்கோ! சிங்கோ! மகளே! யாராவது உதவுங்கள்!”

காமார்-குல்ஹி முழுவதும் ஓடி முடித்த சிங்கோ மாஜியின் வீட்டை நோக்கித் திரும்பினாள். அவள் ஏறக்குறைய புட்கி வீட்டுக்கு முன்பாக நின்றுவிட்டாள். ஆனால், அங்கே நிற்பதற்கு பதிலாக அவள் புட்கியின் வீட்டைச் சுற்றி ஓடி, அந்த வீட்டிற்குப் பின்னால் டோகோர் மரத்தடியில் இருந்த கட்டிலில் படுத்திருந்த ரூபியை திடுக்கிடச் செய்துவிட்டு, முக்கிய குல்ஹியை மறுபடியும் அடையும்வரையில் தரிசு நிலங்களின் மீது ஓடினாள்.

"அவள் எங்கே? அவள் எங்கே?" சிங்கோவை துரத்திவந்த பெண்கள் புட்கியிடமும் ரூபியிடமும் கேட்டனர்.

"அது நம்முடைய சிங்கோதானே?" என புட்கி கேட்டாள்.

"ஆமாம்."

"என்ன? எப்படி அவளால் இப்படி ஓட முடிகிறது?"

"எங்களுக்குத் தெரியவில்லையே, ஜி. ஆச்சரியமாகத்தான் இருக்கிறது. அவள் எங்கே போய்விட்டாள்?"

"தெரியவில்லையே. நம் வீட்டிற்குப் பின்னால் எங்கோ போய்விட்டாள்."

"அதோ இருக்கிறாள்!" ஒருவன் கத்தினான். சிங்கோ இப்போது காமார்-குல்ஹிக்கே திரும்பி ஓடிக்கொண்டிருந்தாள்.

அந்தக் காட்சியைப் பார்ப்பதற்கு காமார்-குல்ஹி நெடுக்கவே ஆண்களும் பெண்களும் குழந்தைகளும் வரிசையாக நின்றனர். ஒரு காமார் ஆண் அவளுடைய வேகத்தைக் குறைப்பதற்கு தன்னுடைய கைகளை அகல நீட்டிக்கொண்டு குல்ஹிக்கு நடுவே நின்றான். சிங்கோ சாதாரணமாக அவனை மோதி கீழே தள்ளிவிட்டு ஓடிக்கொண்டே இருந்தாள். அவளைத் தொடர்ந்து வந்தவர்கள் கீழே விழுந்தவன் மீது தடுக்கி விழுந்து ஒரு சிறிய தள்ளுமுள்ளு ஏற்பட்டது. சிங்கோவின் அம்மாகூட கீழே விழுந்துவிட்டாள். சிங்கோவைப் பின்தொடரும் கூட்டத்தில் இருந்த அவளுடைய அப்பாவோ அந்தப் பாவப்பட்ட பெண்மணியை வீட்டிற்குள் இழுத்துவந்து அறைந்தார்.

"நாசமாய்ப்போனவளே! இதெல்லாம் நீ செய்ததுதான். நீ அவளை சரியாகப் பார்த்துக்கொள்ளவில்லை? அவள் எப்படிப்பட்டவர்களைச்

சந்தித்திருக்கிறாள்? நீ எப்படிப்பவர்களைச் சந்தித்தாய்? அது என் மகளை என்ன செய்தது?"

சிங்கோவின் அம்மா தன்னை விடுவித்துக்கொண்டு ராச்சாவின் மூலைக்கு ஓடினாள். "என்னைக் குற்றம் சொல்லாதீர்கள்!" என்று கத்தினாள். "என்னை குற்றமே சொல்லாதீர்கள். அவள் குழந்தையாக இருந்ததில் இருந்தே அவளை ஒருபோதும் என் பார்வையில் இருந்து விலக்கியதே இல்லை. நீங்கள் அப்படி செய்திருக்கிறீர்களா? உங்கள் குழந்தைகளை நீங்கள் பார்த்துக்கொள்வதாக சொல்கிறீர்கள். அவர்களுடைய வாழ்க்கையின் ஒவ்வொரு கணத்தையும் கவனித்திருக்கிறீர்களா? சிங்கோவை? நீங்கள் அவளை எந்தளவுக்கு பார்த்திருக்கிறீர்கள், எந்தளவுக்கு? அவள் நாள் முழுக்க என்னுடன்தாள் இருக்கிறாள். நான் தவறு செய்தேனா, சொல்லுங்கள்."

சிங்கோவை துரத்திக்கொண்டிருந்த அந்தக் கூட்டத்தில் இருந்த மூத்த அத்தை சிங்கோவின் தந்தையை அப்பால் தள்ளினார். "இப்போது வேண்டாம். முதலில் உன்னுடைய மகளைக் கவனி. பிறகு உன் மகள் இப்படி ஓடுவதற்கு யார் பொறுப்பு என்று தீர்மானித்துக்கொள்ளலாம்."

"அவள் ஆற்றுப்பக்கம் போகிறாள்" ஒரு பையன் சிங்கோவின் அப்பாவிடம் சொல்லிவிட்டு ஓட்டம்பிடித்தான்.

அவர்கள் அங்கே சென்றபோது, ஒரு களைக்கூத்து அந்தக் காதாம்டுகி ஆற்றின் கரையில் தொடங்க இருப்பதைக் கண்டனர். தேடிவந்த கூட்டம் சோர்வுற்றது. சிலர் தரையிலேயே படுத்துவிட்டனர், இரண்டு இளைஞர்கள் வேகமாக துரத்தி வந்தபோது சிங்கோ தாவிக்குதித்த பிக்னா புதர்களுக்கு அடுத்திருக்கும் ஆற்றின் மறுபக்கத்தையே பார்த்துக் கொண்டிருந்தனர். சிங்கோவின் அப்பாவும் பார்த்தார். ஆண்கள் சோர்வுற்றுவிட்டனர். ஆனால், அவருடைய மகளுக்கு அதிகப்படியான ஆற்றல் இருக்கிறது. அவளால் இன்னும் பல கிலோமீட்டர்களுக்கு ஓடவும், பல பிக்னா மற்றும் கெஜுர் புதர்களை தாண்டிக்குதிக்கவும் முடியும்.

ஒரு முதியவர் சிங்கோவின் அப்பாவிடம் வந்தார். "இது பார்க்க சரியாகப் படவில்லை."

"என்ன சொல்கிறீர்கள்?" குழம்பிப்போய் சோர்வுற்றிருந்த சிங்கோவின் அப்பா கேட்டார்.

"ஒரு ஓஜாவை கூப்பிடு."

"நீங்கள் சொல்வது... நீங்கள் சொல்வது... அதற்கும் இதற்கும் சம்பந்தம் இருக்குமா என்று தெரியவில்லையே..."

"நீ நினைக்கும் விஷயத்தில்தான் எல்லாமே சம்பந்தப்பட்டிருக்கிறது. கிராமத்திற்கு திரும்பிச் சென்று ஒரு ஓஜாவை அழைத்து வருவோம்."

"என்னுடைய மகள்?"

"அவள் நிற்கப்போவதில்லை. அந்த சக்தி அவளுக்குள் இருக்கும் வரையில் அவள் நிற்க மாட்டாள். இளைஞர்கள் இங்கேயே இருக்கட்டும். அவர்களை எல்லாப் பக்கத்தில் இருந்தும் சுற்றி வளைக்கச் செய்வோம். அதனால அவள் கண்பார்வையில் இருந்து விலகமாட்டாள். யாரும் அவளைப் பிடிக்க முயற்சிக்க வேண்டாம். அது முடியாது."

சிங்கோவின் அப்பா புரிந்துகொண்டார். அறிவுறுத்தல்கள் அவசரமாகப் பகிரப்பட்டன. கண்காணித்துக் கொண்டிருந்தவர்கள் ஆற்றைக் கடந்து, இளைஞர்களிடம் அந்த அறிவுறுத்தல்களை சத்தமாக தெரிவித்தபோது அவர்கள் சோர்ந்துபோயிருந்தனர். ஆனாலும், அவர்கள் ஒத்துழைக்க ஒப்புக்கொண்டனர்.

சிங்கோவின் அப்பா வேகமாக கிராமத்திற்குத் திரும்பினார்.

சிங்கோவின் அம்மா கேட்டார். "என் மகள் எங்கே? ஏன் அவளை திரும்ப கூட்டிவரவில்லை?"

அவர் அவளை அப்பால் தள்ளிவிட்டார்.

கோழ்தா-ஹாரமின் மரணத்துக்குப் பின்னர் சூனும்-பாஞ்சா நடத்திய அதே ஓஜாதான் இப்போதும் அழைக்கப்பட்டார். அவருக்கு அங்கு வந்துசேர ஒருமணி நேரத்திற்கும் மேல் ஆனது. ஆற்றிலிருந்து வந்த ஒருவன் சிங்கோவை அப்படியே வைத்துக்கொள்வது சிரமம் என அங்குள்ளவர்கள் சொன்னதாக கூறினான். சீக்கிரத்திலேயே தீர்வு கண்டாக வேண்டும்.

தனக்கு முன்பாக ஒரு பலாமர இலையை வைத்து ஓஜா அதில் சிறிது கடுகு எண்ணெயை விட்டார். பிறகு கண்களை மூடிக்கொண்டு எதையோ முணுமுணுப்பதற்கும் காதாம்டுகி ஆற்றிலிருந்து மற்றொரு

பையன் ஓடிவருவதற்கும் சரியாக இருந்தது. கைகளை முட்டிகளில் வைத்துக்கொண்டு மடாங்கிக்கொண்ட அவன் மூச்சுவாங்கினான். பின்னர் மூச்சைப் பிடித்துக்கொண்டு சொன்னான், "அவள் திரும்பி வருகிறாள்."

இந்தப் புதிய முன்னேற்றத்தில் இருந்தே அந்தக் கூட்டம் இன்னமும் மீளமுடியாத நிலையில், காற்றின் வீச்சலையைப் போல் சிங்கோ தன் வீட்டிற்குள் ஓடி தரையில் விழுந்தாள். அவளுடைய அம்மா அவளிடம் விரைந்தாள்.

"சிங்கோ, எழுந்திரு! எழுந்திரு!"

சிங்கோ பதிலளிக்கவில்லை. அவள் தன்னைச் சுற்றியிருந்த முகங்களை வெறுமனே முறைத்துப் பார்த்தாள்.

"யார் நீ?" என்று கேட்டார் ஓஜா.

சிங்கோ நமட்டுச் சிரிப்பு சிரித்துவிட்டு தன் முகத்தை உள்ளங்கைகளில் புதைத்துக் கொண்டாள். சில பெண்கள் கெக்கலித்தனர், சிலர் பயந்துபோயிந்தனர். சிங்கோவின் அப்பா கோபத்தில் சிவந்துபோனார்.

"யார் நீ?" ஓஜா மறுபடியும் கேட்டார்.

"இல்லை, இல்லை" குவிந்த உள்ளங்கைகளுக்கு பின்னிருந்து சொன்னாள் சிங்கோ.

"சொல்லிவிடு, இல்லையென்றால் நான் என்ன செய்வேன் என்று உனக்கே நன்றாகத் தெரியும்."

"துலார்...துலார்..." சிங்கோ தான் வெட்கப்படுவது போலவும், வெட்கப்படும்படியான எதையோ செய்துவிட்டதைப் போலவும் தன் முகத்தை வெளிக்காட்டவில்லை.

மிகவும் கோபமடைந்த சிங்கோவின் அப்பா தன்னுடைய மனைவியைப் பற்றிப்பிடித்து அவளை அறையின் மூலைக்கு இழுத்துச் சென்றார்.

"அவள் என்ன சொன்னாள்?" என்று கத்தினார். "துலார் துலார். அவள் ஏன் துலார் என்கிறாள்? அவளுக்கு யாராவது பையனைத் தெரியுமா? அவளுக்கு ஏதாவது தொடர்பு இருக்கிறதா?"

அவருடைய கோபம் நியாயமானதுதான். துலார் என்றால் காதல் அல்லது காதலன்.

"அது நிஜமாகவே ஒரு பையனைப் பற்றியதுதானா?" கூட்டத்தினர் கிசுகிசுத்தனர். "அவள் திருமணம் செய்துகொள்ள விரும்புகிறாளா?" என யாரோ கேட்டார்.

"அவளுடைய அம்மாவிடம் எத்தனைமுறை சொல்லியிருக்கிறேன், சிங்கோ வளர்ந்துவிட்டாள், அவளுக்கு ஒரு கணவனைப் பார் என்று. அவளுடைய ஊனத்தின் காரணமாக அவளை யாரும் பார்க்க மாட்டார்களே" என்றாள் மற்றொரு பெண்.

சிங்கோவின் அப்பா தன் மனைவியை மறுபடியும் அறைந்தார்.

"நான் ஒன்றும் செய்யவில்லை" என்று கத்தினாள் அவள். "என்னை அடிக்காதீர்கள், இது என் தவறல்ல."

சிலர் சிங்கோவின் அப்பாவை பின்னுக்கிழுத்தனர். அந்த அமளியில், சிங்கோ நழுவினாள்.

"யாராவது அவளைப் பிடியுங்கள்" என்று சிலர் கத்தினர்.

"வேண்டாம், பொறுங்கள்" என்றார் ஓஜா. "அவள் போகட்டும். நாம் அவள் பின்னால் போகலாம்."

சிங்கோ பிரக்ஞையில்லாதவளாக காமார்-குல்ஹி முழுவதும் நடந்தாள். ஆண்கள், பெண்கள் மற்றும் குழந்தைகளுமாக அவளுடைய ஒவ்வொரு அடியையும் அவர்கள் வரிசையாக பின்தொடர்ந்தனர். ஒரு குழு அவளை நெருக்கமாக பின்தொடர்ந்தது. குல்ஹியின் இருபக்கமும் மக்கள் நின்றிருந்தனர். இருந்தாலும், ஆச்சரியப்படும் வகையில், புட்கியின் வீட்டிற்கு வெளியே இருந்த இடம் காலியாக இருந்தது. அது மட்டுமல்ல, அவர்களுடைய முன்கதவும் சாத்தப்பட்டிருந்தது. அது வழக்கத்திற்கு மாறானது. பகல்பொழுதுகளில் கதவுகள் திறந்தே இருக்கும். அது புட்கி குடும்பம் பிரச்சினையை எதிர்பார்த்திருப்பது போலிருந்தது.

சிங்கோ புட்கி வீட்டுக் கதவுக்கு முன்பாக விழுந்தாள்.

"துலாரி... துலாரி... நான்தான் துலாரி" என்று சொல்லிவிட்டு மயங்கிப்போனாள்.

எல்லோருக்குமே தெளிவாகிவிட்டது: சிங்கோ முற்றிலும் அப்பாவி. அவளுடைய நல்ல எண்ணங்களை துரத்திவிட்டு அந்த அப்பாவிப் பெண்ணின் மீது தன் மந்திரங்களுள் ஒன்றை வீசியிருப்பது துலாரிதான்.

ஒரு டாஹ்னி செய்வதை அவள் ஏன் செய்தாள் என்று யாரால்தான் சொல்ல முடியும்? சிங்கோவிடம் இருந்த ஏதோ ஒன்று துலாரியை கவர்ந்திருக்கலாம்: அவளுடைய இளமை, அவளுடைய உற்சாகம், அல்லது அவளுடைய பளிச்சென்ற புன்னகையாகக்கூட இருக்கலாம். சிங்கோவிடம் இருந்த அதே குணவியல்புகளேகூட துலாரியை கோபம்கொள்ள வைத்திருக்கலாம். சொல்லப்போனால், துலாரி தனக்கிருக்கும் சக்திகளுடைய விளைவையும், அதன் நீட்சியையும் வெறுமனே சோதித்துப் பார்ப்பதற்காகக்கூட இருந்திருக்கலாம். காரணம் எதுவாக வேண்டுமானாலும் இருக்கட்டும். ஆனால், விளைவுகள் ஒன்றுதான்: ஒரு இளம்பெண் பொதுவிடத்தில் தலைகுனிய வைக்கப்பட்டிருக்கிறாள். ஒரு நடுத்தர வயது டாஹ்னி வெளியே தெரிய வந்திருக்கிறாள்.

"தோஸோவின் மனைவி எந்தளவுக்கு வெட்கமற்றுப் போய்விட்டாள்!" சிங்கோவின் அப்பா கூப்பாடு போட்டார்.

மற்றவர்கள் ஏற்புடையவர்களாக இல்லை. "அவரிடம் பேசுவதில் ஏதாவது பயன் இருக்கப்போகிறதா?" என்று பரஸ்பரம் கேட்டுக்கொண்டனர்.

"நான் சொல்கிறேன். அவளை வீட்டுக்கு வெளியே இழுத்துவந்து அடித்து துவைக்க வேண்டும்" சிங்கோவின் அப்பா சீறினார். "அவள் தன் கணவனை அழித்தாள். அவனுடைய காதலியையும் விழுங்கிவிட்டாள். அவளுடைய வயிறு இன்னும் நிரம்பவில்லையோ? எத்தனை உயிர்களை அவள் முடித்து வைக்கப் போகிறாளோ? நம்முடைய சொந்த கிராமத்திலேயே நம் குழந்தைகளுக்குப் பாதுகாப்பில்லையே."

"பொறுமை, பொறுமை" என்றார் சிங்கோவின் அப்பாவை வீட்டிற்குத் திரும்பிச்சென்று ஓஜாவை அழைத்துவரும்படி அறிவுரை கூறியவர். "துலாரியை இப்போது நாம் எதுவும் செய்யமுடியாது. ஆமாம், அவள் ஒரு தொந்தரவாகி விட்டாள்தான். ஆனால், இதைப்பற்றி யார் சென்று பேசப்போகிறீர்கள்? தோஸோ தன் உணர்விலேயே இல்லை. சிதோ இப்போது பைராமின் மனைவியுடைய கட்டுப்பாட்டில் இருக்கிறான்

என்பதெல்லாம் நமக்கே தெரியும். அவனுடைய மனைவியும்கூட பீடிக்கப்பட்டிருக்கிறாள். அவர்களுடைய குழந்தைகள், எல்லோருமே, ஒன்று பைராம் மனைவி அல்லது துலாரியின் சக்திக்கு கீழேயே இருக்கிறார்கள். புட்கிக்கு வயதாகிவிட்டது. அவள் நீண்டநாள் இருக்கப்போவதில்லை என்பதை நாமே பார்க்கிறோம். அந்தக் குடும்பம் தனக்குண்டான தண்டனையைப் பெறும். யாரும் எதுவும் சொல்லவோ செய்யவோ வேண்டியதில்லை. உங்களுடைய குழந்தைகளை மட்டும் பார்த்துக்கொள்ளுங்கள். அந்தக் குடும்பத்துடன் அதிகம் கலக்காமல் இருந்துகொள்ளுங்கள்."

இது செய்வதைக் காட்டிலும் சொல்வதே சுலபம். காதாம்டுகி முன்னொரு காலத்தில் இருந்ததைப் போன்ற கிராமம் அல்ல. இந்த கிராமத்தை நல்ல கடவுள்களின் கைகளில் ஒப்படைத்துவிடுவதன் மூலமே அதைப் பாதுகாக்க முடியும் என்று மூத்தோர்கள் நம்பினர். சோமாய்-ஹாழாம் ஒருவர்தான் ஜாஹெரை வழிபடுவது குறித்த விஷயத்தில் மிகவும் திட்டவட்டமாக இருந்திருக்கிறார். ஆனால் இப்போதோ, காதாம்டுகி மக்கள் தங்களுடைய கடவுள்களை வழிபடுவதை நிறுத்திவிட்டனர். பாஹா மற்றும் மரக்-மோரே திருவிழாக்களை நடத்தவும் யாருமில்லை. ஜாஹெர் காட்டிற்கே திரும்பிப் போய்விட்டாள். மேற்கொண்டு, காதாம்டுகியின் சந்தால்களும் தங்களுடைய கிராமத்தையும் நம்பிக்கையையும் பாதுகாப்பதற்கு ஏமாற்றுப் பேர்வழிகளை சார்ந்திருக்கத் தொடாங்கிவிட்டனர். இதற்கு மாராங்-புரு சபா என்றழைக்கப்படும் வழிபாட்டு முறையில் நிறையபேர் உறுப்பினர்களானதே சான்று.

மாராங்-புரு சபாவானது, பஹராகோழாவில் டிரக்குகளை சுத்தம் செய்பவராக வேலை செய்துகொண்டிருந்த ஒரு பாபாவால் நிறுவப்பட்டது. பல வேலைகள் மாறிய பின்னர் - முதலில் அவர் ஒரு மெக்கானிக், பின்னர் சுரங்கம் தோண்டுபவர், பின்னர் ஒரு தொழிலாளி தனக்கு தெய்வீக செய்தி கிடைத்துள்ளதாக கூறிக்கொண்ட அவர் ஒரு சாமியாராகவும் மாறினார். அவருடைய புகழ் பரவி வழிபாட்டு முறையும் வளர்ந்தது. எல்லோருமே ஹிந்துக்களாக இருந்த பல சமூகங்களையும் சேர்ந்த ஏராளமான தொண்டர்கள் அவருடைய கூட்டங்களில் கலந்துகொண்டனர்.

பின்னாளில்தான் என்றாலும், சந்தால்களும்கூட இந்த பாபாவின் வசீகரத்தால் கவரப்பட்டு அவருடைய கூட்டங்களில் கலந்துகொள்ளத் தொடாங்கினர். தன்னுடைய சந்தால் தொண்டர்களை மனதில் வைத்தே அவர் இந்த மாராங்-புரு சபாவைத் தொடாங்கினார்

என்றும் சொல்லப்பட்டது. மாராங்-புரு சபா பலமாக விளம்பரம் செய்தது. காதாம்டுகியின் பல வீடுகளிலும் திரிசூலத்தின் படங்கள் இருந்தன, மாராங்-புரு என்ற பெயர் அவர்களுடைய சுவர்களில் நீலம் மற்றும் சிவப்பு நிறங்களில் பொறிக்கப்பட்டிருந்தன. மாராங்-புரு சபா வழக்கமாக தல்பும்காரில்தான் கூடும். அங்குதான் அதன் தொண்டர்கள் கூடி மாராங்-புரு! மாராங்-புரு! என்று உச்சாடனம் செய்வார்கள் - அதைப் பார்க்கையில் மாராங்-புரு ஏதோ ஹிந்து கடவுள் என்பதைப் போன்றும், மந்திர உச்சாடனங்களால் சாந்தப்படுத்த முடியும் என்பதைப்போன்றும் இருக்கும். இன்னும் திகைக்க வைக்கக்கூடிய விஷயம் என்னவென்றால், மக்கள் தங்களுடைய குடும்பத்திற்கே போதுமான அளவு பணம் இல்லாவிட்டாலும்கூட பாபாவிற்காக நிதியளித்தார்கள் என்பதுதான்.

மாராங்-புரு சபாவைப் பின்பற்றுகின்ற சந்தால்களைப் பற்றிய மற்றொரு சுவாரஸியமான விஷயமும் இருக்கிறது. சபாவின் கூட்டங்களில் சென்று மாராங்-புரு! மாராங்-புரு! என்று உச்சாடனம் செய்ய வழக்கமாக தல்பும்காருக்கு செல்கின்ற சந்தால்கள் அனைவருடைய குடும்பத்திலுமே டாஹ்னி என்று தெரிய வந்திருக்கும் ஒரு பெண்ணாவது இருந்திருக்கிறாள். அவர்களை பாபாவிடம் இட்டுச்சென்றது எதுவென தெளிவாகத் தெரியவில்லை. அது பாபாவின் கவர்ச்சியாக இருக்கலாம். அல்லது தீய கடவுள்களை வழிபட்ட பின்னர், சர்ணா ஆலயத்தின் உயரிய கடவுளை முகஸ்துதி செய்து ஆசீர்வாதங்களைப் பெறுவதற்காக இருக்கலாம்.

இதற்கும் மேலாக, முன்பு ஒருசில பெண்கள் மட்டுமே அறிந்திருந்தவற்றை இப்போது பலரும் கற்றுக்கொண்டனர். காதாம்டுகியில், காமார் டாஹ்னி புதிதாக செய்யப்பட்ட கதிருவாட்களால் தங்களுடைய பலிகளைத் தாக்க, குன்க்கல் டாஹ்னியோ உடைந்த மட்பாண்ட சில்லுகளைக் கூர்மையாக்கி தங்களுடைய பலிகளைத் தோலுரித்துக் கொண்டிருக்கிறார்கள் என்று சொல்லப்படலாயிற்று. அவர்கள் எல்லோருமே துலாரியால் வழிநடத்தப்பட்டார்கள். காதாம்டுகியில் இனியும் பாதுகாப்பில்லை என்றானது.

சம பலங்களின் மோதல்

சிதோ காதாம்டுகிக்கும், பைராம் சாக்குலியாவிற்கும் நிரந்தரமாகத் திரும்பிவிட்டனர். இருவருமே ஜிராபாழா உயர்நிலைப் பள்ளியில் இருந்து இடமாறுதல் பெற்றனர். அவர்கள் இனி அவரவர் கிராமங்களில் இருந்து பள்ளிக்குச் சென்றுவர இருந்தனர். பூர்ணிமாவும் பன்சூரினும் ராஞ்சியிலேயே இருந்தனர்; அங்குள்ள பல்கலைக்கழகத்தில் படித்த அவர்கள் தர்பக்னா பகுதியில் உள்ள பெண்கள் விடுதியில் தங்கியிருந்தனர். சாக்குலியாவில் இருக்கும் குருபாரி மற்றும் பைராமின் வீட்டை பல்வேறு படாக்களுக்கு சென்று வருவதற்கான தளமாக ஜெய்பால் பயன்படுத்திக்கொண்டான். பெரும்பாலும், குடித்துவிட்டுத் தகராறு செய்வான்.காதாம்டுகிக்கு திரும்பிவர முடியாத அளவுக்கு குடித்துவிட்டு இரவில் குருபாரியின் வீட்டிலேயே தங்விட்டு மறுநாள் காலையில்தான் காதாம்டுகிக்கு போவான்.

தன்னுடைய சித்தப்பா தோஸோவுடன் பிஷு வயல்வேலையில் இறங்கிவிட்டான். தோஸோ ஒரு தொலைந்துபோனவன், தான் எடுத்துவைக்கும் அடிகளில் நிச்சமில்லாதவன், நடந்துசெல்லும் பாதைகளைப் பற்றி அறியாதவன். கிராமத்தில் அவன் நடந்துசெல்லும்போது தனக்குத்தானே ஏதோ முனகிக்கொண்டே இருப்பான். இரண்டு காம்ச்சாக்களை மட்டுமே அணிவான். ஒன்று அவனுடைய இடுப்பைச் சுற்றியிருக்கும்.மற்றொன்று அவனுடைய தோள்களுக்குக் குறுக்காக கிடக்கும். அவன் பேசும்போது வாய் ஓரங்களில் எச்சில் வழியும். அவன் மிகமிக ஓர் இயந்திரம் போலவே ஆகிவிட்டான். துலாரி ஏதாவது வேலை சொன்னால் மட்டுமே செய்யக்கூடிய ஒருவனாகிவிட்டான்.

பிஷு தன் அண்ணன் ஜெய்பாலைப் போல் அல்ல. ஒரு அமைதியான, சிந்தனைமிக்க இளைஞனான அவன் தன்னுடைய பெரும்பாலான நேரத்தை வயல்வெளிகளிலேயே செலவிட்டான். மர நிழலிலோ அல்லது ஆழேயிலோ உட்கார்ந்திருப்பான். தன்னுடைய

உதடுகளுக்கு நடுவில் கோரைப்புல் துண்டை வைத்துக்கொண்டு தனக்கு முன்னால் பரந்து விரிந்திருக்கும் இந்தப் பூமியையே உற்றுப் பார்த்துக்கொண்டிருப்பான். அவனுடைய தந்தையும் அண்ணனும் இல்லாத நிலையிலும், அவனுடைய சித்தப்பா பலவீனப்பட்டுப்போன நிலையிலும் குடும்பத்திற்காக பொருட்களை வாங்கிவரும் வேலையை பிஷ்ணுவே செய்தான். அத்தியாவசியப் பொருள்கள்: எண்ணெய், உப்பு, சர்க்கரை, மசாலாக்கள், கோதுமை மாவு - இதில் கடைசியாக இருப்பது சிதோவுக்காக, சர்க்கரை வியாதி இருப்பதாக கண்டுபிடிக்கப்பட்ட அவனால் அரிசி சாதம் சாப்பிட முடியாது. பிஷ்ணு தன் அம்மாவுக்காக மருந்துகள் வாங்கிவருவான். அவள் உடல் வெப்பநிலையை சோதிப்பான். அவளுடன் டோகோர் மரத்தின் கீழே அமர்ந்து தங்களுடைய குடும்பத்தைப் பற்றி பேசிக்கொண்டிருப்பான். குறிப்பாக அவனுடைய அப்பாவைப் பற்றி.

“உன் அப்பா வந்துவிட்டாரா?”

“இல்லை, வரவில்லை.”

“அவர் மறுமுறை சாப்பிடுவதில்லை. அவருக்காக இந்த ரொட்டிகளை உருட்டி வைத்தேன்.”

“நீங்கள் கவலைப்படாதீர்கள். அவர் நிச்சயம் எங்காவது சாப்பிட்டிருப்பார்.”

“எங்கே? அவர் எங்கே போய் சாப்பிடுவார்? குருபாரி வீட்டிலா?”

பிஷ்ணு எதுவும் சொல்லவில்லை.

அவள் ஜெய்பாலைப் பற்றிக் கேட்பாள். அவளுடைய மூத்தவன், அவளுக்கு விருப்பமானவன். அவனைத்தான் தனக்கு சொந்தம் என்று அவளால் சொல்லிக்கொள்ள முடியவில்லை. “உன்னுடைய தாதா வந்துவிட்டானா?”

“இல்லை.”

“சொல்லு, எத்தனை நாட்கள் ஆகிறது?”

“ஒரு நாள்தான்.”

"ஒரு நாள்தானா? அவன் எங்கே போய் சாப்பிட்டு தூங்குவதாக நினைத்துக் கொண்டிருக்கிறான்? அவனுக்கு யார் சாப்பாடு போடுகிறார்கள்?"

"அவன் குருபாரி-மாராக்-ஆயோவிடம் போய்..."

"வேண்டாம்! வேண்டாம். அவள் உன்னுடைய மாராக்-ஆயோ அல்ல."

தந்திரங்களின் வித்தகனும், புதிர்களை அவிழ்ப்பவனுமான பூச்சு இனியும் தந்திரங்களையோ புதிர்களையோ உருவாக்குபவன் அல்ல. அவன் சத்தமில்லாமல் தன்னுடைய முதிர்பருவத்தை நோக்கி நடைபோடுகையில் தன்னுடைய குழந்தைப்பருவ விளையாட்டுகளை மறந்துவிட்டான். அவனுடைய பெருத்த உடல் முன்னும் பின்னுமாக அசைந்தாடியது.

இவையெல்லாவற்றையும் பற்றி காதாம்டுகியில் இருந்தவர்கள் கிசுகிசுப்பான குரலில் பேசிக்கொண்டனர்.

"அவர்களைப் பார்த்தாயா? சிதோவின் பிள்ளைகள். எவ்வளவு மாறிவிட்டார்கள்!"

"அந்தப் பூச்சு இருக்கிறானே, அவனை நாம் பூச்சு-மாஸ்டர் என்றுதானே கூப்பிடுவோம்? அவன் மிகுந்த புத்திசாலி. அவனுக்கு என்னதான் ஆயிற்று? இப்போது பார்த்தால் முடமானவனைப் போல் இருக்கிறான்."

"இதெல்லாம் குருபாரியின் மாயவித்தை."

"ஆமாம், அதில் சந்தேகமே இல்லை."

~

ஒரு கோனாமி இரவில் பைராம் இறந்துவிட்டார். அது ஒரு எளிமையான மரணம்தான்; அவர் துன்பப்படவில்லை. ஆம், அதை நிரூபிக்க முடியாதுதான். ஆனால், அவருடைய மரணமும்கூட குருபாரியின் திறமையினுடைய மற்றுமோர் நிரூபணம்தான் என்று சொல்லிக்கொண்டனர். அவருடைய மரணத்தைப் பற்றி பல்வேறு கருத்துக்கள் நிலவினாலும், பைராம் பலியிடப்பட்டார் என்பதை எல்லோருமே பொதுவாக ஏற்றுக்கொண்டிருந்தனர்.

பைராமின் மரணம் பலியாகவோ, பலியாக இல்லாமலோ இருக்கலாம். ஆனால், அது குருபாரிக்கு ஒருவகையில் பலனளித்தது. அவர் ஓய்வு பெறவிருந்த இரண்டு வருடங்களுக்கு முன்பாக இறந்துபோயிருந்தார். இது, கருணை அடிப்படையில் அவருடைய குடும்பத்தைச் சேர்ந்த ஒருவருக்கு அரசாங்க வேலை பெற்றுத்தர உரிமையளித்தது. பைராமும் சிதோவும் படித்த ஆசிரியர் பயிற்சிப் பள்ளியில் குருபாரி அலுவலக உதவியாளர் ஆகிவிட்டாள். அவளுடைய கல்வியறிவு அதற்கு உதவியது.

பைராம் இறந்த பின்னர், சிதோ நாள் முழுவதையும் சாக்குலியாவில் உள்ள குருபாரியின் வீட்டிலேயே கழித்தான். காதாம்டுகி வீட்டிற்கு இரவில் மட்டும்தான் வருவான்.

~

ஒருநாள் காலை, டோகோர் மரத்திற்கு அருகாமையில் இருந்த கிணற்றடியில் நின்றிருந்தாள் துலாரி. அப்போது, மற்றொரு கனவில் தோன்றிய வெண்ணிற கேசம்கொண்ட அத்தையால் விழித்துக்கொண்ட ரூபி பிரகாசமான சூரிய ஒளியில் பாதி கண்களை திறந்து வைத்துக்கொண்டு முணுமுணுக்கத் தொடாங்கினாள். “வெட்கம் கெட்டவள்! நீ என்னவாகிவிட்டாய் பார்த்தாயா. சூனியக்காரி! அசிங்கம் பிடித்தவள்!”

இந்தத் திடீர்த் தாக்குதலுக்கான காரணம் என்னவென்று துலாரிக்கு புரியவில்லை. உண்மைதான், மைத்துனிகளுக்கு இடையிலான உறவு மோசமானது என்பதில் இருந்து மிகமிக மோசமாகி பல வருடங்கள் ஆகின்றன. ஆனால், அவர்கள் இருவருமே ஒருவருடைய வழியில் ஒருவர் குறுக்கிடாமல் ஒதுங்கியே இருந்தனர். துலாரி மிக அரிதாகத்தான் எப்போதாவது ரூபியுடன் நேரடியாக பேசுவாள். அவள் தன்னுடைய கோபத்தை தணித்துக்கொள்ள நினைத்தால் அதைப் புட்கியிடமே காட்டுவாள். அவள் ரூபியைக் குறித்து சொல்லவேண்டும் என்றால்கூட, “உன்னுடைய மூத்த மருமகள்” அல்லது “டோகோர் மரத்தடியில் இருக்கும் அந்த மகாராணி” என்றுதான் சொல்வாள்.

பின்னாட்களில் அந்த மைத்துனிகள் சண்டையிட்டதில்லை. அன்றைய தினம், துலாரி தன்னுடைய வேலைகளைத்தான் பார்த்துக்கொண்டிருந்தாள். கிணற்றில் இருந்து சமையலறைக்கு தண்ணீர் எடுத்துச்சென்ற பின்னர், ரூபி குளிப்பதற்காக தண்ணீர் எடுத்து வைப்பாள். ஒருவேளை, தான் மிகவும் வெறுக்கின்ற

ஒரு பெண்ணிடம் சார்ந்திருக்க வேண்டிய ரூபியின் நிராதரவான உணர்வுகூட அவளைச் சட்டென்று வெடித்தெழச் செய்திருக்கலாம்.

“இதுவரைக்கும் நீ எப்படி இருந்தாய் என்று யாருக்கும் தெரியாது என்றா நினைக்கிறாய், அசிங்கம் பிடித்தவளே?”

துலாரி நின்றுவிட்டாள். வாளியைக் கீழே வைத்துவிட்டு அப்படியே நின்றாள்.

“நீ எங்கள் எல்லோரையும் தின்றுவிடுவாய், அப்படிச் செய்யத்தானே நீ உத்தேசித்திருக்கிறாய், இல்லையா? சொல், வெட்கம் கெட்டவளே. அப்படியே ஏன் நிற்கிறாய்? எதற்காக காத்திருக்கிறாய்?”

துலாரி, ரூபியின் கட்டில்வரை சென்றாள்.

“நீங்கள் ரொம்ப நல்லவர் என்றா நினைக்கிறீர்கள், தாய்?” என்று ரூபியிடம் கேட்டாள். “உங்களுடைய நல்லகுணம் உங்களுக்கென்ன நன்மை செய்திருக்கிறது சொல்லுங்கள்?”

ரூபி தன்னுடைய திடீரென்றும், தவறான நேரத்திலும் ஏற்பட்ட கோபத்திலிருந்தும் வெளியே வந்தாள். சண்டை பிடிக்க வேண்டும் என்பதற்காகவே அவள் துலாரியைப் பார்த்து கத்தவில்லை. அவள் ஒரு பிணத்தைப் போல் படுத்திருப்பதற்காக பொறுமையிழந்தாள். மற்றவர்களை சார்ந்திருப்பதற்காக பொறுமையிழந்தாள். தன்னுடைய கணவனும், முதல் குழந்தையும் தன்னிடம் இல்லாததற்காக பொறுமையிழந்தாள். தன்னை நோயுறச்செய்வது எதுவெனத் தெரிந்தும் அதற்கு நிவாரணம் எதுவென தெரியாமைக்காக பொறுமையிழந்தாள். அவள் தன்னுடைய நோயினால் பொறுமையிழந்தாள். அவளுடைய கோபம் துலாரியிடத்தில் அல்ல; மாயமந்திரம் செய்கின்ற எல்லாப் பெண்களுக்கும் எதிரானதாக இருந்தது.

இருந்தாலும், துலாரி ரூபியின் உளநிலையை படிக்கும் மனநிலையில் இல்லை. “உங்களுடைய நல்லகுணம் உங்களுக்கென்ன நன்மை செய்திருக்கிறது சொல்லுங்கள், தாய்?” என அவள் மறுபடியும் கேட்டாள்.

இந்த நிலைமாற்றங்களால் ரூபியின் தலை வலித்தது.

"ஒரு சூனியக்காரி என்று என்னை குற்றம் சொல்கிறீர்கள். உங்கள் எல்லோரையும் நான் விழுங்கிவிடப் போவதாக சொல்கிறீர்கள். ஆமாம், நான் சூனியக்காரிதான். ஆனால், ஒன்று சொல்லிக்கொள்கிறேன். உங்களைத் தின்றுகொண்டிருப்பது நானல்ல."

ரூபி வெறுமனே உற்றுப்பார்த்தாள்.

"உங்களைத் தின்றுதீர்ப்பது யாரென்று உங்களுக்கே நன்றாகத் தெரியும்" என்றாள் துலாரி. "ஆனால், என்னிடம் சொல்லுங்கள் தாய், நீங்கள் மிகவும் நல்லவர் என்றால் அந்த நல்ல குணம் என்ன செய்துகொண்டிருக்கிறது? நீங்கள் விழுங்கப்படுவதில் இருந்து அது ஏன் உங்களைக் காப்பாற்றவில்லை? நான் ஒரு சூனியக்காரியாக இருக்கலாம். ஆனால், எனக்கு வேறு வழியிருக்கிறதா சொல்லுங்கள்? நான் என்னவாக இருந்தேனோ அது என்னிடமிருந்து பிடுங்கப்பட்டுவிட்டது. அதை நானாகத்தான் அடைந்தாக வேண்டும். எனக்கு வேறு என்ன வழியிருக்கிறது? எனக்கு யார் உதவப்போகிறார்கள்? யாரும் கிடையாது. யாருமே கிடையாது, தாய். எனக்கு நானேதான் உதவிக்கொள்ள வேண்டும். எல்லாவற்றையும் நானாகத்தான் செய்தாக வேண்டும். அதற்கு டாஹ்னி-பித்யாவைத்தான் பயன்படுத்த வேண்டுமென்றால், நான் அதற்கும் தயாராகவே இருக்கிறேன். எனக்கு எது உரிமையானதோ அதை நானே சொந்தமாக்கிக்கொள்ள வேண்டியிருக்கிறது. சொல்லுங்கள் தாய், நான் ஏதாவது தவறாக செய்திருக்கிறேனா? எனக்கொன்றும் அப்படித் தோன்றவில்லை. நீங்கள் ரொம்பவே நல்லவர் என்றால், உங்களுடைய நல்ல குணத்தை பயன்படுத்தி நீங்கள் இழந்தவற்றை திரும்பப் பெற்றுக் கொள்ளுங்களேன்."

மாற்று வைத்தியங்கள்

அலோபதியும் நியூரோபதியும் பயனளிக்காத நிலையில், தன்னுடைய நலன்-விரும்பிகளின் வற்புறுத்தலுக்கிணங்க சிதோ ஹோமியோபதிக்கு மாறினான். ரூபியை அவன் அழைத்துசென்ற மருத்துவர் ஒரு மஹாதோ மனிதர். அவருடைய கிளினிக், ரயில்வே கிராஸிங்கிற்கு மறுபுறத்தில், சாக்குலியாவின் ஒரு பகுதியான நுதான் பஜாரில் அமைந்திருக்கும் இரண்டுமாடி வீட்டின் தரைத்தளத்தில் வாடகைக்கு எடுக்கப்பட்ட ஒரு அறையில் அமைந்திருந்தது.

அது மிகவும் வெப்பமான கோடைக்கால நாள். அவர்கள் மருத்துவரின் அறைக்கு முன்பிருந்த காத்திருப்பு அறையில் உட்கார்ந்திருக்கையில் ரூபி ஒரு நோயுற்றவருக்குரிய தோற்றத்துடன்தான் இருந்தாள். காத்திருப்பு பகுதி வெறிச்சோடிக் கிடந்தது; வெகுசிலர் மட்டும் இந்த மருத்துவரின் சேவைகளைப் பயன்படுத்துபோல் தெரிந்தது. ஒருவேளை, வெப்பநிலையால் நோயாளிகள் வராமல் இருந்திருக்கலாம். அது, சேற்றினால் ஆன வீடுகளின் குளிர்ச்சியான அரவணைப்பில் வீட்டிக்குள்ளேயே இருந்தாக வேண்டிய நாள்.

பிரகாசமான சூரிய ஒளியில் அரைக்கண்களை மூடிக்கொண்டு, தலை தாழ்த்தியபடி உட்கார்ந்திருந்த ரூபி தன்னைச்சுற்றிலும் பார்த்துக் கொள்ளவில்லை. குணப்படுத்தலில் அவள் ஆர்வமற்றிருந்தாள். அவள் சோர்வுற்றிருந்தாள். மேலிருக்கும் தளம் நோக்கிச் செல்லும் வராண்டாவின் பக்கமிருந்த போகன்வில்லா கொடியானது ஓரளவுக்கு நிழல் தந்தது. அவளுடைய நெற்றியின் பின்பக்கத்தில் கேட்கும் இடிப்போசையை அவள் கண்களை மூடியபடி கஷ்டப்பட்டு தாங்கிக்கொண்டிருந்தாள்.

~

இந்த ஹோமியோபதி மருத்துவர் குறித்து சிதோ மிகுந்த உற்சாகத்தில் இருந்தான்.

"உனக்கான குணப்படுத்தலை கண்டுபிடித்துவிட்டேன் என்று நினைக்கிறேன்" என்று ஒருநாள் மாலை ரூபியிடம் கூறியிருந்தான். அவன் உண்மையிலேயே மகிழ்ச்சியடைந்திருக்கத்தான் வேண்டும். அன்று அவன் சீக்கிரத்திலேயே, சூரிய அஸ்தமனத்திற்கு முன்பாகவே வீட்டிற்கு வந்துவிட்டான்.

"சாக்குலியாவில் ஒரு ஹோமியோபதி மருத்துவர் இருக்கிறார்" என்றான் உற்சாகத்துடன். "அவரிடம் உனக்காக நிச்சயம் ஏதேனும் இருக்கும். இவ்வளவு நாளும் அவரைப்பற்றி எனக்கு எப்படி தெரியாமல் போனதென்று தெரியவில்லை."

எல்லாம் தெள்ளத்தெளிவாக தெரியும்போது இத்தகைய அற்புதமான யோசனைகளுக்கு அவனால் எப்படி வரமுடிகிறதென்று ரூபி எப்போதுமே வியந்துபோவாள். இன்னும்கூட, அவளை குணப்படுத்துவதென்ற அவளுடைய கணவனின் ஆசைக்கு அவளால் ஏதும் செய்ய முடியவில்லை. அதனால், மருத்துவரைப் பார்க்க செல்லவேண்டிய அன்று சீக்கிரத்திலேயே எழுந்த அவள் குளித்துவிட்டு, காலை உணவை சாப்பிட்டுவிட்டு வெளியே கிளம்பத் தயாராக இருந்தாள். சாக்குலியாவிற்கு செல்ல சிதோ ஒரு ஆட்டோரிக்சா பிடித்தான். அந்த வாகனமும் சரியான நேரத்திற்கு வந்துவிட்டது. சிதோதான் தாமதித்துவிட்டான். தன்னுடைய மனைவிக்கு சாத்தியமுள்ள மருத்துவத்தைக் கண்டுபிடித்துவிட்ட மகிழ்ச்சியில் அவன் தயாராவதற்கு சற்று அதிக நேரம் எடுத்துக்கொண்டான். அவர்கள் ஆட்டோரிக்சாவில் ஏறியபோது, திட்டமிட்ட நேரத்திற்கும் ஒருமணி நேரம் பின்தங்கிவிட்டார்கள். காதாம்டுகிக்கும் சாக்குலியாவிற்கும் இடைப்பட்ட அன்றைய தினத்தின் மேடுபள்ளமான சாலையில் பயணித்ததன் எரிச்சலோடு சேர்ந்துகொள்ளும விதமாக, ஆட்டோரிக்சாவில் இருந்து இறங்கும் முன்னரே ரூபி மயக்கமடைந்து குமட்டத் தொடாங்கிவிட்டாள்.

அந்த ஹோமியோபதி கிளினிக் மிகைப்படுத்தப்பட்ட தகுதிகளையும் திறமைகளையும் குறிப்பிடுவதாக அவளுக்குத் தோன்றியது. ஒரு பெரிய பெயர்ப்பலகை தாழ்வாரத்துக்கு மேலே தொங்கிக்கொண்டிருந்தது.

டாக்டர் எம். மஹதோ

பி.ஹெச்.எம்.எஸ்.

அந்தப் பெயர்ப்பலகையில் இருந்த எழுத்து ரோமானிய மற்றும் வங்காள எழுத்துமுறையில் அமைந்திருந்தது. ரோமானிய எழுத்து மேலேயும், வங்காள எழுத்து கீழேயுமாக எழுதப்பட்டருந்தது. எங்கு பார்த்தாலும் செஞ்சிலுவைகள் காணப்பட்டன. மருத்துவரின் பெயருக்கு இருபக்கமும் ஒவ்வொன்று இருந்தன. ஹோமியோபதி கூடத்தை நோக்கித் திறக்கின்ற முன்பக்க கதவுக்கு மேலே அதே எழுத்துகள் ரோமானிய மற்றும் தேவநாகரி எழுத்துகளில் அச்சிடப்பட்ட ஒரு சிறிய பலகை இருந்தது. கதவுக்கு மேலிருந்த சட்டகத்திலும் மங்களகரமான ஸ்வஸ்திகா சின்னத்தைப் போல் செஞ்சிலுவைகள் வண்ணம் தீட்டப்பட்டிருந்தன; மேல்தளத்தைத் தாங்கிக்கொண்டிருக்கும் தூண்களில்கூட சிலுவைகள் காணப்பட்டன. வெளியே நிறுத்தப்பட்டிருந்த ஹோமியோபதி மருத்துவரின் இருசக்கர வாகனத்தின் முன்பக்க மற்றும் பின்பக்க உரிமத் தகடுகளில்கூட செஞ்சிலுவைகள் தீட்டப்பட்டிருந்தன. டாக்டர் மஹதோ, உண்மையிலேயே, ஒரு மருத்துவ மனிதர் என்பதை காணத்தவறுவது கடினம்.

ஒவ்வொரு நோயாளியிடமும், அந்த மருத்துவர் அதிகப்படியான நேரம் எடுத்துக்கொள்வதாக ரூபிக்குத் தோன்றியது. சிதோவும் அவளும் வந்தபோது, அவருடைய அறையில் ஒரு நோயாளி இருந்தார். வெளியே இரண்டு நோயாளிகள் காத்துக்கொண்டிருந்தனர். சீக்கிரமாக முடித்துவிட்டு, அதே ஆட்டோரிக்சாவிலேயே காதாம்டுகிக்கு திரும்பிவிடலாம் என்றுதான் ரூபி நினைத்திருந்தாள். ஆனால், நேரம் போய்க்கொண்டே இருந்தது, அந்த மிகச்சிறிய வரிசையே ஒரு அங்குலம்கூட நகரவில்லை. அதே நேரத்தில், அந்த ஆட்டோரிக்சா ஓட்டுநர் போவதற்கு அனுமதி கேட்டான். சிதோ தயக்கத்துடன் ஒப்புக்கொண்டான்.

இறுதியாக அவர்கள் அந்த ஹோமியோபதி மருத்துவரைப் பார்க்க உட்கார்ந்தபோது, அவர்களுக்கு ஏன் அவ்வளவு நேரமானது என்பதை ரூபி புரிந்துகொண்டாள். அவர், எல்லாவற்றையும் பற்றி நிறைய, நிறைய கேள்விகள் கேட்டார்; அவளுடைய உணவுமுறையில் இருந்து அவளுடைய குடும்பம் வரை. ரூபிக்கு மற்ற மருத்துவ மனிதர்களுடனான சந்திப்பைப் போலவே இந்த சந்திப்பும் மங்கிப்போனது. அந்த மருத்துவர் ரூபியிடம் கேட்ட எல்லாக் கேள்விகளுக்கும் சிதோ பதிலளித்தான். அந்த மருத்துவரும் அலோபதி மருத்துவர்களைப் போன்றே அவள் நாடிபிடித்துப் பார்த்தார். ஸ்டெதாஸ்கோப் கொண்டு அவளுடைய மார்பைச் சோதித்தார். தன்னுடைய கேள்விகள்

எல்லாவற்றையும் கேட்டுவிட்டு, அவருடைய பரிசோதனைகளை மேற்கொள்ள அவருக்கு நீண்டநேரம் எடுத்துக்கொண்டது. அந்த ஹோமியோபதி மருத்துவர் மிகுந்த பொறுமைசாலி என்பதை ரூபி உணர்ந்துகொண்டாள். அவர் பொறுமைசாலி மட்டுமல்லாமல், மிக மென்மையாகவும் பேசினார். அதிர்ஷ்டவசமாக, சிதோ அவளுக்குப் பக்கத்திலேயே அமர்ந்திருந்தான். அந்த மருத்துவர் அதை மனதில் வைத்துக்கொண்டதாகத் தெரியவில்லை. மற்ற மருத்துவர்களைப் போல் ரூபியே எல்லாக் கேள்விகளுக்கும் பதில் சொல்லவும் அவர் வற்புறுத்தவில்லை.

சின்னஞ்சிறு உருண்டைகளால் நிரம்பிய ஒரு சிறிய குப்பி அவள் கையில் தரப்பட்டபோது - அதன் குழப்பமான அளவுகள் சிதோவிடம் விளக்கப்பட்டன - ரூபி எங்காவது சென்று படுத்துவிட ஏங்கினாள்.

~

"இன்னும் கொஞ்ச தூரம்தான்" ரயில்வே பாதைகளின் ஓரமாக வந்துகொண்டிருந்தபோது ரூபியிடம் சொன்னான் சிதோ. அவள் சிந்தனையற்று பின்தொடர்ந்தாள்.

ரயில் நிலைய கட்டிடத்தை அடைந்த அவர்கள் நிலையத்தின் சுற்றுச்சுவரில் இருந்து வெளிவந்தனர். சாக்குலியாவிற்கு வெளிப்புறம் இருந்த வரிசையான வீடுகளை நோக்கி சிதோ அவளை அழைத்துச் சென்றான்.

"அதோ இருக்கிறது." வெளிப்புறத்தில் நிறைய வாழைமரங்கள் இருந்த ஒரு வீட்டை அவன் குறிப்பிட்டுக் காட்டினான். "இன்னும் கொஞ்ச தூரம்தான்."

தன்னுடைய கணவன் தன்னை எங்கே அழைத்துச் செல்கிறான் என்று அவளால் புரிந்துகொள்ள முடியவில்லை. அல்லது அந்த வீட்டைக் காட்டும்போது அவன் ஏன் சிரிக்க வேண்டும் எனவும் அவளுக்குப் புரியவில்லை.

சில நிமிடங்களிலேயே அவளுக்குப் புரிந்துபோனது.

அந்த வீட்டின் வாசலில் நின்றுகொண்டு, அவர்களை வரவேற்றது, பளபளப்பாக மினுங்கிய குருபாரி.

இவள் உண்மையிலேயே விதவையானவள்தானா? என்பதுதான் ரூபியின் முதல் எண்ணமாக இருந்தது. குருபாரியின் முகத்தில் ஒரு பெண் தான் திட்டமிட்ட எல்லாவற்றையும் சாதித்துவிட்டதான திருப்தி தெரிந்தது. அவள் வெண்ணிற உடை அணிந்திருந்தாலும் - மொறமொறவென்று சலவை செய்த பருத்திப் புடவை, அதன் முனையில் ஊசியால் செய்யப்பட்ட பூவேலைப்பாடுகள் என அது ஒரு செலவுமிக்க தோற்றம்- முடியின் வகிடில் சிந்தூர் இட்டிருக்காவிட்டாலும், அவள் இன்னமும் தங்கக் காதணிகளும் வளையல்களும் அணிந்திருந்தாள்.

"ரூபி-மாய்" அவள் கூவினாள். "ரொம்பநாள் ஆகிறது. உன்னைப் பார்த்ததில் மிகுந்த மகிழ்ச்சி. இப்போதெல்லாம் உன்னுடைய உடல்நிலையை நீ நன்றாகப் பார்த்துக்கொள்வதில்லை என்று ஜெய்பால் அப்பா சொன்னாரே. என்ன விஷயம்?"

ஜெய்பாலின் அப்பாவா? குருபாரி இத்தனை நெருக்கமாக சிதோவை அழைத்து ரூபி கேட்டதே இல்லை. அவன் அவளுக்கு எப்போதுமே சிதோதான். அல்லது பாபு - தம்பி அல்லது ஒன்றுவிட்ட தம்பி என்பதைப்போல். "ஜெய்பாலின் அப்பா" என்பது விசித்திரமாகப்பட்டது. ஆனாலும் அவள் ஒன்றும் சொல்லவில்லை.

"நீ சோர்வடைந்திருப்பாய்," என்றாள் குருபாரி. "வெளியே மிகவும் வெக்கையாக இருக்கிறது. கொஞ்சம் பொறு, நான் குளிர்ச்சியான பானம் எதையாவது கொண்டுவருகிறேன்."

ரூபி தன்னைச் சுற்றிலும் பார்த்தாள். மங்கலான தோற்றத்தை நீக்க கண்களை அகலமாகத் திறந்தாள். ஆக, இதுதான் பைராம்-மாஸ்டர் தன்னுடைய மனைவிக்காக கட்டிய வீடு.

"பார்த்தாயா, இதுதான் உன்னுடைய ஹோய்ஞ்ஹார் எனக்காகவும் என்னுடைய மகள்களுக்காகவும் கட்டிய வீடு" என்றாள் குருபாரி சமையலறையில் இருந்தபடியே. "ஆனால், இங்கே யார் வசிக்கிறார்கள்? யாருமில்லை. பூர்ணிமாவும் பன்சூரினும் ராஞ்சியில் இருக்கிறார்கள். அவர்கள் விடுமுறை நாட்களில்தான் வீட்டுக்கு வருவார்கள். அதனால் நான் என்னுடைய தங்கையையும் அவளுடைய குழந்தைகளையும் என்னுடன் தங்கவைத்துக் கொண்டேன்."

"ஆமாம்" ரூபி முனகினாள். குருபாரியின் இரண்டு பதின்பருவ ஒன்றுவிட்ட பிள்ளைகளையும் பார்த்தாள்.

"நாங்கள் இங்கே இடத்தை அமைத்துக்கொள்வதற்கு ஜெய்பாலின் அப்பா உண்மையிலேயே மிக நன்றாக உதவி செய்தார்" என்றாள் குருபாரி. "அவர் என்னுடைய மகள்களையும் ராஞ்சியில் தங்கவைப்பதற்கு உதவினார். அவர்களைப் பார்க்கவும் அங்கே சென்றுவருவார். அவர் இருப்பது, ஒரு தந்தை ஸ்தானத்தில் என் இரண்டு மகள்களுக்கும் பெரிய உதவியாக இருக்கிறது."

ஓ! அதனால்தான் அவன் எப்போதுமே விலகியிருக்கிறானா. குருபாரி இப்போது அவளுடைய மனதைப் படிக்கவில்லை. இருந்தாலும், அவள் வேறு எதையோ வெளிப்படுத்தியபடிதான் இருந்தாள்.

"இந்த வீட்டில் எல்லோருமே பெண்கள்." ஒரு தட்டில் இரண்டு கோப்பைகள் குளிர்ச்சியான ஆரஞ்சு பழச்சாறை கொண்டுவந்தாள் குருபாரி. "ஜெய்பால் சில இரவுகளை இங்கே எங்களுடன் கழிப்பான். அது எங்களை பாதுகாப்பாக உணரவைக்கும்."

"ஆமாம்" ரூபி மறுபடியும் முனகினாள்.

"அவன் நேற்றிரவு வெகுநேரம் விழித்திருந்தான். இன்னும் தூங்கிக் கொண்டிருக்கிறான்."

"ஜெய்பால் இங்கே இருக்கிறானா?" அந்த இனிப்பு பானத்தால் ரூபிக்கு ஏறக்குறைய புரையேறியது.

"ஆமாம்" குருபாரி சற்றுத் தள்ளியிருந்த அறையைக் காட்டினாள். "அந்த அறையில்."

தன்னுடைய பானத்தை உறிஞ்சிக்கொண்டிருந்த சிதோ சிரித்தான். "அவன் அப்படித்தான்" என்றான் அவன், "அவன் எப்போதுமே அப்படித்தான். காலையில்தான் தூங்குவான்."

ஆக, இதுதான் இப்போதெல்லாம் நடக்கிறது: இனிப்பு, நிறம்சேர்த்த தண்ணீர்.

"பானம் இனிப்பாக இல்லையா?" குருபாரி கேட்டாள். "ஜெய்பாலின் அப்பாதான் அன்றொருநாள் வாங்கிவந்தார். எனக்கு கடைக்குப் போய்வர முடியாத அளவுக்கு வேலை. தெரியுமா, நான் ஆசிரியர் பயிற்சிப் பள்ளியில் வேலை செய்கிறேன்."

அந்தச் செய்தியால் அதிர்ச்சியுற்ற ரூபி தன்னுடைய மனதில் எந்த சிந்தனையும் நுழைந்துவிடக் கூடாது என்பதில் கவனமாக இருந்தாள்.

"நீ எங்களுடன் சாப்பிடத்தான் வேண்டும்" என்றாள் குருபாரி.

"சரி" ரூபி முனகினாள். குருபாரி அவளுக்குப் பரிமாறிய மதிய உணவைச் சாப்பிட்டாள். சூரிய அஸ்தமனத்திற்கு பின்னரும் சற்று தூங்கினாள். பின்னர், ஜெய்பால் அவர்களுக்காக அழைத்து வந்திருந்த ஆட்டோரிக்சாவில் அவள் சிதோவுடன் வீட்டிற்குத் திரும்பினாள். தன்னுடைய மகனிடம் அவன் வீட்டிற்கு வருகிறானா அல்லது குருபாரி வீட்டிலேயே தங்கிவிடுகிறானா என்றுகூட அவள் கேட்கவில்லை.

~

அந்த ஹோமியோபதி உருளைகள் வேலை செய்யவில்லை. அவர்கள் இரண்டுமுறைக்கு மேல் அந்த ஹோமியோபதி மருத்துவரை பார்த்துவிட்டார்கள். இரண்டு தடவைகளிலும், குணமடைவதற்கான சிதோவின் உற்சாகம் காணாமல் போய்விட்டது.

அந்த மருத்துவர் பொறுமையாக அறிவுறுத்தினார். "ஹோமியோபதி நோயின் வேரைத்தான் தாக்கும்" என்றார் அவர்.

"ஆனால், நோயாளியால் நன்றாக உணர முடியவில்லையே" என்று மறுத்துக் கூறினான் சிதோ.

"எனக்குப் பரவாயில்லை" என்றாள் ரூபி. "நான் நன்றாகத்தான் இருக்கிறேன். போகலாம்."

அந்த அழுக்கடைந்த கிளினிக்கில் இருப்பதையோ, அவளுக்குப் புரியாத மருந்துகளையும் நோய்களையும் பற்றிய விவரங்களைக் கேட்பதையோ அவளால் பொறுத்துக்கொள்ள முடியவில்லை. இதுபோன்ற கிளினிக்கில் ஆரோக்கியமாக இருப்பதைக் காட்டிலும், வீட்டிலேயே நோயுற்றிருப்பது சிறந்தது என அவள் நினைத்துக்கொண்டாள். அத்துடன், அவள் குருபாரியின் வீட்டிற்கு மறுபடியும் போக விரும்பவில்லை. ஹோமியோபதி மருத்துவரிடம் அவர்கள் எந்தளவுக்கு நேரத்தைக் கடத்துகிறார்களோ அதே அளவுக்கு குருபாரியின் வீட்டிற்கு சென்று குளிர்பானங்களும் மதிய உணவும் சாப்பிட வேண்டியிருக்கும் என்பதையும் அவள் அறிந்திருந்தாள்.

ஜெய்ப்பால் அவளை கவலைப்படுத்தினான். அவள் அவனை குருபாரியின் வீட்டில் இரவும் பகலும் தங்கியிருப்பதற்கு அனுமதித்திருக்கலாம். அவன் குடித்துவிட்டு வீட்டுக்கு வருவதை அவள் பார்த்திருக்கலாம். அடுத்து அவன் என்ன செய்யப்போகிறான் எனத் தெரியாமல் இருந்திருக்கலாம். ஆனால், அவளால் தாங்கிக்கொள்ள முடியாதது என்னவென்றால், அவளுக்கு யாரென்றே தெரியாத ஒரு பெண்ணை அவன் கூட்டிவந்ததுதான். குறைந்தபட்சம், அவன் செய்துவிடுவான் என்று புட்கி அவளிடம் சொன்னது இதுவாகத்தான் இருக்கும். புட்கிக்கு மிகவும் வயதாகிவிட்டது. அவளுக்கு எழுபது வயதுக்கும் மேல், சொல்லப்போனால் எண்பது வயதாகக்கூட இருக்கலாம். அவள் முன்னெப்போதையும்விட பலவீனமாக இருந்தாள். கூனிக்கொண்டு நடந்தாள், புடவைக்கு வெளியே ஒரு மார்பு மட்டும்தான் தொங்குகிறதா அல்லது இரண்டுமா என்பதைப் பற்றிக்கூட கவலைப்படுவதை நிறுத்திவிட்டாள். இருந்தாலும், அவளுடைய குடி மட்டும் தொடர்ந்தது. ஜெய்பாலைப் பற்றி எல்லோரும் சொன்னதைத்தான் அவள் ரூபியிடமும் தெரிவித்திருந்தாள்.

"சாக்குலியாவுக்கு வெளியே ஏதோ ஒரு கிராமம் என்றார்கள். எனக்கு உறுதியாகத் தெரியாது" புட்கி குழறினாள். "குருபாரிக்கு அவளைப் பற்றி தெரிந்திருக்கும் என்கிறார்கள்."

"ஏன் குருபாரிக்கு? யாரிந்த குருபாரி? எனக்குத் தெரியாமல் அவளுக்கு ஏன் தெரிய வேண்டும்?"

அதிர்ச்சியும் துயரமும் தெரிந்த தன்னுடைய மருமகளின் முகத்தை புட்கியால் பார்க்க முடியவில்லை. புட்கி இதுபோன்ற தருணங்களை தவிர்த்துவிடுவாள். அவளுடைய தொண்டை வறண்டுவிட்டது, அவளுக்கு குடிக்க வேண்டும்; ஒரு பாட்டி ஹாந்தி, ஒரு கோப்பை பாரா எதுவானாலும் சரி. அவள் போவதற்காக திரும்பியபோது ரூபி தேம்புவதைக் கேட்டாள். அந்தத் தேம்பல் கொண்டிருந்த துயரம் சுமப்பதற்கு மிகவும் கனமானது. அதைக் கவனிக்காமல் இருக்க வேண்டுமென்று விரும்பிக்கொண்ட அவள் மாஜியின் வீட்டை நோக்கி நடந்தாள்.

~

சில நலம் விரும்பிகளின் அறிவுரைப்படி, சிதோ மற்றொரு வைத்தியத்தை முயற்சித்துப் பார்க்க முடிவெடுத்தான். இதனை, ரூபிக்கு அவளுடைய நிலையின் முதல் அறிகுறிகள் தோன்ற

ஆரம்பித்த பதினைந்தில் இருந்து இருபது வருடங்களுக்கு முன்னரே செய்துபார்த்திருக்க வேண்டும் என அவனிடம் சொல்லப்பட்டது. இந்தவகை சிகிச்சையைப் பற்றி சொல்லப்படும்போது சிதோ முற்றிலும் அதற்கு சாதகமானவனாக இல்லை. இது நீண்டகாலமாகவே அவன் தவிர்த்திருந்த - அல்லது தவிர்க்க வைக்கப்பட்ட - ஒன்றுதான். சாக்குலியாவிற்கு அருகே வசிக்கும் ஒரு ஓஜாவை ஒருவர் பரிந்துரைத்தார். அதே கிராமத்தில்தான் ஒருகாலத்தில் தோஸோவின் காதலியும் வசித்துவந்தாள். ஓஜாவின் வீடு மற்றவர்களுடைய வீடுகளில் இருந்து தள்ளியிருந்தது.

"அவளைப் பார்த்தால் நன்றாக இருப்பது போலத்தான் தோன்றுகிறது" என்றார் அந்த ஓஜா. "அவளுக்கு ஏதேனும் நோய் இருப்பதுபோல் எனக்குத் தோன்றவில்லையே."

"ஆனால், அவள் இத்தனை வருடங்களாக மிகவும் துன்பப்பட்டுக் கொண்டுதான் இருக்கிறாள்" என்று குழப்பத்துடனே பதிலளித்த சிதோ அதிலிருந்து விடுபடவே ஏங்கிக்கொண்டிருந்தான்.

"அவள் ஆளாக நேரிட்ட துன்பத்தை என்னால் பார்க்க முடிகிறது." ரூபியின் வெளிறிய முகத்தை அந்த ஓஜா கூர்ந்து படித்தார். அது ஏதோ விளங்க முடியாத எழுத்துமுறையில் அச்சிடப்பட்ட மனித நோய்கள் குறித்த கையேட்டைப் படிப்பது போல் இருந்தது. "அதனால்தான் சொல்கிறேன்" என்று அவர் சற்று இடைவெளி விட்டார். "அவளுடைய துன்பங்கள் ஏதோ நோயினால் ஏற்பட்டதல்ல. அவை வந்திருப்பது... வந்திருப்பது..."

"என்ன?" அந்தக் காத்திருத்தலை பொறுக்கமாட்டாத சிதோ பதட்டமானான்.

"...வெளியில் இருந்து" என்றார் ஓஜா. அவருடைய பதில் அவருடைய சிகிச்சையளிப்பைப் போலவே சிக்கலாக இருந்தது. "வெளியே இருந்து வந்தது."

"அதற்கென்ன அர்த்தம்?" சிதோ கேட்டான். ரூபி அப்பால் பார்த்துக் கொண்டிருந்தாள். அந்த அமர்வு சலிப்படைய வைத்தது.

"மகனே, உன்னுடைய அப்பா எப்படி இறந்துபோனார் தெரியுமா?" என தன்னுடைய முகத்தை சிதோவிற்கு அருகாமையில் கொண்டுசென்று, அவனுக்கு மட்டுமே கேட்கும் அளவுக்கான

சத்தத்துடன் ஓஜா அமைதியாகக் கேட்டார். அவர் ரூபிக்கு மேற்கொண்டு எத்தகைய அதிர்ச்சியையும் தர விரும்பவில்லை.

ஒரு கணம் சரியான வார்த்தைகளுக்காக தடுமாறிய சிதோ கூறினான். "இல்லை. நான் அங்கே இல்லை. அது எப்படி சம்பந்தப்படுகிறது?"

"சம்பந்தப்படுகிறது" என்றார் ஓஜா. "உன்னுடைய தந்தையின் மரணத்திற்கும், உன் மனைவியின் நோய்க்கும் ஒற்றுமை இருக்கிறது."

சிதோ தீவிரமானான். இது எங்கே போகிறது? என்று அவனுக்குத் தெரியவில்லை.

"உனக்குத் தெரியுமா, தெரியாதா?"

சிதோ தலையைக் குலுக்கினான்.

"கேள்." அந்த ஓஜா சிதோவிடம் குனிந்தார். "இரண்டு பெண்கள் இருக்கிறார்கள். மோசமான, மோசமான பெண்கள். அவர்கள்தான் உன் அப்பாவைக் கொண்டுபோனார்கள்."

சிதோவுக்குத் தலை சுற்றியது.

"உனக்கு மோசமான பெண் யாரையாவது தெரியுமா?"

"இல்லை, இல்லை." சிதோ தடுமாறினான்.

ஓஜா ஆச்சரியப்பட்டார். அவர் சிதோவின் முகத்தை உற்றுப்பார்த்து, ஒவ்வொரு வரியையும், ஒவ்வொரு விளிம்பையும், ஒவ்வொரு துளையையும் கூர்ந்து ஆராய்ந்தார். அவர் சிதோவின் கண்களை நோக்கினார். சிதோவோ அப்பால் திரும்பிக்கொண்டான். ஓஜா புதிரடைந்தார். ஒரு மோசமான பெண்ணுடன் பழக்கமானவன் என்பதையும் தாண்டி ஒன்றைப் பகிர்ந்து கொள்ளும்போதுகூட அப்படிப்பட்டதொரு மோசமான பெண்ணைத் தெரிந்திருப்பதை இவனால் எப்படி மறுக்க முடிகிறது?

பிறகுதான் அவருக்குப் புரிந்தது. ஒருவேளை இது அவனுடைய மனைவிக்கு முன்பாகவே இந்த விஷயத்தைப் பற்றிப் பேசுவது நல்ல யோசனையாக இல்லாதிருக்கலாம். அவர் ரூபியைப் பார்த்தார். அவள் தொலைந்து போனவளைப் போல் காணப்பட்டாள்; அவளுடைய கண்கள் கல்லாய் சமைந்திருந்தன. இது ஒன்றும்

மர்மமல்ல என்று நினைத்தார் ஓஜா. நான் உனக்கு உதவுகிறேன் பாவப்பட்ட பெண்ணே. உனக்கு இதையெல்லாம் யார் செய்தார் என்று தெரிகிறது. ஆனால், உண்மைதான் முதலில் வெளிவர வேண்டும். உன்னுடைய சிகிச்சை முழுவதுமே உன்னுடைய ஆணின் கையில்தான் இருக்கிறது.

"ம்... கொஞ்சம் உள்ளே வரமுடியுமா?" தனக்குப் பின்னால் இருந்த இருட்டறையைக் காட்டினார் அவர்.

சிதோ தயங்கினான். அவன் அந்த இருட்டறையைப் பார்த்தான். உள்ளே எட்டிப் பார்த்தான். கதவின் மேல்பகுதியில் இருந்து மெல்லிய புகைமண்டலம் உமிழ்ந்துகொண்டிருப்பதைக் கண்டான். என்ன நடந்தாலும் சரி, அவன் ஒரு ஓஜாவின் கருவறைக்குள் நுழையவில்லை.

சிதோவின் தயக்கத்தை உணர்ந்த ஓஜா சிரித்தார். தன்னுடைய வீட்டை நாசம் செய்ய விழையும் ஒரு பெண்ணால் அவன் முற்றிலுமாக கைக்கொள்ளப் பட்டுவிட்டான். ஆனாலும், என்னை சந்தேகிக்கிறானே என்று நினைத்துக்கொண்டார் அவர். தன்னுடைய வாடிக்கையாளர்கள் ஏளனம் செய்யப்பட்டுவிடக்கூடாது என்பதற்காக அவர் தன் தலையைத் தாழ்த்திக் கொண்டார்.

சிதோ அப்படிச் செய்யவில்லை. அவன் தான் அவமதித்துவிட்டதாக நினைக்கும் நிலையில் இல்லை. ரூபிக்கோ எந்த உணர்வுமே இல்லை.

"தயவுசெய்து, உள்ளே வா." சிதோ மீது வைத்தகண் வாங்காமல் உறுதியாக அழைத்தார் ஓஜா. "இது முக்கியமான விஷயம். உனக்கு உன்னுடைய மனைவி குணமாக வேண்டுமா வேண்டாமா? அல்லது மருத்துவர் மருத்துவராக அலைந்து கொண்டிருப்பதும், உன்னுடைய மனைவிக்கு ஒன்றுமில்லை அவள் நன்றாகத்தான் இருக்கிறாள் என்று சொல்லும் மருத்துவர்களைப் பார்ப்பதும்தான் உனக்கு மகிழ்ச்சியாக இருக்கிறதா?"

ரூபியைப் பார்த்து திரும்பிய சிதோ சொன்னான், "இங்கேயே இரு, நான் உடனே வந்துவிடுவேன்." பிறகு எழுந்துநின்ற அவன் அந்த ஓஜாவின் கருவறைக்குள் அவரைப் பின்தொடர்ந்து சென்றான்.

அங்கிருந்த தோண்டோவில் புகைந்துகொண்டிருந்த ஊதுபத்தயில் இருந்து வந்த புகை சிதோவின் தொண்டையை உலர வைத்தது.

எச்சிலை விழுங்கிய சிதோ அந்த அறையின் இருளுக்கு தன்னைப் பழக்கிக்கொள்ள முயற்சித்தான். அவனுடைய பார்வை சரியானபோது தோண்டோவும், வழிபாட்டுக்கு உண்டான பிற பொருட்களும் சுவற்றிற்கு நேராக நின்றிருந்த ஒரு காளி தேவியின் சிலைக்கு முன்பாக வைக்கப்பட்டிருப்பதை சிதோ பார்த்தான். தரைப்பகுதியில் இருந்து மேற்புறக் கூரைவரை எழுந்து நிற்கும் அந்தச் சிலையானது, காளி உண்மையிலேயே எப்படிப் பார்க்கப்படுவாளோ அதைத் துல்லியமாக பிரதிபலிப்பதுபோன்றே காணப்பட்டது. காளியின் நிறம் கருப்பு. கருப்பு என்றால் நிலக்கரியைப் போன்ற கருமை, இரவைப் போன்ற கருமை, அந்த அறையில் நிரம்பியிருந்த கருமை.

“நீ பொய் சொல்லக்கூடாது” ஓஜா உறுதியாக அறிவுறுத்தினார். “நீ பெண் தெய்வத்திற்கு முன்பாக உட்கார்ந்திருக்கிறாய். உன்னால் பொய் சொல்லவே முடியாது.”

சிதோவுக்கு அசௌகரியமானது. அவனால் மூச்சுவிட முடியவில்லை. தூணாவில் இருந்து வந்த புகை அவனுடைய தொண்டையை அரித்தது. மூக்குகளின் வழியாக சிரமப்பட்டு மூச்சிழுத்தான். அவன் தப்பிச்செல்ல விரும்பினான்.

“ஒரு பெண் இருக்கிறாள்” என்றார் ஓஜா. “இல்லையென்று மட்டும் என்னிடம் சொல்லாதே.”

“ஆமாம், இருக்கிறாள்.” அவனுடைய ஏற்பு கட்டாயத்தினான் வெளிவந்தது. சிதோ ஆச்சரியப்பட்டான். அவன் என்ன சொல்லிவிட்டான்? அவனுடைய நெற்றி வியர்த்தது

“அவள் திருமணமானவள்.”

“ஆமாம், ஆமாம்.”

சிதோ ஓடிவிட நினைத்தான்.

“அவள் உன் குடும்பத்தை அழித்துக் கொண்டிருக்கிறாள், நீ அதை உணரவில்லையா. உன்னுடைய மூத்த மகன் ஏற்கனவே அவளுக்கு சொந்தமாகிவிட்டான். உனக்குத் தெரியவில்லையா...”

நாம் இங்கிருந்து போயாக வேண்டும்! சிதோவின் காதுகளுக்குள் யாரோ கத்தினர்.

சிதோ நேராக எழுந்து நின்றான். அவனுடைய கண்கள் கூரையின் மரச்சட்டங்களை வெறித்துப் பார்த்தன. ஒரு ஆழ்ந்த, கரகரப்பொலி அவன் தொண்டையில் இருந்து வந்தது.

"நீ இங்கே என்ன செய்கிறாய்?" சிதோவுக்குப் பின்னால் திடீரென்று தோன்றிய அந்தப் பெண்ணைப் பார்த்து கத்தினார் ஓஜா. "நீ எங்கிருந்து வந்திருக்கிறாய்?"

அந்த நிர்வாண ஆவி சிதோவை தன் கைகளால் பிடித்துக்கொண்டு அவன் காதுகளில் கத்தியது. "என்னுடன் வா!" அவன் துவண்டு விழுந்தான். அந்தப் பெண் அவனைத் தாங்கிக்கொண்டாள். பின்னர் அவள் ஓஜாவின் முகத்தைப் பார்த்து கோபமாக உறுமினாள். "நான் அவனைக் கூட்டிப்போகிறேன்! துணிவிருந்தால் என்னைத் தடுத்துப் பார். நான் பெண்தெய்வத்தை வணங்குகிறேன். எனக்கு வேறு கடவுளர்களும் இருக்கிறார்கள். மறந்துவிடாதே, உன்னைக்காட்டிலும் நான் சிறந்த பலிகளை அளிக்கிறேன். அவனை பயமுறுத்த முயலாதே. அவன் பெண்தெய்வத்திற்கு முன்பாக உட்கார்ந்திருப்பதாக அவனிடம் சொல்லாதே. அவள் என்னுடைய தெய்வம், உன்னுடையது அல்ல."

அந்த ஓஜா நம்பமுடியாமல் குருபாரியின் முகத்தைப் பார்த்தார். தசைபிடிப்பாகவும், ஒரு காட்டுப்பூனையினுடைய நெகிழ்வுடனும் இருந்த அவளுடைய நிர்வாண உடலில் வயதானதற்கான எந்த அறிகுறியும் காணப்படவில்லை. அவள் சிதோவை வெளியே இழுத்துச் சென்றாள்.

சிதோ தடுமாறி வெளியே வந்தான். ரூபி அவனிடம் விரைந்தாள். "அவரை ஏன் வெளியே தள்ளுகிறீர்கள்?" என்று ஓஜாவைப் பார்த்து கத்தினாள், "என்னை குணப்படுத்தப் போகிறீர்களா அல்லது என் கணவரைக் கொல்லப் போகிறீர்களா?"

எதிரி சக்திவாய்ந்தவள் என்பதை ஓஜா புரிந்துகொண்டார். அவள் தன்னுடைய வீட்டிற்குள், தன்னுடைய கருவறைக்கே வந்து அவளுடைய பலியை இழுத்துச் சென்றுவிட்டாள். சாதாரண மந்திரங்களால் தடுத்து நிறுத்த முடியாத அளவுக்கு அவள் மிகுந்த சக்திவாய்ந்தவள். அவளை நிறுத்த முடியாது. இல்லை, இல்லை, அவளை என்னால் சமாளிக்க முடியாது என்று அவர் நினைத்துக்கொண்டார். மனிதர்களை விழுங்கும் ஒருவரை என்னால் சமாளிக்க முடியாது. எனக்கு கவலையுமில்லை. முதலில் நான் காப்பாற்றிக்கொள்ள வேண்டும்.

"என்னால் உன்னைக் குணப்படுத்த முடியாது" அறைக்கு உள்ளேயிருந்தபடி ஓஜா கத்தினார்.

"பிறகு ஏன் நீங்கள் இப்படி..." என ரூபி தொடாங்கியபோது சிதோ அவளை பின்னுக்கிழுத்தான்.

"நிறுத்து, நிறுத்து, போகலாம்" என்றார் அவர்.

"பிறகு ஏன் அவரை உள்ளே அழைத்துச் சென்றீர்கள்?"

"எதற்குமில்லை" என்ற சிதோ அவளை ஓஜாவின் வீட்டில் இருந்து அப்பால் அழைத்துச் சென்றான். "அவர் பலிகள் கொடுக்கும் இடத்தைக் காட்டிவிட்டு விசித்திரமான கேள்விகளாக கேட்டார். அவரால் உபயோகமில்லை என்று தெரிந்ததும் நான் வந்துவிட்டேன்."

நல்லவேளையாக வந்துவிட்டோம், தன்னுடைய சைக்கிளைத் தள்ளிபடியே நினைத்துக்கொண்ட சிதோவுப் பின்னால் ரூபி வந்துகொண்டிருந்தாள். நான் இந்த இடத்திற்கே இனி வரப்போவதில்லை.

"உன் அம்மாவிடம் இப்படித்தான் பேசுவாயா?"

ஜெய்பால் டும்னியை சிதோவின் புதிய மோட்டார்சைக்கிளில் அழைத்து வந்தான். சிதோ ஏற்கனவே அதிலிருந்து இரண்டுமுறை கீழே விழுந்திருக்கிறான்.

"சிதோ-மாஸ்டர், மோட்டார்சைக்கிள் ஓட்டும் வயதா இது?" அவன் முதல்முறை அதை ஓட்ட முயற்சித்து கீழே விழுந்தபோது கிராமத்தவர்கள் இப்படித்தான் கேலிசெய்தனர்.

"கற்றுக்கொள்வதற்கு வயதெல்லாம் ஒரு விஷயமே இல்லை" சிதோ சிரித்துக்கொண்டே பதில் சொன்னான்.

"ரொம்ப நல்லது" என அவர்கள் தங்களுக்குள் கிசுகிசுத்துக் கொண்டனர். "தன்னுடன் பணிபுரிந்தவரின் விதவை மனைவியை வைத்து ஓட்டிச்செல்வதற்கும் வயது ஒரு பொருட்டே அல்லதான்."

இருந்தாலும், அதற்கு அவர்கள் சத்தமாக பதில் சொல்வார்கள் "சரிதான் சிதோ-மாஸ்டர். நீங்கள்தானே எங்களுக்கு உந்துதல்."

அந்த இயந்திரத்தைக் கற்றுக்கொள்வதில் தோல்வியடைந்த பின்னர், சிதோ தன்னுடைய சைக்கிளுக்கே மாறிவிட்டு அந்த மோட்டார்சைக்கிளை அதை ஓட்டக்கூடிய தன் மகன்களிடமே கொடுத்துவிட்டார். ஜெய்பால் அதை ஓட்டும் முறை வந்தபோதுதான் அவன் டும்னியை குருபாரியின் வீட்டுக்கு அழைத்து வந்தான். அங்கேயே ஒருவாரம் தங்கியிருந்த பிறகு தன்னுடைய மணமகளை வீட்டிற்கு அழைத்து வந்தான்.

டும்னி, ஒரு குத்தகைப் பயிரிடுநரின் மகள். அவர்களுடைய கிராமமானது ரூபிக்கு அதன் பெயர்கூட தெரியாத அளவுக்கு முக்கியத்துவம் பெறாத ஒன்று. ஜெய்பால் தன்னுடைய நண்பர்களுடன் சென்ற ஒரு படாவில் டும்னி தனது சகோதரிகளுடன் ஹாந்தி விற்றுக்கொண்டிருந்தாள். சிலபல குடிக்குப் பின்னர்

இருவரும் காதலில் விழுந்தனர். இரண்டு மாதங்களுக்குப் பிறகு டும்னி தன்னுடைய நல்ல உடைகளை ஒரு கிழிந்த கைப்பையில் வைத்துக்கொண்டு, ஜெய்பாலின் மோட்டார்சைக்கிளில் பின்னால் அமர்ந்தபடி வீட்டைவிட்டு ஓடிவந்தாள். பிஷுவுக்கும் பூச்சுவுக்கும் தங்களுடைய அண்ணனின் விவகாரத்தைப் பற்றித் தெரியும். ஆனால், அதை தங்களுடைய அம்மாவுக்குத் தெரியாமல் வைத்துக்கொள்வதென்று முடிவு செய்தனர். ரூபியின் குடும்பமே ஜெய்பாலின் காதலை மூடிமறைத்ததுதான் அவளை மேற்கொண்டு காயப்படுத்தியது.

ஜெய்பாலின் திருமணத்திற்குத் துலாரிதான் எல்லா ஏற்பாடுகளையும் செய்தாள். மணமகனின் சித்தியாக அந்த திருமணத்தை நிர்வகித்து முழு ஏற்பாடுகளையும் மேற்கொண்டதன் மூலமாக அவள் தற்பெருமையுடன் ரூபியை ரகசியமாகப் பார்த்துக்கொண்டே இருந்தாள். அந்தத் திருமணம் திருப்திகரமாக நடத்தி முடிக்கப்பட்ட உடனே ரூபி மீதான அனுகூலத்தை எடுத்துக்கொண்ட துலாரி அதுகுறித்து தற்பெருமையும் அடைந்திருப்பாள்.

அந்தத் திருமணம் எளிமையாக நடந்தது. சிதோ குடும்பத்தில் டும்னிக்காக மேம்போக்கான சம்பிரதாயங்களே மேற்கொள்ளப்பட்டன. அது ஒரு மாலைநேரம்வரை மட்டும்தான் நீடித்தது என்பதுடன் ரூபி அதை ஓரக்கண்ணால் மட்டும்தான் பார்த்தாள். தன்னுடைய கண்களைத் திறந்து வைத்திருப்பது அவளுக்கு தலைவலியை வரவழைத்தது. அங்கு கூடியிருந்த பெண்களிடத்தில் இருந்து விடுபடவும் அதுவே உதவியது. ஆனால், அவர்கள் எல்லோருமே ரூபியின் தலைவலிக்கான காரணம் குறித்து புறம்பேசினர். டும்னியும் அவர்களில் ஒருத்தி. துலாரியோ அந்த வீட்டின் எஜமானி என்பதுபோல், தனக்கே உரிய அகம்பாவத்துடன் ரூபியின் இடத்தில் நின்றிருந்தாள். ஜெய்ப்பாலின் விவகாரம் மற்றும் குருபாரிக்கு அதிலுள்ள சம்பந்தம் குறித்த ரகசிய பேச்சுகளும் அந்த இடத்தில் சூழ்ந்திருந்தன.

“யாருக்குத்தான் தலைவலி வராது?” என பெண்கள் ஒருவரையொருவர் கேட்டுக்கொண்டனர்.

அந்தத் திருமணத்திற்காக புதிய வேஷ்டிகளுக்கு சாயம்போட நேரமே இல்லை. ஒருசில பயன்படுத்தப்படாதவை அவசரமாக பெட்டிகளில் இருந்து எடுக்கப்பட்டு வெயிலில்

காயவைக்கப்பட்டன. ஜெய்பாலுக்கும் டும்னிக்கும் மட்டுமே புதிய உடைகள் வாங்கப்பட்டன. மாஜி-குஷ்டியைச் சேர்ந்த யாரோ ஒருவர்தான் ஜெய்பாலை தன் தோள்களில் தூக்கிக்கொண்டார்; தோஸோ டும்னியை தௌழாவில் தூக்கிக்கொள்ள, பார்ப்பதற்கு மிகவும் மகிழ்ச்சியாகத் தெரிந்த ஜெய்பால் டும்னியின் வகிட்டில் சிந்தூர் இட்டபோது அரைமனதான "ஹோரி போல் ஹோரி" உச்சரிக்கப்பட்டது.

சிதோவின் ஆட்டுக்கொட்டகையில் இருந்து இரண்டு ஆடுகள் விருந்துக்காக வெட்டப்பட்டன. டும்னியின் குடும்பத்தில் இருந்து யாரும் அந்தத் திருமணத்திற்கு அழைக்கப்படவில்லை. அல்லது அவள் தன்னுடைய வீட்டிற்கே போய்விடலாம் என்ற யூகத்தால் அதுகுறித்து தெரிவிக்கவும் இல்லை. அத்துடன், ஜெய்பாலை திருமணம் செய்துகொள்ளாமலே அவனுடைய வீட்டில் அவள் இரண்டு வாரங்கள் இருந்திருக்கிறாள். கோனோங் சம்பிரதாயங்களும், அந்த கிராமத்து மூத்தோர்களுடனான சந்திப்பும் பின்னர்தான் நடந்தன.

திருமணம் நடந்து முடிந்த பின்னர்தான் அந்த வீடு எவ்வளவு சிறியது என்பதை எல்லோருமே உணர்ந்தனர். புட்கி ஒற்றைப் பிள்ளை, தொலைநோக்குள்ள சோமாய்-ஹாழாம் புட்கியின் மகன்களும் வசதியாக இருக்கும் விதமாக போதுமான அறைகளை கட்டித்தான் வைத்திருந்தார். ஆனாலும், அவை போதுமானதாக இல்லை. புட்கியின் பேரன்களுக்கு அதிகப்படியான அறைகள் தேவைப்பட்டன.

"என்னுடைய உடைகளை வைத்துக்கொள்ள இடமே இல்லை" என்று ஒருநாள் காலை டும்னி புகார் சொன்னாள்.

"ஏன், பாஹு?" ரூபி கேட்டாள். "ஜெய்பாலுக்குச் சொந்தமாக ஒரு பெட்டி இருக்கிறதே, அதைப் பயன்படுத்திக்கொள்."

டும்னி கோபத்துடன் வெளியேறினாள். அன்று மதியம், அவள் சமைத்த சாதம் சாப்பிட முடியாத அளவு பசையாகியிருந்தது.

ரூபி சொன்னாள், "சுல்ஹாவில் இருந்து ஏன் இதை எடுத்துவிட்டாய்? இதை நீ முழுவதும் தண்ணீராக மாறும்வரையில் சமைத்திருக்க வேண்டும். உனக்கு சாதம் வடிக்கக்கூடத் தெரியவில்லை. ஆனாலும், உன் உடைகளை வைத்துக்கொள்ள தனி இடம் கேட்கிறாய்? உனக்கு எத்தனை உடைகளை உன் அப்பா

கொடுத்திருக்கிறார்? என் மகனுடைய மோட்டார்சைக்கிளுக்கு பின்னால் உட்கார்ந்துகொண்டு ஓடிவந்துவிட்டாய். நீ எங்கிருக்கிறாய் என்று உன் குடும்பத்தில் உள்ள யாராவது விசாரித்திருப்பார்களா?"

தாய்க்கும் மகனுக்கும் எஞ்சியிருந்த தொடர்புகூட இந்த சச்சரவுக்குப் பின்னர் முறிந்துபோனது. டும்னி நாள் முழுக்க வீட்டிலேயே இருந்தாள். எதுவும் செய்யவில்லை. ஜெய்பாலோ தன்னுடைய நேரத்தை குருபாரியின் வீட்டிலேயே செலவிட்டான்.

"நீ என்னதான் செய்கிறாய் மகனே? உனக்கு இப்போது ஒரு மனைவி இருக்கிறாள், உன் எதிர்காலத்தைப் பற்றியும், என்ன செய்யப் போகிறோம் என்பதைப் பற்றியும் நினைத்துப் பார்த்தாயா?" அதற்கு மேலும் பொறுத்துக்கொள்ள முடியாத ரூபி இறுதியாக ஒருநாள் அவனிடம் கேட்டேவிட்டாள்.

"அது உங்களுடைய வேலையில்லை. நீங்கள் ஒன்றும் எனக்கு உணவளிக்கவில்லை." இப்படிச் சொல்லும்போது ஜெய்பால் தன் அம்மாவின் முகத்தைக்கூடப் பார்க்கவில்லை. தன்னுடைய நெற்றிக்குப் பின்னால் உருவாகத் தொடாங்கியிருந்த வலியை பொறுத்துக்கொள்ள ரூபி தன்னுடைய பலம் முழுவதையும் திரட்ட வேண்டியிருந்தது. அவள் ஜெய்பாலின் தோளைப் பற்றி அவனை தன்பக்கம் திருப்பினாள்.

"உன் அம்மாவிடம் இப்படித்தான் பேசுவாயா?" என்று அவள் கத்தினாள். "இதற்குத்தான் உன்னைப் பெற்றெடுத்து, உணவூட்டி, வளர்த்தேனா? சொல். நீ ஒரு பெண்ணை வீட்டுக்கு அழைத்து வந்து யாருக்கு யார் என்பதை மறந்துவிட்டாயா மகனே?" அவளுக்கு மூச்சிரைக்கத் தொடாங்கியது. தனக்குப் பின்னால் இருந்த சுவற்றில் சாய்ந்துகொண்ட அவள் அப்படியே உட்கார்ந்துவிட்டாள். அவள் மண்டையோட்டிற்குள் உண்டான வலி தாங்கிக்கொள்ள முடியாததாக இருந்தது. ஆனால், அவளுடைய மகனின் நடத்தையைக் காட்டிலும் அல்ல. ராச்சாவின் ஒரு முனையில் துலாரியும், மற்றொரு முனையில் இருந்த புட்கியும் அவர்களை கவனித்துக் கொண்டிருந்தனர். துலாரி தனக்குத்தானே சிரித்துக்கொண்டாள்.

"நீங்களா என்னை வளர்த்தீர்கள்?" ஜெய்பால் கோபத்துடன் குலுங்கினான். "இப்படிப் பொய் சொல்ல உங்களுக்கு வெட்கமாக இல்லையா, மாய்ஜு? நீங்களா என்னை வளர்த்தீர்கள்? இன்னொரு முறை இப்படிச் சொல்லிப் பாருங்கள், நான் என்ன செய்கிறேன் என்று தெரியும். குருபாரி-மாராக்-ஆயோதான் என்னை வளர்த்தார்கள்.

அவர்கள்தான் எனக்கு உணவளித்து உடையணிவித்தார்கள். நீங்கள் உங்களுடைய கண்களை திறந்துபார்க்கவோ, கைகளை அசைக்கவோகூட இல்லை. என்னைப் பற்றியோ, என் மனைவியைப் பற்றியோ இன்னொரு வார்த்தை சொன்னீர்கள் என்றால் உங்களைக் கொன்றுவிடுவேன், ஞாபகத்தில் வைத்துக்கொள்ளுகள்."

துலாரி சிரிப்பதை நிறுத்திக்கொள்ள, வெளியே போக உத்தேசித்திருந்த புட்கி அப்படியே நின்றுவிட, ஜெய்பால் அச்சுறுத்தும் வகையில் ரூபியிடம் நெருங்கினான். அவர்கள் ராச்சாவில் அப்படியே நின்றனர். ஜெய்பால் தன்னுடைய கட்டுப்பாட்டை இழந்துவிட்டால் அவன் மீது பாயத் தயாராக இருந்தனர். அவன் அப்படிச் செய்யவில்லை. பதிலாக, விறைத்துக்கொண்டு வெளியே சென்றான். ரூபியிடம் விரைந்துசென்ற துலாரியும் புட்கியும் அவளைத் தங்கள் கைகளில் தாங்கிக்கொண்டனர். அச்சமயத்தில் மூச்சடைத்துப்போன ரூபி தேம்பினாள். அவளுக்கு விக்கலெடுத்து நடுங்கத் தொடாங்கியது. அவளுடைய கண்கள் தலையை நோக்கி உருண்டன.

"என்னாச்சு பாஹு?" புட்கி கத்தினாள். "பாஹு! பாஹு!"

"தாய், தாய்!!" துலாரியும் கத்தினாள். "எங்களுடன் பேசுங்கள்!"

தேம்பல்கள் நின்று, ஒரு மெதுவான கரகரப்பொலி ரூபியின் தொண்டையில் இருந்து வந்தது

அவர்கள் அவளைத் தூக்கி பார்கோமில் கிடத்தினர். "என்ன செய்வது, தோஸோ-பாஹு?" என்று கேட்டாள் புட்கி.

"எனக்குத் தெரியவில்லையே, யோ." "நமக்குத் தேவைப்படும்போதெல்லாம் ஆண்கள் வீட்டிலேயே இருப்பதில்லை, அப்படியே இருந்தாலும் இப்படித்தான் செய்துவிடுகிறார்கள். நீங்கள் தாய் உடனே இருங்கள். நான் போய்ப் பார்க்கிறேன். சாஜனோ, பிஷுவோ இங்கேதான் எங்காவது இருப்பார்கள்."

புட்கியுடன் பகிர்ந்துகொண்ட அறையின் கதவுக்குப் பின்னாலிருந்து இந்த முழு விவகாரத்தையும் பார்த்துக்கொண்டிருந்த டும்னியை ஓரக்கண்ணால் பார்த்த துலாரி குல்ஹிக்கு வெளியே விரைந்து சென்று கத்தினாள். "சாஜன்! சாஜன்!" அந்த செய்தி ஒருவர் மாற்றி ஒருவராக சென்று காதாம்டுகி சாலையோரம் ஒரு கடையில் உட்கார்ந்திருந்த பிஷுவையும், ஆற்றங்கரையில் கால்பந்து

விளையாடிக் கொண்டிருந்த சாஜனையும் அடைந்தது. இருவருமே வீட்டிற்கு ஓடிவந்தனர்.

"அவருக்கு மருந்துகள் வேண்டும்? மருத்துவரை அழைத்துவரவா?" துலாரியிடம் கேட்டான் பிஷு.

"தெரியவில்லையே மகனே" என்றாள் துலாரி. "நீ இப்போதுதானே பார்க்கிறாய்."

"யோ! யோ!" பிஷு ரூபியின் முகத்தைக் குளிர்ந்த நீரால் துடைத்தான். அவள் கண்களைத் திறந்து, எல்லோரையும் பார்த்து கண்ணீர்விட்டு அழுதாள்.

"என்னுடைய அம்மாவின் உயிருக்கு யாராவது இதுபோல் தீங்கு செய்தால் அவர்களுக்கு இந்த வீட்டில் இருக்கவே இடம் கிடையாது" என்ற பிஷு டும்னியை ஓரப்பார்வையால் பார்த்தான். "அவளுக்குத் தெரியட்டும், அவளுடைய கணவனுக்கும் தெரியட்டும். என்னுடைய அம்மாவுக்கு ஏதாவது ஆனால் இருவரையுமே கொன்றுவிடுவேன்."

அன்று மாலையே, ஜெய்பாலும் டும்னியும் யாரிடமும் சொல்லிக் கொள்ளாமல் போய்விட்டனர். இரண்டு நாட்களுக்குப் பின்னர் அவர்கள் டும்னி குடும்பத்துடன் இருப்பதாக தெரிய வந்தது.

~

பிஷுவுக்கான மணமகளை மாஜி-குஷ்டியின் பெருந்தன்மை மிக்க உறுப்பினர்களே பரிந்துரை செய்தனர். சிதோவின் இரண்டு மகன்களும் வீட்டிற்குக் கொண்டுவந்த மனைவிகள் முதலில் அந்த வீடு மிகவும் சிறியதாக இருக்கிறது என குறைசொல்லிவிட்டு தங்களுடைய கணவர்களை தங்களது அப்பா வீடுகளுக்கே கூட்டிச் சென்றுவிட்டனர். வாழ்க்கையின் மோசமான யதார்த்தங்கள் புரிந்தபிறகே அவர்கள் திரும்பி வந்தனர். ஜெய்பால் எந்த வேகத்தில் சென்றானோ அதே வேகத்தில் தன் மனைவியை கூட்டிக்கொண்டு திரும்பி வந்தான். ஜெய்பால் அங்கிருந்த ஒரு மாதம் முழுவதும் டும்னியின் வீட்டில் ஏறக்குறைய தினமும் ரகளைகள் நடந்துகொண்டுதான் இருந்தன என்று புட்கி ரூபியிடம் தெரிவித்தாள். இதைப் புட்கியிடம் யாரும் நேரடியாக சொல்லவில்லை அல்லது அவளுடைய குடும்பத்தினருக்கும் யாரும் சொல்லவில்லை. ஆனால், அந்தத் தகவலை அவள் எப்படியோ தெரிந்துகொண்டாள்.

"ஒரு கட்டி"யின் வீட்டைப்பற்றி அவர்களுக்கு என்ன தெரியும்?" என்று அவள் நாக்குழறினாள்.

"வேலைக்காரர்களின் மகள்கள் ராஜாக்களை மணந்துகொண்டால் இதுதான் நடக்கும்" என்றாள் ரூபி.

"தன்னுடைய மனைவியின் வீட்டில் உட்கார்ந்து சாப்பிடுவதற்கு பதில் தனக்காகவாவது சம்பாதிக்குமாறு ஜெய்பாலின் மாமனார் சொன்னாராம்." புட்கியின் கண்கள் தாழ்ந்தன. ரூபியால் அவற்றைப் புரிந்துகொள்ள முடியவில்லை.

அவளுடைய நிராதரவான நிலை ரூபியிடம் மறுபடியும் கோபத்தைப் பற்ற வைத்தது. தனக்கு முதலாவதாக பிறந்தவன் மீது அவள் சீற்றம் கொண்டாள். ஆனால், அவளுடைய மாமியார் மீதும் அவளுக்கு கோபமிருந்தது. ஹாந்தி இல்லாமல் ஒருமணிநேரம்கூட இருக்க முடியாத இவள்தான் ஒரு கணநேர போதைக்காக குடும்ப ரகசியங்களை பண்டமாற்று செய்தவள். ஒருகாலத்தில் தன்னை சுதந்திரமாக வைத்துக்கொண்டு அரிசி ஆலைகளுக்கும் படாக்களுக்கும் சென்றுவந்தவள் இவள்தான். ஒவ்வொரு பருவத்திற்கும் ஆண்களை மாற்றிக்கொண்டே இருந்தவள் இவள்தான். இதுதான் அவளுடைய மாமியார். அவளால் ரூபியிடம் கடும் வெறுப்புதான் நிரம்பியிருந்தது.

"அவர்களுக்கு ஒரு மருமகனுடன் எப்படிப் பேசவேண்டும் என்றுகூடத் தெரியவில்லை" என்றாள் ரூபி. அவளால் தன்னுடைய குரலையேக்கூட சரியாகக் கேட்க முடியவில்லை. அவள் பேசவேண்டுமே என்பதற்காகப் பேசினாள். சத்தம்போட்டு சொல்ல வேண்டிய ஏதோ ஒரு விஷயம் அவள் மனதில் இருந்தது. "நம்முடைய காதாம்டுகியில், மருமகன்களிடம்தான் தங்களுடைய மகள்களின் வாழ்க்கையே இருக்கிறது என்பதற்காக அவர்கள் கடவுள்களைப் போல் ஆராதிக்கப்பட்டார்கள். அவர்களுடைய மகளை நம்முடைய ஜெய்பால் மணந்துகொண்டு, அவர்களுடைய எருக்குழி நிறைந்த கிராமத்தில் இருந்து அவளை வெளியே கொண்டுவந்து அவர்களுக்குத்தான் நன்மை செய்திருக்கிறான் என்பதை மறந்துவிட்டார்கள். இந்தப் பரத்தைப் பெண்ணை கரம்பிடித்து காதாம்டுகி போன்ற ஒரு இடத்திற்கு அழைத்துவர யாருக்குத்தான் இரக்க மனம் இருந்திருக்கும்? அவள் வேறு யாருடனாவது ஓடிப்போயிருக்கலாம். ஒரு வேலைக்காரப் பையன், மாடுமேய்க்கும் பையன், அரிசி ஆலைகளிலோ குவாரிகளிலோ

வேலை செய்யும் யாருடனாவது. ஜெய்பால் அவளைத் தேர்ந்தெடுத்தது அவளுடைய அதிர்ஷ்டமே, இல்லாவிட்டால் படாக்களில் ஹாந்தி விற்பதிலும், ஒருவனிடம் இருந்து ஒருவனாக மாறிக்கொண்டிருப்பதிலுமே அவளுடைய வாழ்க்கை போயிருக்கும்.''

ரூபி புட்கியைப் பார்த்தாள். புட்கி தான் சொன்னதைக் கேட்டிருப்பாளா என அவளுக்குத் தெரியவில்லை. அவளுடைய தலை தொங்கியிருந்தது. ஆனால், இது புட்கி கேட்டாக வேண்டிய ஒன்றுதான் என அவள் விரும்பினாள். அவளையும், டும்னியைப் போன்று புட்கி வகையைச் சேர்ந்தவர்களையும் தான் எந்தளவுக்கு வெறுக்கத் தொடாங்கியிருக்கிறோம் என்று புட்கி தெரிந்துகொள்ள வேண்டும் என அவள் விரும்பினாள்.

இருந்தாலும், அவளுடைய கோபம் பயனற்றுப் போய்விட்டது, அது எதையும் மாற்றப்போவதில்லை. ஜெய்பால் வீட்டிற்கே திரும்பிவிட்டான். அவன் அறிவார்ந்தவன் அல்ல. ஆனால், முன்னைக் காட்டிலும் அமைதியாகிவிட்டான். டும்னியும்கூட, மேற்கொள்ளப்பட்ட புதிய தூங்கும் ஏற்பாடுகளுக்கு ஒத்துழைத்தாள். அவளும் ஜெய்பாலும் புட்கியின் அறைக்கு மாறினர். புட்கியோ ரூபியின் அறைக்கு மாறினாள். மற்றுமிருந்தவர்கள் - சிதோ, தோஸோ மற்றும் அவர்களுடைய மகன்கள் - தனி அறைக்கு மாறினார்கள். துலாரி தனியாகத் தூங்கினாள். பிஷுவுக்கும் அவனுடைய வரப்போகும் மணமகளுக்கும் தனி ஏற்பாடுகள் செய்யப்பட இருந்தன.

ஆனாலும்கூட, பிஷு அப்படி எதையும் எதிர்பார்க்கவில்லை. அவனுக்கு எப்படிப் பொருந்திப் போவதென்று தெரியும். இந்த மணப்பொருத்ததை ஏற்படுத்துவதோடு சம்பந்தப்பட்ட குஷ்டியைச் சேர்ந்தவர்கள் பிஷுவின் மணமகள்தான் காதாம்டுகியின் அடுத்த ரூபி என்று நம்பிவிட இருந்தனர். அவள் ஆரோக்கியமாகவும் வலுவானவளாகவும், சிதோவைத் திருமணம் செய்தபோது ரூபி இருந்த அளவுக்கு அழகானவளாகவும் இருந்தாள்.

~

ருபாலி மேற்கு வங்கத்தில் இருக்கும் ஜார்கிராமுக்கு அருகாமையில் உள்ள கிராமத்தைச் சேர்ந்தவள். குஷ்டியைச் சேர்ந்த நான்கு பேருடன் சிதோவும் தோஸோவும் மணமகளைப் பார்க்கப் புறப்பட்டனர். பத்துமணி ரயிலைப் பிடித்த அவர்கள் மதிய உணவு

நேரத்திற்கு அங்கே சென்றுசேர்ந்தனர். அந்தப் பெண்ணின் குடும்பம் எளிமையாக இருந்தாலும் அவர்கள் இங்கரேஜி பாராவை தேசி சிக்கனுடன் தங்கள் விருந்தினர்களுக்கு வழங்கினர். பெண்ணின் அப்பா ஒரு விவசாயி, சம்பந்தப்பட்ட பெண்ணைத் தவிர்த்து அவருக்கு நான்கு பிள்ளைகள்: இரண்டு பெண்கள், இரண்டு பையன்கள்.

அவர்களிடம் குடும்பத் தகுதியின் பகட்டாரவாரங்கள் எதுவுமில்லை; சோமாய்-ஹாழாம் மற்றும் கோழ்தா-ஹாரமின் காலம் போயே போய்விட்டது. புட்கி மற்றும் கோழ்தா-ஹாரமின் மகன்களுக்கு மணம்புரிய தங்களுடைய மகள்களைக் கொடுப்பதென்ற எதிர்பார்ப்பிலேயே தந்தைகள் பெருமகிழ்ச்சியுற்ற ஒருகாலத்தின் பிரகாசத்தை சோமாய்-ஹாழமின் குடும்பம் இழந்துவிட்டது. புட்கி மற்றும் கோழ்தாவின் மகன்கள் முழுமையானவர்கள் அல்ல; அவர்களுடைய பிழைகளே அவர்களுடைய குடும்பத்தை துன்பப்படுத்திவிட்டது. காதாம்டுகியில் இருந்து வெகுதொலைவில் ஒரு மணப்பெண்ணை புட்கி குடும்பத்து நலம் விரும்பிகள் ஏற்பாடு செய்ததற்கான காரணங்களில் இதுவும் ஒன்று. அவர்களுடைய குடும்பத்தைச் சூழ்ந்திருக்கும் விவகாரங்களின் வாசனைகூட எதிர்பார்க்கப்படும் மணமகளின் குடும்பத்தை எட்டிவிடுவதை அவர்கள் விரும்பவில்லை.

ரூபி வராமல் போனதற்கு அவளுக்கு உடல்நிலை சரியில்லை என்ற விளக்கம் தரப்பட்டது. மணமகள் பொறுப்புள்ளவளாகத்தான் இருக்க வேண்டும். அதனாலும் அவள் தன்னுடைய மாமியாரை எதிர்பார்த்திருந்தாள்.

பெண்ணின் பெற்றோர்கள் சிதோவை மகிழ்ச்சிப்படுத்த அதிகம் விரும்பினார்கள். "கவலை வேண்டாம், கவலை வேண்டாம்" என்றனர். "எங்களுடைய மகள் எல்லாவற்றையும் கற்றிருக்கிறாள்; நீங்கள் கவலையே படவேண்டாம்."

அவர்களுக்கு சோமாய்-ஹாழமை தெரிந்திருந்தது. "யாருக்குத்தான் தெரியாது?" அவர்கள் கேட்டனர். "அருகிலோ தொலைவிலோ இருக்கும் சந்தால்களுக்குக்கூட அவரைப் பற்றித் தெரியுமே."

நல்லவேளையாக, சமீபத்திய நிகழ்வுகளைப் பற்றி அவர்கள் தெரிந்து வைத்திருக்கவில்லை.

"நீங்கள் எங்களுடைய மகளைப் பார்க்க எங்களைத்தேடி வந்தமைக்கு நன்றி" என்றார் பெண்ணின் அப்பா. "உலகத்திலேயே என் மகள்தான் மகிழ்ச்சியானவளாக இருப்பாள்."

அத்தகையதொரு கூற்றை ஏற்றுக்கொள்ள சிதோ தயங்கினான். அவன் ரூபியை பார்க்கச் சென்றபோதுகூட, இத்தனை வருடங்களில் இவ்வளவு மௌனமாக இருந்ததில்லை.

"உன் பெயர் என்ன?" அவன் மென்மையாக கேட்டான்.

"சொல்லு, மாய்" அந்தப் பெண்ணின் அம்மா உற்சாகப்படுத்தினாள். "ருபாலி" அந்தப் பெண் லேசாக கண்களை உயர்த்திக் கூறினாள். "என்ன?" என்றான் சிதோ.

"மறுபடியும் சொல்லு, மாய்" அவள் அம்மா துரிதப்படுத்தினாள்.

இந்தமுறை அவள் சத்தமாகச் சொன்னாள், "ருபாலி."

குணமானதா? ஆம், ஏறக்குறைய

பிஷ்ணுவின் திருமணம் நடந்தபோது சிதோ இன்னும் சிலமாதங்களில் ஓய்வுபெற இருந்தான். ஜெய்பாலின் மனைவி ஏழுமாத கர்ப்பிணியாக இருந்தாள். அது ஒரு எளிமையான, குறிப்பிடும்படியாக ஏதுமற்ற நிகழ்ச்சி. ருபாலியின் அப்பாவுக்கு மணமகளின் மதிப்பாக ஐந்து ரூபாய் மற்றும் ஒரு ஜோடி ஆடுகளுடன் ஒரு கால்சராய் துணியும், சட்டை துணியும் தரப்பட்டன. ஆடுகள் உள்ளூரிலேயே, ஜார்கிராமிற்கு அருகில் இருந்த சந்தையில் வாங்கப்பட்டன. ருபாலியின் அப்பா தன் மகளுக்கு பிரியாவிடை தந்தபோது அவர் அவளுக்கும் பிஷ்ணுவுக்கும் நிறைவான பரிசுப்பொருள்களை வழங்கினார். மகளுக்காக புடவைகளும் ஆபரணங்களும், மருமகனுக்காக ஒரு மொபைல் போன், டிடிஹெச் இணைப்புடன் ஒரு கலர் டிவி ஆகியவை அவர்களுடைய வீட்டு உபயோகத்திற்காக தரப்பட்டன. "அந்த ஜிங்கலாலா என்று சொல்வார்களே, ஜாவாய்" பிஷ்ணுவின் புதிய மைத்துனிகளில் ஒருத்தி ஜோக்கடித்தாள், "அதை வாங்கிவிடுங்கள்."

"அவளுக்கு இவ்வளவு வலுவா?" என்று நல்ல உடல்வாகு கொண்ட ருபாலி தன்னுடைய தோளில் ஒருமூட்டை நெற்பயிரை தூக்கி வைத்துக்கொண்டதை பார்த்தபோது மாஜி வீட்டுப் பெண்கள் ஒருவரிடம் ஒருவர் சொல்லிக்கொண்டனர்.

"இதோ பார், பாஹு" என்று அவளிடம் கூறினர். "நீ எங்களுக்கு உன்னுடைய மாமியார் இளமையாக இருந்தபோது இருந்ததை நினைவுபடுத்துகிறார். தெரியுமா, உன்னுடைய மூத்த மைத்துனரை அவள் வயல்வெளிக்கு நடுவேதான் பெற்றெடுத்தாள்."

காலம் போகப்போக அவளுக்கு எல்லாம் காட்டப்பட்டன. அவளுடைய மூத்த மைத்துனன் பிறந்த இடம், அவளுடைய மாமனார் வேலைக்குப் போன இடம், அவளுடைய மாமியார் பித்துப்பிடித்தவளைப் போல் ஓடிய இடம், அவளுடைய சிறிய அத்தை தன்னுடைய சிறப்புத் திறமைகளைப் பயிற்சி செய்த

இடம். ரூபியின் இரண்டாவது மருமகள் எதைக்கொண்டு செய்விக்கப்பட்டிருப்பாள் என ஆர்வமிக்க கிராமத்துப் பெண்கள் வியந்தனர். வேறு எந்தப் பெண்ணாக இருந்தாலும் பயத்தில் ஓடியே போயிருப்பாள்.

ருபாலி தனக்கு இன்னும் அதிக அறைகள் வேண்டும் என முடிவுசெய்தாள். இதை பிஷுவுடன் விவாதிக்கவும் செய்தாள்.

"அதிக அறைகளா? வீட்டிற்குள்ளேவா? அது கஷ்டம்" என்றான் அவன்.

"அப்படியென்றால் வீட்டிற்கு வெளியே கட்டிக்கொள்வோம்."

பிஷு அவளை மெச்சும்வகையில் நோக்கினான். அடுத்தநாள் காலையே, முக்கிய வீட்டிலிருந்து தோராயமாக பத்து மீட்டர்கள் தொலைவில் இருக்கும் ஓர் இடத்தை அவர்கள் தேர்வு செய்தனர்.

துலாரி மார்பில் அடித்துக்கொண்டாள். "இந்தப் புது மணப்பெண் நம் வீட்டைப் பிரிக்கப் பார்க்கிறாளே" அவள் கதறினாள். "எந்த சின்னார்-மைய்ஜு அவளுக்கு இதையெல்லாம் கற்றுக் கொடுத்தார்களோ?"

ருபாலி தன் சின்ன அத்தையின் கண்களைப் பார்த்தாள். "எனக்கு யாரும் எதுவும் சொல்லித் தரவில்லை, காகி" என்றாள் அவள். "இது அடிப்படை அறிவுதான். புதிய மணமகள்களுக்கு அந்த வீட்டில் போதுமான இடம் இல்லை. அவர்களுடைய பிள்ளைகளை எங்கே பெற்று, எங்கே வளர்த்தெடுப்பார்கள் என்று நினைக்கிறீர்கள்? டும்னி-தாய் தன் வாழ்க்கையை ஒரு மூலையிலேயே கழிக்கிறார். நானும் என்னுடைய குழந்தைகளும் அப்படியே இருக்க வேண்டும் என்றா நினைக்கிறீர்கள்? பூச்சுவின் மணமகள் என்ன செய்வாள்? சாஜனின் மணமகள் என்ன செய்வாள், காகி? ஒரு பெரிய இடத்தில் வாழ்வதற்குண்டான அவர்களுடைய உரிமைகளை மறுப்பீர்களா?"

ரூபி மனக்கிளர்ச்சியுற்றாள். "நன்றாகச் சொன்னாய், பாஹு" அவள் மகிழ்ச்சியுற்றாள், "மிக நன்றாகச் சொன்னாய். நீ சென்று உன் வீட்டைக் கட்டிக்கொள்."

இரண்டு அறைகள் கொண்ட கூரை வீடு இரண்டு வாரங்களுக்குள்ளாகவே கட்டி முடிக்கப்பட்டது. அது கற்பனைப்பூர்வமாக காற்றோட்டமும் இடவசதியும் உள்ளதாக கட்டிமுடிக்கப்பட்டது. ருபாலி ஒவ்வொரு சுவரும் ஒவ்வொரு

மூலையும் கட்டப்படுவதை மேற்பார்வையிட்டாள். வெளியே ஒரு பரந்த முற்றம் அமைக்கப்பட்டு, மூங்கில் பட்டைகளால் பின்னப்பட்ட தட்டிகொண்டு அடைக்கப்பட்டது. அந்த முற்றத்தின் ஒரு மூலை சமையல்கூடமாக மாற்றப்பட்டது. அந்தக் கூரையும் வைக்கோல் மற்றும் கோரைப்புற்கள் கொண்டு மூடப்பட்டது. அந்தக் கூரையின் ஒரு மூலையில் சாக்குலியாவின் டிடிஹெச் கடையில் இருந்து வந்த ஒருவர் டிஸ்க் ஆண்டனாவை பொருத்தினார். ஒவ்வொரு மாலையும், கால்சந்தியாவின்போது, திகு பெண்களைப் போன்று ருபாலி தன் கைகால்களை கழுவிவிட்டு, தலையில் தண்ணீர் தெளித்துக்கொண்டு ஊதுபத்திகளை ஏற்றி வைத்தாள். அதன் நறுமணம் கூரை முழுவதும் பரவி முக்கிய வீட்டைக்கூட எட்டியது.

இந்தக் கூரைக்கு உள்ளேயே ஒரு மகனைப் பெற்றெடுத்த ருபாலி அதற்கு மேல் பெற்றுக்கொள்வதில்லை என்று உறுதியெடுத்துக்கொண்டாள். அந்தக் குழந்தை ஜெய்பாலின் மகனுடன் விளையாடியது. இன்னும் சில வருடங்களில் அவர்களை பிஷு தன்னுடைய மனைவியின் அறிவுறுத்தலின்படி ஒரு பள்ளியில் சேர்க்கவிருந்தான்.

“இந்தக் குழந்தைகள் எல்லாவற்றையும் நாசப்படுத்தி விடுவார்கள்” தன்னுடைய தோட்டத்திற்குள் அந்தக் குழந்தைகள் ஓடியபோது கூப்பாடு போட்டாள் துலாரி. அவளுக்கு வயதாகிவிட்டதுடன், உடல் பருமனையும் இழந்துவிட்டாள். அவள் ஏறக்குறைய, தோஸோவின் வைப்பாட்டியாக காதாம்டுகிக்கு வந்தபோது இருந்த பழைய துலாரியாகிவிட்டாள். அவளுடைய தெத்துப்பல்லும் அதற்குமேல் அச்சுறுத்தக்கூடியதாக இல்லை.

டும்னி தன் மகனை அவசரமாக கூட்டிச் சென்றுவிட்டாள். ஆனால், ருபாலியோ தனது சின்ன அத்தையிடம் அறிவுறுத்தினாள். “அவர்கள் குழந்தைகள், காகி” என்றாள் அவள். “இப்படி விரட்டுவதற்கு அவர்கள் ஆடு மாடுகள் அல்ல. அவர்கள் உங்களுடைய தோட்டத்தில் விளையாடுகிறார்கள். உங்களுடைய காய்கறிகளை பறித்து தின்றுவிடுவதில்லை.”

“நன்றாகச் சொன்னாய் பாஹு, நன்றாகச் சொன்னாய்” மனக்கிளர்ச்சியுடன் சொன்னாள் ரூபி.

சமையலறைக்கு நடந்துசென்று சிதோவுக்கு உணவு பரிமாறும் அளவுக்கு ரூபி ஆரோக்கியமாக உணர்ந்தாள். நாள்போக,

அவன் ஒரு திருப்தியுற்ற மனிதனானான். அவன் இன்னும்கூட மோட்டார்சைக்கிளை ஓட்டக் கற்றுக்கொள்ளவில்லை என்றாலும் தன்னுடைய பேரன்களுடன் சேர்ந்து அதைக் கழுவித் துடைப்பதில் பெருமகிழ்ச்சியடைந்தான். அத்துடன் தன் சைக்கிளேயே சாக்குலியாவிற்கு சென்று குருபாரியையும் பார்த்து வந்தான். ஜெய்பாலும்கூட, அமைதியானவனாகிவிட்டான். ரூபியுடன் அவன் செய்த சச்சரவு அவளை மூர்ச்சையடைய வைத்ததால் அவன் பயந்துபோய்விட்டதும் அதற்குக் காரணமாகியிருக்கலாம். அல்லது, தந்தையுணர்வு அவனை மாற்றியிருக்கலாம்.

எப்படியோ, பிஷு மற்றும் ரூபாலி அல்லது ஜெய்பால் மற்றும் டும்னி ஆகியோருடைய வாழ்க்கை மட்டுமல்லாமல் எல்லாமுமே ஒருவகையில் ஒரு முறைப்பாட்டிற்கு வந்துவிட்டது. ரூபியின் உடல்நிலை மேம்பட்டது. ஆனாலும், அவள் தன்னுடைய முழு வலிமையையும் திரும்பப் பெறுவதற்கான சாத்தியமில்லை என்று தோன்றியது. ஆனாலும், அவள் முகத்தில் திருப்தியும், சில நேரங்களில் அமைதியும் நிலவியது. புட்கி குடிப்பதிலோ, தன் குடும்பத்தைப் பற்றி புறம் பேசுவதிலோ எந்த மாற்றமும் இல்லை. ஆனாலும், அந்தப் பழக்கங்கள் ரூபியை மேற்கொண்டு கவலைப்படுத்தவில்லை. துலாரியும்கூட மறுபடி ஒரு பதின்பருவ பெண்ணாகப் போவதில்லை, ரூபியுடனும் எந்த மோதலும் வைத்துக்கொள்ளவில்லை.

தன் வாழ்க்கையில் நிகழ்ந்த மாற்றங்களைப் பற்றி அதிசயித்த ரூபி சுருண்டு படுத்து தூங்கிப்போனாள். பிறகு கனவிற்குள் நழுவினாள்.

அவள் முன்பக்கம் வழியாக வீட்டிற்குள் நுழைந்தாள். எல்லாம் முன்பு போலவே இருந்தன. சிதோ அவளைப் பார்த்து புன்னகைத்தான், தோஸோவும்தான். கோழ்தா-ஹாரம் ராச்சாவின் ஒரு மூலையில் அமர்ந்து ஒரு பெரிய கோப்பையில் தேநீரை உறிஞ்சிக்கொண்டிருக்கும் சோமாய்-ஹாழாம் அதை ஆறவைக்க ஊதிக்கொண்டிருந்தார். புட்கி தூய்மையாக உடையணிந்திருந்தாள், அவளுடைய சுருங்கிப்போன உடலை ஊதாநிற ஓரம்கொண்ட வெளிர் பச்சைநிற புடவை நேர்த்தியாக மூடியிருந்தது. அதற்குப் பொருத்தமான மேலாடைகளில் அவளுடைய மார்பகங்கள் இறுக்கமாக மூடப்பட்டிருந்தன.

“வா, பாஹு” அவள் ரூபியை தன்னைப் பின்தொடருமாறு அழைத்தாள்.

ரூபியை வீட்டிற்குப் பின்னாலிருந்து டோகோர் மரத்திற்கு அழைத்துச் சென்றாள் புட்கி. ஒரு குளிர்ந்த தென்றல் அவள் முகத்தை வருடியது. அவளுக்கு முன்பாக, முற்றத்தில் மூங்கில்பட்டை தட்டிகளால் ஆன இரு அறைகள் கொண்ட வீடு நின்றிருந்தது. வீட்டிற்கு வெளியே கட்டப்பட்டிருந்த கம்பியில் ஒரு பெண் துணிகளை காயவைத்துக் கொண்டிருந்தாள். வெளியே அந்தப் பெண்ணுக்கு அருகாமையில் ஒரு சின்னப் பையன் விளையாடிக் கொண்டிருந்தான்.

"பிஷுவின் மனைவியா?" ரூபி கேட்டாள்.

"ஆமாம்" புட்கி தன்னுடைய மெல்லிய, நடுங்கும் குரலில் கூறினாள்.

"இது அவனுடைய மகன்." ரூபி புன்னகைத்தாள். அவள் முகம் அமைதியாயிருந்தது. அவள் உடலில் துன்பமில்லை. டோகோர் மரத்தடியில் இருந்த பார்க்கோமில் உட்கார்ந்தபடி அவள் நினைத்துக்கொண்டாள்: என்னைப் போலவே, என்னைப் போலவே.

நன்றிகள்

ரூபி பாஸ்கேயின் மர்ம நோய் என்னுடைய கிராமத்தில் நடந்த ஒரு நிகழ்வில் இருந்து எடுத்தாளப்பட்டுள்ளதுடன் அது கிராமத்தின் கிசுகிசுக்கள் மற்றும் என்னுடைய கற்பனையின் உருவாக்கமும் ஆகும்.

என்னுடைய எழுத்தின் முன்னேற்றத்தை கண்காணித்த சுமனா ராய் ஒவ்வொரு நிலையிலும் என்னை ஊக்கப்படுத்தியிருக்கிறார். அவர்தான் ரூபி பாஸ்கேயின் மர்ம நோய் நாவலின் முதல் வாசகர். அத்துடன், அவரே என்னிடம், ‘இதை டேவிட் தவீதாரிடம் அனுப்பி வையுங்கள். அவர் நிச்சயம் இதன்மீது ஆர்வம்கொள்வார். இதைப் பதிப்பிக்கவும் செய்வார் என்று உறுதியாக சொல்வேன். முயற்சி செய்யுங்கள்,’ என்று கூறியதன் மூலம் என்னுடைய இலக்கிய ஞானதிருஷ்டியாகவும் ஆகிவிட்டார் எனலாம். நான் முயற்சித்தேன். இதோ வெளிவந்துவிட்டது!

ஷாஜகானாபாத், டெல்லி, பாலிவுட் - கிளாஸிக் மற்றும் நவீனங்கள் - சர்காரி நாக்ரி மற்றும் இன்னபிறவற்றைப் பற்றி விவாதத்தில் ஈடுபட்டதற்கும் மேலாக மாதுலிகா லிட்லே எனக்கு மிக முக்கியமான இரண்டாவது அபிப்பிராயத்தை வழங்கினார்.

கையெழுத்துப் படியை படித்த பின்னர் மீரா கோகலே மின்னஞ்சல் வழியாக என்னைப் பற்றி, என்னுடைய வேலை, சந்த்தால்கள் மற்றும் ரூபி பாஸ்கேயைப் பற்றி என்னிடம் நிறைய கேள்விகள் கேட்டார். இறுதியாக, லண்டனில் இருந்து வந்த அவருடைய தொலைபேசி அழைப்பும், குறுஞ்செய்தியும்தான் என்னுடைய கையெழுத்துப் பிரதிக்கும் ஏதோ தகுதி இருப்பதை என்னை ஏற்றுக்கொள்ளச் செய்தது.

ரவி சிங்கின் மின்னஞ்சலைப் பெற்றுக்கொண்டபோது எந்தளவு சிலிர்த்துப்போனேன் என்பதை என்னால் விவரிக்க இயலாது. அதில் பின்வருமாறு குறிப்பிட்டிருந்தது: ‘இதை ஆலெப் பதிப்பகத்தில் வெளியிட மிகுந்த ஆவல்கொண்டிருக்கிறோம்.’ ரவி என்னைத் தேர்வுசெய்துவிட்டார். அத்துடன் எனக்கேயுரித்தான நோயை அவர் இவ்வாறு குறிப்பிட்டிருந்தார்: தூக்கமின்மை (Insomnia).

என்னுடைய எடிட்டர் அனுராக் பாஸ்நெத்திடம் ஒரு நண்பரையும், எனையொத்த ஒரே அலைவரிசையையும் கண்டேன். எங்களுடைய உரையாடல்களின் மூலம் எங்கள் இருவருக்கும் இடையே, பிரச்சினைக்குரிய பூர்வீக நிலத்தின் வரலாறு பற்றி மட்டுமல்லாது, பகிர்ந்துகொள்ள பொதுவான பல விஷயங்கள் இருப்பதை உணர்ந்திருக்கிறேன். அனுராக்கின் வைத்தியமும், எடிட்டோரியல் மந்திரமும் ரூபி பாஸ்கேயின் கதையை ஒரு 'மூட்டைகட்டிப் போடப்பட்ட கதை' என்பதில் இருந்து முறையான நாவலாக மாற்றியிருக்கிறது. நார்கல்-லட்டு செய்வதற்காக ஒருவர் தேங்காயைத் துருவுவதைப் போல் என் தலைக்குப் பின்னால் இருந்த கருத்தாக்கங்களையும் நினைவுகளையும் அவர்தான் வெளியே கொண்டுவந்தார், சிலபோது, எலும்புக்கூடு போன்ற என்னுடைய சிந்தனைகள் மற்றும் கருத்தாக்கங்களுக்கு சதையும் தோலுமான வார்த்தைகளையும் கொடுத்திருக்கிறார்.

எய்ன்லா ஆஸுகும், பீனா ஸரீன், டேவிட் தவீதார், ஹினா மோபார், மீனாக்ஷி சிங், சிமார் புனீத், சுதேஷ்னா ஷோம் கோஷ் மற்றும் ரூபா-ஆலெப்பைச் சேர்ந்த எல்லோருமே இந்த தனித்துவமான ஆரக்கிற்கு மனதார உதவியிருக்கிறார்கள்.

சிதோ இயற்றியதாக கூறப்பட்டுள்ள பாடல் பத்தியான, 'மாக்-போங்கா நாஸே ஹிஸித்-ஹிஸித் ஹோய் டே,' துர்கா பிரசாத் ஹெம்ப்ராம் எழுதி, ஒடிஷா, மயூர்பன்ஜைச் சேர்ந்த ஆதிம் ஓவார் ஜார்பா ஓபராவால் தயாரிக்கப்பட்ட, 'பிதாய் பேரா ரெ மெட்-தாக் அலோம் ஜோரா-யோ' (பிரியும் நேரத்தில் கண்ணீர் சிந்த வேண்டாம்) என்ற காயனானின் துண்டுப் பிரசுரத்தில் இருந்து எடுத்தாளப்பட்டுள்ளது. எல்லா மொழிபெயர்ப்புகளும் என்னுடையவை.

மாராங்-புரு ஆபே ஜோட்டோ ஜே நே டெ, நாபே டெ தோஹா பே மேய்.

சஹ்ராவ் அர் ஜோகர்.

ஹஸ்தா சௌவேந்திர சேகர்

காட்ஷிலா

27 செப்டம்பர் 2013